AF756272

പറയാതെ പോയത്

Parayathe poyathu
Novel

Janamma Kunjunni

CHINTHA PUBLISHERS
Thiruvananthapuram

© Rights Reserved
All rights reserved. No part of this publication may be reproduced, transmitted, or stored in a retrieval system in any form or by any means without the written permission of the publisher.

First Edition
March 2023

Published
Chintha Publishers, Thiruvananthapuram

Typesetting
Star Communications, Thiruvananthapuram

Cover Design
Vinod Mangoes

ISBN : 978-93-94753-80-8

CO - 3232 / 6384

Email: chinthapublishers@gmail.com
Website: www.chinthapublishers.com

A version is available at National Libraries
Kolkata, Mumbai, Chennai and Delhi

Distribution
DESHABHIMANI BOOKHOUSE
H O Thiruvananthapuram 695035

Branch
Head Office Kunnukuzhi • Statue Thiruvananthapuram
KSRTC Bus Terminal Thampanoor • Saphalyam Complex Thiruvananthapuram
KSRTC Bus Station Alappuzha • KSRTC Bus Station Ernakulam
Machingal Lane Thrissur • IG Road Kozhikode
Mavoor Road Kozhikode • NGO Union Building Kannur
Central Bus Terminal Complex Thavakkara Kannur

പറയാതെ പോയത്

ജാനമ്മ കുഞ്ഞുണ്ണി

ചിന്ത പബ്ലിഷേഴ്സ്
തിരുവനന്തപുരം-695 035

ജാനമ്മ കുഞ്ഞുണ്ണി

ജനനം - കൊല്ലം ജില്ലയിൽ കാരാളിമുക്ക്. മാതാപിതാക്കൾ - കല്ലുംപുറത്ത് നാണു. നാണി (Late).

ഹയർസെക്കണ്ടറി സ്കൂൾ തേവലക്കര, ഫാത്തിമ മാതാ നാഷണൽ കോളേജ്, കൊല്ലം ജെ എം ബി ടി എസ്, ഭരണിക്കാവ് എന്നിവിടങ്ങളിൽ വിദ്യാഭ്യാസം. ആകാശവാണി ബി+ ആർട്ടിസ്റ്റ്, 1987 മുതൽ 92 വരെ സമ്പൂർണ്ണ സാക്ഷരതാ പ്രവർത്തനത്തിൽ ഡെപ്യൂട്ടേഷനിൽ.

അംഗീകാരങ്ങൾ - സമഗ്രസംഭാവനയ്ക്ക്- കേരള സാഹിത്യ അക്കാദമി അവാർഡ്, പ്രഭാത്നോവൽ അവാർഡ്

കൃതികൾ - *കറുത്തചില്ലുള്ള ജാലകം, ഞാൻ ഗൗരി, ഉരു നിറപക്ഷികൾ* (നോവൽ), *വഴിയോരത്തെ പൂമരം, സ്നേഹപൂർവ്വം, പിന്നെയും നീളുന്ന വഴികൾ* (കഥാസമാഹാരങ്ങൾ), *സ്ത്രീ - ജീവിതം സംസ്കാരം, ഗുജറാത്തിന്റെ പാഠങ്ങൾ, നിസ്വരൂപികൾ* (പഠനങ്ങൾ), *ലില്ലിയുടെ ആകാശം, മാളൂട്ടി, വല്ല്യമ്മച്ചി, ചിത്തിയും മുത്തിയും* (ബാലസാഹിത്യം നോവലുകൾ), *കനൽ വഴികളിൽ ഒരുവൾ* - (ആത്മകഥ) എന്നിവയ്ക്കൊപ്പം നിരവധി നാടകങ്ങൾ, ലളിത ഗാനങ്ങൾ, കവിതകൾ എന്നിവ രചിച്ചു.

ഭർത്താവ് : പ്രൊഫ. കുഞ്ഞുണ്ണി വെങ്കിടങ്ങ്
മക്കൾ : പ്രീത ജെ പ്രിയദർശിനി (കവിയത്രി)
ബിമൽ തമ്പി (*മാധ്യമം* ദിനപത്രം)
ഡോ. ആതിര കുഞ്ഞുണ്ണി.
പരേതയായ അക്ഷര കുഞ്ഞുണ്ണി

വിലാസം : 15/2141 നീഹാരിക,
മേരിക്കുന്ന് പി ഒ, കോഴിക്കോട്- 673012.
ഫോൺ : 9446014701.

പ്രസാധകക്കുറിപ്പ്

കേരളത്തിലെ വിപ്ലവപ്രസ്ഥാനം ഉരുവംകൊണ്ട രാഷ്ട്രീയ പശ്ചാത്തലത്തിലാണ് ഈ നോവൽ ഇതൾ വിരിയുന്നത്. തൊഴിലാളിവർഗ്ഗ മുന്നേറ്റങ്ങളുടെ ശക്തികേന്ദ്രങ്ങളായി മാറിയ മലബാറും കുട്ടനാടും ഉൾപ്പെടെയുള്ള ദേശങ്ങളിൽ, കഴിഞ്ഞ നൂറ്റാണ്ടിന്റെ നാല്പതുകളിലും അമ്പതുകളിലും പോരാടി ജീവിച്ച മനുഷ്യരുടെ ത്യാഗനിർഭരമായ ജീവിതങ്ങളുടെ ആവിഷ്കാരമാണീ നോവൽ. മനുഷ്യരുടെ സംഘർഷങ്ങളും സങ്കടങ്ങളും പോരാട്ടങ്ങളും പ്രതീക്ഷകളും ഭാവസുന്ദരമായി ഇതൾ വിരിയുന്ന കൃതി. ദേവൻ എന്ന കീഴാള മനുഷ്യനും പുരോഗമനവാദിയായ വേണുമാഷും തമ്മിലുള്ള ബന്ധം ഈ നോവലിന്റെ ജീവനാണ്. പ്രണയവും രാഷ്ട്രീയവും സവിശേഷ സന്ദർഭങ്ങളായി ഈ നോവലിൽ ഇഴചേർക്കപ്പെട്ടിരിക്കുന്നു. കമ്യൂണിസ്റ്റ് ആശയങ്ങളുടെ പ്രാരംഭനാളുകളിൽ ഇച്ഛാശക്തിയും പ്രതിഭയുമുള്ള യുവാക്കൾ ഏറ്റുവാങ്ങിയ ക്രൂരതകളും യാതനകളും തീക്ഷ്ണമായി ആവിഷ്കരിക്കപ്പെട്ട ഈ നോവൽ ആ കാലഘട്ടത്തിന്റെ സങ്കടങ്ങളെയൊന്നാകെ ഏറ്റെടുക്കുന്നു.

ചിന്ത പബ്ലിഷേഴ്സ്

ചരിത്രസീമകൾക്കപ്പുറം വളരുന്ന കൃതി

കെ ജയകുമാർ

ജാനമ്മ കുഞ്ഞുണ്ണി കൃതഹസ്തയായ നോവലിസ്റ്റാണെന്നതിൽ ആർക്കും സംശയമില്ല. മുൻപുള്ള രചനകളിലൂടെ ആ കല്പനാവൈഭവവും ഭാഷാസുഭഗതയും വിശ്വാസതീവ്രതയും വായനക്കാർക്കു ബോദ്ധ്യമാണ്. *പറയാതെ പോയത്* എന്ന ഈ പുതിയ നോവലിൽ വായനക്കാർ ഇതുവരെ അറിഞ്ഞ ജാനമ്മ കുഞ്ഞുണ്ണിയെ അതിശയിപ്പിക്കുന്ന ആഖ്യാനകൗശലം അവർ കാഴ്ചവയ്ക്കുന്നു. ഏതൊരു നോവലിലും ഒരു പുതുലോകമാണല്ലോ വായനക്കാർ അന്വേഷിക്കുന്നത്. ആ ലോകം എത്രകണ്ട് സൂക്ഷ്മമായും സമഗ്രമായും വിശ്വാസ്യമായും ആലേഖനം ചെയ്യാൻ കഴിയുമോ അത്രകണ്ട് അനുവാചകർ ഒപ്പം സഞ്ചരിക്കും. നോവലിലെ കഥാപാത്രങ്ങളുടെ ആകുലതകളിൽ വിഷമിക്കുകയും ആകാംക്ഷകളിൽ അസ്വസ്ഥരാവുകയും നേട്ടങ്ങളിൽ സന്തോഷിക്കുകയും ചെയ്യും. നോവൽരചനയുടെ രസതന്ത്രം വശമുള്ള ഒരു നോവലിസ്റ്റ് വരച്ചിടുന്ന ലോകം സ്ഥലകാലങ്ങളിലും ചരിത്രസൂചനകളിലും ആധികാരികത പുലർത്തും. കഥാപാത്രങ്ങൾ നോവലിന്റെ കാലപരിണാമത്തിനനുസൃതമായി വളരും. ഈ ഘടകങ്ങളിൽ പുലർത്തുന്ന ജാഗ്രതയും സൂക്ഷ്മതയും മികവുമാണ് ഉത്കൃഷ്ട രചനകളുടെ മുദ്ര.

പറയാതെ പോയത് എന്ന ഈ നോവൽ ചിത്രീകരിക്കുന്നത് ഒരു ഗതകാലത്തെയാണ്. ഏഴെട്ടു പതിറ്റാണ്ടിനു മുൻപുള്ള കേരളത്തിലാണ് കഥ നടക്കുന്നത്. മലബാറിലും കൊല്ലത്തും കുട്ടനാട്ടിലുമായി, കഴിഞ്ഞ നൂറ്റാണ്ടിന്റെ നാല്പതുകളിലും അമ്പതുകളിലുമായി ജീവിച്ച കുറെ മനുഷ്യരുടെ തീവ്രതയാർന്ന കഥയാണ് നോവലിസ്റ്റിനു പറയാനുള്ളത്. വേണുമാഷിന്റെയും ദേവന്റെയും ജീവിതം പകർത്തിവയ്ക്കുന്നതിനപ്പുറം, അവരുടെ ജീവിതങ്ങളെ ചുഴറ്റിക്കളയുന്ന രാഷ്ട്രീയ സാമു

ഹിക മന്ഥനവും അതുണർത്തുന്ന ഉഷ്ണപ്രവാഹങ്ങളും ഹൃദയത്തിൽ ഏറ്റുവാങ്ങുന്നു ഈ കൃതി. മലയാളസാഹിത്യത്തിൽ പുരോഗമന പ്രസ്ഥാനത്തിന്റെ പുഷ്കലകാലം അവസാനിച്ചില്ലേ എന്നും ഉത്തരാധുനിക കാലത്തും ഈ പ്രമേയമൊക്കെ കൈകാര്യം ചെയ്യുന്നത് സാഹസമല്ലേ എന്നും ചില വായനക്കാർ സന്ദേഹിക്കാം. തകഴി, ബഷീർ, കേശവദേവ്, പൊൻകുന്നം വർക്കി, ചെറുകാട് എന്നിവരുടെ വഴിയേ മലയാള നോവലിനെ ഇക്കാലത്തും നടത്താൻ വിടുന്നത് ഉചിതമോ എന്ന ചോദ്യത്തെയും നേരിടേണ്ടതുണ്ട്.

സാഹിത്യത്തിന് എക്കാലവും ഒരു പ്രമേയമേ ഉള്ളൂ. അത് മനുഷ്യരും അവരുടെ സങ്കടങ്ങളും സംഘർഷങ്ങളും പ്രതീക്ഷകളുമാണെന്ന വാസ്തവത്തിന് ഇപ്പോഴും ഊനം തട്ടിയിട്ടില്ല. ലോകഭാഷകളിലെ നോവലുകളൊക്കെയും മനുഷ്യജീവിതത്തിന്റെ ഋതുഭേദങ്ങളെയാണല്ലോ ആലേഖനം ചെയ്തിരിക്കുന്നത്. ചന്തുമേനോനും സി വി രാമൻ പിള്ളയും വിക്റ്റർ യൂഗോയും ദസ്തെയേവ്സ്കിയും മാർകേസും എല്ലാം ചെയ്തത് മനുഷ്യരുടെ കഥകൾ പറയുക എന്നതുമാത്രം. എന്നാൽ കഥാപാത്രങ്ങളാര്, കാലമേത്, ചരിത്ര പശ്ചാത്തലമെന്ത്, സമൂഹം ആ കഥാപാത്രങ്ങളുടെ മേൽ ചെലുത്തുന്ന അധൃഷ്യമായ സ്വാധീനം എന്ത്, നോവലിസ്റ്റ് ആരുടെ പക്ഷത്ത്, ആഖ്യാനത്തിന്റെ ശൈലിയും സങ്കേതവും എന്ത് എന്നിങ്ങനെയുള്ള വിശദാംശങ്ങളിൽ എഴുത്തുകാർക്കിടയിൽ വൈജാത്യമുണ്ട്. അനേകംപേർ സമാന സങ്കേതങ്ങളും ഇതിവൃത്തങ്ങളും പിന്തുടരുമ്പോൾ, ആ ചരിത്ര ദശയിലെ സവിശേഷതകളാൽ അവ നീതീകരിക്കപ്പെടുകയും അങ്ങനെ പ്രസ്ഥാനങ്ങൾ നിലവിൽ വരികയും ചെയ്യുന്നു. ഏതു പ്രസ്ഥാനവും സർഗ്ഗാത്മക എഴുത്തുകാർ നിർമ്മിക്കുന്നതല്ല. എഴുത്തുകാരെ വിലയിരുത്തുന്ന നിരൂപകർ കല്പിച്ചു കൊടുക്കുന്നതാണ് പ്രസ്ഥാന സംജ്ഞകളും അവയുടെ ലക്ഷണവിധികളും. പ്രചോദിതരായ എഴുത്തുകാർ ആരുംതന്നെ നിരൂപകരുടെയും സാഹിത്യ ലാക്ഷണികരുടെയും കുറിപ്പടിക്കനുസൃതമായി രചന നടത്താറില്ല. ഏതു വിധമാണ്, ആരുടെ കാഴ്ചപ്പാടിലാണ്, ആരോട് കൂറ് പുലർത്തിക്കൊണ്ടാണ് കഥ പറയേണ്ടതെന്ന് തീരുമാനിക്കാനുള്ള പരമാധികാരം എഴുത്തുകാർക്ക് മാത്രമുള്ളതാണ്. അതിന്റെ ചരിത്ര പരിസരവും ദാർശനിക കാഴ്ചപ്പാടും നീതിബോധവും ധാർമ്മിക രോഷവുമെല്ലാം നോവലിസ്റ്റിന്റെ ലോക ബോധത്തിൽ അന്തർഭവിച്ചിരിക്കുന്നു.

ജാനമ്മ കുഞ്ഞുണ്ണിക്ക് ഈ കഥ പറയണമെന്ന് തോന്നിയതിന്റെ പിറകിൽ വൈകാരികവും സാമൂഹികവും രാഷ്ട്രീയവുമായ നിരവധി പരിഗണനകളുണ്ടാവും. അനുഭാവങ്ങളും നിലപാടുകളുമുണ്ടാവും. അവയൊക്കെ ആവിഷ്കരിക്കാൻ വേണ്ടി തനിക്കു സ്വീകാര്യവും കഥയ്ക്ക് ഇണങ്ങുന്നതുമായ ആഖ്യാനശൈലി സ്വയം രൂപപ്പെടും. ആഖ്യാനം ഏത് ബിന്ദുവിൽ ആരംഭിക്കണമെന്നു സ്വയം തീരുമാനിക്കപ്പെടും. ആഖ്യാനത്തിന്റെ പ്രവാഹഗതി കഥയുടെ സമാപ്തിയിലേക്കു

സ്വാഭാവികമായി നോവലിസ്റ്റിനെ ആനയിക്കും. ഈ ആഖ്യാന വിശുദ്ധിയും നൈസർഗ്ഗികതയും *പറയാതെ പോയത്* എന്ന നോവലിന്റെ ഹൃദയമുദ്രയാകുന്നു.

നൈസർഗ്ഗികതയാണ് ജാനമ്മ കുഞ്ഞുണ്ണിയുടെ ഏറ്റവും വിലപ്പെട്ട വിഭവം. താൻ സൃഷ്ടിച്ച കഥാപാത്രങ്ങളുടെ ജീവിതങ്ങളിൽ എഴുത്തുകാരി നേരിട്ട് ഇടപെടുന്ന പ്രതീതി വായനക്കാർക്ക് ഒരിക്കലും ഉണ്ടാകുന്നില്ല. ചരിത്രത്തിന്റെയും സാമൂഹ്യമാറ്റത്തിന്റെയും വേലിയേറ്റം കഥാപാത്രങ്ങളുടെ ജീവിതങ്ങളെ സംവഹിക്കുകയും അവയെ മാറ്റിമറിക്കുകയും ചെയ്യുന്നു. നിയതമായ ആശയങ്ങളുള്ള കഥാപാത്രങ്ങൾ പോലും പലപ്പോഴും സാഹചര്യങ്ങൾക്ക് വഴങ്ങിക്കൊടുക്കുന്നു. ജീവിതത്തെ നിയന്ത്രിക്കുന്നത് മനുഷ്യന്റെ ഇച്ഛ മാത്രമാണെന്ന് പറയാൻ പോലും കഴിയാത്തത്ര വൈചിത്ര്യങ്ങളുണ്ടെന്ന പരമാർത്ഥം നോവലിസ്റ്റ് അംഗീകരിക്കുന്നു.

ദേവൻ എന്ന ജാതിയിൽ താണ ബാലനുമായി മലബാറിൽ നിന്ന് സ്വന്തം നാട്ടിലെത്തുന്ന പുരോഗമനവാദിയും സദ്ഭാവനാ സമ്പന്നനുമായ വേണുമാഷ് എന്ന കഥാപാത്രം കാഴ്ചവയ്ക്കുന്ന നിശ്ചയദാർഢ്യവും സ്നേഹസന്നദ്ധതയും ദേവന്റെ ജീവിതത്തെ കാമ്പുള്ളതാക്കുന്നു. താനൊരു അനാഥനാണെന്ന ബോധം അവനു പിന്നൊരിക്കലും ഉണ്ടാകുന്നതേയില്ല. വേണുമാഷ് അവന് അച്ഛനും അമ്മയും ഗുരുവും സുഹൃത്തും എല്ലാമായി മാറി. ആ പരിണാമം അത്യന്തം സ്വാഭാവികമായി ജാനമ്മ കുഞ്ഞുണ്ണി ആലേഖനം ചെയ്യുന്നു. കയർക്കേണ്ടവരോട് കയർത്തും പൊരുതേണ്ടവരോട് പൊരുതിയും ദേവനെ പരിരക്ഷിക്കുന്ന വേണുമാഷാണ് ഈ നോവലിലെ യഥാർത്ഥ നായകൻ എന്നുപോലും പറയാം.

ഒരു കഥാപാത്രവും അടിവേരുകളില്ലാതെ മേൽമണ്ണിൽ നട്ടുപിടിപ്പിച്ചവരല്ല. എല്ലാവർക്കുമുണ്ട് തികച്ചും അനന്യമായ ഭൂതകാലവും അനുഭവങ്ങളും. വേണുമാഷിന്റെ പൂർവ്വകഥയും ആ തറവാടിന്റെ കഥയും അസാധാരണമെന്നേ പറയാവൂ. അസാധാരണമെന്നു പറയുമ്പോൾ അസ്വാഭാവികമെന്നു ധരിച്ചുകൂടാ. ജീവിതത്തിൽ സംഭവിക്കുന്ന വൈചിത്ര്യങ്ങളുടെ നേർക്കു തിരിയുന്ന നോവലിസ്റ്റിന്റെ കണ്ണുകൾ എല്ലാം കാണുന്നു എന്നുമാത്രം.

ആദർശ ശുദ്ധിയും സാമൂഹ്യബോധവുമുള്ള ഒരു ചെറുപ്പക്കാരനെ അധികാരവ്യവസ്ഥ ഏതു വിധമാണ് വേട്ടയാടുന്നതെന്ന നിത്യപ്രസക്തമായ പരമാർത്ഥം ഈ നോവലിസ്റ്റ് അതിസൂക്ഷ്മമായി വരച്ചിടുന്നു. കമ്യൂണിസ്റ്റ് ആശയങ്ങളുടെ പ്രാരംഭനാളുകളിൽ ദേവനെപ്പോലുള്ള ചോരത്തിളപ്പും ഇച്ഛാശക്തിയും പ്രതിഭാവിലാസവുമുള്ള ചെറുപ്പക്കാർ ഏറ്റുവാങ്ങിയ ക്രൂരതകളും യാതനകളും സ്വതന്ത്രഭാരതത്തിലെ പൗരന് അനുഭവിക്കേണ്ടി വരില്ല എന്ന് കിനാവ് കണ്ടവർക്ക് തെറ്റി. എഴുപതു ദശകങ്ങൾക്കുമുമ്പ് നടക്കുന്ന ഈ കഥ ഇപ്പോൾ എഴുതുന്നതെന്തിന്

എന്ന് ശങ്കിച്ചവർക്കുള്ള മറുപടി ഇവിടെയാണന്വേഷിക്കേണ്ടത്.. സ്വാതന്ത്ര്യവും അധികാരവും തമ്മിലുള്ള പൊരുത്തക്കേട് അവസാനിക്കുന്നില്ല. ബ്രിട്ടീഷ് പൊലീസും സി പിയുടെ പൊലീസും ഇന്നില്ല. പക്ഷേ, ഭരണകൂടഭീകരതയുടെ തുടർക്കഥ അവസാനിക്കുന്നില്ല. അഭിപ്രായ സ്വാതന്ത്ര്യവും ആവിഷ്കാര സ്വാതന്ത്ര്യവും ഇപ്പോഴും ഭരണകൂടങ്ങൾക്കു ചതുർത്ഥിയാണെന്നു സമകാല ഭാരതം വ്യക്തമാക്കുകയാണല്ലോ.

ഒരു നോവലിസ്റ്റ് ആഖ്യാനം ചെയ്യാനായി ഒരു കഥ തെരഞ്ഞെടുക്കുമ്പോൾ മനസ്സിലൂടെ ഒരു നൂറു പരിഗണനകൾ കടന്നുപോകും. ആ പരിഗണനകളിലാണ് നോവലിസ്റ്റിന്റെ പക്ഷപാതങ്ങൾ കാണാനാവുക. മർദ്ദിതന്റെയും അവഗണിതന്റെയും കൂടെയാണ് താനെന്നു സന്ദേഹരഹിതമായി പ്രഖ്യാപിച്ചുകൊണ്ടാണ് ജാനമ്മ കുഞ്ഞുണ്ണി രചനയിലേക്കു കടക്കുന്നത്. ആ അനുഭാവം സ്ഥാപിക്കുന്നതിൽ അവർ പൂർണ്ണമായി വിജയിക്കുകയും ചെയ്തിരിക്കുന്നു.

ജാനമ്മ കുഞ്ഞുണ്ണിക്ക് ഭാഷയുടെ മേലുള്ള ആധിപധ്യം വായനക്കാരെ അതിശയിപ്പിക്കുന്ന നിരവധി സന്ദർഭങ്ങളുണ്ട് ഈ നോവലിൽ. ഏതു പുറമെടുത്താലും ആ ഭാഷാവിലാസം നമ്മളെ വിസ്മയിപ്പിക്കും. ഒതുക്കേണ്ട സ്ഥലത്തു ഒതുക്കാനും വിസ്തരിക്കേണ്ടിടത്തു വിസ്തരിക്കാനുമുള്ള വൈഭവം ശ്ലാഘനീയം. ബാലപ്പാപ്പ എന്ന അത്യന്തം സഹതാപം അർഹിക്കുന്ന കഥാപാത്രത്തിന്റെ മരണസന്ദർഭം ഇങ്ങനെയാണ് ആവിഷ്കൃതമാവുന്നത്.

'ഭാര്യയുണ്ടായിട്ടും വിഭാര്യനായി ജീവിച്ച ബ്രഹ്മയോഗി. ഏതാൾക്കൂട്ടത്തിലും ഒറ്റപ്പെട്ടുനിന്ന ഏകാന്ത പഥികൻ. സ്നേഹിച്ചത് മുഴുവൻ ഒരാളെ മാത്രം.... സ്വന്തം അപരാധം ആത്മാവിൽ പേറി ജീവിച്ച ശാരദാമ്മയും വേണുവിന് അത്ഭുതം തന്നെയാണ്.' ശാരദാമ്മ എന്നൊരു കഥാപാത്രത്തെ മുൻവിധികളില്ലാതെ അവതരിപ്പിക്കാൻ നോവലിസ്റ്റ് കാണിക്കുന്ന ആർജ്ജവവും എടുത്തുപറയേണ്ടതാണ്. അതിൽ അടങ്ങിയിരിക്കുന്നത് മനുഷ്യപ്രകൃതത്തെക്കുറിച്ചുള്ള അഗാധമായ ധാരണയും അലിവുമാണ്. ആ അറിവാണ് മറ്റു കഥാപാത്രങ്ങളുടെ സൃഷ്ടിയിലും പ്രകടമാകുന്നത്. ശിവാനി, സുധാമണി എന്നീ രണ്ട് യുവതികളുടെ പാത്രസൃഷ്ടിയിലും ഈ അനുഭാവ വൈഭവം കാണാം. വിദ്യാസമ്പന്നരായ രണ്ടു യുവതികൾ—ഒരാൾ ജഡ്ജ്, മറ്റൊരാൾ ഡോക്ടർ. പക്ഷേ, വിദ്യാഭ്യാസമോ സ്ഥാനവലിപ്പമോ ഹൃദയത്തിന്റെ വഴിയേ നടക്കാൻ അവർക്കു തടസ്സമാവുന്നില്ല.

ദേവന്റെ ജീവിതം പിന്തുടരുമ്പോൾ നോവലിസ്റ്റ് അവലംബിക്കുന്ന ഭാഷ ശ്രദ്ധിക്കാം. നരകീയമായ പീഡാനുഭവങ്ങളുമായി പുഴയോരത്തും പുഞ്ചവരമ്പുകളിലുമൊക്കെ ദേവൻ അലഞ്ഞുനടന്നു. കോളേജ് അവന്റെ മനസ്സിൽനിന്നും മാഞ്ഞുപോയി.... ഭക്ഷണം കഴിക്കുന്നത് വിരളമായി. വീടകം അവനു തടവറയായി. ജനിച്ച നാട് ഏതോ കുരുതിപ്പുരപോലെ അവനെ ഭയപ്പെടുത്തി... ഋജുവായ വാക്യങ്ങളിലൂടെ വിശ്ലഥമായ

കഥാപാത്രത്തിന്റെ മനസ്സ് നമുക്കുമുന്നിൽ സ്വയം അനാവൃതമാവുന്നു. വിപ്ലവത്തെക്കുറിച്ചുള്ള ഈ നിരീക്ഷണം നോക്കുക: 'വിപ്ലവം കാലിഡോസ്കോപ്പ് പോലുള്ള ഒരു കളിപ്പാട്ടമല്ല. അറിവും അനുഭവവും ആവേശവും ആത്മാവിലുറയ്ക്കണം. മസ്തിഷ്കം ആത്യന്തികമായ ലക്ഷ്യത്തെ ഉന്നം വെയ്ക്കണം. സർവ്വോപരി അതിനു പാകമായ സാമൂഹ്യപരിസരവും വേണം.'

ആഴമുള്ള ചരിത്രബോധത്താലും സാമൂഹിക ചലനങ്ങളെക്കുറിച്ചുള്ള അവബോധത്താലും പരിപക്വമായ മനസ്സിലുദിച്ച ഈ കഥ കേരള ചരിത്രത്തിലെ രക്തംപുരണ്ട കുറെ താളുകൾ അനുവാചകന് മുന്നിൽ നിരത്തുന്നു. വിപ്ലവത്തിന് മുന്നിട്ടിറങ്ങുന്നവരും അതിന്റെ ഇരകളും ഏറക്കുറെ ഒരേ കൂട്ടർ തന്നെയാണിവിടെ. ദേവനും വേണുമാഷും വിജയികളാണോ പരാജിതരാണോ? അവരുടെ ഉത്തരേന്ത്യൻ യാത്ര ഒളിച്ചോടലാണോ, മാനസാന്തരമാണോ? പരാജയബോധമാണോ, വിരക്തിയാണോ? ഒറ്റവാക്കിൽ ഉത്തരമില്ലെന്നു തന്നെയാണ് നോവലിസ്റ്റിന്റെയും നിലപാട്. അങ്ങനെ കറുപ്പിലും വെളുപ്പിലും എഴുതാൻ പറ്റുന്നതല്ല സ്വാതന്ത്ര്യത്തിന്റെയും സാമൂഹ്യവിമോചനത്തിന്റെയും ചരിതം. ചരിത്രത്തിന്റെ താളുകളിൽ പതിഞ്ഞ കണ്ണീരും ചോരയും വീണ്ടും ഓർമ്മിക്കാനും അനുഭവിക്കാനും അവസരം നല്കുന്നു എന്ന വലിയ ധർമ്മമാണ് ജാനമ്മ കുഞ്ഞുണ്ണിയുടെ ഈ നോവൽ നിറവേറ്റുന്നത്. നാട്യങ്ങളില്ലാത്ത, ജൈവികമായി വികസിക്കുന്ന ആഖ്യാന സുഭഗത ഈ നോവലിന് വേറിട്ടൊരിരിപ്പിടം സമ്മാനിക്കുന്നു. ഈ കൃതി വായിക്കാതിരുന്നെങ്കിൽ അതൊരു വലിയ നഷ്ടമായേനെ എന്ന് വായനക്കാർ തിരിച്ചറിയും. ഉത്തരാധുനിക നോവലുകൾക്കു അന്യമായ ദുഃഖ ദുരന്തങ്ങളുടെ തീപ്പൊള്ളലുകൾ നമുക്കിതിൽ അനുഭവിക്കാം. ജാതിഭേദവും ചൂഷണവും ജാതിക്കോയ്മയും സ്ത്രീവിരുദ്ധതയും പുലർന്നിരുന്ന ശ്വാസംമുട്ടുന്ന ഒരു കാലഘട്ടത്തിലേക്ക് ഈ കൃതി അതിന്റെ ജാലകപ്പാളികൾ തുറന്നു വയ്ക്കുന്നു. ആ ചൂഷണത്തിലും തിളങ്ങുന്ന ആത്മാഭിമാനത്തിന്റെ സ്ത്രീ നയനങ്ങൾ നാം കാണുന്നു. ജാതിക്കോയ്മയുടെ മദവും കാമവും നശിപ്പിച്ച ദേവന്റെ അമ്മ ചീരുവിന്റെ മുഖം കാണുന്നു. ആ മുഖസ്മൃതിയിൽ നശിപ്പിക്കപ്പെട്ട കീഴാള സ്ത്രീകളുടെ പ്രാഗ്രൂപം കാണുന്നു. ഒരു സമൂഹം സ്വാതന്ത്ര്യത്തിലേക്കും സമത്വബോധത്തിലേക്കും കണ്ണ് തുറക്കുന്നതിന് മുൻപ് എത്ര നിരപരാധികൾ ത്യാഗത്തിന്റെയും ബലിയുടെയും നോവിന്റെയും നഷ്ടത്തിന്റെയും യാതനാപഥങ്ങളിലൂടെ നടക്കുന്നുണ്ട്! ഉപഭോഗമഹോത്സവത്തിന്റെയും അസ്വാതന്ത്ര്യത്തിന്റെയും അതിദേശീയതയുടെയും ഈ അന്ധനാളുകളിൽ ആ ചോരക്കഥകൾ ഓർമ്മപ്പെടുത്തിയതിന് ജാനമ്മ കുഞ്ഞുണ്ണിയോട് കടപ്പാടുണ്ട്. അഗാധമായ വായനാനുഭവം പകരുന്ന ഈ വിശിഷ്ട കൃതിയുടെ രചയിതാവിനെ അഭിവാദ്യം ചെയ്യുന്നു, അഭിനന്ദിക്കുന്നു, ആശംസിക്കുന്നു.

അതിവേഗത്തിൽ ഓടിക്കൊണ്ടിരിക്കുന്ന ബസിൽ വലതു ഭാഗത്തേക്കു നോക്കിക്കൊണ്ടിരിക്കുകയായിരുന്നു ദേവൻ. തൊട്ടടുത്ത സീറ്റിൽ അദ്ധ്യാപകനും അഭ്യുദയകാംക്ഷിയുമായ വേണുമാഷ് മയക്കത്തിലാണ്. വടക്കേ മലബാറിലെ ഒരുൾനാടൻ ഗ്രാമത്തിൽ ജനിച്ചു വളർന്ന ദേവൻ സ്വന്തം ചുറ്റുവട്ടത്തിനപ്പുറം സഞ്ചരിച്ചിട്ടില്ല. മോഹമില്ലാഞ്ഞിട്ടല്ല. വഴിച്ചെലവും വണ്ടിക്കൂലിയും കൊടുക്കാൻ കാശില്ലാത്തതു കൊണ്ടുമാത്രം. സ്കൂളിൽ വിനോദയാത്രക്ക് കൂട്ടുകാർക്കൊപ്പം പോകാൻ കൊതിച്ചിട്ടുണ്ട്. അപ്പോഴൊക്കെ അവന്റെ അമ്മ പറയും... വേണ്ടോനേ... പൈശ ഇല്ല... ദേവൻ ചാത്തൂന്റേം ചീരൂന്റേം ഒറ്റ മകനാണ്. സ. ചാത്തു രക്തസാക്ഷിയാകുമ്പോൾ ദേവൻ ചീരൂന്റെ വയറ്റിൽ തുടിക്കുകയായിരുന്നു. ചീരു പ്രസവിച്ചപ്പോൾ നാട്ടുകാർ പറഞ്ഞു... ആ ചെക്കൻ ബെടക്കു, ജന്മാ.... തല കാണുമ്പം തന്നെ അയ് അച്ഛന്റെ ജീവൻ പോയി...

അത് ഞാനങ്ങ് സയിച്ച്... ന്റെ മോൻ മിടുക്കനാവും.. ചോന്ന കൊടി പിടിക്ക്വോന്നെനക്ക് നിച്ചൊന്നുല്ല.. ന്നാലും ഓൻ കേമനാവുംന്നെന്നെ എനക്കൊറപ്പാ...

തേവൻ... ഇതെന്താ ചീര്വോ ഇന്റെ കുഞ്ഞനെന്താ കളത്തിലെ തേവനാ...? അമ്മായിയമ്മയുടെ പരിഹാസം.

തേവനല്ലമ്മേ.. ദേവൻ.. മഹാദേവൻ. അതും പറഞ്ഞ് ചീരു ചിരിച്ചു.

ഓ.. എണേ.. ചീരൂ.. ഈ പേരും പറഞ്ഞോണ്ട് മ്മക്ക് ഇന്നാട്ടില് ജീവിക്കാൻ പറ്റ്വോ.. നമ്പ്യാമ്മാറും അടിയോടിമാറും ഇന്റെ തല വെട്ടിക്കളയൂല്ലേ.. കാളിക്കുട്ടി പേടിയോടെ ചോദിച്ചു.

ഓ... പിന്നേ... എന്റെ തലയെടുക്കാൻ ഞാനിങ്ങ് വിളിക്ക്വോ ഓനേ.. അമ്മ മ്ണ്ടാണ്ടിരുന്നോ..

തന്റേടിയാണ് ചീരു. മൂന്നാംതരം വരെ പഠിച്ച മിടുക്കത്തി. ചീരുന്റെ കുടുംബത്തിലോ ചുറ്റുവട്ടത്തോ മൂന്നാംതരം ജയിച്ച പെണ്ണുങ്ങളില്ല. അവൾ അസ്സലായി പുസ്തകം വായിക്കും. പാട്ടുപാടും. നാട്ടിപ്പാട്ടും നാടോടിപ്പാട്ടും നല്ല വശമുള്ള ചീരു സന്ധ്യക്ക് വിളക്കുവെച്ച് സന്ധ്യാ നാമം ജപിക്കുന്നതും കേൾക്കാം. ചീരുവിന്റെ അച്ഛൻ അയ്യപ്പൻ കാക്കാരിശി നാടകത്തിലെ കളിക്കാരനാണ്. തേക്കുപാട്ടും ഉടുക്കുപാട്ടും വശമുള്ള അയ്യപ്പന്റെ മകൾ പാടത്ത് പണിയെടുക്കാനും കണക്കുപറഞ്ഞു കൂലി വാങ്ങാനും മിടുക്കിയാണ്.

ചീരുവിന്റെ മുലകുടി മാറുംമുമ്പേ കറുത്ത പെണ്ണെന്ന് വിളിപ്പേരുള്ള കുഞ്ഞിമ്മാത മരിച്ചു. പിന്നെ അയ്യപ്പൻ പാൽമണം മാറാത്ത കുഞ്ഞിനെയും തോളത്തിട്ടാണ് പണിയെടുക്കാൻ പോയിരുന്നത്. പണിസ്ഥലത്തും നാടകസ്ഥലത്തുമൊക്കെ കുഞ്ഞുചീരു അയ്യപ്പന്റെ സ്നേഹിതരുടെ കൈകളിലാണ് കളിച്ചു വളർന്നത്. ഒടുവിൽ എട്ടു വയസ്സുള്ളപ്പോളാണ് അവളെ പള്ളിക്കൂടത്തിൽ ചേർത്തത്. വീടിനടുത്തുള്ള സർക്കാർ എലിമെന്ററി സ്കൂളിൽ ചീരു പഠനം തുടങ്ങി. മൂന്നു വർഷക്കാലം അവളാ സ്കൂളിൽ പഠിച്ചു. പതിനൊന്നാം വയസ്സിൽ വയസ്സറിയിച്ചതോടെ ചീരുവിന്റെ പഠനവും നിന്നു.

എനി എന്റെ മോള് പഠിച്ചെല്ലം മതി. പെങ്കുട്ട്യേളു ബാല്യക്കാരത്ത്യേളായാ പിന്നെപഠിക്കൊന്നുല്ല...

അയ്യപ്പൻ പറഞ്ഞു.

ആന്താ പഠിച്ചാല്..? ചീരുന് സംശയം. അതങ്ങന്യാ.. വ്ട്ത്തെ മുന്ത്യോമ്മാർക്ക് മ്മളെപ്പോലെള്ളോല് പഠിക്കുന്നത് ഇഷ്ടല്ല.

അയ്യപ്പൻ മകളെ മനസ്സിലാക്കിക്കൊടുത്തു. അക്ഷരം അവർണ്ണർക്ക് നിഷിദ്ധമാണ്. അതൊക്കെ നമ്പ്യാമ്മാർക്കും നമ്പൂതിരിമാർക്കും മാത്രേ പാടുള്ളൂന്ന്.

ബെരന്ന മാസം ചീരൂന് പതിമൂന്ന് തെകയും. ഓളെ ഇവിടെ ഒറ്റക്കാക്കീറ്റ് എനക്ക് പോവാമ്പറ്റോ..

അയ്യപ്പന്റെ ആധിയും ആവലാതിയും കേട്ട് ഒരാൾ വന്നു. ചാത്തു. സഖാവ് ചാത്തൂനെ കൊണ്ടുവന്നത് കുഞ്ഞിമാതയുടെ ആങ്ങളമാരാണ്.. ചാത്തു ചീരൂന് പുടവ കൊടുത്തു.

ഓല മേഞ്ഞ പാർട്ടി ആപ്പീസിന്റെ മുറ്റത്ത് കെട്ടിയ ഓലപ്പന്തലിൽ വെച്ച് ഓരോ ചുവന്ന തുണി മാലയാക്കി പരസ്പരം കഴുത്തിലിട്ട് ചാത്തുവും ചീരുവും ദമ്പതികളായി. ചക്കരക്കാപ്പിയും അവിലു കൊഴച്ചതും പാളയങ്കോടൻ പഴവുമൊക്കെയായി സദ്യയും നടത്തി.

ഇനിക്ക് സങ്കടായോ ചീരോ..? ചാത്തു ചീരൂന്റെ ചെവിയിൽ ചോദിച്ചു.

എന്തിന്.. ചീരു നാണംകൊണ്ട് പുളഞ്ഞു.

വീട്ടുമുറ്റത്ത് പന്തലിട്ട് മംഗലം കയ്ക്കാത്തേന്...

പന്തലായാലും പാർട്ട്യാപ്പീസ് ആയാലും മ്മള് രണ്ടും തന്നല്ലേ

സഖാവേ.. പുഞ്ചിരിയോടെ ചീരു പറഞ്ഞു.

ഇവൾക്ക് പതിമൂന്നല്ല മുപ്പതാ പ്രായം.. ചാത്തു മനസ്സിൽ പറഞ്ഞു.

ചാത്തു കൊടുത്ത മുണ്ടും വേഷ്ടിയും ചുവന്ന കുപ്പായവും ധരിച്ച ചീരുവിന്റെ ചന്തംനോക്കി ചാത്തു തെല്ലിട നിന്നുപോയി.

കഴുത്തിൽ കിടന്ന ചുവന്ന മാല ഊരി ചീരു ചാത്തുവിന്റെ കയ്യിൽ കൊടുത്തു. ഇത് എനി ങ്ങളുതന്നെ ബെച്ചോളീ.. ബല്ല്യ കമ്മ്യൂണിസ്റ്റല്ലേ... ചാത്തു അവളെ സൂക്ഷിച്ചുനോക്കി. യാതൊരു ഭാവഭേദവുമില്ലാത്ത മുഖം.

അപ്പോ ഞ്ഞി കമ്മ്യൂണിസ്റ്റല്ലേ....? ചാത്തൂന്റെ ചോദ്യം. അല്ല... ചീരൂന്റെ മറുപടി.

അതെന്താങ്ങനെ.. ചാത്തു ഭയന്നു.

എങ്ങനെ..? ങ്ങള് കമ്മ്യൂണിസ്റ്റാണല്ലോ.. എന്നാല് ഞാനങ്ങനല്ല. അച്ഛൻ പറേമ്പോലെ ബെറ്തെയങ്ങ് കമ്മ്യൂണിസ്റ്റാവാമ്പറ്റോ.. ഞാൻ കുട്ട്യല്ലേ.

ചാത്തു ചിരിച്ചുപോയി. കേട്ടുനിന്നവരും.

ഓൾ കേമിയാ.. സൂക്ഷിച്ചോ ചാത്തൂ.. ഓൾ ഇന്റെ തലയെടുക്കും. ആരോ പറഞ്ഞു.

ഇല്ല.. പെട്ടെന്നായിരുന്നു ചീരുവിന്റെ മറുപടി. തലയെടുക്കലും തല കൊയ്യലും ചീരൂന്റെ പണിയല്ല സഖാക്കളേ.. അത് ങ്ങള് ചെയ്തോളീ.. ഈ സഖാവ് എനക്ക് പൊടവ തന്ന്. അതെന്തിനാന്നെനക്കു മനസ്സിലായിറ്റില്ല. ആദ്യം ഞാനതൊക്കെ ഒന്നു പഠിച്ചോട്ടെ.

ചീരുവിന് യാതൊരു ഭാവഭേദവുമില്ല. എന്നാലവളുടെ സംസാരം കേട്ട് ചാത്തു മാത്രമല്ല, കേട്ടുനിന്നവരെല്ലാം അമ്പരന്നു.

മൂന്നാം ക്ലാസുവരെ പഠിച്ച പെണ്ണാ.. അമ്മയില്ലാതെ വളർന്നോള്.. അയിന്റെ പക്വതേം ബായിക്കൊള്ളാത്ത വർത്താനോം.. ചാത്ത്വോ സൂക്ഷിച്ചോ..

അതുകേട്ട് ചീരു ചിരിച്ചു. പിന്നെ യാതൊരു കൂസലുമില്ലാതെ ചാത്തൂനെ കണ്ണിറുക്കി കാണിച്ചു. അതുകണ്ട് എല്ലാവരും ചിരിച്ചു. കൊട്ടും കുരവയുമൊന്നുമില്ലാതെ ചാത്തു ചീരൂന്റെ കയ്യുംപിടിച്ച് കല്ല്യാണ പ്പന്തലിൽ നിന്നിറങ്ങി. പിന്നാലെ അയ്യപ്പനും. വീട്ടിലെത്തുമ്പോൾ ചാത്തു വിന്റെ അമ്മ നിലവിളക്കിൽ തിരി കത്തിച്ച് കാത്തു നില്പുണ്ടായിരുന്നു.

****

മഴക്കാറു മൂടിനിന്ന ആ പകലറുതിയിൽ മനസ്സു നിറയെ സങ്കടങ്ങളും മുഖത്ത് ചിരിയുമായി ചീരു വീട്ടുജോലിയിൽ മുഴുകി. ചുടുകട്ട കെട്ടിയ പകുതിച്ചുമരിനു മുകളിൽ പനമ്പട്ടകൊണ്ട് ഭംഗിയായി മറച്ചുകെട്ടിയ മുറികൾ രണ്ടെണ്ണം. ചാണകം തേച്ചുമിനുക്കിയ തറ. കട്ടിലോ മെത്തയോ ഒന്നുമില്ല. രണ്ടു പുത്തൻ തഴപ്പായ തെറുത്ത് രണ്ടു തലക്കലും കയറുകെട്ടി വാരിയിൽ തൂക്കിയിരിക്കുന്നു. ചാത്തുവിന്റെ ശയനമുറി. തൊട്ടടുത്ത മുറിയിൽ ഒരു ചാക്കുകട്ടിൽ. അതിൽ പായ

വിരിച്ചിട്ടുണ്ട്. തലയണയും അതിനരികിൽ വെറ്റിലച്ചെല്ലവും. ആ മുറിയിലൊരു മൂലയിൽ ഒരു മൺകലം. അതിനുമുകളിൽ ഒരു ചുവന്ന ശീല മടക്കിവെച്ച് അതിൽ പുള്ളോർക്കുടം വച്ചിട്ടുണ്ട്. പിന്നെയുള്ളത് ചായ്പ്പാണ്. ചുടുകട്ടകൊണ്ട് ഭംഗിയിലുണ്ടാക്കിയ മൂന്നടുപ്പുകൾ. അതിൽ ഒന്ന് വലുതാണ്. തള്ളക്കലം വെക്കാൻ പാകത്തിൽ. അടുപ്പിനോട് ചേർന്ന് അല്പം ഉയരത്തിൽ പൊക്കിക്കെട്ടിയ തറ. അതിൽ കമിഴ്ത്തിവെച്ചിരിക്കുന്ന മൺപാത്രങ്ങൾ. ചട്ടി, കലം, കറിച്ചട്ടി, തൊട്ടടുത്തുതന്നെ ഒരു വലിയ പാളയിൽ അങ്ങിങ്ങ് തുളയുണ്ടാക്കി ആ തുളയിലൂടെ ഞാത്തിയിട്ടിരിക്കുന്ന തവികൾ. ചെറുതും വലുതും.. ഓല മെടഞ്ഞുണ്ടാക്കിയ ഉറികൾ. രണ്ടു വലിയ ചൊരങ്ങത്തോട്.. അവ നിറയെ അരിയാണ്. മുളക്, മഞ്ഞൾ, കടുക്.. ഒരു ഭരണിയിൽ കലക്കി നീരാക്കിയ ഉപ്പ്, അടുപ്പിനു പിന്നിൽ പാതയമ്പ്രം. അവിടെയാണ് ഉപ്പുഭരണി. അടുപ്പിനരികിൽ തന്നെ കൊരണ്ടി. ചിരവ, മുറം, കറിക്കത്തി, കൊടുവാൾ എല്ലാം ചിട്ടയായി ഒതുക്കിവെച്ചിട്ടുണ്ട്. ചായ്പ്പിനു പിന്നിൽ ഒരിറക്ക്. ഉയർത്തിക്കെട്ടിയ ഒരു തറ. അവിടെയാണ് അമ്മിക്കല്ലും കുട്ടിയും. അതിനടുത്തുതന്നെ രണ്ടുകെട്ട് വിറക്. ചീന്തിക്കെട്ടിയ ഓലക്കണ്ണി. പൊതിക്കാത്ത തേങ്ങ. ചൂല്, ഇറക്കിന്റെ മൂലയിൽ കെട്ടി ഞാത്തിയ മരടിൽ ഉമിക്കരി. തൊട്ടപ്പുറത്ത് ചാക്കിൽ നിറച്ചു വെച്ചിരിക്കുന്ന ചാരം. മുറ്റത്ത് മൺകുടങ്ങളിൽ മൂടിവെച്ചിരിക്കുന്ന വെള്ളം. അല്പം അകലെയായി ഓലകൊണ്ട് വളച്ചുണ്ടാക്കിയ മറപ്പുര. അതിനും അപ്പുറത്ത് തൊഴുത്ത്. കറവയുള്ള പശുവും ക്ടാവും... ചീരു എല്ലാം നോക്കിക്കണ്ടു. മറപ്പുരയ്ക്ക് മേല്പുര കണ്ട് അവൾ മുകളിലേക്ക് നോക്കി. ചെത്താൻ കൊടുത്തിരിക്കുന്ന രണ്ടു തെങ്ങുകൾ. ബലമുള്ള വാതിലും. ചീരുവിന് ചിരിവന്നു... സന്തോഷവും.

ചാത്തുവിന്റെ അമ്മ പാടത്തും പറമ്പിലുമൊക്കെ പണിക്കു പോകും. വീട്ടിൽ പശുവിനെ നോക്കും. പലപ്പോഴും വീടുതോറും നടന്ന് സർപ്പദോഷം തീർക്കാൻ കുടമടിച്ചു പാടും.

നല്ല വൃത്തീം വെടിപ്പും വേണം. അശുത്തായിട്ട് ആ കൊടം തൊടരുത്. പൊറത്തായ നാലീസം ആ മുറീല് കേറരുത്. സർപ്പ ദൈവങ്ങൾ കോപിക്കും.

കാളിക്കുട്ടി മരുമകളെ ഗുണദോഷിച്ചു. എന്റെ മോൻ നല്ല സഖാവാ.. ഓന്റച്ഛനും സഖാവായിനും. വിധി വിളിച്ചോണ്ട് പോയി... കാളിക്കുട്ടി വിങ്ങിപ്പൊട്ടി. അതുകണ്ട് ചീരൂനും സങ്കടം വന്നു. അമ്മയില്ലാതെ വളർന്ന ചീരു ഒരമ്മയെ കിട്ടിയ സന്തോഷത്തിലാണ്. അവൾ തന്റെ ഭർത്തൃമാതാവിനെ അടിമുടി നോക്കി... നല്ല വെളുത്ത നിറം.. നീണ്ടു മെലിഞ്ഞ ശരീരം... പുറം നിറഞ്ഞുകിടന്ന മുടി വാരിപ്പിടിച്ച് മുകളിലേക്ക് കെട്ടിവെച്ചിരിക്കുന്നു. വായിൽനിന്നു പിരിയാതെ വെറ്റിലക്കൂട്ട്. കൂട്ടത്തിൽ കറുത്ത ചരടിൽ ഏലസും താലിയും. ഇടതു മൂക്കിൽ ചുവന്ന മൂക്കുത്തിയും കാതിൽ ചുവന്ന കല്ലുപതിച്ച തോടയും. കാളിക്കുട്ടി സുന്ദരിയാണ്. ആ

കണ്ണുകൾ, നീണ്ട മൂക്കും... രണ്ടു കൈവിരലുകളിൽ ചെമ്പു മോതിരവും കൈത്തണ്ടയിലോടുന്ന ചെമ്പു വളയും... ചീരുവിന് അമ്മായിയമ്മയെ നന്നേ പിടിച്ചു.

ചാത്തുവിന് നാലു വയസ്സുള്ളപ്പോഴാണ് അവന്റെ അച്ഛൻ പാമ്പു കടിയേറ്റ് മരിക്കുന്നത്. സർപ്പക്കളം വരയ്ക്കുകയും സർപ്പബലി നടത്തുകയും ചെയ്തിരുന്ന കേമനായിരുന്നു. എവിടെയോ പിഴച്ചിട്ടുണ്ടാവും.. അതാവും അങ്ങോർക്ക് ആ വിധി വന്നതെന്നാണ് കാളിക്കുട്ടിയുടെ വിശ്വാസം. അതുകൊണ്ടുതന്നെയാണ് അവർ ചീരുവിനെ ഓർമ്മിപ്പിച്ചത്: ചുത്തോം വിർത്തീം വേണം.. ആ കൊടം ദൈവാന്ന് കൂട്ടിക്കോ...

ചാത്തുവും അമ്മയും അല്ലലില്ലാതെ കഴിഞ്ഞിരുന്ന ആ കുഞ്ഞു വീട്ടിലേക്കുവന്ന ചീരുവിനെ അത്ഭുതപ്പെടുത്തിയ കാര്യം ചാത്തുവും അമ്മയും തമ്മിലുള്ള പെരുമാറ്റമായിരുന്നു. കാളിക്കുട്ടിക്ക് മകനെ വലിയ ബഹുമാനമാണ്... സ്നേഹവും. ചാത്തു അമ്മയ്ക്ക് മുന്നിൽ സ്വതന്ത്രമായി ഒന്നിരിക്കാൻ പോലും മടിച്ചു. അമ്മയുടെ ഓരോ വാക്കുകളും അയാൾക്ക് ആജ്ഞയായിരുന്നു. മകന്റെ ഭക്ഷണത്തിന്റെ പാത്രഭാഗം കഴിക്കാൻ അവർ കാത്തുനിൽക്കും. അത്രയും ആഴമേറിയ പാരസ്പര്യത്തിന്റെ ദൃഢമായ ഇഴകളാൽ ബന്ധിതരായിരിക്കുന്നു ആ അമ്മയും മകനും.

വീടിന്റെ അത്രയും നീളത്തിൽ മുന്നിലുണ്ടാക്കിയിരിക്കുന്ന വീതി കുറഞ്ഞ തിണ്ണ. വീട്ടുപടിയോടുചേർന്ന് എല്ലാ ദിവസവും കാലത്തു തന്നെ സ്ഥലംപിടിക്കും തേച്ചുമിനുക്കിയ വെള്ളോട്ടു കിണ്ടിയിൽ വെള്ളം.

കുളി കഴിഞ്ഞേ അടുപ്പു കത്തിക്കാവൂ... കാലത്ത് കഞ്ഞിയോ പഴങ്കഞ്ഞിയോ. ചാത്തൂനിഷ്ടം പഴങ്കഞ്ഞിയാ... തലേ ദിവസത്തെ കറിയും കാന്താരിയുടച്ചതും രുചിയോടെ തിന്നും ചാത്തു. വിളമ്പുന്നത് കാളിക്കുട്ടിയാ... ചാത്തൂന്റെ ഭക്ഷണം കഴിഞ്ഞാണ് അമ്മയും മരുമകളും കഴിക്കുന്നത്. ഭർത്താവിനെ ഊട്ടാത്തതിലോ പാത്രഭാഗം കിട്ടാത്തതിലോ ചീരൂന് ഒരു വിഷമവും തോന്നിയില്ല.

രാത്രിയിൽ കഞ്ഞിയും വാഴയ്ക്കയോ പയറോ ഒരു പുഴുക്കും. ചാത്തു വരാൻ പാതിരാ കഴിയും. ആ സമയംവരെ കാത്തിരിക്കാൻ ചീരുവിനാവില്ല. ഉറങ്ങിപ്പോകും. പക്ഷേ, ഉമ്മറത്ത് ചിമ്മിനി വിളക്കും വെച്ച് കാളിക്കുട്ടി കാത്തിരിക്കും. ചീരു വരുന്നതുവരെ ആ വീട്ടിൽ ഉച്ചഭക്ഷണം പതിവില്ലായിരുന്നു. കാരണം അമ്മയും മകനും പുറത്താ യിരിക്കുമല്ലോ.

നാളെ മുതൽ അങ്ങനൊക്കൂല ചാത്തൂ. കഞ്ഞിയോ ചോറോ ഉണ്ടാക്കണം. ഞാൻ വന്നില്ലേലും നീ വരണേ.. ഓളൊറ്റക്കാ.... കാളിക്കുട്ടിയുടെ നിർദ്ദേശം. ചാത്തൂനും സന്തോഷമായി.

കാളിക്കുട്ടി വയലില്പണി മതിയാക്കി. സ്ഥിരമായി കുടവുമായി പുറത്തേക്ക് പോകും. വീടുകളിൽ കയറിയിറങ്ങും. സർപ്പദോഷത്തെ ഭയന്ന് കാളിക്കുട്ടിയുടെ കുടംപാട്ട് എല്ലാവർക്കും സ്വീകാര്യമായിരുന്നു.

ചാത്തോ... മ്മളെ ചീരൂന്റെ മുരിങ്ങേല കറി ... എന്താ രസം.. കാളിക്കുട്ടി പറയും. അതു ശരിയാണെന്ന് ചാത്തൂനും തോന്നി. മുരിങ്ങയില മാത്രമല്ല പയറ്റിലയും താളും ചീരയുമെല്ലാം ചീരുവിന്റെ കൈപ്പുണ്യത്തിൽ കറികളായി ചാത്തുവിന്റെ മനസ്സ് നിറച്ചു. മരുമകളുടെ കൈപ്പുണ്യം കാളിക്കുട്ടി നാടാകെ പറഞ്ഞുനടന്നു. ചീരൂന് സന്തോഷമായി. കുറഞ്ഞ നാളുകൾകൊണ്ട് ആ അമ്മയും മകനും ചീരു എന്ന സൂര്യന്റെ ഉപഗ്രഹങ്ങളായി.

****

ചീരൂന് പതിനഞ്ച് തികഞ്ഞു. പ്രായത്തിൽ കവിഞ്ഞ പക്വതയും തന്റേടവും മാത്രമല്ല, അഴകും ആരോഗ്യവും അവളിൽ സമൃദ്ധമായി.

ഇവ്ടെ ഓളൊറ്റക്കല്ലേ. അമ്മക്ക് വ്ടെ നിന്നൂടെ.. പൊറത്തേക്ക് പോവാണ്... ചാത്തു ചോദിച്ചു.

നിക്കാം.. പയ്യിനേംകൊണ്ട് മാത്രം മ്മക്ക് കയിഞ്ഞൂടാൻ പറ്റോ ചാത്തോ...

അതും ശരിയാണ്. ചാത്തു മുഴുവൻ സമയ പാർട്ടിപ്രവർത്തകനാണ്. പുലർച്ചെ പോയാൽ പാതിരാവരെ പണിതന്നെ. മാസാവസാനം ഒരു ചെറിയ തുക അലവൻസായി കിട്ടും. അതൊന്നിനും തികയില്ല.

ഞ്ഞി പൊറത്തെറങ്ങി വല്ല പണീംചെയ്യ്. ന്നാല് ഞാ വ്ടിരിക്കാ... മ്മളെ ചീരൂന് കൂട്ടായ്... ന്താ...? പറ്റോ... കാളിക്കുട്ടി ചോദിച്ചു. ചാത്തു തെല്ലിട മിണ്ടിയില്ല.

അത് പറ്റില്ല... പാർട്ടി ചൊമതല എറിഞ്ഞാളാൻ കയ്യൂലമ്മേ.. ന്നാല് ഞ്ഞിപ്പം മ്ണ്ടാണ്ടിരുന്നോ... ചീരു മിടുക്കത്തിയാ... ഓൾ സൂക്ഷിച്ചോളും...

ചാത്തു കുറെ കൊടികളുമായി പുറത്തേക്കിറങ്ങുമ്പോൾ കാളിക്കുട്ടി ഓർമ്മിപ്പിച്ചു.

ചാത്തോ, സൂക്ഷിച്ചും കണ്ടും നടന്നോ... ചുറ്റും ശത്രുക്കളാ...

ങാ.. സൂക്ഷിച്ചോളാം... ഓളേടേ..?

സാധാരണ ചാത്തു പുറത്തെറങ്ങിയാൽ ചീരുവുണ്ടാവും പിന്നിൽ.

ഓള് കെട്ക്കാ... ഛർദ്ദീം... തലചുറ്റലും... കാളിക്കുട്ടി ചിരിച്ചുകൊണ്ടാണ് പറഞ്ഞത്.

ഉം... ഓൾക്കെന്തു പറ്റി..? ചാത്തു ചോദിച്ചു.

അതൊക്കെ പെണ്ണുങ്ങൾക്ക് പറഞ്ഞതാ... ഞ്ഞി പൊയ്ക്കോ.

ഓളെന്നോടൊന്നും പറഞ്ഞില്ലല്ലോ...

ങാ... പറഞ്ഞാലും മതി... പാതിരാക്കു വന്നു കേറുന്നോനോടോളെന്തു പറയാനാ... പാവം.. തിന്നലും കുടിക്കലൊന്നൂല്ല.

അമ്മ ഓളെ വൈദ്യരെ കാണിക്കണം. എനക്കിന്ന് ജോലി കൊറേണ്ടേ... ബോർഡെഴുതണം.. ബാനറുകെട്ടണം... ഞാൻ കൂടെ നിക്കണം... ന്നാലേ നടക്കൂ...

ഓളെ അച്ചനെ വിളിച്ചങ്ങോട്ട് പറഞ്ഞയച്ചാലോന്നാ... കാളിക്കുട്ടി പറഞ്ഞു. അവടാരാമ്മേ... ഓളച്ചനും തീരെ പറ്റൂല്ലാലോ... ഇവിടാവുമ്പം അമ്മണ്ടല്ലോ... ചാത്തു നടന്നു കഴിഞ്ഞു.

ഞ്ഞി നേരത്തേ പോരേ...

അമ്മ ഓളെ നോക്കണേ... ഞാനെറങ്ങ്ന്നാ...

ഇതെന്താ ചാത്ത്വോ... ഞ്ഞി എറങ്ങ്വാ എറങ്ങ്വാ.. എത്തറ നേരായ് പറേന്ന്... പോയ്യൂട്... സൂക്ഷിക്കണേ...

ചാത്തു അതിനു മറുപടി പറഞ്ഞില്ല. കൊടിയും വടിയുമായി ധൃതിയിൽ നടന്നുപോയി. ഓളെ ഒന്നുപോയി നോക്കായിനു. പാവം... ഓളെത്ര ചെറ്യ പെണ്ണാ... പൊരേലെ പണിയെല്ലാം പേറിക്കോളും. മിടുക്കത്തിയാ... ചാത്തു ചീരുനെക്കുറിച്ചോർത്തുകൊണ്ടാണ് നടന്നത്. ചീരു വീണ്ടും വീണ്ടും നെഞ്ചിലേക്ക് തള്ളിക്കയറി വരുന്നതുപോലെ. മനസ്സിനൊരു പിടച്ചിൽ. കാളിക്കുട്ടിക്കും ഒരു പൊറുതിയില്ലായ്മ മനസ്സിൽനിന്നു വിങ്ങി.

സഖാവ് പോയോമ്മേ...? ചീരു അകത്തുനിന്നു വിളിച്ചു ചോദിച്ചു.

ഓ... പോയി...

യ്യോ കഷ്ടായി.. ന്നലെ രാത്രി വന്നതൊന്നും ഞാനറിഞ്ഞിറ്റേയില്ല. അമ്മക്കെന്നെ ഒന്ന് വിളിച്ചൂടായ്നോ...

ഓ... ഓൻ വന്നപ്പം നേരം കൊറേയായി... ഞ്ഞി വെള്ളെറക്കാണ്ട് കെട്ക്കായിനല്ലോ... അതോണ്ടാ വിളിക്കാഞ്ഞേ...

കുളി തെറ്റിയ കാര്യം ഞാനിതുവരെ സഖാവിനോട് പറഞ്ഞിട്ടില്ല. ഇന്നെന്തായാലും പറയണം. ചീരുവിന്റെ മനസ്സിൽ ആഹ്ലാദം പുളഞ്ഞു.

ഞ്ഞി രണ്ട് ദെവസായി ചർത്തിക്കുന്നതും കെടക്കുന്നതും എല്ലാം ഞാൻ കണ്ട് നിക്കന്നെല്ലേ... യ്യെന്താ ഓനോട് പറയാത്തെ... ഈനൊക്കെ നേരോം കാലോം നോക്കണോ ചീരൂ...?

അയിനെനക്കു മനസ്സിലാവണ്ടേ... ഞാൻ കരുതി ചക്കേം മാങ്ങേ മൊക്കെ പള്ള നെറച്ചു കയിച്ചതോണ്ടാന്നാ... ചീരൂന് നാണം തോന്നി.

ഓ.. ഓ.. ഇന്ന് ഓൻ വന്നാൽ മറക്കാതെ പറഞ്ഞേക്കണം. പൊരേല് ഒരു കുഞ്ഞനിണ്ടാവാൻ പോവല്ലേ... ഓന് സന്തോഷാവും...

കാളിക്കുട്ടി ചീരുന്റെ പായിൽ വന്നിരുന്നു. വാത്സല്യത്തോടെ അവളുടെ തലയിൽ തലോടി.

ഞ്ഞി എണീറ്റ് മൊകോം കയികി വാ... വെള്ളക്കഞ്ഞീണ്ട്... കുടിക്കാം...

എനക്കിച്ചിര മോര് കിട്ടീറ്റ്ണ്ടെങ്കില് നന്നായിനും... ചീരു എണീറ്റു. മോര് ബാലൻ നമ്പ്യാര പൊരേല്ണ്ടാവും. ഞാമ്പോയി മാങ്ങീറ്റ് ബരാം.. ഞ്ഞി പണിയൊന്നും എട്ക്കണ്ട... ഞാൻ ദാ ബേം ബരാം...

കാളിക്കുട്ടി കുടുക്ക പോലൊരു കുഞ്ഞിക്കലവുമെടുത്ത് വഴിയിലേക്കിറങ്ങി. ചീരു പതുക്കെ എഴുന്നേറ്റു. തല ചുറ്റുന്നുണ്ടായിരുന്നു. പടിഞ്ഞാറേപ്പുറത്തു കുലച്ചു നിൽക്കുന്ന കുന്നൻ വാഴച്ചോട്ടിലിരുന്നവൾ

ഓക്കാനിച്ചു. മഞ്ഞ നിറത്തിലുള്ള വെള്ളം പുറത്തേക്കു തെറിച്ചു. അപ്പോളവൾ ചാത്തുനെ ഓർത്തു. അയാൾ അടുത്തുണ്ടായിരുന്നെങ്കിൽ എന്നവളാഗ്രഹിച്ചു. അടിവയറ്റിൽ തുടിച്ചു തുടങ്ങിയ തങ്ങളുടെ ഓമനക്കുഞ്ഞിനുമേൽ അയാൾ ഉമ്മ വെയ്ക്കുന്നതായവൾ സ്വപ്നം കണ്ടു. അവളുടെ ഹൃദയം ഒരു കുഞ്ഞുകിളിയെപ്പോലെ പിടഞ്ഞു.

ചാത്തൂന് ചീരൂനെ വളരെ പ്രിയമാണ്. നിലാവുള്ള രാത്രികളിൽ മുറ്റത്തെ പൂഴിമണ്ണിൽ അവളുടെ മടിയിൽ തലവെച്ച് എന്തെന്തു വർത്തമാനങ്ങൾ... എല്ലാം പാർട്ടിയെക്കുറിച്ചാണ്.

ഈ നാടു മാറും... നമ്പ്യാമ്മാറും നമ്പൂര്യാരും അടിച്ചമർത്താത്ത ഒരു സാമൂഹ്യവ്യവസ്ഥ വരും. ജന്മിയും മാടമ്പിയുമില്ലാത്ത അടിയാനും കുടിയാനുമില്ലാത്ത ഒരവസ്ഥ ഒന്നോർത്തുനോക്കൂ ചീരൂ... അന്ന് ചീരു ശ്രീദേവിയാകും; ചാത്തു ചന്ദ്രനാകും. നമ്മുടെ മോൻ കൃഷ്ണനോ രാമനോ ആകും. അതിനുവേണ്ടിയാ ഞങ്ങളീ പാടുപെടുന്നത്. നമ്മുടെ നാട് കയ്യടക്കിവെച്ചിരുന്ന പറങ്കികൾ പോയി. പക്ഷേ, അവർ ലാളിച്ചു വളർത്തിയ ജന്മിമാരും അവരുടെ നെറികേടും സഹിക്കാൻ വയ്യ. മുന്തിയ ജാതിയും അവരുടെ മർദ്ദനവും എന്തൊരു സങ്കടമാണത്.

ഈ നാടും സ്വത്തും എല്ലാം ഓലേതല്ലായ്നു...? ചീരുന് സംശയം.

അല്ല.. അതവരുടേതു മാത്രമല്ല; എന്റേം നിന്റേം ഈ നാട്ടിലുള്ള എല്ലാരുടേം കൂടിയാ... അടിയാനുള്ളോണ്ടാ ഉടയോനുണ്ടാവുന്നേ... അടിയാനെ അടിച്ചും കൊന്നും അവന്റെ ചോര കുടിച്ചുമാ ജന്മിമാർ വളർന്നത്.

ചാത്തൂന്റെ സംസാരം കേട്ട് ചീരു മൂളിക്കൊണ്ടിരിക്കും. പിന്നെ ആ മൂളൽ നേർത്തുവരും. ഒടുവിൽ അവളുടെ മുഖം ചാത്തുവിന്റെ മുഖത്തു മുട്ടിച്ച് കൂർക്കം വലിക്കുമ്പോഴാണ് ചാത്തൂന് പരിസരബോധമുണ്ടാകുന്നത്.

ഇത്തിരിപ്പോന്ന പെണ്ണ്.. അവൾക്കു മനസ്സിലാവാത്ത കാര്യങ്ങളാണ് ചാത്തു പറയുന്നത്. അയാൾ പറയുന്നതൊക്കെ നേതാക്കന്മാരുടെ വാമൊഴിയിൽനിന്നു കേട്ടതാണ്. ചാത്തൂന് പഠിപ്പില്ല. പക്ഷേ, അയാളുടെ ഗ്രാഹ്യശക്തി അപാരമാണ്. കമ്യൂണിസ്റ്റാശയങ്ങൾ അയാളുടെ ജീവവായുവിൽ അലിഞ്ഞു ചേർന്നതങ്ങനെയാണ്.

****

ആ രാത്രി പതിവിലും കൂടുതൽ ഇരുണ്ടുകിടന്നു. ആകാശം മേഘാവൃതമാണ്. ഒരു മിന്നാമിനുങ്ങ് പോലുമില്ല. ഇലകൾ ചലിക്കുന്നില്ല. അന്തരീക്ഷത്തിൽ വേനൽ വിങ്ങിനിന്നു.

അടുക്കളയിൽ കാളിക്കുട്ടി പാചകത്തിലാണ്. ചീരു കിടക്കപ്പായയിൽ തന്നെ. കോഴിക്കറിയുടെ മണം വന്നപ്പോൾ ചീരു എഴുന്നേറ്റ് ചായ്പ്പിലേക്ക് വന്നു.

ഇന്നെന്താമ്മേ, കോഴിക്കറീം പുഴുക്കുമൊക്കെ.. ചീരു ചോദിച്ചു.

ഈ ദിവസമാണ് ചാത്തുൻ്റച്ഛൻ ഞങ്ങളെ വിട്ടേച്ചു പോയത്. ഓർക്ക് കോഴിക്കറീം പുഴുക്കും ബെല്യ ഇഷ്ടായിനും... ഇന്നേക്ക് ഇരുപത്തിമൂന്ന് കൊല്ലായി.... അന്നെന്റെ ചാത്തൂന് നാല് വയസ്സായിനും. മോന്തിക്കാ... കൊള്ളു കേറ്ന്നേണ്ടായിരുന്നുള്ളൂ... ഈ മുറ്റത്ത്ന്നെഴഞ്ഞു ചെന്നാ... കാളിക്കുട്ട്യേ.. പാടി നടന്നേന് പണികിട്ടി... മ്മളെ ചാത്തൂനെ നോക്കി ക്കോളേ.. അവസാനം അതേ പറഞ്ഞിറ്റുള്ളൂ... അവ്ടെ കെടന്നെന്നെ തീർ ന്നോയി. പിന്നിക്കണ്ട കാലം എന്റെ തലേണക്കീഴില് അരിവാളും വച്ചാ ഞാനൊറങ്ങ്യത്. എന്നിട്ടും നമ്പ്യാമ്മാറു പലരും വന്നെന്നെ വിളിച്ചിറ്റ് ണ്ടായിനും. പട്ടും പൊന്നും പറമ്പും വയിലുമെല്ലാം വെച്ചു നീട്ടീറ്റ്ണ്ടാ യിനും. എന്നെ തൊട്ടാല് ഞാനോന്റെ കാലുവെട്ടും ന്നൊറപ്പായിനു. കാളിക്കുട്ടി വിതുമ്പി. ചീരു എല്ലാ കേട്ടുകൊണ്ടിരുന്നു.

മാനം ന്നു പറാഞ്ഞാൽ, ദേ.. ഇത്രേള്ളൂ.. അതുപോയാ പോയി. അമ്മ പറഞ്ഞതു നേരുതന്ന്യാ.. തരം കിട്ട്യാ മ്മളെ മേത്തു കൈവെച്ചു കളേം.

ചീരു സ്വയം പറഞ്ഞു. വീടിനടുത്ത് കോവാലൻ നായര് ഒന്നല്ല, പലവട്ടം തന്റെ കുഞ്ഞുമുലകൾ പിടിച്ചു ഞെരിച്ചതവളോർമ്മിച്ചു. അച്ഛനില്ലാത്ത നേരംനോക്കി പൊരേലേക്കയാൾ പാത്തും പതുങ്ങിയും കേറിവരും. ചുണ്ടത്തൊരു ചുരുട്ടുമുണ്ടാകും.

ചീരോ... ആ തീക്കൊള്ളി ഇങ്ങെടുത്തേ...

തീയുമില്ല തീപ്പെട്ടിയുമില്ല. ചീരു വിളിച്ചുപറയും.. തീയില്ലാഞ്ഞിട്ടാ ണോടീ പൊരപ്പൊറത്തൂടെ പൊക വരുന്നേ...

അത് കരീല തീയ്യാ... ങ്ങളു പോയാട്ടേ... ചീരു ഓലവാതിൽ അമർത്തി നിക്കും. എന്നാ ഞാനാത്തു വന്നു കത്തിച്ചോളാം..

നായർ ഉമ്മറത്തു കയറി ഓലവാതിൽ തള്ളും.

വേണ്ടാ... ആത്തേക്കു വരണ്ടാന്നു പറഞ്ഞുകൊണ്ടവൾ ഓലവാതിൽ അമർത്തിപ്പിടിച്ചുകൊണ്ട് കരയാൻ തുടങ്ങും. പിന്നെ വാതിൽ തള്ളിത്തുറന്നയാൾ ചീരൂനെ പൊക്കിയെടുക്കും.

എന്നെ വിട്... ഞാനച്ഛനോട് പറേം... ചീരു നിലവിളിച്ചു.

പോയി പറ പെണ്ണേ... ഓനെന്നെ എന്ത് ചെയ്യാനാ... ചെരക്ക്യോ...? പറഞ്ഞു തീരുംമുമ്പേ ചീരു നായരുടെ കൈത്തണ്ടയിൽ കടിച്ചു. അവളുടെ കൂർത്ത പല്ലുകൾ ആഴ്ന്നിറങ്ങിയ നീറ്റലിൽ നായർ പിടിവിടും.

പൊലയാടിമോളേ... ഇന്നേം ഇന്റെ അച്ചനേം ഞാൻ കൊല്ലുമെടീ... കൊന്നു കുഴിച്ചുമൂടും മുധേവീ... കരുതിക്കോ...

ചോരയൊലിക്കുന്ന കയ്യുമായി നായർ പുറത്തേക്കും. വിവരമറിഞ്ഞ അയ്യപ്പൻ നായരുടെ വീട്ടിലെത്തി. അയാളുടെ കാൽക്കൽ കമിഴ്ന്നടിച്ചു വീണു.

മാപ്പാക്കണം പൊന്നൊടയോനേ...

നായർ അയ്യപ്പനെ കാലുകൊണ്ട് തോണ്ടി ഒരേറു കൊടുത്തു. ചവിട്ടി ഇന്റെ എല്ലൊടിക്കെണ്ടെങ്കി ഓടിക്കോ... ഇനിതെങ്ങാനും പാടി നടന്നാൽ

പിന്നെ ഞ്ഞ്യും ഇന്റെ മോളും ഈ ഭൂമീല്ണ്ടാവുല്ല.

അയ്യപ്പൻ ഉരുണ്ടുപിരണ്ടെഴുന്നേറ്റ് ഒറ്റ ഓട്ടമായിരുന്നു. അയാൾ ചീരുവിനോട് പറഞ്ഞു.

മോളിതാരോടും മ്ണ്ടണ്ട. നായരൊരുകാലനാ.. എനീം ഓൻ വന്നാ മൂലേലിരിക്ക്ന്ന ഒലക്ക എടുത്ത് പൊറത്തന്നെ ചാമ്പിക്കോ.

അയ്യപ്പൻ പിന്നെ പൊരവിട്ട് പൊറത്തേക്കിറങ്ങാണ്ടായി. അയാളുടെ ചങ്ങാതി കോരനെക്കണ്ട് കാര്യങ്ങൾ പറഞ്ഞു. കോരനാണ് ചാത്തൂനെ കണ്ടെത്തിയത്. കോരനും കാളിക്കുട്ടിയും വന്ന് പെണ്ണിനെക്കണ്ടു. ചീരുവിനെ കണ്ട മാത്രയിൽ തന്നെ ചാത്തൂനിഷ്ടായി. പത്തു വയസ്സിന്റെളപ്പമാണല്ലേ ചീരൂ.. കാളിക്കുട്ടി കണക്കുകൂട്ടി പറഞ്ഞു.

അതൊന്നും കാര്യാക്കണ്ട. ആണിനിത്തിരി പ്രായം കൂട്യാലും കൊയപ്പല്ല.. അയ്യപ്പൻ പറഞ്ഞു.

ഒന്നൂല്ലേലും ഓനൊരു കമ്മൂണിസ്റ്റല്ലേ... എന്റെ ചീരൂനോൻ മതി.

അങ്ങനെയാണാ കല്ല്യാണം നടന്നത്.

ചാത്ത്വോ... ഞ്ഞി കമ്മൂണിസ്റ്റാണല്ലോന്ന ഒറ്റ ബലത്തിലാ എന്റെ കുഞ്ഞിമ്മോളേ ഇനിക്ക് തന്നത്. കാക്കേം പരുന്തും കൊത്താണ്ട് കാത്തോളണേ. എന്ക്കോളേള്ളു.... അയ്യപ്പൻ ചാത്തൂനോട് പറഞ്ഞു.

ങ്ങള് പേടിക്കണ്ട... ചീരൂനെ കൊത്താൻ കാക്കക്കും പരുന്തിനൊന്നും കയ്യൂല. ഞാനതിനു സമ്മയ്ക്കൂല.

അയ്യപ്പന് ആശ്വാസമായി. ന്നാലും ഗോപാലൻ നായരുടെ ചോരക്കണ്ണുകളും ചോരയൊലിക്കുന്ന കൈത്തണ്ടയും ചീരുനെ എപ്പോഴും പേടിപ്പിച്ചുകൊണ്ടിരുന്നു.

ചാത്തൂന്റെ കുടിലിൽ അവളൊറ്റക്കാകുന്ന പകലുകളിൽ ചെറ്റവാതിൽ മുറുക്കി അടച്ച് മൂർച്ഛയുള്ള കൊടുവാളുമായി അവൾ കരുതലോടിരിക്കും. ഗോപാലൻ നായർ തന്നോട് കാണിച്ച നെറികേട് ചാത്തൂനോട് പറഞ്ഞാലോന്ന് ചീരു പലവട്ടം ആലോചിച്ചു. വേണ്ട; ആ മനസ്സ് കലക്കണ്ട. ചീരു സ്വയം പറയും... എന്നിട്ടും ഒരിക്കൽ ചാത്തു ചോദിച്ചു.

ഞ്ഞി ആ കോവാലൻ നായരെ അറിയ്വോ...

അറിയും... എന്താ ചോയ്ച്ചേ...? ചീരു തിരിച്ചു ചോദിച്ചു.

ഒന്നൂല്ലാ... ഓറ് പാർട്ട്യാപ്പീസില് വന്നിറ്റ്ണ്ടായിനും..

എന്നിറ്റ് ഇന്നെപ്പറ്റി ചോയ്ച്ച്.

എന്ത്ന്നാ ചോയ്ച്ചേ... ചീരു ഞെട്ടി.

ഇനിക്ക് സുഖാണോന്ന്. ചാത്തു പറഞ്ഞു.

ആ നായര് വല്ലാത്തൊരു ദുഷ്ടനാ... ഓനോട് സഖാവ് മ്ണ്ടാൻ പോണ്ട.

പാർട്ട്യാപ്പീസല്ലേ ചീരൂ.. ആരു വന്നാലും മ്ണ്ടേണ്ട്യ പറ്റൂ... ബന്ധ്വായാലും ശത്രായാലും പാർട്ട്യാപ്പീസീ കേറിവന്നാ മ്ണ്ടണം.

അതുകേട്ട് ചീരു ആലോചനയിൽ മുഴുകി. ആ ദുഷ്ടനെന്തിനാ

സഖാവിനെ കാണാൻ വന്നെ.. പടച്ചോനേ... വല്ല കുടുക്കും ഒപ്പിക്കോ...

എന്നാൽ നായർ തന്നോട് കാര്യമില്ലാതെ തട്ടിക്കേറിയതും കച്ചറയുണ്ടാക്കിയതും ചാത്തു ചീരുവിനോട് പറഞ്ഞില്ല.

അങ്ങാടീല് മൊയ്തുന്റെ ചായ മക്കാനീലിരുന്ന് ചായ കുടിക്കുകയായിരുന്നു ചാത്തു. അപ്പോഴാണ് ഗോപാലൻ നായരും ചങ്ങായിമാരും വന്നുകയറിയത്. നായരെക്കണ്ടയുടൻ ചായക്കടക്കാരൻ മൊയ്തു അടക്കം എല്ലാവരും എഴുന്നേറ്റുനിന്നു. എന്നാൽ ചാത്തു എഴുന്നേൽക്കാതെ ചായ കുടിച്ചുകൊണ്ടിരുന്നു.

ഞ്ഞി അയ്യപ്പന്റെ മഹോനല്ലേടോ... നായർ അഹങ്കാരത്തോടെ ചോദിച്ചു.

അതെ... ചാത്തൂന്റെ ശാന്തമായ മറുപടി.

ഞ്ഞി കമ്മൂണിസ്റ്റാ...?

അതേ...

അതോണ്ടാണോടാ ഇന്റെ ചന്തി പൊന്താത്തത്...?

അപ്പോഴാണ് ചാത്തു ചുറ്റും നോക്കിയത്. തോൾമുണ്ട് വായിൽത്തിരുകി എല്ലാവരും എഴുന്നേറ്റ് നില്പാണ്. ഗോപാലൻ നായർ ക്ഷുഭിതനായി. അയാൾ പ്രമാണിയാണ്. കോൺഗ്രസാണ്. നാട്ടിൽ പൊലീസ് തെരയുന്ന കമ്യൂണിസ്റ്റുകാരെ കാട്ടിക്കൊടുക്കുന്ന കങ്കാണിയാണ്. പാർട്ടി കുടുംബങ്ങളുടെ അടുപ്പു മുതൽ തട്ടിൻപുറം വരെ നൂണ്ടുകയറുന്ന ഒറ്റുകാരൻ.. അട്ടംപരതി എന്നൊരു വിളിപ്പേരു പോലും നാട്ടുകാർ അയാൾക്ക് ചാർത്തിക്കൊടുത്തിട്ടുണ്ട്.

നായരുടെ തീപാറുന്ന കണ്ണുകൾ ചാത്തുവിന്റെ മേൽ എറിഞ്ഞു വീണിട്ടും ചാത്തു അനങ്ങിയില്ല. സാവധാനം ചായ കുടിച്ചെഴുന്നേറ്റു. ചില്ലറയില്ല മൊയ്തു... നാളെത്തരാം.. ചാത്തു പറഞ്ഞു.

കമ്യൂണിസ്റ്റുകാരുടെ കയ്യിമ്മൽ ചില്ലറ കാണൂല മൊയ്തു.. നോട്ടേ കാണൂ... എന്താടാ.. ഇനിക്ക് നോട്ടടിണ്ടോ... നായരുടെ ചോദ്യം.

ഓ.. സർക്കാരിന്റെ കമ്മട്ടം കമ്മൂണിസ്റ്റാറെ കയ്യിലല്ലേ... അയ്നിപ്പം ആടുത്തേക്കെന്ത് വേണം... ചാത്തു ചിരിക്കാൻ ശ്രമിച്ചു.

വായടക്കടാ നായേ.. അല്ലെങ്കി ഇന്റെ നാവറുത്ത് ഞാൻ പട്ടിക്കിട്ടു കൊടുക്കും. നായർ ക്ഷുഭിതനായി ചാടിയെണീറ്റു.

നാവരിയാൻ നമ്മളാരാങ്ങുന്നേ... ഞാനേ, പണിയെടുത്തിട്ടാ പള്ളക്ക് കൊടുക്ക്ന്നേ... ആര്ടേം അടിമയല്ല.. അതോർത്തോണം. ഞാൻ പോന്ന് മൊയ്തു... ഓ.. ഇന്റെ ചായ കുടിക്കാൻ വരുന്നോർക്ക് അടീം തൊഴീം കൊടുക്കാൻ ആർക്കേലും കരാറു കൊടുത്തിട്ടുണ്ടോ മൊയ്തു...

ചാത്തുവിന്റെ സംസാരം കേട്ട് ഗോപാലൻ നായരടക്കം എല്ലാവരും നിശ്ശബ്ദരായിപ്പോയി. ചാത്തു നാലുചോടു വെയ്ക്കുംമുമ്പേ നായർ അലറി.

അടീം തൊഴീം മാത്രല്ലടാ... വേണെന്ന് വെച്ചാ കൊല്ലേം ചെയ്യും. ചവിട്ട്യാ കടിക്കാത്ത പാമ്പില്ലാന്നും വെച്ചോളീ...

അതും പറഞ്ഞ് ചാത്തു ധൃതിയിൽ നടന്നു. കർഷകന്റെ വിയർപ്പു വീണു വിളഞ്ഞുകിടക്കുന്ന പാടങ്ങൾക്കുമീതെ വെയിൽ തിളച്ചു കിടന്നു.

ഈ നായർക്കെന്താ പറ്റ്യേ... ഓൻ എന്റെ മേത്തേക്ക് കേര്യന്തിനാ...?

എല്ലാവരും അതാണാലോചിച്ചത്. കാളിക്കുട്ടി പറയാറുണ്ട്. ചാത്ത്വോ... കമ്മൂണിസ്റ്റുകാരെ കുയിച്ചുമൂടാനാ കോങ്ക്രസ്സാറ് പാഞ്ഞ് നടക്ക്ന്നെ... ഞ്ഞി നല്ലോണം സൂക്ഷിച്ചോളേ... എന്തിനും മടിക്കാത്ത കൂട്ടറാ പൊലീസാറ്. എല്ലാറും ഓലെ കയ്യിലാ... ജന്മ്യേളാ പ്പൊ ഭരിക്ക്ന്നെ..

കാളിക്കുട്ടിയുടെ വാക്കുകൾ ചാത്തൂന്റെ നെഞ്ചിൽ കിടന്നു പൊരിഞ്ഞു. അയിന് നായരെന്തിനാ കെടന്ന് കയറ് പൊട്ടിക്ക്ന്നെ..?

ചാത്തു സ്വയം ചോദിച്ചുകൊണ്ട് പാർട്ടിയാഫീസിലേക്ക് നടന്നു. ആപ്പീസിനു മുന്നിൽ പതിവില്ലാതെ പൊലീസുകാരെ കണ്ട് ചാത്തു അമ്പരന്നു. ഇതപ്പം നായരെ പൊലീസാണോ... അല്ല.. അർദ്ധ നഗ്നരായ ചില സഖാക്കളെ വിലങ്ങുവെച്ചു നിർത്തിയിരിക്കുന്നു. സഖാക്കൾ കൂടിക്കൊണ്ടിരുന്നു. പെട്ടെന്നാണ് ഗോപാലൻ നായരും ശിങ്കിടികളും കാറിൽ വന്നിറങ്ങിയത്.

ഈ കമ്മൂണിസ്റ്റു നായ്ക്കളെ ഓരു പാഠം പഠിപ്പിക്കുമെടാ... നാട്ടില് സമാധാനം തകർക്കാൻ ഈറ്റ്ങ്ങക്ക് കൂടിച്ചേരാനാ ഈ ആപ്പീസ്. തച്ച് പൊളിക്കെടാ...

നായർ അലറി. പിന്നെ താമസിച്ചില്ല, വെട്ടുകത്തിയും കൈക്കോട്ടും കോടാലിയുമൊക്കെ പറന്നുവന്നു.

പോലീസേ.. ദേ.. ഈ നായാ നേതാവ്.. വിളിച്ചോണ്ടുപോയി ഇടിച്ച് തൂറിക്ക്... ഉം.. പിടിച്ചോ...

വിവരം കേട്ടറിഞ്ഞ് വടിയും മുരിക്കിൻ കൊമ്പുമായി ഇരച്ചുവന്ന സഖാക്കൾ കണ്ണും മൂക്കുമില്ലാതെ അടി തുടങ്ങി.

നായരേ... ഇന്റെ കാലു ഞാളു കൊത്തും.... അവർ അലറി. കമ്മൂണിസ്റ്റു പാർട്ടി സിന്ദാബാദ്.. മുദ്രാവാക്യങ്ങൾ, മുറവിളികൾ.. ആക്രോശങ്ങൾ...

ന്നാ കൊത്തെടാ... നായിന്റെ... നായർ പറഞ്ഞു തീരുംമുമ്പേ തലയ്ക്കടി വീണു. രക്ഷിക്കാൻ വന്ന പൊലീസുകാർക്കും അടിയേറ്റു. നായർ ഉടുമുണ്ടുപോലും ഉപേക്ഷിച്ചാണ് ഓടിക്കളഞ്ഞത്. പക്ഷേ, പൊലീസുകാർ ലാത്തി വീശി. പിന്നൊരു നരനായാട്ടായിരുന്നു. എസ് ഐ ശങ്കരനാരായണനും ഹെഡ്കോൺസ്റ്റബിൾ രാമക്കുറുപ്പും അടികൊടുക്കാൻ കല്പിച്ചും അടി കണ്ടു രസിച്ചും പാർട്ടിയാപ്പീസിന്റെ കോലായിലിരുന്നു.

കഴുവേറിമക്കളേ... ഇവ്ടെ നെയമം നടത്താൻ ഞങ്ങളുണ്ടെടാ... ഞ്ഞ്യാക്കെ കട്ടും മോട്ടിച്ചും ബായി പൊളിച്ച് സിന്ദാബാദ് വിളിച്ചും ആളോളെ വെഴി തെറ്റിക്ക്യാ ല്ലേ... ഇന്റെയൊക്കെ ഒരു സോഷ്യലിസം... പട്ടിമക്കളേ.. എല്ലാറ്റിന്റേം നട്ടെല്ലു വെള്ളാക്കുന്നുണ്ട്.. ന്നാലേ ഞ്ഞ്യാക്കെ അടങ്ങൂ...

ഹെഡ്കോൺസ്റ്റബിൾ രാമക്കുറുപ്പ് വക തെറിയഭിഷേകം വേറെയും... അതിനുള്ള പൂതി വേണ്ട സാറേ... ഞാളു കക്കുന്നെങ്കില് ങ്ങളത് തൊണ്ടി സഹിതം പിടിക്ക്... എന്നിറ്റ് കൊണ്ടോയിറ്റിടിക്ക്. അല്ലാതെ ബായി ത്തോന്നുന്ന വർത്താനം വേണ്ട സാറേ... നായരെവാക്കും കേട്ട് പാർട്ടീനെ തൊട്ടു കളിക്കറ്. അതു കൊയപ്പാ... ചാത്തു പറഞ്ഞു.

തൊട്ടു കളിച്ചാ ഞ്ഞി എന്തു ചെയ്യാനാടാ നായേ...

ങ്ങള് ഞാളാപ്പീസിനാത്താ ഇരിക്ക്ന്നെ.. അത് ങ്ങളെ ഭാഗ്യാ സാറേ... അല്ലെങ്കി ങ്ങടെ പൊടി കാണൂല്ലാന്നു കൂട്ടിക്കോളീ.. ഞങ്ങളാപ്പീസ് ഒരാളല്ല.. ഒരു കൂട്ടാ സാറേ... അദ്ധ്വാനവർഗ്ഗത്തിന്റെ രാജകൊട്ടാരം... ഓർത്തോ... ചാത്തു സംസാരം നിർത്തിയില്ല...

വായടക്കെടാ... എടോ എഴുന്നൂറ്റി പതിമൂന്നേ... ഇവനെ കയ്യാമംവെച്ച് വണ്ടീല് കേറ്റ്.. ഓന്റെ നാവടക്കാമ്പറ്റോന്ന് നോക്കാം...

ചാത്തൂനെ കൊണ്ടോയാ ഞാളു പിന്നാലെ വരും.. ഓനെന്തേലും ഏനക്കേട് പറ്റ്യാ സാറേ... കളി മാറും... സഖാവ് ദാമുവാണ് പറഞ്ഞത്.

ങാ... ഇന്ന്യൊക്കെ കളി ഞങ്ങൾ പഠിപ്പിക്കുമെടാ... ഞ്ഞ്യൊക്കെ പട്ടിയെപ്പോലെ കൊരച്ചു ചാവും...

ലോക്കപ്പിലിട്ട് ഇനിക്കൊക്കെ ഞാള് നല്ല സദ്യ തരും. ചാത്തനും പോത്തനും... തെണ്ട്യോള്...

എസ് ഐ യും ഹെഡ്കോൺസ്റ്റബിളും ചാത്തുനെ കേറ്റിയ ജീപ്പിൽ കയറി പാഞ്ഞുപോയി. അപ്പോഴേക്കും പ്രദേശത്തെ വീടുകളിൽ നിന്നും ആണും പെണ്ണും കുട്ടികളുമടക്കം നാടാകെ ഒഴുകിയെത്തി.

പാർട്ടിയാപ്പീസു തകർത്തതിൽ രോഷാകുലരായ സഖാക്കൾ പോലീസുകാരെ തടഞ്ഞുനിർത്തി മുദ്രാവാക്യം വിളികൾ തുടങ്ങി. ചാത്തൂനെ വിട്ടയക്കുക... പാർട്ടിയാപ്പീസ് തകർത്തതിൽ പ്രതിഷേധി ക്കുക... പൊലീസ് നരനായാട്ടിനു നേതൃത്വം കൊടുത്ത ഗോപാലൻ നായരെ അറസ്റ്റു ചെയ്യുക... പൊലീസ് നീതി പാലിക്കുക... മുദ്രാവാക്യം വിളികൾ രൂക്ഷമായതോടെ പൊലീസിന്റെ നിയന്ത്രണം വിട്ടു. അവർ കണ്ണിൽക്കണ്ടവരെയൊക്കെ ക്രൂരമായി മർദ്ദിച്ചു. കല്ലേറും അടിയും സഹിക്ക വയ്യാതെ അവശേഷിച്ച പൊലീസുകാർ സ്ഥലം വിട്ടു.

****

പാർട്ടിയാപ്പീസ് തകർത്തതിൽ പ്രതിഷേധിച്ച് പ്രകടനങ്ങൾ നടന്നു. പൊലീസുകാർ നാടാകെ നിരങ്ങി നടന്ന് പ്രതിഷേധിച്ചവരെ തേടിപ്പിടിച്ച് തല്ലിച്ചതച്ചു. പലരേയും അറസ്റ്റുചെയ്ത് ലോക്കപ്പിലിട്ടു. ഒരുപാടുപേർ ഒളിവിൽ പോയി.. കൂട്ടത്തിൽ അയ്യപ്പനെയും പൊലീസ് അറസ്റ്റു ചെയ്തു. ചാത്തുനെ തെരഞ്ഞ് പൊലീസ് അയാളുടെ വീട്ടിലുമെത്തി.

ചീരേ... ആത്തു തന്നിരുന്നോ... പൊറത്തെറങ്ങണ്ട...

കാളിക്കുട്ടി അതും പറഞ്ഞ് വെറ്റിലയും മുറുക്കി തിണ്ണയിലിരുന്നു.

ഏടാടീ ഇന്റെ മോൻ... പൊലീസുകാർ ആക്രോശിച്ചു.

കാളിക്കുട്ടി മുറുക്കാൻ ചെല്ലം താഴെവെച്ച് കോലായിൽ നിന്ന് മുറ്റത്തേക്കു നീട്ടിത്തുപ്പി. ചുണ്ടുകൾ തുടച്ചുകൊണ്ട് ചോദിച്ചു.

ആരാ സാറേ... എന്താ...?

എടീ.. നായിന്റെ മോളേ... ഇന്റെ മോനില്ലേ ചാത്തു... കമ്മ്യൂണിസ്റ്റു ചാത്തു.. ഓനെവിടേ..?

നായിന്റെ മോളല്ല സാറേ.. കാളിക്കുട്ടി. പിന്നെ, ചാത്തു ഇവ്ടില്ല സാറേ... പൊലച്ചക്ക് പോയതാ.. അന്തിപ്പാതിരാക്കാ വരാ... എന്തിനാ സാറേ... കാളിക്കുട്ടി ഉള്ളിലെ ഭയം ഒതുക്കി നിസ്സാരമായിട്ടാണു ചോദിച്ചത്.

ഉമ്മ വെയ്ക്കാനാടീ.. നേതാവല്ലേ... ഒന്നു തടവി വിടാനാ... ഏട്യാടീ ആ നാ.......

ഓന് ഇവ്ടില്ല വന്നാ പറയാ... തടവാനല്ലേമ്മാനേ... ഞാനങ്ങോട്ട് പറഞ്ഞ് വിടാ... കാളിക്കുട്ടി മയത്തിൽ പറഞ്ഞു.

ഓന്റോള് ഏട്യാടീ.. പൊലീസുകാരൻ.

ആര്.. ചീരോ... കാളിക്കുട്ടി വായിൽ നിറഞ്ഞ തുപ്പൽ വീണ്ടും മുറ്റത്തേക്ക് തുപ്പി...

ചീരോ... പാറോ.. ഓളാത്തുണ്ടെങ്കിൽ വിളിക്കെടീ...

ഓക്ക് പള്ളേലായോണ്ട് ഓള് ഓളെ പൊരയ്ക്ക് പോയതാ.. സംശ്യംണ്ടെങ്കില് കേറി നോക്കിക്കോളീ...

കാളിക്കുട്ടി നെഞ്ചിടിപ്പോടെ പറഞ്ഞു. അപ്പോൾ ചീരു പിന്നിലുള്ള ഓല വാതിൽ നീക്കി മറപ്പുരയുടെ പിന്നിൽ വളർന്നു നിൽക്കുന്ന വാഴ ക്കൂട്ടത്തിലൊളിച്ചിരുന്നു. പൊലീസുകാർ കുടിലിനുള്ളിലേക്ക് കയറി. പായും പഴന്തുണിയും കഞ്ഞിയും കലങ്ങളുമെല്ലാം പുറത്തേക്കെറി ഞ്ഞു.

ഓളീടില്ല. ഓനും ഓളും ഏടെപ്പോയാലും ഞാള് പൊക്കും. നായരു കണ്ണുവെച്ച പെണ്ണാ അന്റെ മോൻ കെട്ടിയെടുത്തോണ്ടു വന്നത്. കരുതിയ്ക്കോ.. രണ്ടിനേം ഞാള് കുഴിച്ചുമൂടും...

ചാത്തു പൊടവ കൊടുത്ത പെണ്ണാ ചീരു. ഓളെ നായര്ക്ക് കിട്ടൂല. ഓൻ എന്റെ പെണ്ണിനെ തൊട്ടാല് അന്ന് ഓൻ വെവരറീം...

ഛീ.. വായടക്കെടീ... ചീറിക്കൊണ്ട് ഒരു പൊലീസുകാരൻ കാളിക്കുട്ടിയുടെ മുടി ചുറ്റിപ്പിടിച്ചു. പെട്ടെന്നവർ പൊലീസുകാരനെയും തള്ളി മാറ്റിക്കൊണ്ടകത്തേക്കു കയറി. മുറിയുടെ മൂലയിൽ ചാരി വെച്ചിരുന്ന ഉലക്ക എടുത്തുകൊണ്ട് പുറത്തേക്കു ചാടി.

ആണുങ്ങളില്ലാത്ത വീട്ടിൽ കേറീറ്റ് തോന്ന്യാസം കാണിക്കാ... നായര് എന്റെ ചീരൂനെ തൊട്ടാ ഓന്റെ തല ഞാള് തച്ചൊടക്കും. കാളിക്കുട്ടി അലറി. ങക്ക് തോക്കും വടീം ഒക്കെ ണ്ട്. സാറേ, ഞാക്കിതു മതി. പോരാത്തേന് തേച്ചു മിനുക്ക്യ അരിവാള്ണ്ട്. അതുമതി സാറേ..

വായടക്കെടീ നായിന്റെ............. ഇന്നെയൊക്കെ ഒരു പാഠം പഠിപ്പിക്കു

ന്നുണ്ട്.

അലറിക്കൊണ്ട് പൊലീസുകാർ തിരിച്ചുപോയി. കാളിക്കുട്ടി ഉലക്കയും കുത്തിപ്പിടിച്ച് മുറ്റത്തെ പൂഴിമണ്ണിലിരുന്നു. ആകാശം ഇരുണ്ടു തുടങ്ങി. വാഴക്കൂട്ടത്തിൽ നിന്നും ചീരു കാലുകൾ വലിച്ചൂരി മറപ്പുരയ്ക്ക് അകത്തേക്ക് കയറി. വിറയൽകൊണ്ട് മൂത്രം കാലുകളിലേക്ക് ഒലിച്ചിറങ്ങി. ചീരുനെപ്പോലെ ഗർഭം തുങ്ങിയ പുള്ളിപ്പശു ഒന്നമറി.

ചീരു തുടയിലെ മൂത്രം മുണ്ടിൽ തുടച്ച് കാളിക്കുട്ടിയുടെ അരികിലേക്ക് വന്നു. അവളും കാളിക്കുട്ടിക്കൊപ്പം മുറ്റത്തു ചടഞ്ഞിരുന്നു.

സഖാവു വന്നില്ലല്ലോമ്മേ...

ഓൻ വരും.. ഞ്ഞി എങ്ങോട്ടാ മോളേ മാറിക്കളഞ്ഞേ...?

ഓല് വന്നു കേര്യപ്പം തന്നെ ഞാനാത്തൂന്നെറങ്ങ്യോട്യതാ... വാഴക്കൂട്ടത്തില് മറഞ്ഞിരുന്നു. ചീരു ഒറ്റശ്വാസത്തിൽ പറഞ്ഞു.

ങാ.. അതു നന്നായി. പഹേമ്മാറ് കൈവെച്ചാ കൊയപ്പായേനെ. സഖാവെന്താ വരാത്തേ..? എനക്ക് പേടിയാവ്ന്ന്.

ഞ്ഞി ഒന്ന് പെടക്കാണ്ടിരി ചീരോ.. ഓനിങ്ങ് വരും. വല്ല മീറ്റിങ്ങോ ജാഥയോ കാണും.. വാ.. ഞ്ഞി ആത്തേക്കു വാ... കർപ്പൊള്ള പെണ്ണ്ങ്ങള് മോന്തി കയിഞ്ഞാ പൊറത്തെറങ്ങറത്. ഗുളികനും മറുതേം... പടച്ചോനേ...

കാളിക്കുട്ടി അകത്തേക്ക് കയറി. ചായ്പ്പിനു മുന്നിൽ ഉടഞ്ഞു കിടക്കുന്ന കലത്തിൽ നിന്നും കൊഴുത്ത കഞ്ഞിയും താളിന്റെ കറിയും തളം കെട്ടിക്കിടന്നു.

കാവിലെ ഭഗവതിയേ.... ആ കാലമാടന്മാറ് കാട്ട്യ പോക്കണക്കേട്. പള്ളേല്ള്ള പെണ്ണിന് റ്റ് കഞ്ഞിവെള്ളം കൊടുക്കാൻ കയ്യൂലല്ലോ ഭഗവതിയേ... ഞ്ഞി ദ് കാണ്ന്ന് ല്ലേ...

കാളിക്കുട്ടി തലയ്ക്കടിച്ചു കരയാൻ തുടങ്ങി. അമ്മ ഇദൊക്കൊന്ന് വെടിപ്പാക്ക്. ഞാത്തിരി കഞ്ഞിണ്ടാക്കാം. സഖാവ് വരുമ്പം ന്തേലും കുടിക്കാൻ വേണ്ടേ...

ചീരു പറഞ്ഞു തീരുംമുമ്പേ മുറ്റത്ത് ആളനക്കം കേട്ടു.

സഖാവ് വന്നോ.... നോക്കമ്മേ...

ഓല് പിന്നേം വന്നോ... ദൈവേ... എടങ്ങേറായ്യോ.. കാളിക്കുട്ടി ഓലവാതിൽ പതുക്കെ തുറന്നു.

കാള്യേടത്ത്യേ... ആരോ പതുക്കെ വിളിച്ചു. കാളിക്കുട്ടി കരുതലോടെ കാതോർത്തു. കാള്യേടത്ത്യേ... വാതില് തൊറക്ക്. ഞാനാ.. പൊക്കൻ. ങാ.. ഞ്ഞ്യാ പൊക്കാ.... ന്താന്നേരത്ത്..? ചാത്തൂനെ കണ്ട്നാ.. കാളിക്കുട്ടി വാതിൽ തുറന്ന് പുറത്തേക്കിറങ്ങി. പിന്നാലെ ചീരുവും. ഒച്ചയുണ്ടാക്കറ്ത്.. ചാത്തൂന് സൊകല്ല... പൊക്കൻ ചങ്കിടിപ്പോടെ പറഞ്ഞു.

ങേ.. സൊകംല്ലേ... ഓനെവിടെ... ഓനെന്താ പറ്റ്യേ... കാളിക്കുട്ടി നെഞ്ചത്തടിക്കാൻ തുടങ്ങി.

ഓനാപ്പീസീന്നു വരുന്ന വയിക്ക്... പൊക്കൻ നിർത്തി.

വരുന്ന വയിക്ക്....? ചീരു മുന്നിലേക്ക് വന്നു.

പൊലീസാറ് കൊണ്ടോയി തച്ചിക്കി. അബൂബക്കറാണ് പറഞ്ഞത്.

തച്ചോ.... പൊലീസാറ് തച്ചോ... ഓരീടേം വന്നിനും. കാളിക്കുട്ടി കരഞ്ഞോണ്ട് പറഞ്ഞു.

പൊലീസാറ് വിട്ടിക്കി.. പിന്നെന്താണ്ടായേന്നറിയില്ല. ഓനെ ആശുത്രീല് കൊണ്ടോയ്ക്കി. ചോയ്ച്ചനുണ്ടായിരുന്നു. സഖാക്കളൊക്കെണ്ട്. പേടിക്കണ്ട... ചോയ്ച്ചനും കിട്ടി. പക്ഷേ, ചാത്തൂനാ കേട് കൂടുതല്.

ദൈവേ ന്റെ ചാത്തു... ചീരേ... ചൂട്ട് കത്തിക്ക്.. മ്മക്ക് ആശുത്രീലോട്ട് പോവാം. കാളിക്കുട്ടി ധൃതിപ്പെട്ട് പറഞ്ഞു.

ങ്ങള്പ്പൊ പോണ്ടാ... ചാത്തൂനെ ഞാളിങ്ങോട്ട് കൊണ്ടോരാം.

അപ്പോഴാണ് പൊക്കനും പിന്നിൽ മറ്റാരൊക്കെയോ നിൽക്കുന്നത് കാളിക്കുട്ടി കണ്ടത്.

ആരാ ആടക്ക്ന്നേ...? കാളിക്കുട്ടി ചോദിച്ചു.

ഞാളാ... സഖാക്കളാ...

ന്താ ല്ലാരൂടെ...? കാളിക്കുട്ടിക്ക് സംശയം.

ഓ.. ഒന്നൂല്ല. അപ്പോഴേക്കും ചീരു കത്തിച്ച ചൂട്ടുമായി വന്നു.

ചൂട്ട് കെടുത്തിക്കോ... ഓലിപ്പം വരും. ആരോ വിളിച്ചു പറഞ്ഞു.

ചീരു ചൂട്ടു കെടുത്തി വീടിന്റെ പിന്നിലേക്കു നടന്നു. വാഴക്കൂട്ടത്തിൽ ഒറ്റക്കൊരു മിന്നാമിന്നി തെളിഞ്ഞു. പുള്ളിപ്പശു കരയാൻ തുടങ്ങി.

പൈക്കെന്താ പറ്റിയേ... വാവടുത്തോ...? ചീരു സ്വയം പറഞ്ഞു കൊണ്ട് വീടിനകത്തേക്ക് കയറി.

മുറ്റത്ത് ആളുകൾ കൂടുന്നുണ്ട്. പൊക്കൻ കാളിക്കുട്ടിയുടെ തോളിൽ കയ്യിട്ടുകൊണ്ട് കുറച്ചപ്പുറത്തേക്ക് മാറിനിന്നു.

ഓൻ പോയി... പൊക്കന്റെ വായ പൊള്ളി വാക്കുകൾ പുറത്തേക്ക് തെറിച്ചു. ആരോ.... ഓനെ...

ന്റെ ചാത്തോ....... കാളിക്കുട്ടിയുടെ നെഞ്ച് പൊട്ടി ശബ്ദം മുഴങ്ങി. പൊക്കൻ പെട്ടന്നവരുടെ വായ് പൊത്തി.

ചീരേ.. ഞ്ഞി ആത്തേക്ക് കേറ്...

കാളിക്കുട്ടി വിളിച്ചു പറഞ്ഞു. ചീരു അനുസരിച്ചു. അകത്തെ കിടക്കപ്പായ് തെറുത്ത്വെച്ച് മറ്റൊരു പായച്ചുരുൾ പോലെ ചീരു ചുരുണ്ടിരുന്നു.

സകാവിനെന്തോ പ്റ്റീട്ടുണ്ട്. ചീരുന്റെ മനസ്സ് പറഞ്ഞു. അവളുടെ ചങ്കിടിച്ചു. കണ്ണുകൾ ചോർന്നൊലിച്ചു. കാളിക്കുട്ടി ഉമ്മറത്തേക്ക് കയറിയതേയില്ല. മുറ്റത്തുനിന്നുകേട്ട പിറുപിറുപ്പ് പല ശബ്ദങ്ങളായി മുഴങ്ങി. പെരുവെള്ളം പോലെ ജനം പെരുത്തു മുറ്റം നിറഞ്ഞു. ചെറ്റക്കീറു വകഞ്ഞ് വെയിൽ ചീരുവിന്റെ കണ്ണിലേക്കുമെത്തി. അതിനു മുമ്പ് അവളുടെ കാതുകളെ പൊള്ളിച്ചുകൊണ്ട് ആ വാർത്തയുമെത്തി.

ചാത്തുനെ ആരോ കൊന്നിരിക്കുന്നു.

ചീരു കരഞ്ഞില്ല. കാലുകൾ നീട്ടിവെച്ച് കണ്ണുകൾ തുറന്നുവെച്ച് ഭഗവതിക്കാവിലെ കാളിപ്രതിമ പോലെ ഒറ്റ ഇരിപ്പായിരുന്നു. കാളിക്കുട്ടിയും കാണാൻ വന്നവരൊക്കെയും കരയുന്നുണ്ടായിരുന്നു. തൊഴുത്തിലെ പുള്ളിപ്പശുവും ക്ടാവും കരഞ്ഞുകൊണ്ടേയിരുന്നു.

****

ചാത്തുവിന്റെ കൊലയ്ക്കു പിന്നിൽ ഗോപാലൻ നായർ മാത്രമായിരുന്നില്ല. അന്നാട്ടിലെ നമ്പ്യാൻമാരും നാട്ടുപ്രമാണിമാരുടെ ഗുണ്ടകളുമുണ്ടായിരുന്നു. കൊലപാതകത്തിൽ പ്രതിഷേധിച്ച് പ്രകടനങ്ങളും കവലയോഗങ്ങളും നടന്നു. ക്രമസമാധാനം തകർക്കുന്നതിന്റെ പേരുപറഞ്ഞ് സഖാക്കളെ കോൺഗ്രസിന്റെ പൊലീസുകാർ പിടിച്ചുകൊണ്ടുപോയി.

ചാത്തുവിന്റെ ശവത്തിനരികിൽ ഉണങ്ങിയ കണ്ണുകളുമായി ചീരു തന്നെ ലാളിച്ചിരുന്ന ചാത്തുവിന്റെ മുഖത്തേക്കു നോക്കി. കാളിക്കുട്ടി മകന്റെ ജഡത്തിൽ കെട്ടിപ്പിടിച്ചു ബോധമറ്റു കിടന്നു. അഴിഞ്ഞുലഞ്ഞ മുടിയും തുറിച്ച കണ്ണുകളുമായിരിക്കുന്ന ചീരുവിനെ നോക്കി നാട്ടുകാർ അടക്കം പറഞ്ഞു.

പാവം പെണ്ണിനെന്തേലും പറ്റ്വോ...?

അവൾ മിടുക്കത്തിയാണേനും... നെഞ്ചു തല്ലി കരഞ്ഞിട്ടെന്തേലും... ചെറ്യ പെണ്ണാ... ആരേലും വന്നോളും. ഓളെക്കണ്ടാ ആരാ കൊതിക്കാത്തേ....

ആ നായരയിനെ കണ്ണുവെച്ചിനും... ഓളു മിടുക്കിയാ... പിടി കൊടുത്തില്ല.

ഒരുവൾ രഹസ്യമായി പറഞ്ഞു.

ചാത്തൂനെ തമർത്തിയത് ആ നായരാ പോലും. മറ്റൊരുവൾ.

ഞാ.. നേർന്ന്യാ... പോലീസ് അങ്ങോട്ടുങ്ങോട്ടും ഓട്ന്ന്ണ്ട്. ബെറ്തെ ആളെ പറ്റിക്കാൻ. ഓറ് കൊന്നോറെ തൊടൂല. ഏതേലും പാർട്ടിക്കാറേ പിടിക്കും. കൊറച്ചു ദെവസം കയ്യുമ്പം കേസും പോവും. അതെന്നെ.

നായര് പൈസ വാരിയെറിയും..... പോരാത്തേന് ഓന്റന്നെല്ലേ കോങ്ക്രസ്.

എന്തായാലും ചാത്തു പോയി. ഓനുണ്ടായിരുന്നപ്പം ഒരൊറപ്പായിരുന്നു.

സഖാക്കളെല്ലാം എളകീറ്റ്ണ്ട്. നായരും കൂട്ടരും ഒളിവിലാണേനും.

കമ്മൂണിസ്റ്റാറ് ആരേം അങ്ങോട്ടോയി കൊല്ലൂല. പക്ഷേ, ഓറെ തൊട്ടോറെ ഓറ് തട്ടും. അത് ഒറപ്പാണേനും.

നാട്ടില് നമ്പ്യാമ്മാറ് പറേണതാ ന്യായം. അത് പാവങ്ങളെ മേക്കിട്ട് കേറണ ന്യായം. വർത്തമാനങ്ങളങ്ങനെ പോയി.

നല്ല ചോരേം നീരുള്ള പെണ്ണുങ്ങളെ ഓറ്ക്ക് കിട്ടണം. വയിൽ പണിക്ക് വരുന്ന പെണ്ണുങ്ങളെ ഓറ് പിടിക്കും. പാവങ്ങള്....

ഏതിർക്കാനോർക്ക് പേടിയാ...

സ്ത്രീകൾക്കിടയിൽ ഇത്തരം സംസാരങ്ങൾ ബലപ്പെട്ടു. നാട്ടിലും വാർത്തകൾക്ക് പഞ്ഞമുണ്ടായില്ല. പൊലീസുകാർ റോന്തുചുറ്റി നാട്ടുകാരെ ഭയപ്പെടുത്തി. ഒടുവിൽ അവർ ചാത്തുവിന്റെ വീട്ടിലുമെത്തി. മൂന്ന് ദിവസമായി ചീരു കണ്ണു തുറന്നിട്ടില്ല. ജലപാനം പോലുമില്ല... കാളിക്കുട്ടിയും കണ്ണീരിൽ മുങ്ങിത്താഴുകയാണ്. മൂന്ന് ദിവസംകൊണ്ട് അവർക്ക് മുപ്പത് വയസ്സ് കൂടി. നീളമുള്ള മുടി ജഡകെട്ടി. കുഴിഞ്ഞുതാണ കണ്ണുകൾ പുഴപോലെ നിറഞ്ഞുകിടന്നു. വെറ്റിലക്കറ പിടിച്ച പല്ലുകൾ നീണ്ടു വളഞ്ഞുപോയി. മുഷിഞ്ഞ മുണ്ടിലാകെ പൂപ്പൽ പിടിച്ചപോലെ.

നീയാണോടീ കാളിക്കുട്ടി....?

പൊലീസുകാരന്റെ ചോദ്യം.

ഞാ... അവരെന്നാ...

ഞാ.. ഓറെന്നെ... മറുപടി പറഞ്ഞത് ഒരു സഖാവ്.

ഇന്നോടല്ല ചോദിച്ചത്... ഓള് പറയട്ടെ... ആരാടീ ഇവ്ടെ വന്നത്...?

രണ്ടൂന്നീസായി സകാക്കൾ ബന്നിന്... കാളിക്കുട്ടി പേടിയോടെ പറഞ്ഞു.

അയിനുമുമ്പോ...? പൊലീസുകാരന്റെ ചോദ്യം.

അയിനുമുമ്പ് ചാത്തു എന്നുംവരും.. ഓന്റെ പൊരയല്ലേ... ബരാണ്ട് പറ്റോ...

കാളിക്കുട്ടിയുടെ ചിറി കോടി. കണ്ണുകളിൽ അമർഷം പുകഞ്ഞു.

മറ്റോളേടേടീ..... പൊലീസുകാരൻ.

മറ്റോളോ...? ആര്.....? കാളിക്കുട്ടിയുടെ കണ്ണിൽ തീ പാറി.

ഓന്റെ... ചാത്തൂന്റെ.... പൊലീസുകാരൻ പറഞ്ഞു തീർന്നില്ല... അതിനുമുന്നേ കാളിക്കുട്ടി അലറി.

ഓൾ പാതി ചത്തിനി.. ആത്ത് കെടക്ക്ന്ന്ണ്ട്.... കൊണ്ടോയി പുയുങ്ങിത്ത്ന്ന്...

പൊലീസുകാർ ശബ്ദിച്ചില്ല.

ആർക്ക് വേണ്ട്യാ സാറേ.... പള്ളേല്ള്ള പെണ്ണിനെ ഇങ്ങനെ കൊല്ലാക്കൊല ചെയ്യ്ന്നേ...?

നോക്ക് കാളിക്കുട്ടീ.... ഇതൊക്കെ അന്വേഷണത്തിന്റെ ഭാഗമാണ്.

ഞാ... ങ്ങള്ള്യാക്കെ ഒരന്വേഷണം.... അറിയാം സാറേ... ഓളൊന്ന് മിണ്ടീറ്റും ഒരിറ്റ് വെള്ളെറക്കീട്ടും മൂന്നീസായി. കണ്ണുപോലും പൂട്ടാതെ ഒറ്റിരിപ്പാ.... ഇത്തിരീംപോന്ന പെണ്ണാ...... കാളിക്കുട്ടി ഏങ്ങിപ്പോയി.

ഒക്കെ ശരിയാ... ഇവ്ടെ ആരോ വരത്തമ്മാർണ്ടെന്നാ ആള്കൾ പറേന്നേ... കണ്ടോര്ണ്ട്... അതാരാന്നറിയണം.

ഞും... വരത്തമ്മാറ്... എന്റെ ചീരൂന് പൈനഞ്ച് നടപ്പിലാ... ഓളെ കാണാമ്മേണ്ടി വരത്തമ്മാറ്...! കണ്ടോറോട് പോയി ചോയിക്ക് സാറേ... ഓറെ കാട്ടിത്തരാൻ... എമ്പോക്കികള്...

ചീരു വെറ്റിലത്തുപ്പൽ വിഴുങ്ങി... സാറിപ്പം പോയാട്ടെ... എനക്ക്

ന്റെ ചീരുനിത്തിരി വെള്ളം കാച്ചിക്കൊടുക്കണം.

എല്ലാത്തിനും സാക്ഷികളുണ്ടാവും... അമ്മേം മോളും കോടതി കേറേണ്ടി വരും...

കേറിക്കോളാം സാറേ... ഞാക്കിനി കോടതിയോ ജയിലോ.. എന്താന്ന്ച്ചാ ആയിക്കോട്ടേ... ആ നായരെമോറ് നക്ക്ന്ന നായ്ക്കളാങ്ങളെ സാക്ഷികൾ... കാളിക്കുട്ടി മുറ്റത്തേക്കിറങ്ങി നിന്നു.

ഓളെ വിളിക്കെടീ... പൊലീസുകാരൻ അമറി.

പറ്റൂല സാറേ... ഓളെ വിളിക്കാനും കാണാനും പറ്റൂല. നായരോട് പറഞ്ഞേക്കണ്ടി... ചാത്ത്വേ ചത്തോയിട്ടുള്ളൂ... കമ്മ്യൂണിസ്റ്റ് പാർട്ടി ഈടെത്തന്നെണ്ടെന്ന്...

പിന്നീട് പൊലീസുകാർ മിണ്ടിയില്ല... കുറച്ചു സമയംകൂടി അവരവിടെ ചുറ്റിപ്പറ്റി നിന്നശേഷം മടങ്ങിപ്പോയി.

****

ചാത്തു മരിച്ചശേഷം ചീരുനെ കുട്ടിക്കൊണ്ടു പോകാൻ അയ്യപ്പൻ വന്നിരുന്നു. ഞാനെങ്ങോട്ടൂല്ല. ന്റെ സഖാവീടെയാ... ഈ പൊരേത്തന്നെണ്ട്. എനക്കാ ഓർമ്മ മതി. ഞാന് ഇവ്ടെ കയിഞ്ഞോളാ....

ചീരു തീർത്തുപറഞ്ഞു.

ഓള് ചെറ്യ പെണ്ണാ... എന്റെ കണ്ണടയുംമുമ്പ് ഓളെ ആര്യേലും ഏപ്പിക്കാണ്ട് പറ്റൂല്ല.

ഒക്കെ വേണ്ടതാ... ഓള് ബെര്ന്നേ കൊണ്ടോയ്ക്കോളീ.... ഓക്ക് സമ്മതല്ലാണ്ട് ഈട്ന്ന് ഓളെ കൊണ്ടോവാൻ നോക്കണ്ട. ഓള് ഇവ്ടെ സുഖായി കയിഞ്ഞൂടും. ഓക്ക് ഞാനില്ലേ... ചാത്തൂന്റെ കുഞ്ഞൻ ഇവ്ടെ വളരും. നല്ല കമ്മ്യൂണിസ്റ്റായിട്ടെന്നെ വളരും.

ഞാനും ങ്ങളും എത്ര കാലത്തേക്കാ.... ഓള് കുട്ട്യല്ലേ... ഒരാൺതൊണ ഇല്ലാണ്ടെങ്ങനാ... അയ്യപ്പന്റെ തൊണ്ടയിടറി.

ആൺതൊണ.... വേണ്ടീതെന്നാ... ഓക്കങ്ങനെ ആശണ്ടേ ഞാൻ നടത്തിക്കൊടുക്കും. അതല്ലെങ്കീ ഓളീടെ കയ്യും. ഓളേം കുഞ്ഞനേം ഞാൻ നയിച്ച് പോറ്റും. ങ്ങള് ബേജാറാവാണ്ട് പോയീം...

കാളിക്കുട്ടിയുടെ തീരുമാനം കേട്ട് ആശ്വാസത്തോടെയാണ് അയ്യപ്പൻ മടങ്ങിപ്പോയത്. പോകും മുമ്പ് ചീരു ഉമ്മറത്തേക്ക് വന്നു.

ആ നായരെക്കയ്യീക്കിട്ട്യാ കൊന്നാള് അച്ഛാ..... എന്നിറ്റ് ജയില്ല് പോട്... ചീരു നിർവ്വികാരമായാണത് പറഞ്ഞത്.

ചാത്തുവിന്റെ കൊലയാളിയെ കണ്ടുപിടിക്കാൻ പൊലീസിനായില്ല. അവർ പലവട്ടം പാർട്ടിയാപ്പീസിലും ചാത്തുവിന്റെ വീട്ടിലും കയറിയിറങ്ങിയതല്ലാതെ മറ്റൊന്നും സംഭവിച്ചില്ല. ഒടുവിൽ തന്നെ തേടിയെത്തിയ പൊലീസുകാരുടെ മുന്നിലേക്ക് ഒരരിവാളുമായി ചീരു ഇറങ്ങി വന്നു.

ങ്ങക്കെന്ത്ന്നാ വേണ്ടേ പൊലീസാരാ... ങ്ങക്ക് എന്നെ വേണം... ന്റെ കഴ്ത്തില് മിന്ന് വെച്ചോനെ കൊന്നാള്ഞ്ഞ തെമ്മാടികളെ തൊടാൻ ങ്ങക്കായിറ്റില്ല. ന്നറ്റ് ഇവ്ടെ കേറി നെരങ്ങ്ന്ന്... ന്നാ കൊടവാൾ... ന്നെ ങ്ങള് കൊന്നോളി...

ചീരു കൊടുവാൾ പൊലീസുകാരുടെ മുന്നിലേക്കെറിഞ്ഞു കൊടുത്തു.

ങ്ങളിനി ഇവ്ടേക്ക് കേറി വന്നാൽ ഞാനീ നെറഞ്ഞ വയറോടെ തന്നത്താൻ വെട്ടിച്ചാവും. പറഞ്ഞേക്കാം...

അഴിഞ്ഞുലഞ്ഞ മുടിയും ചുവന്നുതുറിച്ച കണ്ണുകളുമായി നിൽക്കുന്ന ചീരുവിനെ കണ്ട് പൊലീസുകാർ സ്തംഭിച്ചുപോയി. അപ്പോഴേക്കും ഇങ്ക്വിലാബ് വിളിച്ചുകൊണ്ട് കാളിക്കുട്ടിയും പിന്നാലെ ഒരുകൂട്ടം സഖാക്കളും പാഞ്ഞുവരുന്നതുകണ്ട് പൊലീസുകാർ മടങ്ങിപ്പോയി. അതേത്തുടർന്ന് പ്രദേശത്താകെ വലിയ പ്രതിഷേധ യോഗങ്ങളും പന്തം കൊളുത്തി പ്രകടനങ്ങളും നടന്നു.

ചാത്തുവിന്റെ കൊലയാളികളെ അറസ്റ്റു ചെയ്യുക... ചാത്തുവിന്റെ വിധവയെ വേട്ടയാടുന്ന പൊലീസ് ഗുണ്ടായിസം അവസാനിപ്പിക്കുക... തുടങ്ങി കയ്യെഴുത്തു പോസ്റ്ററുകളും നോട്ടീസും നാട്ടിൽ പരന്നു. അതോടെ പൊലീസ് അടങ്ങിയെങ്കിലും ചാത്തുവിന്റെ കൊലയാളികളെ അറസ്റ്റു ചെയ്യണമെന്നാവശ്യപ്പെട്ട് കമ്യൂണിസ്റ്റ് പാർട്ടിയുടെ പ്രക്ഷോഭം തുടർന്നു.

****

ചീരു പ്രസവിച്ചു. ആൺകുട്ടി.

ചാത്തുന്റെ മുറിച്ച മുറ്യാ.... കാളിക്കുട്ടി പറഞ്ഞു.

ദേവൻ.... ചീരു അവന് പേരു വിളിച്ചു. നാട്ടുകാർക്ക് അതൊരു സംസാര വിഷയമായിരുന്നു. ചത്തുപോയ ചാത്തൂന് ദേവൻ എന്നൊരു പൈതൽ.

ദേവനല്ലെടാ... തേവനാ... നാട്ടുകാർ പറഞ്ഞുകൊണ്ടിരുന്നു.

ചീരോ... മ്മക്കെങ്ങോട്ടേലും ഓടിപ്പോയാലോ... ഒരു ദിവസം കാളിക്കുട്ടി ചോദിച്ചു.

എങ്ങോട്ട്...? ഞാനെങ്ങോട്ടുല്ല. നാളെത്തൊട്ട് അമ്മ കുഞ്ഞനേം നോക്കി ഇവ്ടെ ഇരിക്കും. ഞാൻ പണിക്കുപോവും...

പതിനാറു വയസ്സുള്ള ചീരു പാതിവെന്ത മനസ്സുമായി ജീവിക്കാൻ തീരുമാനിച്ചു.

ബെറ്തെ എന്തെങ്കിലും പറയല്ലേ ചീരോ... ഞ്ഞി പൊറത്തെ റങ്ങ്യാ... ആ നായര്... കാളിക്കുട്ടി ഭയന്നു.

നായരോ... ഓനെന്നെ ഒന്നും ചെയ്യൂല്ല. സഖാവ് ചാത്തൂന്റെ പെണ്ണാ പറേന്നെ.... ഓനെന്നെ തൊട്ടാല് ഓനെ ഞാൻ കൊല്ലും... ചീരു മുരണ്ടു.

കൊല്ല്ലേ..... എന്റെ മോളേ... ഞ്ഞ്യോന്നടങ്ങ്.... ഓറ് വല്ല്യോറാ... പൈസേം കാക്കിയുടുക്കുന്നോന്റെ കയ്യൂക്കും... പോരാത്തേന് ഓന്റെ ഗുണ്ടകളും... ഓനെ ഒന്നും ചെയ്യാൻ ഇന്ക്കാവൂല്ല. കാളിക്കുട്ടി ഭയം കൊണ്ട് വിറയ്ക്കുന്നുണ്ടായിരുന്നു.

അമ്മൊന്ന് മ്ണ്ടാണ്ടിരി... ഓനെ എനക്ക് പേടില്ല... ചീരൂനും മോനും ജീവിക്കാണ്ട് പറ്റോ.... അയ്ന് ഞാനീ ആത്തിർന്നാ പറ്റോമ്മേ.. പറ....

കാളിക്കുട്ടി മിണ്ടിയില്ല.

ന്നാല് ഞാനിത്തിരി പരമ്പ് കിട്ട്വോന്ന് നോക്കട്ടെ... പൊരേലിർന്ന് കുഞ്ഞനേം നോക്കാം... കൊട്ടയോ മൊറോ മെടഞ്ഞാല് അങ്ങാടീല് കൊണ്ടോയി കച്ചോടാക്കാലോ... നല്ല പൈസേം കിട്ടും.

ഉാ.... അമ്മയ്ക്ക് ആവ്വ്വെങ്കീ അത് ചെയ്തോ... അരിവാൾ എടുത്തോ... അതൊന്ന് എടുത്ത് തേച്ച് മൂർച്ച ആക്കണം. നാളെ വയില്ല് എറങ്ങാനാ.

കാളിക്കുട്ടി ചീരുവിന്റെ മുഖത്തേക്ക് നോക്കി. അവളുടെ കണ്ണീര് വറ്റി കരുവാളിച്ച് കിടക്കുന്ന കണ്ണുകൾ. മുഖം ചുളിഞ്ഞിട്ടുണ്ട്. കഴുത്തിൽ ഇറുകിക്കിടന്നിരുന്ന താലിച്ചരട് അയഞ്ഞു ഞാന്നിട്ടുണ്ട്. അവൾ പതിനാറിൽ നിന്ന് പത്തിരുപത് വയസ്സ് മൂപ്പിലേക്ക് വളർന്നതുപോലെ. തന്റേടി... അവർ സങ്കടത്തോടെ നോട്ടം പിൻവലിച്ചു...

മുറ്റത്ത് വെയിൽ മാഞ്ഞിരിക്കുന്നു. ചീരു വിളക്ക് തെളിയിക്കുകയാണ്.

****

കോഴി കൂകി. ചീരു എഴുന്നേറ്റ് മുറ്റത്തേക്കിറങ്ങി. അരണ്ട നിലാവ് അണയാൻ പോകുന്നു. കാറ്റിന് നേരിയ കുളിര്... ഒരു പുതിയ ജീവിതം ആരംഭിക്കുകയാണ്. ചീരുവിന് ഉന്മേഷവും അതിലേറെ ഉത്സാഹവും തോന്നി. തൊഴുത്തിൽ നിന്നും പുള്ളിപ്പശു മെല്ലെ അമറി. അവളുടെ കറവ വറ്റാൻ പോകുന്നു. വാവടുക്കുമ്പോ ചവിട്ടിക്കണം. കഞ്ഞിയും കറിയുമുണ്ടാക്കി. കുഞ്ഞു ദേവന് കുറുക്കുണ്ടാക്കി മൂടിവെച്ചു. പുള്ളിപ്പശുവിനെ തൊടിയിലേക്കിറക്കി കെട്ടി. അപ്പോഴാണ് ചാത്തുവിന്റെ ചങ്ങാതി ചിണ്ടൻ വന്ന് കൊന്നത്തടിപോലെ നിന്നത്.

എന്താ സഖാവേ... എന്താ പൊലച്ചക്കെന്നെ വന്നേ....?

ങ്ങളറിഞ്ഞില്ലേ... ഇന്ന് പെണ്ണ്ങ്ങളെ ജാഥണ്ട്.... മഹിളാ ജാഥ.. ഏതോ തമ്പുരാട്ടി വെര്ണ്ണ്ടോലും. മാത്വേട്ത്തി പറഞ്ഞിക്ക് ഇന്നേം കൂട്ടി ചെല്ലാൻ.

ജാഥ... അച്ഛനും സഖാവും പലപ്പഴും പറേന്ന കേട്ട്ക്ക്... ജാഥ... അതും പെണ്ണ്ങ്ങളെ ജാഥ...

ചീരുവിന്റെ നെഞ്ച് പിടച്ചു. ആഹ്ലാദം അലതല്ലി. ഞാൻ ബെരും ചിണ്ടേട്ടാ... എപ്പൊ എറങ്ങണം...?

ഞ്ഞി കുളിച്ച് പൊറപ്പെട്ട് നിന്നോ... ഞാൻ വെരാം....

ചീരു ദേവനെ ഉറക്കത്തിൽ നിന്നും വാരിയെടുത്ത് ഉമ്മവെച്ചു. അവന് മുലയൂട്ടി കൊഞ്ചിച്ചു.

അമ്മേ... ങ്ങളറിഞ്ഞോ... പെണ്ണ്ങ്ങളെ ജാഥ.... ചിണ്ടേട്ടൻ വന്നിനും... മാതേ്വടത്തി പറഞ്ഞയിച്ചിറ്റ്.... എന്നേംകൂട്ടി ചെല്ലാൻ.

ഞ്ഞി പണിക്ക് പോന്നില്ലേ...

ജാഥ ള്ളപ്പം വ്ടെ സഖാവ് പണിക്ക് പോവ്വായിരുന്നോ... ല്ലല്ലോ... ഞാനാദ്യാ ജാഥേല്... പണി നാളെ...

ചീരൂന്റെ ഉത്സാഹംകണ്ട് കാളിക്കുട്ടിക്ക് കൗതുകം തോന്നി.

ചീരു കുളിച്ചൊരുങ്ങി. മുണ്ടും റൗക്കയും ധരിച്ചു. ചാത്തുവിന്റെ പുളിയിലക്കരയൻ മുണ്ട് നീളത്തിൽ മടക്കി ഇരു തോളിലൂടെയും പുറകിലേക്കിട്ടു. കാളിക്കുട്ടിയുടെ വെറ്റിലച്ചെല്ലം വലിച്ചുവെച്ച് തളിർവെറ്റിലയിൽ ചുണ്ണാമ്പു തേച്ച് അടക്കയും പുകയിലയും ചേർത്ത് ചുരുട്ടി മോണയിൽ ഉരസി വായിൽ തിരുകി.

അല്ല മോളേ.... ഇതെന്തു കോലാ... കാളിക്കുട്ടി ചോദിച്ചു.

ങ്ങള് നോക്കമ്മേ... ഇവിടെ നായമ്മാരും കാക്കാമ്മാരും ണ്ട്. പെണ്ണ്ങ്ങളെ നെഞ്ചത്തെന്നാ അയ്റ്റ്ങ്ങളെ കണ്ണ്. അതൊന്ന് മാറ്റണ്ടേ... ചീരു സ്വയം ചിരിച്ചു.

എന്റെ മോളേ.... ഞ്ഞി എന്ത്നൊരുമ്പെട്ടതാ..... മൊല മറച്ച് മുണ്ടിടാൻ മ്മളെപ്പോലെല്ലോർക്ക് പാടില്ല... അയ്ന് നമ്പ്യാമ്മാറ് സമ്മെക്കൂല്ല. കാളിക്കുട്ടി പറഞ്ഞു.

അയ്ന് ഓർടെ സമ്മതം ആർക്ക് വേണം... നെഞ്ഞത്തൊരു മുണ്ടിട്ടാ മാനം ഇടിഞ്ഞീഴോ... എങ്കില് വീഴട്ടെ. പൊറത്തേക്കെറങ്ങ്യാല് ഓരോർത്തമ്മാറെ നോട്ടോം മൂളലും തോണ്ടലും മുട്ടലും... ന്റെ പടച്ചോനേ... അത് ഇനീം വേണ്ട.

മുലപ്പാൽ നിറഞ്ഞ് കുതിച്ചു നിൽക്കുന്ന ചീരുവിന്റെ മാറിലേക്ക് നോക്കി കാളിക്കുട്ടി നെടുവീർപ്പിട്ടു.

പെണ്ണൊരുമ്പെട്ടാ... ന്റെ മുത്തപ്പാ... എനക്കൊന്നും അറിഞ്ഞൂടേ... എനക്കറിയ്യാ.. ഞ്ഞി ഇന്നെ കാത്തോളുംന്ന്... ന്നാലും സൂക്ഷിക്കണം... ആ നായർ ആടേടേലും കാണ്വേ.... കുറുക്കനാ...

കാളിക്കുട്ടി ഓർമ്മിപ്പിച്ചു.

ഓറ് കാണണംന്നാ ന്റെ പൂതി. രണ്ട് കൊല്ലം മുമ്പ് ചാത്തു മുണ്ടും തന്ന് കൊണ്ടോന്ന പൊട്ടിപ്പെണ്ണല്ല ചീരു... ആ പേപ്പട്ടികള് കൊന്നാള്ഞ്ഞ ചാത്തൂന്റെ വിധവയാ... ഓറെന്നെ തൊടൂല്ലാന്ന് ഒറപ്പാണമ്മേ...

ചീരു മുറ്റത്തിറങ്ങീട്ട് തിരിഞ്ഞുനിന്ന് കാളിക്കുട്ടിയുടെ കയ്യിൽ നിന്ന് കുട്ടിയെ വാങ്ങി ഒരിക്കൽക്കൂടി മുല കൊടുത്തു.

ന്റെ മോൻ നെലോളിച്ച് അച്ചമ്മേനെ എടങ്ങാറാക്കല്ലേട്ടോ....

ചീരു കുഞ്ഞിനെ മാറോടു ചേർത്ത് തെരുതെരെ ഉമ്മവെച്ചു.

ഞ്ഞി അരിവാളെടുക്കുന്നില്ലേ ചീരോ...

****

ജാഥക്കെന്തിനാമ്മേ അരിവാള്..... വെയില്.... അമ്മ കുഞ്ഞനേം കൊണ്ട് ആത്തേക്ക് കേറിക്കോളീ...

ചീരു തോൾമുണ്ട് മാറത്ത് പരത്തിയിട്ടു. ഇടവഴിയിൽ കാത്തുനിന്ന ചിണ്ടനു പിന്നാലെ കൈകൾ നീട്ടിയാട്ടി നടന്നു. കൊയ്തൊഴിഞ്ഞ പാടത്ത് നിരന്നിരിക്കുന്ന കൊറ്റികളെ നോക്കി അവൾ തെല്ലിട നിന്നു. പാടത്തിന്നപ്പുറം പുഴയോരത്ത് നിരന്നുനിക്കുന്ന പൂക്കൈതയിൽ അവളുടെ കണ്ണുകളുടക്കി. ഒരുനാൾ ചാത്തു കൊണ്ടുവന്ന കൈതപ്പൂ മുണ്ടു പെട്ടിയിലിപ്പോഴുമുണ്ട്. എന്തൊരു വാസനയുള്ള പൂക്കൾ. മുണ്ടുതുണികൾക്കും നല്ല വാസനയാണ്.

മാതേേട്ടത്തിയുടെ കൊള്ളു കയറുമ്പോൾ വേലിപ്പടർപ്പിൽ പൂത്തുലഞ്ഞു കിടക്കുന്ന സൂര്യമുല്ലയിൽ കണ്ണുകളുടക്കി ചീരു നിന്നു.

ഞ്ഞി വന്നോ ചീരോ...? ചിണ്ടനോട് ചെല്ലിയയച്ചിനും... മാതേേടത്തി മുറ്റത്തേക്കിറങ്ങി വന്നു.

ഓറു വന്നു പറഞ്ഞിനും... ന്നൊട്ട് പണിക്കെറങ്ങണോന്ന് വച്ചിനും... ചെലവിന് കഷ്ടാ...

നന്നായിക്കി. ഇനീം ഞ്ഞി പൊരേല്ര്ന്നാ പറ്റൂല്ല. കുഞ്ഞനുംല്ലേ... ഓനെ പോറ്റണ്ടേ... ഞാ... ആ നായർ ഇവ്ടൊക്കെ നടക്ക്ന്ന്ണ്ട്. ഞ്ഞി ഓറെ കയ്യ് കടിച്ചു പറിച്ചില്ലേ... അയിന്റെ കലിപ്പാണേ...

അയിനോറെന്റെ സകാവിനെ തമർത്തോനാണല്ലോ. പിന്നേം കലിപ്പ് ഓർക്കെന്ന്യാ...?

ഞാ... പെണ്ണുങ്ങള് പൊരേം വയിലും നോക്കി നടന്നാപ്പോരാ.. ഒന്നിക്കണം. ഒന്നിച്ചിന്ന് ചെറുക്കണം. ഈ നമ്പ്യാമ്മാരേം മാപ്ലാരേം നല്ല പാഠം പഠിപ്പിക്കണം.

മാതേേട്ടത്തി പറഞ്ഞു.

ഞാ... വേണം.. വേണം.. ചെറ്റകൾ.. പെറുക്ക്യേള്... അയിറ്റങ്ങളെ കൊല്ലണം. ന്റെ സകാവിനെ നുറുക്ക്യോലെ കൊത്തി നുറുക്കണം.

ചീരു പല്ലു ഞെരിച്ചു.

ഞ്ഞി കേറി വാ... പയങ്കഞ്ഞീണ്ട്. രണ്ടു കാന്താരി പൊട്ടിച്ചോ... ഉപ്പു ഞെരടി ത്ത്രി മോന്ത്യാ പയ്ക്കൂലാ..

ചീരു മുറ്റത്തെ മൂലയിൽ പാത്രം മോറുന്നിടത്ത് നിൽക്കുന്ന കാന്താരിയിൽ നിന്നും നാല് മുളക് പൊട്ടിച്ചുകൊണ്ടകത്തേക്കു കയറി. തലേന്ന് വെച്ച മീൻകറിയും ചോറ്റിൻ കലത്തിലങ്ങിങ്ങ് പറ്റിയിരുന്ന അഞ്ചാറു വറ്റും കപ്പ വേവിച്ചതും മുളകുടച്ച് സ്വാദോടെ കഴിച്ചു.

ഞ്ഞെന്ത്യനാ ഉടുമുണ്ട് തോളത്തിട്ടേ.... ഒരു തോർത്തുണ്ട് കിട്ടീല്ലേ...? മാതു ചോദിച്ചു.

ആടതൊന്നും ഇല്ല. അതോണ്ടാ ഇതെടുത്തേ... സകാവിന്റെ മുണ്ടാ... ചീരു പറഞ്ഞു.

ഞാ... അതീടിട്ടിറ്റ് ന്നാ ത്ട്ടൂട്... മാതേേടത്തി മുഷിഞ്ഞു തുടങ്ങിയ ഒരു തോർത്തുമുണ്ട് ചീരുന്റെ ചുമലിലേക്കിട്ടു. ചീരു അതെടുത്ത്

വാസനിച്ചു നോക്കി.

ന്റേ... ഇത് നാറീറ്റ് പറ്റൂല്ല... എനക്കെന്റെ സകാവിന്റെ മുണ്ടുമതി.

ചീരു തോർത്ത് മാതൂന് നൽകി സ്വന്തം മുണ്ട് മാറത്തിട്ടു നിന്നു.

ഞാ... ചീരേ... നാളെത്തൊട്ട് പുഞ്ചക്കൊയ്ത്ത് തൊടങ്ങ്വാ.. ഞ്ഞ്യും കൂടിക്കോ... ന്താ അനക്കു പറ്റൂല്ലേ...?

ന്താ പറ്റാണ്ട്... ഞാമ്പരും... കയിഞ്ഞുടണ്ടേ മാത്വേടത്ത്യേ...

ഞാ പിന്നൊരു കാര്യം. ആര് വ്ളിച്ചാലും ഒറ്റക്കു പണിക്കു പോവരുത്. ഇപ്പോ മൊത്തം പണീം കർഷകസംഘലാ... അതോണ്ടെന്താ... മര്യാദക്ക് കൂലീം കിട്ടും... പൊലച്ചക്ക് വയില്ലെറങ്ങും വേണ്ട. എട്ട്വണിക്കെറങ്ങണം. അഞ്ച്വണിയ്ക്ക് കേരാം... കൂലിക്ക് മോന്തിവരെ കാത്ത്ക്കണ്ടാ... മാതു വാചാലയായി. ചീരു വായും പൊളിച്ച് കേട്ടുനിന്നു.

ജാഥയിൽ ഒരുപാട് പെണ്ണുങ്ങളുണ്ടായിരുന്നു.

ഘോഷ ബഹിഷ്ക്കരിക്കുക...

പെണ്ണിന് മേൽമുണ്ട് ധരിക്കാൻ അവകാശം തരിക...

ജന്മിത്തം തുലയട്ടെ...

പൊലീസ് മർദ്ദനം അവസാനിപ്പിക്കുക...

സ്ത്രീകൾ മുഴക്കിയ മുദ്രാവാക്യം ചീരു ആവേശത്തോടെ ഏറ്റു വിളിച്ചു. പക്ഷേ, അവൾക്കൊന്നും മനസ്സിലായില്ല. വഴിയോരത്ത് ആളുകൾ കൂടിനിന്നു. പൊലീസുകാർ ലാത്തിയും ചുഴറ്റി ജാഥക്ക് പിന്നാലെ നടന്നു.

അങ്ങാടിപ്പുറത്തെ ഒഴിഞ്ഞ പറമ്പിൽ ജാഥ അവസാനിച്ചു. അവിടെ പൊക്കിക്കെട്ടിയ പന്തലിൽ കസേരകളും കൊടികളും ഉണ്ടായിരുന്നു. പെട്ടെന്നതാ ഒരു സ്ത്രീ കാറിൽ വന്നിറങ്ങി. കാവിലെ ഭഗവതിയെ പ്പോലെ ഒരു തമ്പുരാട്ടി. പൊന്നിന്റെ നിറവും അമ്പിളിഅമ്മാവനെപ്പോലെ മുഖവും... സൂര്യനെപ്പോലെ ജ്വലിക്കുന്ന കണ്ണുകൾ...

നോക്കെണേ... അതാ ആര്യാദേവി.... പട്ടത്തിയാ...

മാതു ചീരൂനെ തോണ്ടിക്കൊണ്ട് പറഞ്ഞു.

ഭഗോത്യേ... ഓറെ കാണാനെന്തു ചേലാ... ചീരു ഓർത്തു.

സഹോദരിമാരേ...... നിങ്ങളെല്ലാവരും ഒന്നിച്ചുകൂടിയതിൽ സന്തോഷം... ഒന്നിച്ചു നിന്നാലേ നമുക്ക് ഭയപ്പെടാതെ ജീവിക്കാൻ പറ്റൂ... സ്ത്രീകൾക്കു മാറു മറച്ചുകൂടാ... മുണ്ട് നീട്ടി ഉടുത്തുകൂടാ... അക്ഷരം പഠിച്ചുകൂടാ... ഉച്ചത്തിൽ സംസാരിച്ചുകൂടാ... വീട്ടിനുള്ളിലും പുറത്തും സ്വതന്ത്രമായി നടന്നുകൂടാ... ഇതെന്തു ന്യായം... ഇതെന്തു നീതി... ഈ സ്ഥിതി മാറണം. സ്ത്രീകൾ റൗക്കയിടണം. മേൽമുണ്ട് ധരിക്കണം. വഴി നടക്കാനും ഉച്ചത്തിൽ വർത്തമാനം പറയാനും നമുക്കും അവകാശമുണ്ട്. സമൂഹത്തിൽ രണ്ടു ജാതിയേയുള്ളൂ... ആണും പെണ്ണും... അവർക്ക് തുല്യ അവകാശമുണ്ട്. ജോലിക്ക് തുല്യകൂലിയും ഭരണത്തിൽ പകുതിയും സ്ത്രീയുടെ അവകാശമാണ്. നാട്ടിലെ മുന്തിയ ജാതിക്കാർ പെണ്ണിന്റെ മാനവും, പഠിക്കാനും പണിയെടുക്കാനുമുള്ള അവകാശവും

തട്ടിയെടുക്കുന്നു. അവരുടെ കിങ്കരന്മാരായ പൊലീസുകാർ നിയമവും നീതിയും നടപ്പിലാക്കാതെ പാവങ്ങളെ അടിച്ചൊതുക്കുന്നു. ഇവിടുത്തെ മണ്ണ് നമുക്കുകൂടി അവകാശപ്പെട്ടതാണ്. മണ്ണിൽ പണിയെടുക്കുന്നവനാണ് മണ്ണിന്റെ അവകാശി. പാവപ്പെട്ട പണിയാളർ മാടുകളെപ്പോലെ പണിയെടുത്താണ് ഉടമ അവന്റെ അറ നിറയ്ക്കുന്നത്. പാവങ്ങളുടെ കൂലിയും കുടികിടപ്പും നിഷേധിക്കുന്ന ജന്മിത്തം അവസാനിപ്പിക്കണം. അതിനുവേണ്ടി നമ്മൾ സംഘടിച്ചു പോരടിക്കണം. ആ പോരാട്ടത്തിൽ സഖാക്കളേ... നമ്മൾ സ്ത്രീകൾ മുന്നിൽ നിൽക്കണം.

ആര്യാദേവിയുടെ ആവേശകരമായ ശബ്ദം ആർത്തിരമ്പി വീണു. സ്ത്രീകൾ ശ്വാസമടക്കി കേട്ടുനിന്നു. അനേകം പൊലീസുകാരും കമ്യൂണിസ്റ്റുകാരടക്കമുള്ള നാട്ടുകാരും കാവൽക്കാരെപ്പോലെ കാതോർത്തു നിന്നു.

പൊലീസ് ജന്മിമാരുടെ ഗുണ്ടകളാണ്. നെറികെട്ട ഭരണകൂടം ജന്മിത്വത്തെ വെള്ളപൂശുന്നു. ഇതനുവദിച്ചുകൂടാ... സ്ത്രീകളെ, വിപ്ലവകാരികളെ തൊടാൻ വിട്ടുകൊടുക്കരുത്. തിരിച്ചടിക്കണം. ജന്മി ആയാലും പൊലീസായാലും തിരിച്ചടിക്കുന്നത് കൊലപാതകത്തിലൂടെയല്ല. ചെറുത്തുനില്പ്, സമരമാണ്. ഒറ്റ തൊഴിലാളിയും പാടത്തിറങ്ങരുത്. നാട്ടിയും കൊയ്ത്തും മെതിയും ബഹിഷ്കരിക്കണം. അരിവാൾ നെല്ലു കൊയ്യാൻ മാത്രമുള്ളതല്ല. ജന്മിത്വത്തിന്റെ തല കൊയ്യാൻ കൂടിയുള്ളതാണ്. അടുപ്പെരിയാത്ത കുടിലിന്റെ ഓലവാതിൽ പൊളിക്കുന്നവന് മറുപടി കൊടുക്കണം. ഉലക്ക നെല്ലുകുത്താൻ മാത്രമുള്ളതല്ല. അത് പൊലീസുകാരുടെ ലാത്തിയേക്കാൾ ശക്തമായ ആയുധമാണ്. ഉപദ്രവിക്കാൻ വന്നാൽ ഉടലോടെ തിരിച്ചയക്കരുത്. നാളെ മുതൽ മാറു മറയ്ക്കാത്ത വൃദ്ധകൾ റാക്ക ധരിക്കണം. മാറു മറയ്ക്കുന്ന സ്ത്രീകൾ മേൽമുണ്ട് ധരിക്കണം. പണിയെടുത്താൽ കണക്ക് പറഞ്ഞ് കൂലി വാങ്ങണം. അത് പണമായാലും പതമായാലും. തമ്പുരാന്റെ മുന്നിൽ കുമ്പിട്ടു നിൽക്കരുത്. തല ഉയർത്തി നട്ടെല്ലു നിവർത്തി നിൽക്കണം. അഞ്ച് വയസ്സായ കുട്ടികളെ അക്ഷരം പഠിപ്പിക്കണം. ഏതു കൊലകൊമ്പനായാലും തമ്പ്രാനെന്ന് വിളിക്കരുത്. നമ്മളാരും ഒറ്റയ്ക്കല്ല. ഒന്നാണ്. തൊഴിലാളി വർഗ്ഗം ഏറ്റവും വലിയ സംഘടിത ശക്തിയാണ്. വിപ്ലവം ജയിക്കട്ടെ.

മലവെള്ളപ്പാച്ചിൽ പോലെ കുത്തിയൊലിച്ചുവന്ന ആര്യാദേവിയുടെ വർത്തമാനങ്ങൾ ഇടിമുഴക്കം പോലെ നാടിന്റെ മച്ചകം കുലുക്കി. ചുമരുകൾ ഞെട്ടി വിറച്ചു. പൊലീസുകാരുടെ നിശ്ശബ്ദത ശ്രദ്ധേയമായിരുന്നു. ഇങ്ക്വിലാബിന്റെ ആരവം ആളിപ്പടർന്നു. കർഷകരും മറ്റു തൊഴിലാളികളും ആവേശത്താൽ ഇളകി മറിഞ്ഞു...

ജന്മിത്തം തുലയട്ടെ...

മഹിളാസംഘം സിന്ദാബാദ്...

സിന്ദാബാദ്... ചീരു തൊണ്ടപൊട്ടുമാറുച്ചത്തിൽ നീട്ടിവിളിച്ചു.

മഹിളാസംഘം സിന്ദാബാദ്...
കർഷകസംഘം സിന്ദാബാദ്...

****

അന്തിക്കു മുൻപേ ചീരു വീട്ടിലെത്തി.

വല്ല കൊയപ്പോണ്ടായോ ചീരോ...? ഞാനങ്ങ് ബേജാറായിപ്പോയിനും...

കാളിക്കുട്ടി പറഞ്ഞു.

ങേ.... ന്ത് കൊയപ്പം... നല്ല പൊന്നുംകൊടം പോലൊരു പട്ടത്തി വന്നിനും.... ആര്യാദേവി... ഹോ...ഹോ... കാവിലെ ബഗോതി തന്നെ.... എന്താ വർത്താനം... തൊണ്ട പൊട്ടുംപോലെ ഒച്ചേല്.... ആളോള് ഞെട്ടിപ്പോയിനും... ഓർക്കുമ്പോ കുളിര്... ദേ... മനസ്സും തലേം പെരുത്ത് കേറ്ന്ന്.

ഉത്സാഹംകൊണ്ട് ചീരുവിന്റെ മുഖം ചുവന്നു. ഉന്മേഷത്താലവളുടെ കണ്ണുകൾ വിടർന്നു. ആവേശത്താൽ അവൾ ആർത്തു ചിരിച്ചു.

ഞങ്ങളെ ജാഥേടെ പേര് കേരള മഹിളാസംഘംന്നാ.... മഹിളാസംഘം സിന്ദാബാദ്...

എല്ലാം കേട്ടുകൊണ്ടിരുന്ന കാളിക്കുട്ടിയുടെ കണ്ണുകളും ചൂട്ടുവെളിച്ചംപോലെ മിന്നിത്തിളങ്ങി. അമ്മിഞ്ഞപ്പാൽ കുടിച്ചുകൊണ്ടിരുന്ന കുഞ്ഞു ദേവനും കൈകാലിളക്കി ചിരിച്ചു.

എന്റെ മോളേ.... ഈന്റെ പേരില് വല്ല പൊല്ലാപ്പും വരോടീ.... കാളിക്കുട്ടി ഭീതയായി.

എന്ത് പൊല്ലാപ്പ്... വന്നാലപ്പൊ കാണിച്ചുകൊട്ക്കന്ന്ണ്ട്. മ്മളാരും ഒറ്റക്കല്ലാന്നാ ആര്യാദേവി പറഞ്ഞേക്ക്ന്നേ.... നമ്മളൊറ്റക്കെട്ടാണേനും. മഹിളാസംഘോം കർഷകസംഘോം ഒന്നാണോലും മ്മേ....

ങാ... വല്യ വായിൽ വർത്താനം പറഞ്ഞേച്ച് ഓറങ്ങ് പോവും... അനുപവിക്കണ്ടത് ഇവ്ടൊള്ളോറാ... ഇരുമ്പ് പയ്ക്കുമ്പം കൊല്ലനും കൊല്ലത്തീം തന്നേണ്ടാവ്ള്ളൂ... ങാ...

കാളിക്കുട്ടി ഓരു നാട്ടുന്യായം പറഞ്ഞു.

അയിന് ഇവ്ടൊരു കമ്മറ്റിണ്ടാക്കീട്ട്ണ്ട് അമ്മേ... അത്മ്മല് മാത്വേടത്തി എന്റെ പേരും ചേർത്തിനി.. ചീരു അഭിമാനത്തോടെ പറഞ്ഞു.

ഇന്റെ പേരോ... ദൈവേ... ഞ്ഞി ന്താച്ചാ ചെയ്തൂട്. എനക്കൊന്നും പറയാനില്ലേ... കാളിക്കുട്ടി പിന്നെയും എന്തൊക്കെയോ പറഞ്ഞുകൊണ്ടിരുന്നു.

കുയിമ്പികോമനും മണ്ടോടി കണ്ണനും ചില്ലറക്കാരാ...? നല്ല ഉശിരുള്ള സഖാക്കള്... കൊന്നാള്ഞ്ഞ്ല്ലേ.... കോങ്രസ്സും പൊലീസാറും കൂടി. എന്റെ ചാത്തൂനെപ്പോലെ ബഹു കേമന്മാരാണേനും.... ഒഞ്ചിയത്തിന്റെ വീരമക്കൾ.... ഒന്നും രണ്ടും ല്ല... എട്ടെണ്ണം ചേന്നാട്ടു താഴെ വയില്ല്

കോങ്ക്രസ്സാരുടെ എം എസ് പിക്കാർ പയിനേയ്‌വട്ടാവെടിവെച്ചേ... അളവക്കൽ കൃഷ്ണേട്ടന്റെ തല പൊട്ടിക്കീറി കെടക്ക്ന്ന കാഴ്ച... കോവാലേട്ടൻ, കണാരേട്ടൻ, രാരുട്ടി... പടച്ചോനേ... ഓർമ്മിക്കുമ്പോ ഇപ്പോം തല പെരുക്ക്ന്ന്ണ്ട്. ചോര കൊറേ വീണ മണ്ണാ ചീരോ ഒഞ്ചിയം... ഒടുവിലിന്റെ ചാത്തും. ഇനി എത്രെണ്ണാന്നാർക്കറിയാ...

കാളിക്കുട്ടിയുടെ ഓർമ്മകൾ തിളച്ചുമറിഞ്ഞു. കണ്ണുകൾ നിറഞ്ഞ് തൂവി. എല്ലാംകേട്ട് ചീരൂന്റെ കണ്ണുതള്ളി, വായ തുറന്നിരുന്നു.

ഈ കോങ്ക്രസ്സ് അത്ര ദുഷ്ടമ്മാറാ...? ചീരു ചോദിച്ചു.

ങാ... ആ കോവാലന്നായർ കോങ്ക്രസ്സല്ലേ മോളേ... ഇവ്ട്ത്തെ നമ്പ്യാമ്മാറും പള്ളിക്കാറും ഒക്കെ കോങ്ക്രസ്സാ... ഓറാ നാടു ബരിക്ക്ന്നെ. പൊലീസ് ഓറെ വാലാട്ടികളാ ചീരോ...

കാളിക്കുട്ടിയുടെ പല്ലു ഞെരിഞ്ഞു. ചീരു ശബ്ദിച്ചില്ല. പിന്നീടൊരു നിശ്വാസത്തോടെ അവൾ പറഞ്ഞു.

ഓറ് എത്ര കൊന്നാലും കമ്മ്യൂണിസ്റ്റ് പാർട്ടീല് ആള് കൂടേള്ളു... ആര്യാദേവീനെപ്പോലെ. ഓറും കമ്മ്യൂണിസ്റ്റാ... ന്റെ സകാവിനെപ്പോലെ ഞാനും കമ്മ്യൂണിസ്റ്റാ... ന്റെ മോൻ വളർന്നാൽ ഓനും കമ്മ്യൂണിസ്റ്റാവും എനക്കൊറപ്പാ...

ചീരൂന്റെ വർത്തമാനം കേട്ട് ദേവൻ മുലവിട്ട് മോണകാട്ടിച്ചിരിച്ചു. അവന്റെ കടവായിലൂടെ മുലപ്പാലൊഴുകി.

****

ചീരു മാതുനോടൊപ്പം പാടത്തിറങ്ങി. കൊയ്ത്തും മെതിയും തകൃതിയായി നടന്നു. പാടങ്ങളിൽ കൊയ്യിക്കാൻ വരുന്ന കാര്യസ്ഥന്മാർ ഓലക്കുട ചൂടി പാടവരമ്പത്ത് നിൽക്കും. കുനിഞ്ഞുനിന്ന് കൊയ്ത് കെട്ടുന്ന പെണ്ണുങ്ങളെ പഴയതുപോലെ ശാസിക്കാനും കണ്ണുകൊണ്ടുഴിഞ്ഞ് ശൃംഗരിക്കാനും അവർ ഭയന്നു. എന്നാൽ കേളോത്തു നമ്പ്യാരുടെ കാര്യസ്ഥനായിരുന്ന രാരപ്പൻ നായർ നെഞ്ചത്തെ നരച്ച രോമങ്ങൾ തടവി കൊമ്പൻമീശ പിരിച്ച് കണ്ണടക്കുള്ളിലൂടെ കൊയ്തുകേറുന്ന സ്ത്രീകളുടെ മൂട്ടിൽ കണ്ണും നട്ടിരുന്നു. അപ്പോഴയാളുടെ നീളത്തിലുള്ള കോണകവാൽ, കക്ഷത്തിലേക്കു തെറുത്തു കയറ്റിയ മുണ്ടിന്റെ കോന്തല ഭേദിച്ച് താഴേക്കു ഞാന്നു കിടക്കും. കൊയ്യുന്ന സ്ത്രീകൾ മുട്ടോളം കയറ്റിക്കുത്തിയ മുണ്ടിനു താഴെ നഗ്നമായ കണങ്കാൽ കണ്ണുകൾകൊണ്ട് നക്കിത്തുടക്കുന്ന രാരപ്പൻ നായരെ രൂക്ഷമായി നോക്കിക്കൊണ്ട് ചീരു തന്റെ മുണ്ട് മണ്ണിൽ മുട്ടിച്ചുകൊണ്ടാണ് പണിയെടുത്തിരുന്നത്.

അനക്കാ മുണ്ടൊന്ന് മേലോട്ട് കാറ്റ്യുടുത്തൂടെ ചീരോ...? തൊണ്ടിലെ കുമ്മിളിത്തള്ളേടെ ചോദ്യം.

ങാ.. എന്നിറ്റ്വേണം നായര് ന്റെ കാലുമ്മേ ചവിട്ടാൻ വരാൻ...

അതു നേരാണെന്ന് കുമ്മിണിത്തള്ളക്കും തോന്നി. നായർക്ക്

പ്രായോം തരോം പ്രശ്നമല്ല. പെണ്ണായാൽ മതി. തരംകിട്ടിയാൽ അവളുടെ മൂട്ടിൽ തട്ടിയതുതന്നെ. ഒരു ദിവസം അയാളുടെ നഖം വളർന്നു വികൃതമായ കൈ ചീരുന്റെ മൂട്ടിലും എത്തി. കൊയ്തിട്ട കറ്റയും പേറി പാടവരമ്പത്തേക്കു കയറിയ ചീരൂന്റെ പിന്നിൽ നിന്നയാൾ അമർത്തിപ്പിടിച്ചു. അവൾ ഞെട്ടി വിറച്ചു. കറ്റയും അവളും ഒന്നിച്ച് പാടത്തേക്ക് മറിഞ്ഞു. പല്ലിളിച്ചു നിൽക്കുന്ന ആ ശൃംഗാര മൂരിയെ നോക്കി ചീരു അമറി.

നായേ... മര്യാദിക്കിരുന്നോ... അല്ലാച്ചാ ആ കൈ ഞാൻ വെട്ടും...

ചീരു അമറി. കേട്ടു നിന്നവർ സ്തബ്ധരായിപ്പോയി. രാരപ്പൻ നായർ ഒന്നും സംഭവിക്കാത്ത മട്ടിൽ പാടവരമ്പത്തുനിന്നും തിരിച്ചുപോയി. എന്നാൽ സംഘടനക്കാർ അതൊരു പ്രശ്നമാക്കാതെ ക്ഷമിച്ചു. പക്ഷേ, ചീരൂനതു ക്ഷമിക്കാനായില്ല. ഗോപാലൻ നായര് മുതൽ രാരപ്പൻ നായർ വരെ മാടമ്പിമാരുടെ ഒരു നിരതന്നെ പലപ്പോഴും പല വേഷത്തിൽ ചീരുന്റെ ശരീരത്തിന്റെ സ്വാദറിയാൻ ശ്രമിച്ചതവളോർത്തുകൊണ്ടിരുന്നു. അവളത് മനസ്സിലടക്കി. പാടത്ത് കൊയ്ത്തിനും നാട്ടിപ്പണിക്കും ഉത്സാഹത്തോടെ ചീരു ഇറങ്ങി. അവളുടെ മനസ്സിൽ ദേവനെ വളർത്തി കേമനാക്കണമെന്ന ചിന്ത അത്രമാത്രം തീവ്രമായിരുന്നു.

****

ആര്യാദേവിയും അക്കമ്മ ചെറിയാനുമൊക്കെ നാട്ടിൽ വന്നുപോയി. കർഷകസംഘവും മഹിളാസംഘവുമൊക്കെ വളരാൻ തുടങ്ങി. ചീരുന്റെ മോൻ എലമെന്ററി സ്കൂളിൽ നിന്നും ഹൈസ്കൂളിലേക്കു കയറി. ചീരു മഹിളാ സംഘം പ്രസിഡന്റായി. പിന്നെ സെക്രട്ടറിയും.

കാളിക്കുട്ടി നല്ലൊരു പുള്ളുവൻ പാട്ടുകാരിയാണെന്ന് കേട്ടിട്ടുണ്ട്. മുറിയുടെ മൂലയിൽ വെച്ചിരുന്ന കുടം എന്താണെന്ന് ചീരൂന് മനസ്സിലായിരുന്നില്ല. ചാത്തുവാണവൾക്കത് പറഞ്ഞുകൊടുത്തത്.

അതാണ് പുള്ളോർക്കുടം..... സർപ്പബലിക്കും ചാവുദോഷത്തിനും ഒക്കെ അമ്മ പാടാൻ പോയിട്ടുണ്ട്. ഞാൻ കമ്മൂണിസ്റ്റ് പാർട്ടീല് വന്നേപ്പിന്നെ അമ്മ അതൊക്കെ നിർത്തി.

ഉം....? ന്താ കമ്മൂണിസ്റ്റാർക്കു പാട്ടു കേട്ടൂടേ...? ചീരു പെട്ടെന്ന് ചോദിച്ചു.

അതോണ്ടല്ല ചീരു... സർപ്പബലി, ബലിക്കള.... ഇതൊക്കെ അന്ധവിശ്വാസാ ചീരു...

ബലിക്കളയേയോ... അതു വയില്ന്ന് പറിക്കുന്ന കളയാ.... ചീരൂന് സംശയം.

അല്ലെടീ പൊട്ടീ... മ്മടെ മലബാറിൽ നായമ്മാറും നമ്പ്യാമ്മാറും കുടുംബത്തിലെ പെണ്ണുങ്ങക്ക് പള്ളേലുണ്ടാവുമ്പം നടത്തുന്ന ഒരു ചടങ്ങുണ്ട്. ഒമ്പതാം മാസത്തില്....... ചാത്തു വിശദമായി പറഞ്ഞു

കൊടുത്തു.

ഗോപാലൻ നായരെ ബലിക്കളെക്ക് പാടാൻ അമ്മേനെ വിളിച്ചിനും... ഞാൻ സമ്മേച്ചില്ല.

ഒരു ദിവസം ചീരു പണികഴിഞ്ഞു വരുമ്പം കാളിക്കുട്ടി മൂലയിൽ വെച്ചിരുന്ന കുടമെടുത്തു തുടയ്ക്കുന്നു.

ഇതെന്താമ്മേ... ചീരു ചോദിച്ചു.

ഇതെന്റെ ജീവിതമാണേയ്നും... ന്നാല് ന്റെ മോനത് പറ്റൂലാന്ന് പറഞ്ഞ്.

പിന്നെന്തിനാമ്മ ഇപ്പതെടുത്തേ... ചീരു ചോദിച്ചു.

കാളിക്കുട്ടി കുടത്തിനു പുറത്ത് ചുണ്ണാമ്പുകൊണ്ട് ചില വരകൾ വരച്ചു. കുടത്തിന്റെ കഴുത്തിലെ ചരടു മുറുക്കി.

പണിക്ക് പോവാത്തപ്പം എനക്ക് പാടാൻ പോവ്വാല്ലോ... പുള്ളോപ്പാട്ടിനിപ്പോ ആളില്ല... ആളോൾക്കിപ്പഴും ഇൗല്ല് വല്യ വിശ്വാസാ... പാട്യാല് നല്ല പൈസേം കിട്ടും...

കാളിക്കുട്ടി പറഞ്ഞു.

അയിനിപ്പോ ആരേലും പുള്ളോപ്പാട്ട് പാടിക്കോ അമ്മേ...?.. ചീരു ചോദിച്ചു.

പാടിക്കില്ലാന്ന് നിന്നോടാരേലും പറഞ്ഞോ ചീരോ... നായമ്മാരിപ്പോ പോലും ബലിക്കള നടത്താറുണ്ടേ... രണ്ടൂന്നു കോളു വന്നിറ്റ്ണ്ട്. കാളിക്കുട്ടി ഉത്സാഹത്തോടെ പറഞ്ഞു.

അതു വേണോമ്മേ.... സകാവു വേണ്ടാന്നു പറഞ്ഞതല്ലായ്നോ...

അതൊക്കെ കയിഞ്ഞില്ലേ ചീരോ... എനക്കിത്തിരി വെറ്റിലടക്കേം പയ്യിനിത്തിരി പുല്ലും പിണ്ണാക്കും വാങ്ങാനും പൈസ കിട്ടൂല്ലേ എന്റെ മോളേ...

കാളിക്കുട്ടിയുടെ കണ്ണിലെ വെളിച്ചം കണ്ടപ്പോൾ ചീരുവിന് പിന്നെ എതിർക്കാൻ കഴിഞ്ഞില്ല.

അച്ഛമ്മേന്റിഷ്ടം പോലെ ആയ്ക്കൊട്ടമ്മേ.... ദേവൻ പറഞ്ഞു,

അവനിപ്പോ വലിയ ക്ലാസിലാണ് പഠിക്കുന്നത്. വലിയ പാട്ടുകാരനും വായനക്കാരനുമൊക്കെയാണ്. പശുവിനെ കറക്കുന്നതും പാലു കൊണ്ടുപോയി വിറ്റു സാധനങ്ങൾ വാങ്ങിക്കൊണ്ടു വരുന്നതും അവൻ തന്നെയാണ്. തൊട്ടടുത്ത് തന്നെയുള്ള ജനസേവിനി വായനശാലയുടെ ലൈബ്രേറിയനും ദേവനാണ്.

ജനസേവിനി വായനശാല... ആ ബോർഡെഴുതുമ്പോ ചീരു ചോദിച്ചു.

ഇതെന്താ മോനേ ബോർഡ്... സകാവിന്റെ പേരുണ്ടല്ലോ... ചാത്തു സ്മാരക ആർട്സ് ആന്റ് സ്പോർട്സ് ക്ലബ്ബ്.

അതൊക്കെ പാർട്ടീടെ ഓരോ സെറ്റപ്പാ അമ്മേ... ചുമതലയെല്ലാം എനക്കെന്നെ...

ദേവൻ എത്ര ഭംഗിയായിട്ടാണ് സംസാരിക്കുന്നത്. വീട്ടിലും നാട്ടിലും

കേൾക്കുന്ന പ്രാദേശിക ഭാഷാ സ്വാധീനം അവനിലേശിയിട്ടില്ല. അച്ചടി ഭാഷയിലാ വർത്തമാനം... ഒരിക്കൽ ആരോ ചോദിച്ചത്രേ...

ഞ്ഞി തെക്കനാ...?

തെക്കനോ...? ദേവനതു മനസ്സിലായില്ല. അവന്റെ നെറ്റി ചുളിഞ്ഞു.

ഞ്ഞി സ്റ്റേറ്റാണോന്ന്... അതും മനസ്സിലാവാതെ വന്നപ്പോഴാണ് ചന്ദ്രൻമാഷ് സഹായത്തിനെത്തിയത്.

തെക്കനെന്നും സ്റ്റേറ്റെന്നുമൊക്കെ ഇവിടുത്തുകാര് പറയുന്നത് തെക്കൻ കേരളത്തിൽ നിന്നും വരുന്നവരെയാണ്. അതായത് ഏതാണ്ട് കോട്ടയം മുതൽ തെക്കോട്ട് അവർക്ക് സ്റ്റേറ്റാ... അതാണ് തെക്ക്. തെക്കരെ ഇവിടുത്തുകാർക്ക് പുച്ഛവുമാണ് ഭയവുമാണ്.... കൊഴപ്പക്കാരാണത്രേ...

ദേവൻ അത്ഭുതപ്പെട്ടു. അമ്മയും അച്ഛമ്മയും പറയുന്ന ഭാഷ കേട്ടാണവൻ വളർന്നത്. പക്ഷേ... അതിന്റെ സ്വാധീനം അവനിലേശി യിട്ടില്ല. ഓർമ്മവെച്ച കാലംമുതൽ അവന്റെ സഹവാസം വേണുമാഷോ ടൊപ്പമായിരുന്നല്ലോ.... ഇത്തിരിയില്ലാത്ത ഒരു കുട്ടി പാലുമായി ചായക്കടയിലെത്തിയിരുന്നത് ശ്രദ്ധിച്ചിരുന്നത് വേണുമാഷാണ്.

ചാത്തൂന്റെ മോനാ...

ആളുകൾ പറഞ്ഞു.

ആ കുട്ടിക്കൊരു ചായേം കനോം കൊടുത്തേക്ക് രാരുട്ട്യേട്ടാ.. പൈസ ഞാൻ തരാം...

ഒരിക്കൽ വേണുമാഷ് പറഞ്ഞു.

എനക്ക് വേണ്ട... ചായ പൊരേല്ണ്ട്... അച്ഛമ്മ കപ്പ പുഴുങ്ങുന്നുണ്ട്... അതുമതി..

ദേവന്റെ വാക്കുകേട്ട് വേണുമാഷ് ചിരിച്ചു. അവൻ തിരിച്ചു പോരുമ്പോൾ മാഷുമുണ്ടായിരുന്നു കൂടെ. അന്നു തുടങ്ങിയതാണ് ആ അടുപ്പം. അവൻ വളരുന്നതോടൊപ്പം അവരുടെ അടുപ്പവും വളർന്നു.

ദേവനെ സ്കൂളിൽ ചേർക്കാൻ സഹായിച്ചതും പിന്നീടിങ്ങോട്ട് അവന്റെ ഓരോ ചുവടുവെയ്പ്പിലും വേണുമാഷുണ്ടായിരുന്നു.

രക്തസാക്ഷി ചാത്തൂന്റ മകൻ...

ദേവനെ സ്കൂളിൽ ചേർത്തതിൽ മുറുമുറുപ്പുള്ള പ്രമാണിമാ രുണ്ടായിരുന്നു.

ഓ.... ചാത്തൂന്റെ മോൻ പഠിച്ചു പേഷ്ക്കാറാവാൻ പോവല്ലേ...

അവർ അടക്കം പറഞ്ഞു.

അധഃകൃതനാണ്.... അക്ഷരം പഠിച്ചിട്ടെന്താ... നാവും ചെവിയും അരിഞ്ഞുതള്ളേണ്ട ജാതിയാ...

അവർക്കഭിപ്രായമുണ്ടായിരുന്നു.

പൊന്തി വരട്ടേന്ന്... അച്ഛന്റെ വഴിതന്നെ..... ആളുകൾ മനസ്സിൽ പറഞ്ഞു. പക്ഷേ, ചീരു അതൊന്നും ശ്രദ്ധിച്ചില്ല. വേണുമാഷുണ്ടാ യിരുന്നു അവനു കരുത്തായി.

വേണുമാഷ് തിരുവിതാംകൂറുകാരനാണ്. കുട്ടനാടൻ മണ്ണിൽ

കുരുത്ത സമ്പന്ന കുടുംബത്തിലെ സന്തതി. വേമ്പനാട്ടു കായലും കുട്ടനാടൻ പുഞ്ചയും പുന്നപ്ര വയലാറും സമരേതിഹാസങ്ങളുടെ ചായം പൂശിയ മണ്ണിൽനിന്ന് മലബാറിലേക്കു ജോലി തേടിവന്ന തെക്കൻ. ദേവനോട് വേണുമാഷിനു തോന്നിയ അനുകമ്പ അപാരമായിരുന്നു. അവന്റെ കഴിവുകൾ വളർത്തിയെടുക്കാൻ ആ അദ്ധ്യാപകൻ ശ്രദ്ധിച്ചിരുന്നു. മാഷ് മുൻകൈ എടുത്താണ് അവിടെ വായനശാലയും ആർട്സ് ക്ലബ്ബും ഒക്കെയുണ്ടായത്.

വായനശാലയുടെ വാർഷികത്തിനാണ് ദേവൻ ആ കവിത വായിച്ചത്. ചങ്ങമ്പുഴയുടെ *വാഴക്കുല*. കുമാരനാശാൻ, വള്ളത്തോൾ, ഇടശ്ശേരി തുടങ്ങി ദേവന്റെ ജീവിതത്തിലേക്ക് വേണുമാഷ് കൊണ്ടുവന്ന ദീപ്തമായ സാഹിത്യ സ്വാധീനം ആ ബാലനെ ആഴത്തിൽ സ്പർശിച്ചു.

കവിത വായിക്കുമ്പോൾ സദസ്സിന്റെ മുൻനിരയിലുണ്ടായിരുന്നു ഗോപാലൻ നായരും അപ്പു നമ്പ്യാരും പിന്നെ ദേവന്റെ സതീർത്ഥ്യരും ശാരദാമണി ടീച്ചറും. സദസ്സിന്റെ പിന്നിലെവിടെയോ പാത്തും പതുങ്ങിയും കാളിക്കുട്ടിയും ചീരുവുമുണ്ടായിരുന്നു.

ചാത്തൂന്റെ ചെക്കൻ കേമനാണല്ലോ....

ഗോപാലൻ നായർ അപ്പു നമ്പ്യാരോട് പറഞ്ഞു.

ഏറെക്കാലമായി കിടപ്പിലായിരുന്ന അയ്യപ്പൻ വടിയും കുത്തിപ്പിടിച്ചു വന്നിരുന്നു. ദേവന്റെ അദ്ധ്യാപകർ മാത്രമല്ല, ചാത്തൂന്റെ ചങ്ങാതിമാരും സഖാക്കളും കരുതലോടെ കാതോർത്തു. ചാത്തൂന്റെ മകൻ സ്കൂളിലെ മിടുക്കനായ കുട്ടി. വിദ്യാർത്ഥി സമരങ്ങളിലെ മുൻനിരക്കാരൻ. നാട്ടിൽ എല്ലാവർക്കുംവേണ്ടി ഓടിനടക്കുന്ന സന്നദ്ധ പ്രവർത്തകൻ. ചീരൂനെ പാടത്തും കാളിക്കുട്ടിയെ വീട്ടിലും സഹായിക്കാൻ ഒരുക്കമുള്ള മിടുക്കൻ. പശുവിന് പുല്ലറുക്കാനും പാലു കറന്ന് പീടികയിലെത്തിക്കാനും അടുക്കളയിൽ കഞ്ഞി വെയ്ക്കാനും ദേവന്റെ കൈകളുണ്ടാകും.

ഓനെന്റെ ചാത്തൂന്റോലെത്തന്നാ... പടച്ചോനേ ന്റെ കുഞ്ഞനെ കാക്കണേ... കാളിക്കുട്ടി എല്ലായ്പ്പോഴും പ്രാർത്ഥിക്കും. കാലം കഴിയും തോറും ചാത്തുന്റെ പേരു മായുകയും ദേവന്റെ പേരു തെളിയുകയും ചെയ്തു. കൂട്ടത്തിൽ ചീരുന്റെയും.

ഞ്ഞ്യാ ചീരൂന്റെ മോനല്ലേടോ...?

ങാ.... എന്റച്ഛനാ ചാത്തു... രക്തസാക്ഷി ചാത്തു... ദേവൻ അഭിമാനത്തോടെ പറയും.

കാര്യങ്ങളങ്ങനെയൊക്കെയാണെങ്കിലും ദേവനെ ഇഷ്ടപ്പെടാത്തവരും ഉണ്ടായിരുന്നു. അവന്റെ പഠിപ്പും പ്രസംഗവും പൊതുപ്രവർത്തനവും വിദ്യാർത്ഥി രാഷ്ട്രീയവുമൊക്കെ മുള്ളു കുത്തുംപോലെ മനസ്സിൽ കൊണ്ടുനടക്കുന്നവർ...

ഓന്റെ വിത്തല്ലേന്ന്.... സൂക്ഷിക്കണം... കൊഴപ്പാ... കുട്ടിസഖാവിനെ മൊളേലേ നുള്ളണം.

ആൽത്തറയിലും കരയോഗത്തിലുമൊക്കെ തങ്ങിനിന്ന മുറുമുറുപ്പ്

രാഷ്ട്രീയത്തിലുമെത്തി.

ഓൻ മുണ്ടു മടക്കിക്കുത്തി നടക്ക്ന്ന്. മുടി ചീകിവെക്ക്ന്ന്... വായനശാലേലും വഴിവക്കിലുമൊക്കെ നിന്ന് വായ നെറച്ചു വർത്താനോം പറേന്ന്. കമ്മൂണിസ്റ്റാറ് മൂത്ത് പയ്ത്ത് നിക്ക്ന്ന്. പെണ്ണുങ്ങളും കർഷ കരും വേറെ... പൊലീസാറ് പഴേപോലല്ല... ഓമ്മാര് പേടിക്കൊടലമ്മാറാ... പണിയെടുക്കാൻ സമയം വച്ചേക്ക്ന്ന്... പൊലച്ചെ വയില്ലെറങ്ങ്ന്ന്ല്ല... എട്ടുമണി... അന്തിക്ക് മുമ്പിട്ടെന്നെ പണി നിർത്തും. അഞ്ചു മണിക്ക്. കൂലിക്കും കണക്ക് പറയും. നിഷേധിച്ചാൽ പണിമുടക്ക്. കൊയ്ത്തിനും നാട്ടിയ്ക്കും ഉഴാനും വെതയ്ക്കാനും ഓറ് ബെരൂല.... ശവം ദഹിപ്പിക്കാ നൊരു മാവു വെട്ടണേലും പാർട്ടിക്കാറോട് സമ്മതം വാങ്ങണം. പരട്ടകൾ. അനങ്ങിപ്പോയോ, ഇയ്യാംപാറ്റകളെപ്പോലാ... ഓടിക്കൂടും..... മുഷ്ടിചുരുട്ടി മുകളിലേക്കെറിയും... പിന്നെ ഇങ്കിലാബ് സിന്ദാബാദ്... ഓൻ.... ഓനാ നേതാവ്... കൊല്ലണം.

നമ്പ്യാമ്മാറുടെ നാവിൽനിന്നു തെറിച്ചുവീണ വാക്കുകൾ ചീരൂന്റെ ചെവിയിലുമെത്തി. ചാത്തൂന്റെ മരണശേഷം താനനുഭവിച്ച സങ്കടങ്ങൾ... നേരിടേണ്ടിവന്ന ഭീഷണികൾ... അപമാനം... പീഡനങ്ങൾ... മുട്ടോളം മുതിർന്ന കുഞ്ഞിന്റെ പ്രാണൻ രക്ഷിക്കാൻ കൈവിട്ടുകളഞ്ഞ സ്ത്രീത്വം... അതിന്റെ പ്രതികാരമായി ഗോപാലൻ നായരുടെ കടിച്ചുമുറിച്ച കൈവിരൽ... ചീരേ... അന്നെ ഞാൻ തൊട്ടകാര്യം ആരോടും പറയാ ണ്ടിരുന്നാല് യ്യ് ന്റെ വെരലു കടിച്ചുമുറിച്ച കാര്യം ഞാൻ പൊലീസാറോട് പറയൂല.. മ്മക്കു രണ്ടാക്കും നഷ്ടാ... അതു രണ്ടാളും സഹിച്ചാൽ ന്റെ മോനെ അനക്കു കിട്ടും... അല്ലാന്ന് വെച്ചാ പൊലീസാറോനെ കൊണ്ടോയി ഇടിച്ചുകൊല്ലും... ഇന്നേം ഇന്റമ്മായിമ്മേനേം ഈ നാട്ട്ന്ന് പറപ്പിക്കും. ഓർത്തോ...

നായരുടെ ഭീഷണികേട്ട് ചീരു നടുങ്ങിപ്പോയി. സഖാവിന്റെ കൊത്തിപ്പൊളിച്ച മുഖം അവളോർത്തു. ഈ പ്രമാണിവർഗ്ഗം തന്റെ ദേവനെ കൊന്നാളും..... വയ്യ... അതോണ്ടെല്ലാം സ്വയം സഹിക്കാം... ദേവനോടും സഖാക്കളോടും സംഘടനയോടും ആരോടും പറയണ്ട... സ്വയം സഹിച്ചോളാം...

അന്തിവീണ നേരത്ത് കൊയ്തൊഴിഞ്ഞ വയലിലൂടെ കീറിപ്പറിഞ്ഞ മുണ്ടും റൗക്കയും വാരിപ്പിടിച്ച് ഓടിപ്പോരുമ്പോ ചീരു മരിച്ചിരുന്നു. കാത്തുവെയ്ക്കാൻ ബാക്കി ഒന്നുമില്ല. തന്റെ മോനു കാവലിരിക്കാൻ തന്റെ കബന്ധമെങ്കിലും ബാക്കി വേണം. കണ്ണീർ കുടിച്ചിറക്കി ചങ്കു കല്ലാക്കി ഓർമ്മകൾ കുടഞ്ഞെറിഞ്ഞ് കുടിലിനു പിന്നിലെ കിണറ്റിൽ നിന്നു വെള്ളം മുക്കി തലയിലൊഴിച്ച് തലയിലെ ചൂടാറ്റി. അപ്പോഴും മനസ്സു ചുട്ടുപൊള്ളുന്നുണ്ടായിരുന്നു. അകത്ത് ചിമ്മിനി വെട്ടത്തിൽ ദേവൻ തുരുതുരെ ഇംഗ്ലീഷ് വായിക്കുന്നതുകേട്ട് ചീരുവിന്റെ കണ്ണു നിറഞ്ഞു. അവനു കഞ്ഞി കോരിക്കൊടുക്കാനും പോറ്റി വളർത്താനും ജീവിച്ചേ പറ്റൂ... ഓർമ്മയിൽ വെന്ത് ഒരിറക്കു വെള്ളംപോലും

കുടിക്കാതെ ചീരു നിവർന്നുകിടന്നു. ഇനി എന്തുവന്നാലും ഒരിക്കലും കരയില്ലെന്നവൾ തീരുമാനിച്ചു.

****

സെക്രട്ടറി ആവാൻ എനിക്കിനി പറ്റൂല്ല... ചീരു തീർത്തുപറഞ്ഞു.

ഉം.... നാലീസം കൊണ്ട് ഇനിക്കെന്തായിപ്പോയി ചീരോ... പണിക്കും കണ്ടില്ലല്ലോ... മാതേടത്തി ചോദിച്ചു.

ങാ... സുകംല്ലായിനും...

അതോണ്ടാ സെക്രട്ടറി ആവാൻ പറ്റാത്തേ....? വീണ്ടും ചോദ്യം...

അതോണ്ടല്ല.... എനക്ക് കയ്യൂല.... അത്രന്നെ... ആ സാനത്തിരിക്കാൻ എന്നെ കൊള്ളൂല്ലാ...

അതെന്താ ചീരോ... ഇന്നെ കൊള്ളാണ്ട്... മഹിളാസംഘോം കർഷകസംഘോം.... ഒന്നുംണ്ടായിറ്റ് കാര്യല്ല...

പെണ്ണിന് ഇവ്ടെ കയ്യാൻ പറ്റുംന്ന് തോന്ന്ന്ണ്ടോ മാതേടത്ത്യേ... ഇല്ല... കയ്യൂലാ...

ചീരു വെറുപ്പോടെ പറഞ്ഞു.

യ്യ് ന്ത്ന്നാ ചീരേ കെടന്ന് വായ തൊറക്ക്ന്നേ.... സംഘം ള്ളോണ്ടാ മ്മളീ നാട്ടില് നട്ടെല്ല് നീർത്തിപ്പിടിച്ച് നടക്ക്ന്നെ... അതോർമ്മ വേണം...

ഓർക്കാനൊന്നും ല്ല... നല്ല പൊളപൊളപ്പൻ കരിന്തണ്ടമ്മാരിണ്ട് ഇവ്ടെ... എന്റെ സകാവ് പോയ വയ്ക്ക് എന്റെ മോനേം പറഞ്ഞയക്കാൻ പറ്റൂല്ലിനിക്ക്. എന്റെ ചെക്കനെ ആലോയ്ക്കുമ്പോ എനക്ക് പേടിയാവ്ന്ന്... എനിക്കിനി ഒന്നിനും കയ്യൂലാ...

ചീരു പരുഷമായി പറഞ്ഞു.

ഇവൾക്കെന്തു പറ്റി...? മാധവിയും തിരുമാലയുമൊക്കെ അമ്പരന്നു. എന്തിനും ആരുടെ മുന്നിലും തലപൊക്കി നിൽക്കാറുള്ള ചീരു... ആരെയും കൂസാത്ത തന്റേടി... ഇപ്പോഴിതാ ചിറകൊടിഞ്ഞ കിളിയെപ്പോലെ തുങ്ങിപ്പിടിച്ച് നിൽക്കുന്നു.

ഇനിക്കെന്ത്ന്നാ പറ്റയന്ന് പറ ചീരു... മാതേടത്തി നിർബ്ബന്ധിച്ചു.

എനിക്കൊന്നുല്ലേയ്നും... സെക്രട്ടറി ആവാൻ പറ്റൂലാന്ന് പറഞ്ഞാ പറ്റൂലാ...

ചീരു അത്രയും പറഞ്ഞ് തിരിഞ്ഞുനടന്നു. തന്റെ ധൈര്യം ചോർന്നു പോകുന്നുണ്ടെന്നവൾക്കു തോന്നി. ഗോപാലൻ നായരുടെ നാറിയ തുപ്പലുപുരണ്ട സ്വന്തം ചുണ്ടുകൾ അവൾ തൊട്ടുനോക്കി. അയാളുടെ പല്ലുകൾ ആഴ്ന്നിറങ്ങി ചുണ്ടു മുറിഞ്ഞ് വീർത്തിട്ടുണ്ട്. ചോരയൊലിക്കുന്നുണ്ടോ...? ഉണ്ട്... ചുണ്ടിലല്ല... മനസ്സിൽ... ചോരയും പഴുപ്പും കലർന്ന നാറുന്ന ചലം ചൊടിയിലൂടെ കണ്ണീരിൽ കലർന്ന് മനസ്സിനെ മുക്കുന്നു.

കൊയ്തൊഴിഞ്ഞ വയലിൽനിന്നും കുറച്ചു കച്ചിക്കുറ്റി പറിച്ചെടുത്ത്

പറമ്പിൽ ചേമ്പും ചേനയുമൊക്കെ കൃഷി ചെയ്യാൻ വേണ്ടിയാണ് മോന്തിക്ക് വയലിലിറങ്ങിയത്. ദേവൻ പാവലും പടവലവുമൊക്കെ നട്ടു പിടിപ്പിച്ചിട്ടുണ്ട്. പയ്യിന്റെ ചാണകവും പറമ്പിലെ അടിക്കൂട്ടിനുമൊപ്പം വയിലിൽനിന്നും കൊണ്ടുവരുന്ന കച്ചിക്കുറ്റിയും ചേർന്ന വളമാണ് ദേവന്റെ കൃഷിക്കൂട്ട്. എല്ലാം അയ്യപ്പന്റെ പാഠമാ... സ്വന്തം മണ്ണില്ലാതിരുന്ന അയ്യപ്പൻ പാർട്ടിയാപ്പീസിന്റെ ചുറ്റുവട്ടത്തും പിന്നെ മൊയ്തു മാപ്ലേടെ പറമ്പിന്റെ അതിരിലും കപ്പയും കാവത്തുമൊക്കെ നട്ടു നനച്ചുണ്ടാക്കും. കേളു നമ്പ്യാർടെ കുടികിടപ്പുകാരനാണ്. ആ മണ്ണിൽ വാഴയും ചേന യുമൊക്കെ നട്ടുണ്ടാക്കിയാൽ അതിൽ മുച്ചൂടും നമ്പ്യാരുടെ കാര്യസ്ഥൻ വന്ന് വാങ്ങിക്കൊണ്ടു പോകും. അയ്യപ്പന്റെ കണ്ണീരും വിയർപ്പും വിളയുന്ന മണ്ണ് തട്ടിയെടുക്കാൻ ഗോപാലൻ നായർ തക്കം പാർത്തു നടന്നു. മണ്ണിനോടുള്ള കൊതികൊണ്ടല്ല. കുടികിടപ്പുകാരിയായ പെണ്ണി നോടുള്ള പൂതികൊണ്ട്. ഒന്നും നടന്നില്ല. അയ്യപ്പൻ ചീരുവിനെ ചാത്തുന് കൊടുത്തുകളഞ്ഞു. അയ്യപ്പന്റെ പ്രകൃതമാ ദേവന്. അവനുണ്ടാക്കുന്ന പയറും പടവലവുമൊക്കെ അങ്ങാടിയിൽ കൊണ്ടുപോയി വിൽക്കും. കാളിക്കുട്ടിയും ഉണ്ടാവും കൂട്ടിന്. ചന്ത കഴിഞ്ഞാൽ ചാക്കുനിറയെ സാധനങ്ങളും വാങ്ങി കാളിക്കുട്ടിയും പേരക്കുട്ടിയും മടങ്ങും. അതുകൊണ്ടുതന്നെ പട്ടിണിയില്ല. ദാരിദ്ര്യമില്ല. എന്നാൽ ചാത്തൂന്റോളും മോനും അദ്ധ്വാനിച്ച് ജീവിക്കുന്നതിൽ കണ്ണുകടി ഉള്ളവരുണ്ടായിരുന്നു. പക്ഷേ, ദേവനതൊന്നും വകവെച്ചില്ല. വേണുമാഷിന്റെ കരുതലിൽ ദേവന്റെ പഠനവും കുടുംബവും മുന്നോട്ടുപോയി.

****

നേരം പുലരുന്നതേയുള്ളൂ... ദേവൻ പശുവിനെ കറക്കാൻ പാത്രങ്ങൾ നോക്കി. സാധാരണ ചീരു, പാലു കറക്കുന്ന ഓട്ടുമൊന്തയും തൂക്കുപാത്രവും തേച്ചുമിനുക്കി കുളിയും കഴിഞ്ഞ് ചക്കരക്കാപ്പിയും കാച്ചി ദേവനെ വിളിച്ചുണർത്തുകയാണ് പതിവ്. അച്ഛമ്മയും ഉണർന്നിട്ടില്ല. അവൻ അടുക്കളയിൽ കടന്നു. തലേദിവസം വെച്ച കഞ്ഞിപ്പാത്രവും കിണ്ണങ്ങളും അവിടവിടെ കിടക്കുന്നു. അവൻ മൊന്തയും തൂക്കുപാത്രവുമെടുത്ത് തേച്ച് വൃത്തിയാക്കി പയ്യിനെ കറന്ന് പാലുമായി പീടികയിലേക്ക് പോകാനിറങ്ങുമ്പോൾ അച്ഛമ്മയുടെ വിളി... ദേവാ... എന്റെ മോനിങ്ങോട്ടൊന്നു വാ...

ദേവൻ പാൽ ഉമ്മറത്തുവെച്ചു. അകത്ത് മൂടിപ്പുതച്ചു കിടക്കുകയാണ് ചീരു.

എന്താച്ചമ്മേ...? അമ്മക്കെന്താ...

ഓള്ക്കെന്തോ... തഞ്ചക്കേടാ... കയിഞ്ഞ ദെവസം വന്നു കെടക്ക്ന്ന കെടപ്പാ... ഞ്ഞി കാവിലമ്മക്ക് ഒരു പാട്ടും വെളക്കും.. ബഗോതിക്ക് കറുകമാല... പേരും നാളും ചൊല്ലി വെടിവഴിപാട്... പീടികേന്നാവഴി പോയ്ക്കോ...

കാളിക്കുട്ടി പരിഭ്രമത്തോടെ പറഞ്ഞു. ദേവൻ ചീരുവിന്റെ മുഖത്തെ പുതപ്പു മാറ്റി നെറ്റിയിൽ തൊട്ടുനോക്കി. തീ പോലെ പൊള്ളുന്നുണ്ട്.

നല്ല പനിയാണ്... ഡോക്ടറെ കാണിക്കണം...

ഡാക്കിട്ടറൊന്നും വേണ്ട... കാവിലേക്കോടിക്കോ...

ഈ അച്ചമ്മക്കെന്താ... രോഗത്തിന് നേർച്ചയല്ല വേണ്ടത്... ചികിത്സയാണ്. ആശുപത്രിയിൽ കൊണ്ടുപോകാം...

ദേവൻ പറഞ്ഞു.

എന്റെ മോനേ... ഇംഗിരീസ് മരുന്ന് വേണ്ടാ... കിട്ടൻ പണിക്കര്ടെ കഷായാശുത്തിരീല് കാണിക്കാം... കാളിക്കുട്ടി പറഞ്ഞു.

ഉം... കഷായാശുത്തിരി... അച്ചമ്മ ത്തിരി ചുക്കുകാപ്പി ഉണ്ടാക്കി കൊട്ക്ക്... ഞാൻ പാലുകൊടുത്തിട്ട് പെട്ടെന്ന് വരാം...

ദേവൻ പാലുമായി ധൃതിയിൽ നടന്നു. ചാത്തൂന്റെ പൊരേലെ പാല് പല നമ്പ്യാമ്മാർക്കും പറ്റൂല. ചന്തമുക്കിലെ മൊയ്തൂനാണ് ദേവൻ പാലു കൊടുക്കുന്നത്. അവിടെയാണ് സഖാക്കളും സാധാരണക്കാരുമൊക്കെ ചായ കുടിക്കാൻ എത്തുന്നത്.

മൊയ്തുന്റെ ചായ ഉഗ്രനാ... കൈവെള്ളേല് പാർന്നാ അവ്ടെ നിക്കും... ആളുകൾ പറയും.

അത് ചാത്തുന്റെ പൊരേലെ പാലായിറ്റാ... ദേവൻ പയ്യിന് നല്ല പുല്ലും കാടീം കൊടുത്തിറ്റാ പോറ്റ്ന്നെ... മൊയ്തു മറുപടി പറയും...

ദേവൻ പാലും കൊടുത്ത് പെട്ടെന്ന് വീട്ടിലേക്ക് മടങ്ങുകയായിരുന്നു. അമ്മയെ ആശുപത്രിയിൽ കൊണ്ടുപോകണം. വണ്ടിയില്ല. വള്ളം പിടിക്കാം... വള്ളക്കടവ് വരെ എടുത്തോണ്ടു പോകണം. അച്ഛന്റെ ചാക്കു കസേര ഭദ്രമായി സൂക്ഷിച്ചുവെച്ചിട്ടുണ്ട്. അമ്മയെ അതിലെടുക്കാം... ആരെയെങ്കിലും സഖാക്കളെ കൂട്ടുവിളിക്കാം... ആ ചിന്തയിൽ മുഴുകി വയലും കടന്ന് വെട്ടുവഴിയിലേക്ക് കയറുകയായിരുന്നു. അപ്പോഴതാ ഒരു മാസികയും ഉയർത്തിപ്പിടിച്ചുകൊണ്ട് വേണുമാഷ് ഓടിവരുന്നു.

വന്നെടാ... നിന്റെ കവിത അച്ചടിച്ചു വന്നിരിക്കുന്നു. അതും *വിവേകോദയത്തിൽ*....

വേണുമാഷ് ദേവന്റെ മുന്നിൽ കിതച്ചുകൊണ്ട് നിന്നു. മാഷ് പറയുന്നത് നേരോ... എന്നാശ്ചര്യപ്പെട്ട് ദേവൻ നിന്നുപോയി. താൻ നിൽക്കുന്ന ഭൂമി വട്ടം കറങ്ങുന്നതുപോലെ. അവന്റെ കാലുകൾ ഭൂമിയിൽ നിന്നടർന്ന് ആകാശത്തിലേക്കുയരുന്നു. ചുറ്റും പൂത്തുമ്പികളല്ല.... പുത്തൻപുലരിയുടെ ചുവന്ന പ്രകാശമാണ്.

മാഷേ.... അവൻ കുനിഞ്ഞ് മാഷുടെ പാദങ്ങൾ തൊട്ടു.

മാഷ് വിചാരിച്ചിട്ടാ..... അവന്റെ ശബ്ദമിടറി....

ഞാൻ വിചാരിച്ചിട്ടൊന്നുമല്ല ദേവാ... നിന്റെ കഴിവ് ആ കവിതയിൽ ഞാൻ കണ്ടു... അതിന്റെ കയ്യെഴുത്തുപ്രതി ഒരു വാക്കുപോലും തിരുത്താതെയാണ് ഞാൻ *വിവേകോദയ*ത്തിനയച്ചത്. പ്രസിദ്ധീകരണ യോഗ്യമായതുകൊണ്ട് അതച്ചടിച്ചുവന്നു. അത്രമാത്രം.

എന്നാലും മാഷേ... അവന്റെ കണ്ണുകൾ നിറഞ്ഞുനിന്നു.

മടയൻ.... കരയുന്നോ... നിന്റെ വംശത്തിനിതൊന്നും പറ്റൂലാന്നാ പൊതുധാരണ. പ്രതിഭയുള്ളവന്റെ കുലമല്ല; അവന്റെ സർഗ്ഗവൈഭവമാണ് പ്രധാനം. നിന്റെയീ കവിത രാക്കുയിലിന്റെ പാട്ട് അവഗണിതന്റെ ആത്മനൊമ്പരങ്ങളാണ്. ദേവൻ എന്ന കവിയുടെ ആത്മാംശമുള്ള അർത്ഥവത്തായ രചന. എനിക്കതിൽ അഭിമാനമുണ്ട്. പുതുമഴയിൽ പാടത്തു പൊട്ടിമുളച്ചു നിൽക്കുന്ന തൈച്ചെടിപോലെ കരുത്തുള്ള സൃഷ്ടി.

വേണുമാഷ് തന്റെ അരുമശിഷ്യനെ ആവേശത്തോടെ ആലിംഗനം ചെയ്തു. നിന്റെ ഭാവിയുടെ ആണിക്കല്ലാണിത്. നിനക്കെല്ലാ ശ്രേയസ്സും ഉണ്ടാവട്ടെ...

വേണുമാഷ് അവനെ ആശീർവദിച്ചു. സ്കൂൾ അസംബ്ലിയിൽ വേണുമാഷ് ദേവന്റെ കവിത വായിച്ചു. അവനെ അനുമോദിക്കുകയും ചെയ്തു.

****

ദേവൻ വീട്ടിലെത്തുമ്പോൾ കാളിക്കുട്ടി കിട്ടുവൈദ്യരെ വീട്ടിലേക്ക് വിളിച്ചുകൊണ്ടു വന്നിരുന്നു. ചീരുവിന്റെ മുഖത്തും മുതുകിലും പാണമ്പഴം പോലെ പഴുത്തുപൊങ്ങിയ കുരു കണ്ട മാത്രയിൽ വൈദ്യർ പറഞ്ഞു.

മസൂരി...! കൊറച്ചു കൊയപ്പാ കാളിക്കുട്ടീ... നാട്ടിലാകെ പരന്നിറ്റ്ണ്ട്. ഞ്ഞിതൊന്നും അറിഞ്ഞില്ലായ്നോ...? വൈദ്യരു ചോദിച്ചു.

ഇല്ല... ഞാനറിഞ്ഞില്ലായ്നും... ഓള് കയിഞ്ഞ ദെവസം പണി കയിഞ്ഞ് വന്ന്കേറി കെടന്നിക്കി... അരീന്റെ വെള്ളെറക്കീറ്റില്ലേയ്നും.... മൂടിപ്പൊതച്ച് കെടന്നോണ്ട് പൊന്ത്യതൊന്നും കണ്ടില്ല. ആവി കൊട്ത്തിനും.... വെല്ലംട്ട് കാച്ച്യ കാപ്പീം കൊട്ത്ത്ന്..

കാളിക്കുട്ടി പറഞ്ഞു.

അതൊന്നും അല്ല കാളിക്കുട്ട്യേ.... ഈന്റെ മരുന്ന് വേറെയാ... ഇന്തുപ്പ്ട്ട് കഞ്ഞി... പിന്നെ എളനീർ വെള്ളം... വാഴപ്പഴം കൊടുക്കാം... കഷായം ഞാൻ കൊണ്ടോന്നിറ്റ്ണ്ട്. ഉള്ളു തണുക്കണം... പകലുറങ്ങാതെ നോക്കണം... പിന്നൊരു കാര്യം ങ്ങള് ഇവ്ട്ന്ന് മാറിപ്പോകണം. പകർച്ച രോഗാ...

അയ്യോ വൈദ്യരേ... മാറിപ്പോവാമ്പറ്റൂല്ല... ഓളൊറ്റക്കല്ലേ... അത് കൊയപ്പാ... ചെക്കനെങ്ങോട്ടെങ്കിലും മാറ്റാ... ഞാനിവ്ടെ കൂടാം... കാളിക്കുട്ടി പറഞ്ഞു.

ഇവ്ടെ ഞാനൊറ്റക്ക് മതി... അമ്മ ഓനേംകൂട്ടി അച്ഛന്റടുത്തേക്ക് പോയൂട്... ചീരു പറഞ്ഞു.

അത് പറ്റൂല ചീരോ... ഇന്നെ ഒറ്റക്കാക്കീട്ട് ഞാമ്പോവൂലാ.. ദേവൻ

ഇന്റെച്ഛന്റ്ടുത്തേക്ക് പോയ്ക്കോട്ടെ.

ങ്ങള് എന്താന്ന് വെച്ചാ ചെയ്തൂട്... മരുന്ന് ഇവ്ട്ണ്ട്. പഥ്യം നോക്കണം. ഞാൻ പോവ്വാ...

വൈദ്യർ പോയി. ചീരു എത്ര നിർബ്ബന്ധിച്ചിട്ടും കാളിക്കുട്ടി പോവാൻ കൂട്ടാക്കിയില്ല. ദേവനെ അയ്യപ്പൻ കൂട്ടാൻ വന്നെങ്കിലും വേണുമാഷ് സമ്മതിച്ചില്ല.

അവൻ എന്റെകൂടെ നിൽക്കട്ടെ. ക്ലാസ് മുടങ്ങരുതല്ലോ... വല്ലതും വായിക്ക്യേം ചെയ്യാം. അതു ശരിയാണെന്ന് ദേവനും തോന്നി. അബൂബക്കർ ഹാജിയുടെ കളപ്പുരയോടുചേർന്ന മുകളിലത്തെ എടുപ്പിലാണ് വേണുമാഷുടെ താമസം. ദേവനെ ഒപ്പംകൂട്ടുന്ന കാര്യം വേണുമാഷ് ഹാജിയാരോട് ചോദിച്ചിരുന്നില്ല. അവിചാരിതമായാണ് ഹാജിയാർ വേണുമാഷുടെ മുറിയിൽ ദേവനെ കണ്ടത്. കണ്ട മാത്രയിൽ തന്നെ മരംകൊണ്ട് പണിത കോണിപ്പടി അമർത്തിച്ചവിട്ടി അയാൾ മുകളിലേക്ക് കയറിവന്നു. ഹാജിയാരുടെ രോമത്തൊപ്പി തലയിൽ നിന്നൂർന്നു വീഴാൻ പാകത്തിൽ തോളിലേക്ക് ഞാന്നു കിടന്നു. അയാൾ മുണ്ടിന്റെ രണ്ടു കോന്തലയും രണ്ടു കയ്യിൽ വകഞ്ഞുപിടിച്ച് ചുവന്നു തുറിച്ച കണ്ണുകളുമായി ദേവനെ നോക്കിനിന്നു.

വേണ്വാശേ... ഏയ്.... മാശേ....

അപ്പോഴാണ് കക്ഷത്തിൽ രണ്ടു പത്രങ്ങളും മാസികകളും ഇറുക്കിപ്പിടിച്ച് മാഷ് മുകളിലേക്ക് കയറി വന്നത്.

ഇതെന്താണ് വേണ്വാശേ... ഹാജിയാർ അലറി.

എന്താ ഹാജിയാരേ...? എന്താ പ്രശ്നം...?

വേണുമാഷ് ശാന്തനായി ചോദിച്ചു.

പ്രശ്നം... ഇക്കണ്ട ഹിമാറ്ന്നെ... ഇവനാ ചീരുന്റെ മോനല്ലേ...

ഓ... അതേ.... രക്തസാക്ഷി ചാത്തൂന്റെ മോൻ...

ഓ...ഓ... ഞമ്മക്ക് പുടികിട്ടീനി... ഓൻ കമ്മൂണിസ്റ്റല്ലേ.... ഓനെന്താ ഇവ്ടെ കാര്യം...

ഹാജിയാരുടെ ഗർജ്ജനം.

അവന്റെ കുടുംബത്തിൽ മസൂരി... അതുകൊണ്ട് ഞാനവനെ എന്റെ കൂടെ കൂട്ടി... അവനെന്റെ വിദ്യാർത്ഥിയാണ് ഹാജ്യാരേ...

അതെന്തോ ആയ്ക്കോട്ടെ. ഓനെന്താ ഇവ്ടെ പണിന്നാ ഞമ്മന്റെ ചോദ്യം. അവനിവിടെ പണിയൊന്നുമില്ല.

അവന്റെ അമ്മയുടെ രോഗം ഭേദമാകുന്നതുവരെ അവനിവിടെ താമസിക്കാൻ ഞാൻ വിളിച്ചു. അവൻ വന്നു.

ഹാ....ഹാ ഈ ചെറുക്കനെ വിളിച്ചുകേറ്റാൻ ന്റെ തട്ടുമ്പറേ കിട്ട്യോള്ളുമാശേ.... ഓനെ എറക്കി ബിടിൻ."

ഹാജിയാർ ആക്രോശിച്ചു.

ഇറക്കി വിടാനോ? അതുപറ്റില്ല ഹാജിയാരെ... ദേവനെ ഞാൻ വിളിച്ചുകൊണ്ടു വന്നതാ. ഈ തട്ടിൻപുറം നിങ്ങളുടെതാണ്. പക്ഷേ,

ഇതിപ്പോൾ എന്റേതാണ്. നിങ്ങൾ ചോദിച്ച വാടക തന്ന് ഞാൻ താമസിക്കുന്ന സ്ഥലം.

ഓഹോ.. എന്നാലിപ്പം ങ്ങ്ളീടുന്നെറങ്ങണം. ചാത്തുന്റേം ചീരൂന്റേം ചെക്കനു പൊറുക്കാൻ ഇവ്ടെ പറ്റൂല്ല. വേണ്വാഷേ മ്മ്ളിച്ചിരി ബടക്കാ അതോണ്ട് ഓനമാറ്റിക്കോളീന്ന്...

ഹാജിയാരേ.. ഞാനിവിടുന്നെന്തിനാ ഇറങ്ങുന്നത്. വാടകക്കുടിശ്ശികയുണ്ടോ.. മദ്യപാനമുണ്ടോ. ഏതെങ്കിലും പെണ്ണുങ്ങളിവിടെ വരാറുണ്ടോ പിന്നെ ദേവൻ അവൻ എന്റെ വിദ്യാർത്ഥിയാ... അവനിവിടെ താമസിക്കും. അവനിഷ്ടമുള്ള കാലംവരെ.. പറഞ്ഞതു മനസ്സിലായോ ഹാജിയാരേ... ങ്ങ്ളിപ്പം ചെല്ല്...

വേണുമാഷ് പറഞ്ഞു കഴിഞ്ഞപ്പോൾ ഹാജിയാർ ഒന്നുതണുത്തു.

ഓനാരാന്നറിയ്യോ മാശെ ഓൻ ബല്ല്യ ജഹളക്കാരനാ... വയില്ല് പണിയെടുക്ക്ന്ന ചെക്കന്മാരെ ചെക്കാന്നു വിളിച്ചൂടാന്ന്.. ന്താ ചെക്കാന്നു വിളിച്ചാല്..ഞമ്മന്റെ ബാപ്പേം ബല്ല്യാപ്പേന്റെ ബാപ്പേം ഉള്ളപ്പം തൊട്ട് ഈററ്റങ്ങളെ ചെക്കാന്നാ ബിളിച്ചേക്ക്ണെ... ങ്ങള് കേട്ടക്ക്ന്നോന്നറിയൂല്ല. അയ്മൂട്ട്യാജീന്ന് ബച്ചാല് ഇബ്ട്ത്താരു ബെറച്ചു വീത്തും. ഓര് ഞമ്മന്റെ അമ്മോസങ്കാണ്.. പിന്നെ പെരിയ കണ്ണ് ബല്ല്യ ബൈദ്യനാണായ്നും... പിഞ്ഞാണെയ്ത്തും ഊതിക്കൊടുക്കലും... കേമമ്മാരാണായ്നും... അന്നോട് ന്നെ ചെക്കാന്ന് ബിളിക്കണ്ടോന്ന് ..ഇപ്പോന്താ ഓമ്മാർടെ ഒരു മുന്തിയ പവറ്. എല്ലാറ്റിനേം എളക്കി ബിട്ടതീ ചെക്കനാ...

ഹാജിയാർ തുളുതുളു പറഞ്ഞുകൊണ്ടിരുന്നു. അയാൾ ഇടയ്ക്കിടെ ചുമയ്ക്കുകയും അയാളുടെ കണ്ണിൽനിന്നും വായിൽനിന്നും നീരൊലിയ്ക്കുകയും ചെയ്യുന്നുണ്ടായിരുന്നു.

ഹാജിയാരേ.... ങ്ങ്ളിപ്പോ ആ പഴയ കഥ പറഞ്ഞുകൊണ്ടിരുന്നിട്ടു കാര്യമില്ല. കാലംമാറി. പുതിയ തലമുറ പഠിപ്പും വായനയുമൊക്കെയുള്ളവരാണ്. പോരാത്തതിന് സംഘടിച്ചു നിൽക്കുന്ന തൊഴിലാളികളും .... അവർ അടിമകളല്ല. അദ്ധ്വാനവർഗ്ഗമാണ്. സ്വതന്ത്രമായി ചിന്തിക്കുന്നവരാണ്. പഴയതുപോലെ ചെക്കൻ വിളി പെണ്ണു വിളിയൊന്നും ഇനി നടക്കില്ല. അവരതു കേൾക്കില്ല.

ഞമ്മക്കതെറിയാം മാശേ.. ങ്ങള് ബരത്തമ്മാര് ബന്നേപ്പിന്നാ ഈ കൊയപ്പങ്ങളെല്ലാം ണ്ടായേക്ക്ണ്.

ഈററ്റങ്ങക്ക് എല്ലു മുത്തേക്ക്ന്നതതോണ്ടാണായ്നും..

ഹാജിയാർ ക്ഷോഭത്തോടെയാണതു പറഞ്ഞത്

ഞമ്മളു പറയ്യാണ് ങ്ങ്ളീടുന്നിറങ്ങണം. അല്ലേല്ല് ഒനെ എറക്കണം.

അതൊന്നും നടക്കില്ല ഹാജിയാരേ... ഞാനിവിടുന്നു മാറില്ലാന്നു മാത്രമല്ല ദേവനിവിടെ താമസിക്കുകയും ചെയ്യും...

ഒറപ്പാ... ഹാജിയാർ ചോദിച്ചു.

ഉറപ്പാണ്... നിങ്ങൾ തൽക്കാലം പോയാട്ടെ ഹാജിയാരെ.

ഓ... ഞമ്മളു പോണു. ന്നാട്ടില് നേമണ്ടോന്നറിയണം....

ഹാജിയാർ ചവിട്ടിക്കുതിച്ച് കോണിയിറങ്ങി... ഇതെല്ലാം കണ്ട് അമ്പരന്നു നിൽക്കുകയാണ് ദേവൻ......

നീ പേടിച്ചോ... വേണുമാഷ് ചോദിച്ചു.

ഞാനെന്തിനു പേടിക്കണം മാഷെ... ഇവരെ പേടിച്ചോണ്ടിരുന്നാ ജീവിയ്ക്കാൻ പറ്റോ.. പക്ഷേ, ഞാൻ കാരണം മാഷിന് എടങ്ങാറൊന്നം ണ്ടാവാണ്ടിരുന്നാ മതി..

വേണുമാഷ് ദേവനെ നോക്കി. അവന്റെ മുഖം മ്ലാനമായിരുന്നു.

എന്റെ എടങ്ങാറു ഞാൻ നോക്കിക്കൊള്ളാം ആ തൊലുക്കമ്മാര് വേണുനെ ഒന്നും ചെയ്യുല ദേവാ.... ഒന്നുല്ലേല്ലും ഞാനൊരു തെക്കനല്ലേടാ... വേണുമാഷു ചിരിച്ചു.

എന്താ മാഷേ ഈ തെക്കനെന്നു പറഞ്ഞാൽ... ദേവന് സംശയം...

തിരുവിതാംകൂറുകാരെയാണ്... ഇവിടുത്തുകാർ സ്റ്റേറ്റുകാരെന്നും തെക്കമ്മാരെന്നുമൊക്കെ വിളിക്കുന്നത്. ഞാൻ വെറുമൊരു തെക്ക നല്ലെടാ.... വേമ്പനാട്ടു കായലിന്റെ കാറ്റും കോളുമേറ്റു വളർന്നവൻ. കുട്ടനാടിന്റെ നീർവാർച്ചയിൽ പിറന്നവൻ. നല്ലൊന്നാന്തരം പിള്ളനായർ പ്രമാണിമാരുടെ നട്ടെല്ലായ നമ്പി വീട്ടിൽ മാടമ്പിമാരുടെ പിൻമുറക്കാരൻ. സ്വാതന്ത്ര്യസമര പ്രസ്ഥാനത്തിൽ തലയുയർത്തി നിന്നവരുടെ ചോരയിൽ നിന്നുയിർകൊണ്ടവൻ. കമ്യൂണിസ്റ്റുകാരെ വേട്ടയാടിയ സർ. സി പിയുടെ വെടിയുണ്ടയിൽ പൊലിഞ്ഞ ധീരരക്തസാക്ഷികളുടെ ചൂരും ചൂടും ആത്മാവിലേറ്റി ജീവിക്കുന്നവൻ. എനിക്കാരെയും ഭയമില്ല ദേവാ... ഭീരുത്വം എന്റെ നിഘണ്ടുവിലുമില്ല.

വേണുമാഷ് പറഞ്ഞതൊന്നും ദേവനു മനസ്സിലായില്ല. അവൻ മാഷിന്റെ മുഖത്തേക്കുനോക്കി സ്തബ്ധനായി നിൽക്കുകയാണ്..

ധീരന്മാരൊക്കെ തീർന്നുപോയെങ്കിലും വർഗ്ഗബോധം പുഷ്ക്കല മായി പൂത്തുനിൽക്കുന്ന കുടുംബ പാരമ്പര്യത്തിൽ ഒരു പൂവാങ്കുറുന്നി ലയുടെ ധർമ്മമേ ഞാൻ നിർവ്വഹിക്കുന്നുള്ളു. എന്നെയും നിന്നെയും സംരക്ഷിക്കാൻ എനിക്കതുമതി.

കേട്ടിട്ടുണ്ട് സഖാവ് ചാത്തു വലിയ പ്രാസംഗികനായിരുന്നെന്ന്. സഖാക്കളുടെ ഭാഷയിൽ തീപ്പൊരി. വേണുമാഷ് പറഞ്ഞു. മാഷ് തന്റെ അച്ഛൻ പുനർജ്ജനിച്ചു തനിക്കു തണലായി നിൽക്കുന്നതു പോലെയാണ് ദേവന് തോന്നിയത്.

ഇവമ്മാരുടെ ഭീഷണിക്കു മുന്നിൽ തല കുനിക്കരുത്, അതിനു വേണ്ടത് വിദ്യാഭ്യാസമാണ്. വിവേകമാണ്. അടിയാൻ അടിമയാണ്..

അടിമകളുടെ മക്കൾ അക്ഷരം പഠിച്ച് തലേല് വെളിച്ചം വീണാപ്പിന്നെ അടിയാനുണ്ടാവില്ല. ഉടമയെ നിലയ്ക്കുനിർത്താൻ പറ്റുന്ന വർഗ്ഗമാണുണ്ടാവുക. അതവർക്കു സഹിക്കാൻ പറ്റില്ല. അദ്ധ്വാന വർഗ്ഗം അധികാര വർഗ്ഗത്തിന്റെ കൊമ്പൊടിക്കും. അടിമയും ഉടമയുമില്ലാത്ത സമഭാവനയുടെ പുതുലോകം പിറക്കും. മനസ്സിലായോ നിനക്ക്..

ഇല്ല.. ദേവനൊന്നും മനസ്സിലായില്ല. അവൻ അമ്പരപ്പോടെ ഇല്ല

എന്നു തലയാട്ടി. നിന്റെ അമ്മ ചീരു ധൈര്യമുള്ള സ്ത്രീയായിരുന്നു. എന്നിട്ടും അവൾ തോറ്റുപോയി. അവർ തോല്പിച്ചു എന്നതാണ് സത്യം. കഷ്ടം അവളുടെ മനസ്സിലും ശരീരത്തിലും അവർ തീ കോരിയിട്ടു. ആ പാവത്തിനെ അവർ ചുടാതെ ചുട്ടുകളഞ്ഞു. വേണുമാഷുടെ കണ്ണുകൾ ചുവന്നു. ശബ്ദമുയർന്നു. കണ്ണുനീർ തൊണ്ടയിൽ ഞെരിഞ്ഞു.

നാല് നാൾ മുൻപ് സന്ധ്യക്ക് കീറിപ്പറിഞ്ഞ വസ്ത്രങ്ങളും ചോരയൊലിക്കുന്ന ചുണ്ടുകളുമായി അവൾ ഓടിക്കയറി വന്നത് തന്റെ വരാന്തയിലേക്ക്.

മാശേ.. വേണ്വാശേ, ഓമ്മാരെന്നെ ചീത്താക്കി മാശേ... ആ നായരും ഓറെ കാളക്കാരനും... ന്നെ മാശേ... എനിക്കിനി ഈ തടി വേണ്ട.. വേണ്ട. ഞാന്റെ കുഞ്ഞന്റെ മോത്തെങ്ങനെ നോക്കും.. എന്റെ സകാവിനോട്. ഞാനെന്ത് തെറ്റ് ചെയ്തിനി... ഞാനേതേലും കൊളത്തിലോ പൊയേലോ ചാടി ചാവും മാശേ...

ചീരു അലമുറയിട്ടു കരയുകയായിരുന്നു. വേണുമാഷ് എന്താണ് സംഭവിച്ചതെന്നുഹിച്ചു. പക്ഷേ, ചീരു വാവിട്ടു നിലവിളിച്ചതല്ലാതെ കാര്യങ്ങൾ തുറന്നു പറഞ്ഞില്ല.

മാശ് എന്റെ കുഞ്ഞനെ കാക്കണം.. ഓനെ പഠിപ്പിച്ച് കേമനാക്കണം. ഓനെ മാശെടുത്തോമാശെ.. ചീരു പൊട്ടിപ്പൊട്ടി കരഞ്ഞു.

കരയാതെ കാര്യം പറ ചീരു...

മാഷ് ചീരുന്റെ തോളിൽ തൊട്ടു...

എനക്കതു മാശോട് പറയാൻ പറ്റുല്ല മാശേ... ഓമ്മാറ്ന്നെ ചീത്താക്കി മാശേ...

മൃഗങ്ങളാ വെറും ജാതി പൊട്ടാസുകൾ... അവർക്ക് നിന്റെ തടിയേ ചീത്തയാക്കാൻ പറ്റൂ... മനസ്സ് ശുദ്ധമാ.. നിന്റെ ധൈര്യം. നെഞ്ചിലെ നീറ്റൽ. കരളുറപ്പ്. അതൊന്നും കൈവിട്ടു കളയാതെ നീ അവറ്റകളുടെ മുന്നിൽ നട്ടെല്ലു നിവർത്തി നിൽക്കണം. നാട്ടിലൂടെ തലപൊക്കി നടക്കണം. അതാണവർക്കുള്ള മറുപടി. ആത്മഹത്യ അവൻമാർക്ക് ആശ്വാസമായിരിക്കും. നിന്നെ കാണെക്കാണെ...അവന്റെയൊക്കെ ഉള്ളു പിടയണം. നിന്റെ മകനുവേണ്ടി നീയതു ചെയ്യണം. നിനക്കൊരവസരം വരും. അന്നു കണക്കു തീർക്കാം.

വേണുമാഷ് ചീരുവിനെ സമാധാനിപ്പിച്ചു.

ഇന്നുമുതൽ നീ ചീരുവല്ല. ചിരുതയാണ് മറക്കരുത്. ചീരുവിനെ അവർ കൊന്നു. ആ കൊലയിൽ നിന്നാണ് ചിരുത ജനിച്ചത്.. മനസ്സിലായോ.

പറഞ്ഞതോർമ്മ വേണം ചീരു.. തലകുനിഞ്ഞാലതുനിന്റെ തോൽവിയാണ്. നാണംകെട്ട കുറ്റസമ്മതം. കല്ലും മുള്ളും നിറഞ്ഞ വഴികളാണ് മനുഷ്യ ജീവിതം.. ചിലരതിൽ തട്ടിത്തടഞ്ഞു വീഴും അത് സ്വാഭാവികം. പക്ഷേ, വീണുകിടക്കാതെ എണീറ്റോടണം... അതാണതി ജീവനം.

****

വേണുമാഷ് പറയുന്നത് ചീരു തിരിഞ്ഞുനിന്നു കേട്ടു. പിന്നെ പതിയെ പടിയിറങ്ങി. ജീവിതത്തിലാദ്യമായി ഒരാൾ ഇരുട്ടു നിറഞ്ഞ ഇടവഴിയിൽ ചൂട്ട് മിന്നിച്ചു വഴികാട്ടുന്നു. നെഞ്ചിൽ മുള്ളുകുത്തുന്ന നീറ്റൽ. കാലുകൾ നിലത്തുറക്കുന്നില്ല. അച്ഛൻ വീട്ടിലില്ലാതിരുന്ന ആ പകൽ ചുണ്ടിലൊരു ചുരുട്ടും തിരുകി തീചോദിച്ചു വന്ന ഗോപാലൻ നായർ തന്നെ കോരിയെടുത്ത് നെഞ്ചിലേക്കിട്ട നിമിഷം ഒരു ഞെട്ടലോടെ ഓർമ്മിച്ചു. മറക്കണം. അതൊക്കെ മറക്കണം ചീരൂ, തലപൊക്കി പ്പിടിച്ചുനടക്കണം. അതാണവർക്കുള്ള മറുപടി. തല കുനിഞ്ഞാൽ അതു തോൽവിയാണ്. നാണംകെട്ട കുറ്റസമ്മതം. കല്ലും മുള്ളും നിറഞ്ഞ വഴിയിൽ ചിലപ്പോൾ വീണേക്കാം. വീണിടത്തു കിടക്കാതെ എണീറ്റോ ടണം വേണുമാഷുടെ വാക്കുകൾ ചീരു വീണ്ടും വീണ്ടും ഓർമ്മിച്ചു. ഓടണം.. അതെ ചീരു ഒറ്റഓട്ടമായിരുന്നു. വീട്ടിലെ കോലായിലേക്ക് ഉടുത്ത തുണി പറിച്ചെറിഞ്ഞ് കിണറ്റുവെള്ളം കോരി തലയിലേക്കൊ ഴിച്ചപ്പോൾ ചീരുന്റെ കണ്ണുനീർ വറ്റി. കവിളും മനസ്സും തണുത്തു.

വീണുകിടക്കരുത്. എഴുന്നേറ്റോടണം, തലതാഴ്ത്തരുത്, പൊക്കി പ്പിടിക്കണം.

എല്ലാം മനസ്സിലുറപ്പിച്ച് അവൾ ഉമ്മറത്ത് മലർന്ന് കിടന്നു. ആകാശം ഇരുണ്ടുതന്നെ. ചൂടുകാറ്റടിച്ചു. നെഞ്ചിൽ തീയാളി. കണ്ണുകൾ പുകഞ്ഞു.. അകം ചുട്ടുപൊള്ളി. പുറംതോലിൽ കുരുക്കൾ പൊന്തി. മേലാകെ നുറുക്കി വസൂരിക്കുരുക്കൾ പഴുത്തു ചീർത്തു തലനാരിഴപോലും പൊതി ഞ്ഞുനിന്നു. കാളിക്കുട്ടി ചീരുന് കഞ്ഞിയും കരിക്കിൻ വെള്ളവും കൊടുത്തു. ആര്യവേപ്പിലയുടെ വിരിപ്പിൽ കിടന്ന ചീരുവിന് കാളിക്കുട്ടി കണ്ണിമവെക്കാതെ കാവലിരുന്നു. വൈദ്യരുടെ കഷായം, കാവിലെ ഭാഗോതിക്കു ഗുരുതി, തേവർക്ക് കറുകമാല, തിയ്യാട്ടം, ചാത്തനും ഗുളികനും കള്ളും മീനും, കൊടുങ്ങല്ലൂർക്കും മണ്ടക്കാട്ടേക്കും തീർത്ഥ യാത്ര....... കാളിക്കുട്ടിയുടെ വഴിപാടുകളും നിലവിളിയും.

രാവുകൾ... പകലുകൾ... നാട്ടിൽ വസൂരി പടർന്നു. നാട്ടുകാർ ഭീത രായി. മരുന്നില്ല. വൈദ്യരില്ല.. ചീരൂനും കാളിക്കുട്ടിക്കും വേണ്ടതെല്ലാം വേണുമാഷ് എത്തിച്ചുകൊടുത്തു. എന്നിട്ടും ഒരുരാത്രി ചീരുന്റെ കണ്ണു കളടഞ്ഞു. മരണസമയത്തവൾ കണ്ണുതുറന്ന് ദേവനെ വിളിച്ചു. കാളി ക്കുട്ടി ആർത്തുകരഞ്ഞു. ആ രാത്രി പുലരുംമുൻപേ ആ ശബ്ദവും നിലച്ചു.

വേണുമാഷുടെ കണ്ണുവെട്ടിച്ച് ദേവൻ വീട്ടിലേക്കോടിയെത്തി. തെക്കേത്തൊടിയിൽ നീളത്തിൽ രണ്ടു ചുടലകൾ.. മരണം സഖാക്കൾ ദേവനെ അറിയിച്ചു. പക്ഷേ, അതു കാണാനും ശവമടക്കിനും അവർ ദേവനെ അനുവദിച്ചില്ല. അത്ര ഭീതിതമായിരുന്നു ആ കാഴ്ചകൾ...

ശൂന്യമായ വീട്. അതിന്റെ മുറ്റത്ത് ഇടിവെട്ടേറ്റതുപോലെ ദേവൻ നിന്നു. അവന്റെ നിഴലായി വേണുമാഷും.

എനിക്കിനി ആരൂല്ല മാഷേ...

എന്നാരുപറഞ്ഞു... നിനക്ക് ഞാനില്ലേ...

മാഷേ... മാഷെന്നെ വിട്ടേച്ച് പോയ്ക്കോ.. ഞാനിനി എങ്ങോട്ടുമില്ല...ദേവൻ വാശിപിടിച്ചു. മടയാ.. നീയെന്തറിഞ്ഞു.. നാടാകെ വസൂരി പടർന്നുപിടിക്ക്യാ... പകർച്ച വ്യാധിയാ... അതു ഞാനും നീയും വിചാരിച്ചാ തടയാൻ പറ്റില്ല.. നിന്റെ വീട്ടിലും അണുക്കളുണ്ടാകും.. നിന്നെ ഞാനിവിടെ ഉപേക്ഷിച്ചു പോകില്ല.

വേണുമാഷ് ദേവനെ ആശ്വസിപ്പിച്ചു. അവൻ മാഷുടെ ചുമലിൽ തലവച്ച് തേങ്ങിക്കരഞ്ഞു.

കരഞ്ഞോളൂ... നിന്റെ മനസ്സ് ശാന്തമാകുന്നതുവരെ കരഞ്ഞോളൂ.. വേണുമാഷ് ദേവനെ സമാധാനിപ്പിച്ചു. അപ്പോൾ വീടിന്റെ ഭിത്തിയിൽ ചില്ലിട്ടുതൂക്കിയിരുന്ന ചാത്തൂന്റെ കണ്ണുകളും നനയുന്നതുപോലെ തോന്നി.

****

ചീരുന്റെ മരണം ഗോപാലൻ നായർക്ക് വലിയ ഞെട്ടലായിരുന്നു. കൂട്ടത്തിൽ കാളിക്കുട്ടികൂടെ പോയതോടെ ദേവൻ അനാഥനായല്ലോ എന്നൊരു തോന്നൽ അയാളെ അലട്ടാൻ തുടങ്ങി. അതുകൊണ്ടാവും നായർ വേണുമാഷെ കാണാനെന്ന വ്യാജേന ദേവനെ തേടിയെത്തിയത്...

ന്താ മാശേ.. മ്മ്ള്പ്പന്താ ചെയ്യാ. ഗോപാലൻ നായർ മടിച്ചു മടിച്ചാണ് മാഷോടു സംസാരിക്കാൻ തുടങ്ങിയത്.. സ്കൂളിന്റെ വരാന്തയിൽ നിന്ന വേണുമാഷ് നായരെയുംകൂട്ടി റോഡിലേക്കിറങ്ങി അപ്പോൾ ദേവൻ സ്കൂൾ ഗ്രൗണ്ടിന്റെ ഓരത്തു നിൽക്കുന്നുണ്ടായിരുന്നു.

നായരെന്തിനാ സ്കൂളിലേക്ക് വന്നത്...

മാഷു ചോദിച്ചു.

ഓനെ മ്മ്ളെന്താക്കാനാ മാശേ...

അതു ചോദിക്കുമ്പോൾ ഗോപാലൻനായരുടെ നെഞ്ചിടിച്ചു.

നായരെന്താ ഉദ്ദേശിച്ചത്...

ഓൻ... ചീരുന്റെ ചെക്കന്റെ കാര്യാ... നായർ വിക്കിവിക്കി പറഞ്ഞു... അവനെന്താ.. അവൻ പഠിക്കും... ജയിക്കും അല്ലാണ്ടെന്താ...

വേണുമാഷ് പരുഷമായി പറഞ്ഞു.

ഓനാരുല്ലാണ്ടായല്ല്.. ഓനൊറ്റക്ക് കയ്ഞ്ഞൂടാൻ പറ്റ്വോ.. നായർ ചോദിച്ചു.

അവനെ അനാഥനാക്കിയത് ആരാ നായരേ പറ നിങ്ങൾ... നിങ്ങൾ അവളെ നശിപ്പിച്ച ദിവസം അവളെന്നെ വന്നു കണ്ടിരുന്നു. ബാക്കി ഞാൻ പറയണോ...

രാമ രാമ... പറ്റിപ്പോയി മാശേ.. കരുതിക്കൂട്ടിയല്ലായിനും.. കൊച്ചിലേ മൊതലേ ഞാനോള മോഹിച്ചു. ഓള് ഒയിഞ്ഞിമാറീനി.. പിന്നെ സഹിച്ചില്ല. പകയാണേയ്നി.. പറ്റിപ്പോയി.. മാപ്പാക്കണം..

ഞാനാരാ മാപ്പുതരാൻ... മാപ്പു തരേണ്ടത് ചീരുവായിരുന്നു. അവളുടെ ഭർത്താവിനെ മാത്രമല്ല അവളെയും നിങ്ങൾ കൊന്നു. നിങ്ങളൊരു കൊലപാതകിയാ.. തനി ക്രിമിനൽ..

വേണുമാഷ് ചീറി .. നായർ ഭയന്നുപോയി.

നിങ്ങളെ കയ്യാമംവെച്ച് തുറങ്കിലടക്കേണ്ടതാണ്. പക്ഷേ, അതുണ്ടാവില്ല നിങ്ങടെ പൊലീസല്ലേ.. ഭരണവും..

വേണുമാഷിന്റെ മട്ടും ഭാവവും കണ്ട് നായർ സ്തബ്ധനായി. കുറ്റബോധത്താൽ കുനിഞ്ഞ ശിരസ്സുമായി നിൽക്കുന്ന നായർ ഒടുവിൽ പറഞ്ഞു..

ഓനെ ഞാൻ നോക്കിക്കോളാം.. മാശേ.. എനിക്ക് വീട്ടുപണിക്ക് സ്ഥിരമായിട്ടൊരാളും വേണം..

ഗോപാലൻ നായരേ.. കടന്നുപോ... എന്റെ മുന്നിൽനിന്ന്.. അല്ലെങ്കിൽ തന്റെ നാവു ഞാൻ പിഴുതെടുക്കും. ചീരു കടിച്ചുമുറിച്ചു കളഞ്ഞതിന്റെ ബാക്കി വിരലുകളുണ്ടല്ലോ... അതുംകൂടി ഞാൻ മുറിച്ചെടുക്കും പറഞ്ഞേക്കാം.

അയിനിങ്ങളെന്തിനാ മാശേ എന്നോടിങ്ങനെ കൊരക്ക്ണെ.. ഓൻ ങ്ങ്ടെ മോനൊന്നല്ലാല്ല്യാ...

എന്നാരു പറഞ്ഞു അവനെന്റെ മകനാ... എന്താ തനിക്കതിനു വല്ല വെഷമോണ്ടോ.

വേണുമാഷു ചോദിച്ചു.

പടച്ചോനെ ഞമ്മക്കെന്തു പ്രച്ചനാ..? ഒരു നല്ലാര്യം ചെയ്യാന്നു കരുതി.. അയിങ്ങക്കു വേണ്ടാങ്കി വേണ്ടാ...

ങാ വേണ്ട നിങ്ങളു തൽക്കാലം ചെല്ല് നായരേ...

വേണുമാഷ് സ്കൂളിലേക്ക് തിരിച്ചുചെല്ലുമ്പോൾ ദേവൻ കാത്തു നിൽക്കുന്നുണ്ടായിരുന്നു.

ആ നായരെന്തിനാ മാഷേ വന്നത്... ദേവൻ ചോദിച്ചു...

അയാൾ നിന്നെ കൂട്ടിക്കോളാം ന്നു പറഞ്ഞു.

മാഷെന്തു പറഞ്ഞു...? ദേവൻ ഉത്ക്കണ്ഠയോടെ വീണ്ടും ചോദിച്ചു.

ഞാനെന്തു പറയാൻ... നീയല്ലേ തീരുമാനിക്കേണ്ടത്...

എനക്കൊരു തീരുമാനവുമില്ല... മാഷെന്തു പറയുന്നോ അതു ഞാനനുസരിക്കും..

ഉറപ്പല്ലേ...

എന്താ സംശയം മാഷെ... ഈ ലോകത്ത് എനക്ക് മാഷല്ലാതാരുമില്ല... മാഷെന്തു പറഞ്ഞാലും ദേവനതു സ്വീകാര്യമാണ്...

എങ്കിൽ ശരി... നീ തൽക്കാലം ക്ലാസിലേക്ക് ചെല്ല്...

ദേവൻ ക്ലാസിലേക്കു പോകുമ്പോൾ വേണുമാഷ് റോഡിലേക്കു തിരിച്ചുവന്നു. ഗോപാലൻ നായർ വിഷണ്ണനായി റോഡിലെ കുത്തുകല്ലിൽ ഇരിക്കുന്നുണ്ടായിരുന്നു. അയാളുടെ തോൾമുണ്ട് താഴെക്കൂർന്ന് കിടന്നു... ഉച്ച വെയിൽ ചായാൻ തുടങ്ങുന്നു.

എന്താ നായരേ ഇവിടെത്തന്നെ ഇരിക്കുന്നത്... വേണുമാഷ് ചോദിച്ചു.

ഏയ് ഒന്നുല്ല മാശേ... ഓരോന്ന് ഓർത്തുപോയ്നി.

അന്നുവരെ പകയോടെ കൊണ്ടുനടന്ന ഒരു കനൽ തല്ലിക്കെടുത്താനാണ് ആ കടുംകൈ ചെയ്തത്. അവൾ കടിച്ചുമുറിച്ച കൈവിരൽ അറ്റുവീണത് തന്റെ ഹൃദയത്തിലേക്കു തന്നെയാണ്. അതിന്റെ പേരിൽ അവളോടു പകയല്ല... വെറുപ്പുമല്ല... അനുതാപം. അനുതാപമോ.. അല്ലേ അല്ല.. അപരാധ ബോധം.. പെറ്റുവീണപ്പോൾ അമ്മനഷ്ടമായ പെണ്ണ്... അയ്യപ്പൻ ആ ചോരക്കുഞ്ഞിനെയും കൊണ്ട് അമ്പരന്നുനിന്ന സമയം.. രണ്ടാമതൊരു പെണ്ണിനു പുടവ കൊടുക്കാൻ എല്ലാവരും നിർബ്ബന്ധിച്ചു അതിനു തയാറുള്ള പെണ്ണുങ്ങളുമുണ്ടായിരുന്നു.. എനിക്കിനി പെണ്ണു വേണ്ട...ന്റെ മോള്ക്കതെടങ്ങേറാവും..

അയ്യപ്പൻ തന്റെ കുഞ്ഞിനെ തലയിലും താഴത്തും വയ്ക്കാതെ വളർത്തി. മരത്തിന്റെ ചില്ലയിലോ തൊഴുത്തിന്റെ വരാന്തയിലോ... പണി സ്ഥലത്തെ സൗകര്യംപോലെ തുണികൊണ്ടൊരു തൊട്ടിലുണ്ടാക്കി കുഞ്ഞിനെ അതിൽ കിടത്തും. പാടത്തും പറമ്പിലുമൊക്കെ കുട്ടിയും തൊട്ടിലും അയ്യപ്പന്റെ ഭാഗമായി.. അവന്റെ പണിപ്പാട്ടുകളും പഴങ്കഥകളും ചീരുന് വേണ്ടിയായിരുന്നു. ആ കുഞ്ഞിന് വേണ്ടിയാണയാൾ ജീവിച്ചതും ജീവിക്കാൻ മറന്നുപോയതും. തന്റെ ആശ്രിതനായ അയ്യപ്പന്റെ പ്രാണനായ ആ പിഞ്ചുകുഞ്ഞിനെ താൻ നുള്ളിനോവിച്ചു. അവളുടെ വളർച്ചക്കൊപ്പം കാമാവേശത്തിന്റെ മുള്ളുകളും മനസ്സിൽ വളർത്തി. മനുഷ്യമാംസം കൊതിക്കുന്ന കാട്ടുകരടിയെപ്പോലെ പലപ്പോഴും അതിന്റെ ഇളംമേനി മാന്തിപ്പൊളിച്ചു. എന്നിട്ടും അടങ്ങാത്ത ആവേശം വർഷങ്ങളോളം അവളുടെ ഇളം ചുണ്ടുകൾ സ്വപ്നത്തിൽ പാനം ചെയ്തു. ആ കുഞ്ഞു സ്വപ്നങ്ങളെ കുടുക്കിട്ടു പിടിക്കാൻ തക്കം പാർത്തു നടന്നു. സമർത്ഥയായ ചീരു തന്റെ സ്വപ്നങ്ങളിൽ തീകോരിയിട്ടു. ആരോടും പറയാതെ അവൾ സ്വയം കാത്തു. ആ പകയാണ് ചാത്തൂന്റെ ചങ്കിൽ കുത്തിയിറക്കിയത്. അവൾ... ചീരു മാത്രമായിരുന്നു മനസ്സിൽ. സ്വന്തം മുതലായി അവളെ വച്ചനുഭവിക്കാൻ കഴിഞ്ഞില്ലെങ്കിൽ അവളെ ചവിട്ടിയരച്ച് ചാണകക്കുഴിയിൽ തള്ളണം.

ചാത്തൂന്റെ ജീവിതത്തിലേക്ക് കുടിയേറിയപ്പോഴും നായരുടെ മനസ്സിൽ ചീരു മയില്പീലി പോലെ മായാതെ നിന്നു. അവൾക്കുമേൽ കൈവെയ്ക്കാൻ ഉഴറി നടന്നു. പാടത്തും പറമ്പിലും തേവരുടെ നടയിലും... കാവിലെ ഇലകൾ വിരിച്ച ഇരുളിലും എല്ലാം അവൾക്കായി കെണിയൊരുക്കി, കാത്തുനടന്നു. ഒടുവിൽ താൻ വിരിച്ച വലയിൽ അവൾ വന്നുവീണു. അവിചാരിതമായി. പാപമാണ് ചെയ്തത്. അതിനു പരിഹാരമില്ല. അവളുടെ ചെറുത്തുനില്പ്... മകനെ വിളിച്ചുള്ള നിലവിളി. അവളുടെ കൂർത്ത പല്ലുകൾ കടിച്ചെടുത്ത വിരലും ചോരയും തന്റെ മുഖത്തേക്കു തുപ്പിക്കൊണ്ടവൾ ശപിച്ചു.. ഞ്ഞി മുടിഞ്ഞിപൊമെടാ...

അന്റെ മോളെ ആരേലും ഇമ്മായിരി ബടക്കാക്കെടാ ചൈത്താനെ.

അവൾ അലറിക്കരഞ്ഞു.

ഞ്ഞിതാരേടും പറേല്ലേ ചീരൂ..

അയാൾ ഇരന്നു.. തന്റെ മാനം കാക്കാൻ അവളുടെ കാൽക്കൽ വീണയാൾ കരഞ്ഞു.

പടച്ചോനെ ഓളുനല്ലോളാ..ഓളാരോടും പറയാതെ പോയി.. നായരുടെ കുറ്റസമ്മതം.. ചീരുപറഞ്ഞതിന്റെ ആവർത്തനം.. മാഷൊന്നും സംസാരിച്ചില്ല. നായർ അറ്റ വിരലിന്റെ മുറിപ്പാട് മൂടിപ്പിടിച്ച് മാഷ്ടെ മുഖത്തേക്ക് നോക്കി.. മാഷ് അത് ഗൗനിക്കാതെ നരച്ച് നിറംകെട്ട വെയിലിലൂടെ നിരത്തുകടന്ന് കുറച്ചപ്പുറത്ത് പുഴ നീളത്തിലോടുന്നതുകണ്ടു.

വസൂരി പടരുകയാണ്.. മരുന്നും ഭക്ഷണവും കിട്ടാതെ മരിച്ചു വീഴുന്നവരിലധികവും പാവങ്ങളാണ്. പഴുത്തു പാകംവന്ന നെല്ല് കൊയ്യാനാളില്ലാതെ വയ്ക്കോലുണങ്ങി പാടത്ത് വെന്തുകിടന്നു. ഭക്ഷ്യക്ഷാമം രൂക്ഷമായി. എരിയുന്ന വേനൽ.

ഗോപാലൻ നായർ പെട്ടന്നു ദിവ്യനായി. അയാൾ തന്റെ കളപ്പുര തുറന്ന് നെല്ലും നടു ധാന്യങ്ങളും നാട്ടുകാർക്ക് ദാനം ചെയ്തു.. ഭഗവതിക്കാവിൽ വിളക്കും സേവയും. തേവരുക്ക് ആറാട്ടും വിളക്കും.. നാട്ടിലിതൊക്കെ വലിയ സംസാരമാണെന്ന വിവരം കൊണ്ടുവന്നത് ദേവൻ. അവൻ സദാസന്നദ്ധപ്രവർത്തനത്തിലായിരുന്നു. വസൂരി എന്ന മഹാരോഗം മനുഷ്യസഹവാസം അസാദ്ധ്യമാക്കിത്തീർത്തു. കഞ്ഞിയും മരുന്നുമെത്തിക്കാനും ശവസംസ്കാരത്തിനുമൊക്കെ കമ്യൂണിസ്റ്റുകാർ മാത്രമാണുണ്ടായിരുന്നത്. അവരിൽ പലർക്കും രോഗം വന്നു. പലരും മരിക്കുകയും ചെയ്തു. പാർട്ടിയാപ്പീസിനുമുന്നിൽ എന്നും കരിങ്കൊടി തൂങ്ങിനിന്നു. ദേവന്റെ താമസം വേണുമാഷിന്റെ തട്ടിൻപുറത്തുനിന്ന് പാർട്ടിയാപ്പീസിലേക്കുമാറ്റി.

നീയ്യെന്തിനാ ഇവിടുന്ന് മാറുന്നത് ദേവാ.. മാഷു ചോദിച്ചു.

രോഗികളുമായും ശവം ദഹിപ്പിക്കാനുമൊക്കെ അടുത്തിടപഴകുന്നതല്ലേ മാഷെ.. പകർച്ചവ്യാധിയാ.. നമ്മളൊന്നിച്ചു നിന്നാലതു മാഷിന് എടങ്ങേറാവും ദേവൻ പറഞ്ഞു. പാർട്ടിയാപ്പീസിലെ വെറും നിലത്ത് തഴപ്പായ വിരിച്ചു കിടുക്കുമ്പോൾ അവൻ സ്വന്തം വീടിനെക്കുറിച്ചോർക്കും അമ്മ... അച്ഛമ്മ... പുള്ളിപ്പശു... പിന്നെ ഒരിക്കലും കണ്ടിട്ടില്ലാത്ത അച്ഛൻ... അമ്മയും അച്ഛമ്മയും മരിച്ച ശേഷം ആ വീട്ടിലേക്കവൻ പോയിട്ടില്ല.. പശുവിനേംകുട്ടിനേം മൊയ്തു കൊണ്ടുപോയി.. അമ്മയും അച്ഛമ്മയും കിടന്നുറങ്ങുന്ന മണ്ണിലാണ് വസൂരി വന്നുമരിച്ച പല സഖാക്കളെയും മറവുചെയ്തത്.

ജന്മിത്തമ്പുരാക്കന്മാരുടെ കുടികിടപ്പു ഭൂമിയിൽ പണിയാളന്മാർക്ക് അന്ത്യകാലത്ത് ആറടി മണ്ണുപോലും കിട്ടുകയില്ല... പറമ്പും പട്ടയും കൊണ്ട് കെട്ടിയുണ്ടാക്കിയ കൂരയുടെ മുറ്റത്ത് മുറുക്കിത്തുപ്പാൻ പോലും

അനുവാദവുമില്ല.. രാപ്പകലില്ലാതെ പുരുഷന്മാരില്ലാത്ത കുടിലിന്റെ ഓലവാതിൽ പൊളിച്ചകത്തുകടക്കുന്ന മാടമ്പി കൂട്ടങ്ങളെ സഹിക്കുകയല്ലാതെ പെണ്ണിനു വേറെ വഴിയില്ല... പുരുഷനും. എതിർക്കാനവനു ത്രാണിയില്ല. എതിർത്താൽ തന്നെ ജീവൻ ബാക്കിയുണ്ടാവില്ല. അധികാരമുഷ്കിൽ മുരണ്ടു നിൽക്കുന്ന മാടമ്പിമാരെ ചോദ്യം ചെയ്തുകൂടല്ലോ..

കാളിക്കുട്ടിയുടെ മുത്തച്ഛൻ നാട്ടിൽ പേരെടുത്ത പുള്ളുവനും കളമെഴുത്തുകാരനുമായിരുന്നു.. പളനിയപ്പൻ. മുരുകഭക്തനായ പളനിയപ്പൻ തമിഴകത്തായിരുന്നു ഏറെക്കാലം. കൈനിറയെ കാശുമായി മടങ്ങിവന്ന പളനിയപ്പൻ സമ്പാദിച്ചതാണ് കാളിക്കുട്ടിയുടെ കുടിയിരിക്കുന്ന ഭൂമി... ഗോപാലൻ നായരുടെ കുടികിടപ്പുകാരനായ അയ്യപ്പൻ ഒരു വീശുവല വട്ടം വളച്ചുകെട്ടിയ കുടിലിലാണ് ചീരു വളർന്നത്.. ചാത്തു അവൾക്ക് പുടവ കൊടുക്കുമ്പോൾ അയ്യപ്പനാശിച്ചു ഓന് സ്വന്തമായിത്തിരി മണ്ണുണ്ടല്ലോ... അതേ മണ്ണിലാണ്... ആദ്യമായി രക്തസാക്ഷി ചാത്തന്റെ കബന്ധം കൊണ്ടുകിടത്തിയത്.... ചാത്തുവും ചീരുവും ജന്മിത്വത്തിന്റെ ഇരകളാണ്... രക്തസാക്ഷികൾ... അതൊന്നും ദേവൻ മനസ്സിലാക്കിയിട്ടില്ല.. മനസ്സിലായിട്ടുള്ള ഒരേഒരാൾ വേണുമാഷാണ്...

ദേവനെ തെരഞ്ഞിറങ്ങിയ വേണുമാഷ് കവലയിൽ വച്ചാണ് ആ വാർത്തയറിഞ്ഞത്. മൊയ്തൂന്റെ ചായക്കടയിൽ ആളു കുറവായിരുന്നു വസൂരിപ്പേടി മൂലം ആളുകൾ പുറത്തിറങ്ങിയിരുന്നില്ല. ഭയം നാടിനെ വിഴുങ്ങി. എങ്ങും വിലാപങ്ങൾ... പള്ളികളും പള്ളിക്കൂടങ്ങളും അടഞ്ഞുകിടന്നു. സദാ ഇരുണ്ടുകിടക്കുന്ന ആകാശം. വീശിയടിക്കുന്ന ചുടുകാറ്റ്... വെന്ത മാംസത്തിന്റെ മടുപ്പിക്കുന്ന ഗന്ധം...

ജലാശയങ്ങൾ പായൽ മൂടി. കുളവാഴകൾ പൂത്തുകിടന്നു. പരസ്പരം കാണാറില്ല.. കണ്ടാൽത്തന്നെ ആരും മിണ്ടാറില്ല.. കാലത്തു കാണുന്നവരെ വൈകിട്ടു കാണുന്നില്ല. കാനേഷുമാരിക്കണക്കിൽ കുത്തനെ ഇടിവ്... എങ്ങും നടുക്കം, ഭീതി...

തലയിലൊരു മുണ്ടുമിട്ട് മുടന്തി മുടന്തി... തനിക്കുനേരെ നടന്നു വരുന്ന ആളിനെ വേണുമാഷിനു മനസ്സിലായില്ല.. തൊട്ടടുത്തെത്തിയ ആൾ പെട്ടന്നു നിന്നു.

ങാ..ഞാൻ മാഷിനെ തെരഞ്ഞങ്ങ്ട് വരാരുന്നേ.. മാശ് പറഞ്ഞോാലെ കയ്യ് മദിരാശിക്കൊണ്ടോയി. വെരലില്ലാലോ.. വെരലുമുറിവ് മൂടിക്കിട്ടി. ഒണക്കായീന്നു തോന്ന്ണ്ണ്ട് ങാ..മാശറിഞ്ഞോ ഓൻചത്തു.. നായർ പറഞ്ഞു...

ചത്തോ...ആര്...?

അയ്യപ്പൻ... വസൂരി ദീനമായിരുന്നു.. കഷായം കൊടുത്തിനും... എന്നിട്ടെന്താ പൊലച്ചെ ആളുപോയി..

ചീരവും കാളിക്കുട്ടിയും മരിച്ചശേഷം അയ്യപ്പൻ മാഷോടു പറഞ്ഞു..

മാശോനോടു പറേണം.. എന്റാടവന്നു പാർക്കാൻ ...ഞാനും ഓനും ഒറ്റക്കായി. ആയാളുടെ കണ്ണുകൾ നിറഞ്ഞിരുന്നു.

എന്റെ ചീരു പോയി.. എനക്കെന്തിനാ എനി ജീവൻ... അയ്യപ്പൻ ഏങ്ങലടിച്ചു.

അങ്ങനൊന്നും പറയരുതയ്യപ്പേട്ടാ...പോയവർ പോയി. നമ്മളും പോകും. അതോർത്തിങ്ങനെ ദുഖിച്ചിട്ടെന്താ.. വേണുമാഷ് സമാധാനിപ്പിച്ചു..

എന്റേ മോള് ഒന്നിനുംപോന്നോളാന്നേയ്നും.. ആ കുട്ടീം ഒറ്റക്കായി..

അയ്യപ്പൻ പിന്നെയും പിന്നെയും ഓർത്തോർത്തു കരഞ്ഞു കൊണ്ടിരുന്നു. ഗോപാലൻനായർ വേണുമാഷിനെ കണ്ടു മടങ്ങുമ്പോൾ വഴിയിൽവെച്ച് കേളുനമ്പ്യാരെ കണ്ടു... കേളുനമ്പ്യാർ ഒരർത്ഥത്തിൽ നാട്ടുരാജാവും നാട്ടുകാരുടെ കൺകണ്ട ദൈവവുമായിരുന്നു. ഹജൂർ കച്ചേരിയിലെ സൂപ്രണ്ടും സർ സി പിയുടെ ഭരണ ചക്രത്തിൽ പിടിപാടുമുണ്ടായിരുന്നു. കേളുനമ്പ്യാർ സമുദായത്തിൽ സ്ഥാനിയും ജാതി ബോധത്തിൽ തല്പരനുമായിരുന്നു.

എന്താ കോവാലാ... പുള്ളോന്റെ ചാവറിയിപ്പിക്കാനാന്നോ ഞ്ഞി ചുറ്റി നടക്ക്ണെ..

ഏയ് അങ്ങനൊന്നുംല്ലേയ്നും.. ഓനാരും ല്ലാല്ലൊ.. ഒന്നുല്ലേലും ഓനെന്റെ കുടികെടപ്പാരനാണേ.. ഓന്റെ മോളുപോയി.. ഓനെ കുയിച്ചിടാനാരേലും വേണ്ടേ...

ഓ എല്ലാം എനക്കറിയാം.. അനക്ക് കുറ്റബോധംണ്ട്.. ചാത്തുനെ ഒയിവാക്കീട്ടും അനക്കോളെ കിട്ടീല്ലല്ലോടാ കോവാലാ...

കേളുനമ്പ്യാർ അതും പറഞ്ഞ് ചിരിച്ചു. അയാളുടെ വായിലെ താംബൂലം കുറുകിച്ചുവന്ന് ചിറിയിലൂടെ പുറത്തേക്കു തെറിച്ചു.

ഞ്ഞി ഒന്നറിഞ്ഞോ ഇയറ്റങ്ങളെ കൊല്ലാനും പോറ്റാനും മ്മക്കധികാരോണ്ട്... മ്മളെ ചോറല്ല്യോഓമ്മാറ്. ചൊല്ലും ചോറും കൊടുക്കുന്നോനാ ഒട്രേമ്പാൻ. അപ്പോ ഓന്റെക്കെ പെണ്ണാളെ തൊട്ടന്നും പിടിച്ചെന്ന്യക്കെ വരും. അയിലൊരുതെറ്റുല്ല.. അത് മ്മളധികാരാ...

പക്ഷേ, ഒന്നോർത്തോ.. കാലംമാറി.. കരുതണം. ആ ചാത്തന്റെ കുണ്ടനുണ്ടല്ലേ.. ഓനെ സൂഷിക്കണം.. ഞ്ഞി ഉറപ്പായി സൂഷിക്കണം.

കേളുനമ്പ്യാർ ഉത്തരീയത്തിന്റെ തുമ്പും വലിച്ച് ചിറിതുടച്ചു. വെള്ളിച്ചുറ്റുള്ള വാക്കിങ് സ്റ്റിക്ക് അലങ്കാരമാക്കി നടന്നു. ഗോപാലൻ നായർ പിന്നാലെയും..

വേണുമാഷ് പ്രതീക്ഷിച്ചതുപോലെ ദേവൻ വായനശാലയിലുണ്ടായിരുന്നു. സമയം വളരെ വൈകിയതുകൊണ്ടാവും വായനശാലയിൽ മറ്റാരുമുണ്ടായിരുന്നില്ല.. പുറംതിണ്ണയിൽ ഒരു വളഞ്ഞ കമ്പിയിൽ കരിപിടിച്ച റാന്തൽ കണ്ണുചിമ്മിത്തുറന്നു. ഭിത്തിയിൽ ഭഗത്സിങ്ങിന്റെ ഒരു ചിത്രം ചില്ലുപൊട്ടിയ നിലയിൽ തൂങ്ങിക്കിടന്നു.....

ആകെയുള്ള ഒറ്റമുറിയിൽ നിറയെ പുസ്തകങ്ങളാണ്... അതി

നുള്ളിൽ ദ്രവിച്ചു തുടങ്ങിയ ബഞ്ചിലിരുന്ന് ദേവൻ എന്തോ വായിക്കുകയാണ്.... അവനാകെ ക്ഷീണിച്ചുപോയിരുന്നു. മുഷിഞ്ഞ വസ്ത്രങ്ങളും മെലിഞ്ഞ മുഖവും..

ദേവാ... വേണുമാഷ് വിളിച്ചു

അവൻ വായിച്ചുകൊണ്ടിരുന്ന പുസ്തകം മടക്കിവെച്ച് എഴുന്നേറ്റു നിന്നു... അല്പനേരത്തേക്ക് അവർ രണ്ടുപേരും ശബ്ദിച്ചില്ല.... പെട്ടെന്ന് ദേവനിൽ നിന്നും ഒരു തേങ്ങൽ അടർന്നുവീണു...

എന്റേതെന്നു പറയാവുന്ന അവസാനത്തെ ആളായിരുന്നു മുത്തച്ഛൻ... അങ്ങോട്ട് നീ പോയില്ലേ ദേവാ...

ഇല്ല മാഷേ...

കൊള്ളിവയ്ക്കാൻ മറ്റാരുമില്ലല്ലോ... വേണുമാഷ് പറഞ്ഞു...

എന്റെ അമ്മയ്ക്കും അച്ഛമ്മയ്ക്കും ആര് കൊള്ളിവച്ചു മാഷെ... മുത്തച്ഛൻ മരിച്ചുകിടക്കുന്നത് ഗോപാലൻ നായരുടെ മണ്ണിലാ... അല്ലെങ്കിലും മഴപ്പാറ്റപോലെ വീഴുന്നോർക്കെന്തിനാ മാഷേ കണ്ണാക്കും കൊള്ളിവെപ്പും... നിസ്സംഗനായ ഒരു യോഗിയെപ്പോലെയാണ് ദേവൻ സംസാരിച്ചത്.. ഞങ്ങളെപ്പോലുള്ളോരുടെ ജീവനങ്ങുതീരും.... വേണുമാഷ് മിണ്ടിയില്ല. അദ്ദേഹത്തിന്റെ മനസ്സിലെ നെരിപ്പോടിന്റെ നീറ്റൽദേവനറിയില്ലല്ലോ.....

രാവുകൾ പകലുകൾ..... പകർച്ചവ്യാധിയുടെ പകർന്നാട്ടങ്ങൾ... ദേവൻ ലൈബ്രറിയിൽ തന്നെ കഴിച്ചുകൂട്ടി... മൊയ്തു പശുവിന്റെ വിലയായി കുറച്ച് പണം കൊടുത്തിരുന്നു. അതുതീരാറായി....

രാവേറെ ചെന്നപ്പോഴാണ് വേണുമാഷ് മടങ്ങിപ്പോയത്. മാഷ്ക്കൊപ്പം ദേവനും കുറച്ചുദൂരം നടന്നു. സ്വന്തം വീട്ടിലേക്കു തിരിയുന്ന ഇടവഴിയിൽവച്ച് മാഷോട് യാത്രപറഞ്ഞു...

നാളെ കാണണം. നാളെ നീ മുറീലേക്കുവാ..

വേണുമാഷവനെ ക്ഷണിച്ചു. ദേവനതു സമ്മതിച്ചു. മാഷ് പൊയ്ക്കഴിഞ്ഞപ്പോൾ അവൻ സ്വന്തം വീട്ടിലേക്കു നടന്നു.. നിലാവിന്റെ നിഴലായി അവന്റെ വീട്. തെക്കേപ്പുറത്തെ മണ്ണിൽനിന്നും അമ്മയും അച്ഛമ്മയും വിളിക്കുന്നു... അല്ല... അകത്തുനിന്നാണ്... കഞ്ഞിയും പുഴുക്കും വച്ച് കൊരണ്ടിപ്പലകയിട്ട് അച്ഛമ്മ വിളിക്കുന്നു... തേവീട്ടാ വായോ... മോനേ ദേവാ വന്നു കഞ്ഞികുടിക്ക് തേങ്ങാപ്പാലൊഴിച്ച കഞ്ഞി.. അനക്കിഷ്ടല്ലേടാ.... ചീരുവിന്റെ വിളി... പിന്നെയും വിളികൾ... അച്ഛന്റെ... സഖാക്കളുടെ.... വിളികളുടെ ആരവം... നിലയ്ക്കാത്ത നിലവിളികൾ. ദേവൻ അമ്പരന്നു... സ്ഥലകാലബോധം മറഞ്ഞു. അവൻ ആഞ്ഞു ശ്വസിച്ചുകൊണ്ട് ആടിയാടി നടന്നു. അപ്പോഴും പറമ്പിലെ നീളൻ മൺകൂനയിൽനിന്നും ആ കരച്ചിൽ കേൾക്കുന്നുണ്ടായിരുന്നു... അമ്മയുടെ.... അച്ഛമ്മയുടെ.....

****

സ്കൂൾ ഫൈനൽ റിസൾട്ടുവന്ന ന്യൂസ്പേപ്പറുമായി വേണുമാഷ് വായനശാലയിലേക്കോടി വന്നു...

ദേവാ... നീ ജയിച്ചു.. ഫസ്റ്റ്ക്ലാസ്.....

വേണുമാഷു കിതച്ചുകൊണ്ട് പേപ്പർ ദേവനു നീട്ടി...അവന്റെ നമ്പർ മാഷ് ചുവന്ന മഷികൊണ്ട് അടയാളപ്പെടുത്തിയിട്ടുണ്ട്..

മാഷേ.. അവന്റെ കണ്ണുനിറഞ്ഞു. സന്തോഷമാണ്... പങ്കിടാനവനാരുമില്ല.. കോളേജിൽ ചേരണം ദേവാ...

മാഷ് പറഞ്ഞു...

കോളേജിലോ... അതെങ്ങനാ മാഷേ....

എന്നേപ്പോലുള്ളോർക്ക് കോളേജൊന്നും പറഞ്ഞിട്ടില്ല... പഠിക്കാൻ പണം വേണം. പഠിച്ചാൽ പോരല്ലോ ജീവിക്കണ്ടേ... ദേവന്റെ തൊണ്ടയിടറി.....

അതൊക്കെ നടക്കും ദേവാ... ഞാനില്ലേ.... നിന്റെകൂടെ... മാഷു പറഞ്ഞു...

എത്രനാൾ മാഷെ...... മാഷെ ആശ്രയിച്ചാണ് ഞാനിപ്പോൾ ജീവിക്കുന്നത്... മാഷുടെ മനുഷ്യത്വം ചൂഷണം ചെയ്യാൻ എനിക്കിനി വയ്യ..... മാഷെ എനക്കതു ശരിയാവില്ല.....

നീയിങ്ങനെ സില്ലിയായാലോ.. ചാത്തന്റെ മോൻ വെറുമൊരു ഭീരുവല്ല... ജീവിതത്തെ ഭയപ്പെടരുത്... ഫൈറ്റു ചെയ്യണം. രക്ഷിതാക്കളെ വസൂരി വിഴുങ്ങി അനാഥമാക്കിയതു നിന്നെ മാത്രമല്ല, നിരവധി കുഞ്ഞുങ്ങളും മുതിർന്നവരുമുണ്ട്.... പകർച്ച രോഗത്തിനു ശത്രുക്കളും മിത്രങ്ങളുമില്ല... അത് എല്ലാവരുടെയും ശത്രുവാണ് താനും.. ജാതിയോ മതമോ, ആണോ പെണ്ണോ, സമ്പന്നനോ ദരിദ്രനോ എന്ന പക്ഷപാതമൊന്നുമില്ലാതെ മഹാ രോഗങ്ങൾ നാശം വിതയ്ക്കും... അതാണിവിടെ നടന്നത്.. നടന്നുകൊണ്ടിരിക്കുന്നതും. അതിനെ ഭാഗ്യംകൊണ്ടു മാത്രം അതിജീവിച്ചവരാ നമ്മൾ... അതുകൊണ്ട് മേലിൽ എനിക്കു നീയും നിനക്കു ഞാനും തുണയായിരിക്കും.. അല്ലേ ദേവാ...

മാഷേ..... ദേവൻ കരഞ്ഞുപോയി..

ഞാനും നിന്നെപ്പൊലെയാ ദേവാ ആരോരുമില്ലാത്ത ഒരനാഥൻ... ഇപ്പോൾ നീയെന്റെ ആരോ ആണ്.. അല്ല നീയെനിക്കു മകൻ തന്നെയാണ്... എനിക്കു പിറക്കാതെപോയ മകൻ...

വേണുമാഷ് ദേവനെ വാരിയണച്ചു. അപ്പോൾ ദേവന്റെ പറമ്പിന്റെ തെക്കേ തലയ്ക്കൽ നിന്നും ഒഴുകിവന്ന ചെറുകാറ്റ് അവന്റെ മുടിയിഴകളിൽ മുത്തമിട്ടു.

****

നാട്ടിൽനിന്നും കുറച്ചകലെ സർക്കാർ കോളേജിൽ ദേവൻ ഇന്റർമീഡിയറ്റിനു ചേർന്നു. വേണുമാഷ് അതിനു മുൻകൈ എടുത്തു..

പാർട്ടി സഹായിച്ചു. സഖാക്കൾ പൊളിഞ്ഞുവീഴാറായ ദേവന്റെ വീട് പുല്ലും കഴുക്കോലും മാറ്റി പഴയപരമ്പും പട്ടയും കളഞ്ഞ് പുതുക്കി ദേവന്റെ താമസം ലൈബ്രറിയിൽനിന്ന് അവന്റെ വീട്ടിലേക്ക് മാറ്റി..

ഭക്ഷണം ഹോട്ടലിൽ ഏർപ്പാടുചെയ്യാ ദേവാ... വേണുമാഷ് പറഞ്ഞു. വേണ്ട മാഷെ എനക്കിത്തിരി കഞ്ഞിമതി, അതു ഞാനുണ്ടാക്കും. പുസ്തകം വാങ്ങാനാ ബുദ്ധിമുട്ട്... വണ്ടിക്കൂലി വേണാല്ലേ...

അതൊക്കെ നടക്കും ദേവാ.. മൊയ്തുന്റെ കയ്യിൽനിന്നും നമുക്കാ പയ്യിനെ തിരിച്ചുവാങ്ങണം... പിന്നെ നിന്റെ കൃഷീം.. വല്ലപ്പോഴും കൂലിപ്പണീം.. അതുമതി... വേണുമാഷ് സമാധാനിപ്പിച്ചു. അത്ഭുതം! വിവരങ്ങളറിഞ്ഞ ഗോപാലൻ നായർ ദേവന്റെ പുരയിലേക്കു വന്നു. ചീരു ജീവിച്ചിരുന്നപ്പോൾ ഒരിക്കല്പോലും ആ മുറ്റത്തു കാലുകുത്താനയാൾക്കു ധൈര്യമുണ്ടായിട്ടില്ല. ചാത്തൂനെ കൊന്നുകളഞ്ഞത് കൗമാരം മാറാത്ത ചീരുനോടു തോന്നിയ കമ്പമായിരുന്നല്ലോ... അവൾ വിവാഹിതയായിട്ടും ഒന്നു പ്രസവിച്ചിട്ടും ഉലയാതെ നിൽക്കുന്ന മെയ്ക്കൊഴുപ്പും ആരെയും കൂസാത്ത തന്റേടവും തന്നോടുള്ള വെറുപ്പും അവളോടുള്ള മോഹം വളർത്തിയതേയുള്ളു. കൊതിച്ച് കൊതിച്ച് അവൾ തന്റെ ചങ്കിൽ കൂടുകൂട്ടി. അവളെ കല്ല്യാണം കഴിച്ച ചാത്തൂനെ വെട്ടിക്കൊന്നതു താനല്ലെങ്കിലും തന്റെ ചൊല്ലുവിളികേൾക്കുന്നവരെ അതിനു പ്രേരിപ്പിച്ചതുതാനാണ്. ആ കൃത്യം നടത്തിയത് തന്റെ മുന്നിൽ വച്ചാണ്. അവസാനശ്വാസത്തിലും ചാത്തു പറഞ്ഞു... ചീരു തന്നെ വെറുതെ വിടില്ല... ന്റെ മോനെങ്കിലും ഈനു പകരംവീട്ടും.

ചാത്തു പറഞ്ഞതുപോലെ സംഭവിച്ചു. കയ്യൂക്കുകൊണ്ടവളെ കീഴ്പ്പെടുത്തിയെങ്കിലും ആ കൈവിരൽ തന്നെ അവൾ കടിച്ചെടുത്തു. തന്റേടി. ഇനി മകന്റെ ഊഴമാണ്. ദേവനെ കാണാൻ വരുമ്പോൾ നായരുടെ മനസ്സുപറഞ്ഞു അവൻ തന്നെ കൊല്ലുന്നെങ്കിൽ കൊല്ലട്ടെ... അതിനൊരു സാക്ഷി നല്ലതാ വേണുമാഷെ കൂട്ടിനു വിളിച്ചതതുകൊണ്ടാണ്..

ദേവനുള്ള പുസ്തകങ്ങളുമായാണ് വേണുമാഷ് വന്നത്. അവർ വരുമ്പോൾ ദേവൻ തന്റെ പറമ്പിൽ പച്ചക്കറി വിത്തുകൾ കുഴിച്ചിടുകയായിരുന്നു. മാഷെ കണ്ടപാടെ അവൻ ഓടിവന്നു. നായരെ അവൻ ഗൗനിച്ചതേയില്ല. അവനു തന്നോട് പകയില്ലെന്നൊരു തോന്നൽ നായരെ ആശ്വസിപ്പിച്ചു.

ചാണകം മെഴുകിയ കോലായിൽ രണ്ടു പനന്തടുക്കുകളിൽ ദേവൻ അവരെ ഇരിക്കാൻ ക്ഷണിച്ചു. വേണുമാഷ് ഇരുന്നെങ്കിലും ഗോപാലൻ നായർ തെക്കേപ്പുറത്തെ മൺകൂനയ്ക്കരികിലേക്കാണുപോയത്. മാഷെ അയാളോടങ്ങോട്ടു പോകരുതെന്നു പറയണം.. ആ പാവങ്ങൾ അവിടെ മനസ്സമാധാനത്തോടെ കെടന്നോട്ടെ... അപ്പോഴാണ് വേണുമാഷ് നായരെ ശ്രദ്ധിച്ചത്.

ഇയ്യാളെന്തിനാപ്പോ അങ്ങോട്ടു പോയതെന്നാലോചിച്ചുകൊണ്ട് നായരെ അയാൾ തിരിച്ചുവിളിച്ചു.

നിങ്ങളിങ്ങോട്ടു പോരിൻ നായരേ... നിങ്ങളു ചെല്ലുന്നതു ചീരു നിഷ്ടാവില്ല...

നായർ അതുകേട്ടതായി ഭാവിക്കാതെ കുഴിമാടത്തിനരികിൽ തെല്ലിടനിന്നു. അപ്പോഴും അയാൾ ചീരുനോടു മാപ്പിരന്നു. പറ്റിപ്പോയി ചീരു... പൊറുക്കണം... നായർ തിരിച്ചുവന്നു തടുക്കിലിരുന്നു..

കോളേജ് വളരെ ദൂരയല്ലേ ദേവാ.. നിനക്കു ഹോസ്റ്റലിൽ നിൽക്കണോ... വേണുമാഷ് ചോദിച്ചു.

വേണ്ട മാഷെ.. ബസ് കൺസഷൻ കിട്ടും. ഇവിടാവുമ്പം പുള്ളിപ്പയ്യിനേം നോക്കാം.. ഒത്തുവന്നാൽ പണിക്കും പോകാം.

ങാ എന്നാലങ്ങനെയാവട്ടെ എനിക്ക് നിന്നെ കാണുകേം ചെയ്യാമല്ലൊ...

ഈ സമയമത്രയും ഗോപാലൻ നായർ നിശ്ശബ്ദനായിരിക്കുകയായിരുന്നു. പോകാനായിറങ്ങുമ്പോൾ അയാൾ ദേവന്റെ കൈപിടിച്ചുകൊണ്ടു പറഞ്ഞു. ചീരൂന്റെ മോൻ ന്നോട് ഷമിക്കണം... മഹാപാപം ചെയ്തുപോയ്നും. തിരുത്താൻ പറ്റില്ല. പക്ഷേ, ഞ്ഞി വിധിക്കുന്ന ഏതു ശിഷയും ഞാനേറ്റോളാം. അതു പറഞ്ഞയാൾ ദേവന്റെ കാൽക്കൽ വീണു. അവൻ തീയിൽ ചവിട്ടിയതുപോലെ കാലുകൾ പിന്നോക്കം വലിച്ചു.

അതൊന്നും വേണ്ട ങ്ങ്ളല്ല അതു ചെയ്തത്. ങ്ങളെ പണവും ജാതിബോധവുമാണ്. എന്റെമ്മതു ക്ഷമിച്ചാലും അമ്മേടെ പിൻമുറക്കാർ അതു ക്ഷമിക്കില്ല. തീർച്ച.

ദേവന്റെ പല്ലുകൾ ഞെരിഞ്ഞു. കണ്ണുകൾ കലങ്ങിച്ചുവന്നു.

അതു മനസ്സിലാക്കിയ വേണുമാഷ് വേഗത്തിൽ യാത്ര പറഞ്ഞിറങ്ങി, പിന്നാലെ നായരും.

****

എടാ ചെക്കാ ഇങ്ങോട്ടെറങ്ങി ബാടാ...

ആലി മുസ്ല്യാർ മുറ്റത്തുനിന്നു വിളിച്ചു. ദേവനപ്പോൾ കോളേജിലേക്ക് പോകാനൊരുങ്ങുകയായിരുന്നു.

എടാ കുണ്ടാ എറങ്ങിവാടാങ്ങോട്ട്

മുസ്ല്യാർ ഒച്ചവെച്ചു.

ആരാ ദേവൻ വിളിച്ചു ചോദിച്ചു.

ആരാന്നറിഞ്ഞാലേജ്ജ്റങ്ങി വരുള്ളു... മുസ്ല്യാർക്കു ശുണ്ഠിവന്നു.

ങാ ഒച്ച വക്കാതാട നിക്ക്... ഞാനിതാ വരുന്നു.

എറങ്ങിവാടാ ഞ്ഞി ആടെ പെറ്റെടക്കാ...വാടാ എറങ്ങി...

മുസ്ല്യാർ വീണ്ടും ക്ഷുഭിതനായി. ദേവൻ ഷർട്ടിന്റെ ഒരു കൈമാത്രമിട്ടു പുറത്തേക്കിറങ്ങി വന്നു.

ങാ ങ്ങ്ളാ മുസ്ല്യാരെ എന്താത്ര പൊലർച്ചക്ക്ന്നെ...

എന്താടാ അന്നെക്കാണാൻ ഞമ്മളു നേരം നോക്കണോ.. ഹമുക്കേ... മുസ്ല്യാർ തൊള്ളതുറന്നു പിടിച്ചു.

ഞാ നല്ല പേര് സ്വയം വിളിച്ചതായിരിക്കും. പിന്നെ എന്നെ കാണണംങ്കി സമയം നോക്കേണ്ടി വരും. മനസ്സിലായോ ഹാജ്യാരെ.

ജ്ജ് ന്താടാ ഞമ്മളെമക്കാറാക്വാ...

അല്ലേ അല്ല. എനക്കു കോളേജിൽ പോകണം.. ങ്ങള് ന്തിനാ വന്നേന്ന് പറ.

ഞമ്മന്റെ വയലിപ്പണി നടക്വാ... ചാണോം കൊണ്ട്വോനാളില്ല. ജ്ജ് വരണം. ചാണോം കൊണ്ട്വായിടണം.

എനക്കിന്നു സമയംല്ലല്ലോ മുസ്ല്യാരെ... കോളേജിൽ പോകണം. അതോണ്ട് വരാൻ പറ്റൂല.

ഹമുക്കേ... ജ്ജ് മുന്ത്യ പഠിത്തക്കാരനാ... മര്യാദിക്ക് ഞമ്മന്റെ പണിക്വന്നോ.. അല്ലാച്ചാ ജ്ജ് വെവരറീം.. മുസ്ല്യാർ മുരണ്ടു.

അതിന് ദേവൻ മറുപടി പറഞ്ഞില്ല. അവൻ ധൃതിയിൽ വസ്ത്രം മാറി പുറത്തേക്കിറങ്ങി. പുസ്തകം നിറച്ച തുണിസഞ്ചി തോളത്തിട്ട് നടന്നുപോയി.

ജ്ജ്ഞ്ഞി കോളേജില് പോണതു ഞമ്മക്കൊന്നു കാണണം. ഇബലീസ്ങ്ങ്ള് ഓന്റെ നെഗളിപ്പണ്ടില്ലേ.. ഹിമാറുകൾ ഇങ്കിരീസ് പഠിക്കാനാ കോളേജില് പോണെ... ഒത്താശയ്ക്ക് ചെല തെക്കമ്മാറു മാശമ്മാറും..

മുസ്ല്യാരു മുക്രയിട്ടു മറ്റത്തു നിൽക്കുമ്പോൾ വേണുമാഷ് വന്നുകയറി.

ന്താ മാശേ...ന്ന് ഇസ്ക്കോളില്ലേനും.

മുസ്ല്യാരു ലോഗ്യം ചോദിച്ചു.

ഉവ്വല്ലോ മുസ്ല്യാരെന്താ ഇവിടെ.

ഞമ്മളാ ചെക്കനെ പണിക്കുബിളിക്കാൻ വന്നതാന്നേയ്നി.

ചെക്കനോ...ആരാത് മുസ്ല്യാരെ... വേണുമാഷ് ചോദിച്ചു.

മുസ്ല്യാരുടെ മുഖം വെറുപ്പുകൊണ്ടുമൂടി...

ആ ചീരുന്റെ ചെക്കനേ... ഓനിപ്പം കോളേജിൽ പഠിപ്പല്ലേ മാശേ... മുസ്ല്യാരുടെ വാക്കുകളിൽ പുച്ഛം.

ചീരുന്റെ മകൻ... രക്തസാക്ഷി ചാത്തുന്റെ മകൻ. മരിച്ചുപോയെങ്കിലും ഇതവരുടെ സ്വന്തം മണ്ണും വീടുമാ... പിന്നെ നിങ്ങൾ ചെക്കനെന്നു വിളിക്കുന്ന ദേവൻ... അവനൊരു മുതിർന്ന പൗരനാ... നല്ല പഠിപ്പും വിദ്യാഭ്യാസവുമുള്ളവൻ. അവനെ നിങ്ങളിങ്ങനെ ചെക്കാ ചെക്കാന്നു വിളിക്കുന്നതു ശരിയാണോ മുസ്ല്യാരെ...

വേണുമാഷ് ചോദിച്ചു...

ഉം എന്താ ഓനെ ചെക്കാന്നുബിളിച്ചാല്.. ഈറ്റ്ങ്ങളെ ചെക്കാന്നല്ലാതെ പിന്നെ ന്തോന്നുബിളിക്കാ മാശേ... കലറ്ററോ അതോ പേഷ്കാറോ.... ങ്ങ്ള് പറീൻ മുസ്ല്യാർ കയർക്കാൻ തുടങ്ങി.

അവനൊരു പേരുണ്ട് ദേവൻ. അവനൊരുവീടുണ്ട്. ഇതുരണ്ടും

അവനു സ്വന്തമാ... ഇത് നിങ്ങൾ പ്രമാണിമാരടെ കുടികെടപ്പല്ല. ദേവന്റെ സ്വന്തമാണ്. മനസ്സിലായോ മുസ്ല്യാരേ.

ഇല്ല ഞമ്മക്കുമനസ്സിലാവുല്ല. ഞമ്മളോനെ ചെക്കാന്നുബിളിക്ക് ണേന് ജ്ജ്ന്തിനാ ചെലക്ക്ണെമാശേ... മുസ്ല്യാർ വേണുമാഷ്ക്ക് നേരെ തട്ടിക്കയറി.

മുസ്ല്യാരെ നാവടക്കിക്കോ... എന്റേ പേര് വേണു എന്നാണ്... നിങ്ങളാ പേരുമാത്രം വിളിച്ചാൽ മതി. ഞാനൊരദ്ധ്യാപകനാണ്. എന്റെ മേക്കിട്ടു കേറാൻ വരരുത്.

മുസ്ല്യാർ അതിനു മറുപടി പറയാതെ മടങ്ങിപ്പോകാനൊരുങ്ങി.

മുസ്ല്യാരൊന്നു നിൽക്കണം. മേലിലീ ചെക്കൻവിളി വേണ്ട... പേരുവിളിക്കണം... കേട്ടോ...

ബിളിച്ചില്ലേല് ജ്ജ് ഞമ്മളെന്തു ചെയ്യ്വടാ ഹിമാറേ.. മുസ്ല്യാർ തിരിഞ്ഞുനിന്നു കൊത്തി. ഒന്നു വിളിച്ചുനോക്ക്... എന്തു ചെയ്യുമെന്നപ്പോൾ മനസ്സിലാവും.

ഓ ജ്ജ് വരത്തനല്ല്യോടാ... സ്റ്റേറ്റുകാരാ ജ്ജ് ഞമ്മളെ പുടിച്ചുമി യുങ്ങ്വോ...

ഹാജിയാരു ചോദിച്ചു.

അയ്യോ ങ്ങ്ളെപ്പോലൊള്ളോരെവിഴുങ്ങ്യാല് പള്ളകീറി ചത്തു പോകും. അത്രയും വെഷാ നിങ്ങൾ..

വേണുമാഷ് അതും പറഞ്ഞു ചിരിച്ചു.

ദേ മാശേ ഞമ്മളോടു കളിക്കല്ലേ...

മുസ്ല്യാരുടെ ഭീഷണി..

ഞാനല്ലല്ലോ മുസ്ല്യാരെ മുന്തിയ കളിക്കാരൻ. വേണുമാഷ് പറഞ്ഞു.

ഈ നാട് തീരെ ബെടക്കാമാശേ

ഹാജിയാർ പറഞ്ഞു.

നാടല്ല ബടക്ക് നിങ്ങളാ മുസ്ല്യാരെ.. കഴിഞ്ഞ ഇരുപതുവർഷമായി ഞാനിവിടെ ഉണ്ടല്ലോ.. എനിക്കീനാടിനെ അറിയാം. ചെക്കൻ വിളിക്കാരെ നല്ലതുപോലെ അറിയാം. വേണുമാഷ് ശാന്തനായാണ് സംസാരിച്ചത്.

ഞമ്മന്റെ മേക്കിട്ടു കേരീട്ട്ങ്ങ്ളീ നാട്ടില് പൊറുക്കൂല മാശെ.. മുസ്ല്യാർ താക്കീത് ചെയ്തു.

മുസ്ല്യാരെ നിങ്ങടെ ഇവിടുത്തെ കാലുനക്കി പൊലീസല്ല അങ്ങ് തെക്ക് തിരുവിതാംകൂറിലും പൊലീസുണ്ട്. ഭരണം ഇവിടുത്തെ ഹജൂർ കച്ചേരിയിലല്ല തെക്ക് തിരുവനന്തപുരത്താ... ഭരണത്തിൽ പിടിപാട് നിങ്ങൾക്കുമാത്രമല്ല. നിങ്ങളൊന്നു കളിച്ചുനോക്ക്.. അപ്പോൾ മനസ്സിലാകും.

ഞമ്മങ്ങ്ളെ ഈട്ന്ന് പറപ്പിക്കും.

ഞാ സന്തോഷം പറ്റുമെങ്കിൽ എന്റെ നാട്ടിലേക്കു തന്നെ പറപ്പിക്കണേ...

വേണുമാഷ് അതുപറഞ്ഞ് ഇടവഴിയിലേക്കിറങ്ങി. പിന്നാലെ

മുസ്ല്യാരും. ദേവൻ ക്ലാസുകഴിഞ്ഞാൽ അവിടെത്തന്നെയുള്ള ഒരു പാണ്ടികശ്ശാലയിൽ കണക്കെഴുതും. ഭക്ഷണവും വണ്ടിക്കൂലിയും അങ്ങനെ കഴിയും. പുസ്തകങ്ങളും മറ്റും വേണുമാഷാണ് വാങ്ങി നൽകിയിരുന്നത്. രക്ഷിതാവും സുഹൃത്തും ഗുരുനാഥനുമൊക്കെയായി മാഷ് ദേവനു തണലായി നിന്നു.

കരപ്രമാണിമാരായ നായൻമാരും ക്ഷേത്രം കാവൽക്കാരായ നമ്പൂതിരിമാരുമൊക്കെയുണ്ടെങ്കിലും നാട്ടിൽ നാടുവാഴികളെപ്പോലെ പെരുമാറിയിരുന്നത് മുന്തിയ തറവാടികളായ മുസ്ലീങ്ങളാണ്.

നാട്ടിലെ പ്രധാന പാടശേഖരങ്ങളും കരപ്പുരയിടങ്ങളും അവരുടെ കയ്യിലായിരുന്നു. അറയ്ക്കൽ ബീവിമാരേക്കാൾ കേമികളായ സ്ത്രീകൾ നാലും അഞ്ചും ബീടരുമാരായി ഒരേ തറവാട്ടിൽ പല അറകളിൽ കഴിഞ്ഞിരുന്നു. ബഹുഭാര്യാത്വം മുസ്ലീം പുരുഷന്റെ അവകാശവും അധികാരവുമായിരുന്നു. വെറ്റില ചവച്ചും വയറൊഴിയാതെ പെറ്റുകൂട്ടിയും ആ സപത്നിമാർ രസിച്ചും കലഹിച്ചും ജീവിച്ചുപോന്നു. അത്തരക്കാരായ പ്രമാണിമാരുടെ കല്പിതങ്ങൾ രാജശാസനംപോലെ കർക്കശമായിരുന്നു. അടിയാനും ഉടയോനുമുള്ള മുസ്ലിം പ്രമാണിമാരുടെ വാഴ്ചക്കാലം ചെക്കനെന്നും പെണ്ണെന്നും കീഴാളനെയും പണിയാളനെയും അവർ വിളിച്ചിരുന്നു. അധികാരി ശബ്ദത്തിന്റെ ശപ്തമായ ആ സാമ്പത്തിക മുഷ്കിനെ ചെറുക്കാൻ ആർക്കും ധൈര്യമുണ്ടായിരുന്നില്ല. ധൈര്യപ്പെട്ടവർക്കാകട്ടെ ആയുസ്സും കുറവായിരുന്നു. ടിപ്പുവിന്റെ പടയോട്ടക്കാലത്ത് പ്രാമാണികതയുടെ പുത്തൻ വേരുകൾ പടർന്നിറങ്ങിയ ആ തട്ടകം പതിത വർഗ്ഗത്തിന് തടവറ തന്നെയായിരുന്നു. ഇതിനെ ചെറുക്കണം, ചെക്കൻവിളി അവസാനിപ്പിക്കണം അതിനൊറ്റ മരുന്നേയുള്ളു, അധീശത്വത്തിന്റെ കൊമ്പൊടിക്കാനുള്ള ഒരൊറ്റമുലി. ബഹിഷ്കരണം... പകലന്തിയോളം പണിയെടുത്താൽ കിട്ടുന്ന നക്കാപ്പിച്ച കുറച്ചുകാലത്തേക്കുവേണ്ടന്നു വെയ്ക്കണം. പാടത്തും പറമ്പിലും പാണ്ടികശ്ശാലകളിലും ആരും പണിക്കിറങ്ങരുത്. ഒറ്റക്കെട്ടായി നിൽക്കണം. ഗതിമുട്ടുമ്പോൾ അവർ ചർച്ചക്കു വരും. അപ്പോൾ നമ്മുടെ ഡിമാന്റ് വെയ്ക്കണം. പാർട്ടിയാഫീസിൽ വെച്ചാണ് ഈ തീരുമാനമെടുക്കുന്നത്, പുതിയ സെക്രട്ടറി ചിണ്ടേട്ടനാണ് കാര്യങ്ങൾ വിശദീകരിച്ചത്. വേണുമാഷും ദേവനുമുണ്ടായിരുന്നു. അന്നു രാത്രി വേണുമാഷെട്ട താമസ സ്ഥലം ആരോ തല്ലിത്തകർത്തു. വസ്ത്രങ്ങളും പുസ്തകങ്ങളും ആരോ തീയിട്ടു. മുഖം മൂടിക്കെട്ടിവന്ന നാലഞ്ചു പേർ മാഷെ മർദ്ദിച്ച് പുറത്തേക്കെടുത്തെറിഞ്ഞു.

ജ്ജ് ഈടുന്നു പാഞ്ഞോളാണ്ടി.. ഈവ്ട് ഇന്നാടാരുമതി.. ഇവ്ടെ ഞായം നടത്താൻ വരത്തമ്മാരുവേണ്ടേയ്നും ഞാ ഓന്റെ കളിഞ്ഞമ്മളോടാ...... ഹിമാറ് വടിയും തീയുമായി വന്നവർ വായിൽ തോന്നിയതൊക്കെ വിളിച്ചു പറഞ്ഞുകൊണ്ടിറങ്ങിപ്പോയി.

ചെക്കാന്ന് ബിളിച്ചുടോലും... അതുപറയാൻ ഓനാരാ....

മയിസ്രേ്രസട്ടോ... ഫു....

ആ പറഞ്ഞത് ആലിമുസ്ല്യാരായിരുന്നു. വേണുമാഷ് ആരോടും ഈ സംഭവം പറഞ്ഞില്ല. പൊലീസ് സ്റ്റേഷനിൽ പെറ്റീഷനും കൊടുത്തില്ല. ദേവനോടുമാത്രം കാര്യങ്ങൾ പറഞ്ഞു.

നിനക്കിനി ഈ നാട്ടിൽ നിവർന്നുനിൽക്കാൻ പറ്റില്ല ദേവാ.. ചിലപ്പോൾ അതു സാധിച്ചെന്നു വരാം.. പക്ഷേ, കാലം പിടിക്കും. അതിനു വലിയ വിലയും കൊടുക്കേണ്ടിവരും. പിന്നൊരു പ്രധാനകാര്യം ആ മുസ്ല്യാരു കനിഞ്ഞതുകൊണ്ടാവും എനിക്കു ട്രാൻസ്ഫറായി. പത്തിരുപതുകൊല്ലമായില്ലേ ഇവിടെ, ഇനി എനിക്ക് എന്റെ സ്വന്തം നാടുമതി. നീ പോരുന്നോ എന്റെ കൂടെ...

ട്രാൻസ്ഫറോ... ദേവൻ ഞെട്ടിപ്പോയി മാഷ്ക്ക് ട്രാൻസ്ഫർ... അവന്റെ ഉള്ളു വിറച്ചു. കൈകാലുകൾ തളർന്നു. കണ്ണിലിരുട്ടുവീണു.

മാഷ്ക്ക് പോണോ മാഷേ..... അവന്റെ ദീനമായ ചോദ്യം.

പോണം... അതിനു ഞാനൊറ്റയ്ക്കല്ലുല്ലോ നമ്മളൊന്നിച്ചല്ലേ പോകുന്നത്.

വേണുമാഷ് അവന്റെ തോളിൽ കൈവെച്ച് സ്വന്തം മകനെപ്പോലെ ചേർത്തുപിടിച്ചു. നിന്നെ ഇവിടുപേക്ഷിച്ചു പോകാനെനിക്കാവില്ല ദേവാ...

ദേവൻ മാഷുടെ മാറോട് ഒട്ടിനിന്നുകൊണ്ട് തേങ്ങിക്കരഞ്ഞു. അച്ഛനെ കണ്ട ഓർമ്മയില്ല. പിന്നെ അമ്മയായിരുന്നു എല്ലാം. അന്ത്യ കർമ്മം ചെയ്യാൻപോലും സാധിച്ചില്ല. അച്ഛമ്മയും അച്ഛച്ഛനുമൊക്കെ പൊള്ളിക്കുന്ന ഓർമ്മകളാണ്. അതിനേക്കാൾ ഭീതിദമാണ് ചുറ്റുപാ ടുകൾ. അമ്മയുടെ മരണശേഷം പിന്നെയെല്ലാം മാഷായിരുന്നു. ഏതു കാറ്റിലും മഴയിലും സ്നേഹത്തിന്റെ കുടയായി നിന്ന ആൾ. അദ്ദേഹം കൂടി പോയ്ക്കഴിഞ്ഞാൽ അക്ഷാരാർത്ഥത്തിൽ താൻ അനാഥനാവും. കമ്യൂണിസ്റ്റ് പാർട്ടിയുടെ കാവലുണ്ടാവും. പക്ഷേ, ജീവിക്കാനതു പോരല്ലോ...സ്നേഹം... സ്വന്തമെന്നു പറയാൻ എന്തൊ ഒന്ന്. ആപത്തും ആഹ്ലാദവും പങ്കുവെയ്ക്കാൻ മനസ്സിൽ കത്തിനിൽക്കുന്ന ഒരു വെളിച്ചം. അതാണ് വേണുമാഷ്. അനാഥത്വം അറിഞ്ഞിട്ടില്ല. അരുതുകളുടെ വഴിയിൽ ശിക്ഷണത്തിന്റെ വടിയുമായി നിന്നു. ഇല്ലായ്മയുടെ ചെല്ലപ്പെട്ടിയിൽ കരുതലിന്റെ സമൃദ്ധിയായിരുന്നു. പള്ളിക്കുടത്തിലെ പഴയ ബെഞ്ചിൽ മൂക്കൊലിച്ചു മൗനിയായിരുന്ന ഒരു കുഞ്ഞിന്റെ വിരൽത്തുമ്പിൽ മുറുക്കിപ്പിടിച്ചു ലാളിച്ച ആ ചെറുപ്പക്കാരൻ ആച്ഛനായി രുന്നില്ല. അരുമയായ സുഹൃത്തും കാവിലെ തേവരുമായിരുന്നു. ഒരേ മുറിയിൽ ഒരേപായിൽ ഒരേ പുതപ്പിൻകീഴിൽ പുൽകിയുറക്കിയ വാത്സല്യം. അദ്ദേഹം ചോദിക്കുന്നു.

നീ എന്റെ കൂടെ പോരുന്നോ...

അന്യനായല്ല. എന്റെ മകനായി... ആ ശബ്ദത്തിലെ സൂചന... കണ്ണുകളിലെ വാഗ്ദാനം...

ഞാനേകനാണ് ദേവാ... നിന്നെപ്പോലെ ആരോരുമില്ലാത്ത

ഒരനാഥൻ. പോയകാലം എന്നെ മറന്നുപോവുകയും, വരുംകാലം നിന്നെ ഓർമ്മിപ്പിക്കുകയും ചെയ്യുന്ന എന്റെ നാട്ടിലേക്ക് മരണംവരെ മനസ്സിൽ ചേർത്തു നിർത്താനൊരു ബന്ധുവായിട്ട് നീ പോരണം എന്റെ ഒപ്പം.

വേണുമാഷുടെ വാക്കുകൾ ബ്രഹ്മാണ്ഡംപോലെ വിസ്മയം തീർക്കുകയാണ്. ദേവന്റെ മനസ്സിൽ അച്ഛനമ്മമാരില്ല. ഉറ്റവരോ ഉടയവരോ ഇല്ല. ബന്ധങ്ങളുടെ ഒരടയാളം പോലുമില്ലാതെ ഈ ലോകത്ത് നിസ്സഹായനായിപ്പോയ ഒറ്റയാൻ. ദേവൻ തന്റെ കണ്ണുകൾ വലിച്ചു തുറന്ന് ആ മനുഷ്യനെ നോക്കി. അദ്ദേഹം വാമനാവതാരം പൂണ്ട് വാനോളം ഉയരുകയാണ്. താനോ ഒരു മൺതരിപോലെ ചെറുകാറ്റിൽ പാറിപ്പോകുന്നു. ദേവൻ കണ്ണുകൾ പൂട്ടാൻമറന്നു. വായൊരല്പം തുറന്ന് ശബ്ദമറ്റു നിന്നുപോയി.

എന്തു പറയുന്നു ദേവാ എന്റെ കൂടെപ്പോരാൻ നിനക്കു സമ്മതമാണോ... നമ്മുടേത് ഒരൊളിച്ചോട്ടമാവില്ലേ മാഷേ...

ദേവൻ പെട്ടന്നു ചോദിച്ചു.

ശരിയാണ്... നിന്റെ സംശയം വളരെ ശരിയാണ്. മാഷു പറഞ്ഞു. ആലി മുസ്ല്യാരുടെ ഭീഷണിക്കു മുന്നിൽ ഞാൻ തോറ്റുപോയെന്നു തോന്നുന്നുണ്ടോ നിനക്ക്. തന്റെ ജീവിതത്തോട് നിരന്തരം കലഹിച്ചിരുന്ന ഒരു സ്ത്രീ ഒടുവിൽ തോറ്റോടിവന്ന് മുട്ടുകുത്തി വീണത് എന്റെ മുന്നിലാണ്. മഹത്തായ ഒരാശയത്തെ മുറുകെപ്പിടിച്ച ഒരു വിപ്ലവകാരി. ഈ നാടിന്റെ പ്രതീക്ഷയായിരുന്നിട്ടുപോലും അവർ തോല്പിച്ചു കളഞ്ഞു. അമ്മയും അനുജത്തിയും അഭയാർത്ഥിയുമായി എന്നെ ശരണം പ്രാപിച്ച ഒരു സ്ത്രീയുടെ ആശ്രയമറ്റ മകനാണുനീ... നീ തോറ്റുപോകാതിരിക്കാനാണ് നമ്മളീമണ്ണുപേക്ഷിക്കുന്നത്. അതൊരൊളിച്ചോട്ടമല്ല. നിവർന്നു നിൽക്കാനായാൽ നിനക്കിവിടേക്കു തന്നെ മടങ്ങിവരാം.

അന്നെന്റെ സഹായം നിനക്ക് വേണ്ടിവരില്ല തീർച്ച.

ഞാൻ സമ്മതിച്ചിരിക്കുന്നു മാഷേ... ദേവൻ പറഞ്ഞു. നമ്മൾ പോകുന്നതിനുമുൻപ് ഒന്നുരണ്ടുപേരെ കാണാനുണ്ട്... പാർട്ടിയാപ്പീസിന്നുതാമസം മാറ്റിയ ശേഷം ദേവൻ പിന്നങ്ങോട്ടു പോകാറുണ്ടായിരുന്നില്ല. പഠിപ്പും പാണ്ടികശ്ശാലയിലെ പണിയുമൊക്കെയായി തെരക്കിലായിരുന്നു. പതിവില്ലാതെ ദേവൻ പാർട്ടിയാപ്പീസിലേക്കു കയറിച്ചെന്നു. സ. ചിണ്ടേട്ടൻ അപ്പോൾ അവിടെ തനിച്ചായിരുന്നു.

ചെക്കൻവിളി ചെറുക്കാൻ തീരുമാനിച്ചതു പാർട്ടിയാ... അതിന്റെ കൂടെ നിന്നതിനാ ആ പാവം മാഷേം ഇന്നാട്ടീന്നോടിച്ചത് സഖാവേ...

ദേവൻ മുഖവുരയില്ലാതെ പറഞ്ഞു. മാശേ ഓടിച്ചോ..! എങ്ങോട്ട്..?

മാഷ്ക്ക് സ്ഥലംമാറ്റായി. അതിന്റെപിന്നിൽ ആലിമുസ്ല്യാരാ ആ കാര്യത്തിന് എന്തേലും തീരുമാനം ആയോന്നറിയണം.

ങാ... ഒന്നുരണ്ടു തവണ ചർച്ച നടന്നിനി. പരിഹാരം ആയില്ലേല് പണി ബഹിഷ്കരിക്കുംന്ന് പാർട്ടി തീരുമാനിച്ചിനി. മകരക്കൊയ്ത്തും

മേടത്തിലെ വിത്തെറീലും ബഹിഷ്കരിക്കും. ഇക്കാര്യം പള്ളിക്കാറോടു സംസാരിക്കാൻ പറങ്ങോടൻ പൂക്കോയ തങ്ങളെ ഏല്പിച്ചിനി.

പുക്കോയ തങ്ങൾ അടിയുറച്ച മത വിശ്വാസിയാണെങ്കിലും പക്ഷം പിടിച്ചത് കമ്യൂണിസത്തെയാണ്. അക്കാലത്ത് അന്നാട്ടിൽ ഏക ഭാര്യയും ഏക സന്താനവുമുള്ള ഒരേഒരു മുസ്ലീം പൂക്കോയി തങ്ങളായിരുന്നു. മൂന്നും നാലും ചിലപ്പോഴതിലധികവും അതിലൊക്കെ എമ്പിടി മക്കളുമുള്ള പ്രമാണിമാർക്കിടയിൽ കാശും കയ്യൂക്കുമൊക്കെയുള്ള പൂക്കോയ തങ്ങൾ വേറിട്ടു നിന്നു.

ഞമ്മളുപറഞ്ഞു നോക്കാം പക്കേങ്കി ആ മൊസ്ല്യാറും ഹാബ്വാറ കത്തെ കോയ മോനും ചമ്മേൃക്കോന്നിശ്ചാല്ല്യ.

സമ്മീച്ചില്ലേ വേണ്ട ഓർടെ വയലും നെല്ലും ആടെ കെടക്കും. അത്രന്നെ.

മ്മക്കൊറ്റടിമാൻ്റേള്ളു ഇഞ്ഞിങ്ങോട്ട് ചെക്കൻ പെണ്ണു വിളി വേണ്ടേനും.

മാതേ്വട്ത്തി കട്ടായം പറഞ്ഞു.

അന്നുരാത്രി നാട്ടിലുടനീളം ചൂട്ടും പന്തവുമായി പ്രതിഷേധ പ്രകടനങ്ങൾ നടന്നു.

ചെക്കൻവിളിയിനി വേണ്ട വേണ്ട
പെണ്ണേയെന്നു വിളിക്കാതെ പേരു വിളിച്ചു പഠിക്കേണം
ചെക്കൻവിളി നിർത്തിക്കോ പേരു വിളിക്കാൻ ശീലിച്ചോ
ഇൻക്വിലാബ് സിന്ദാബാദ്
കമ്യൂണിസ്റ്റ് പാർട്ടി സിന്ദാബാദ്

പ്രതിഷേധക്കാർ പള്ളിമുക്കിൽ ഒത്തുകൂടി. ചീണ്ടേട്ടനും മാളോടത്തിയും പ്രസംഗിച്ചു. ഒടുവിൽ ദേവനും.

സ്ഥലനാമങ്ങളോ മനുഷ്യനാമങ്ങളോ ഇല്ലാത്ത പ്രാകൃതയുഗമല്ലിത്. ചെക്കൻ, പെണ്ണ്... അത് ലിംഗത്തെ അടയാളപ്പെടുത്തുന്ന പദങ്ങൾ മാത്രമാണ്, ജാതിപ്പെരുമയും പണക്കൊഴുപ്പും കൈക്കരുത്തുമുള്ള പ്രമാണിമാരും ജന്മിമാരും മർദ്ദിത വർഗ്ഗത്തോടുള്ള വെറുപ്പും അധികാരവും പ്രകടിപ്പിക്കാൻ ആ വാക്കുപയോഗിക്കുന്നത് പ്രതിഷേധാർഹമാണ്. പാവങ്ങൾ പണിയെടുക്കുന്നു, പണക്കാരൻ അതിനുള്ള പ്രതിഫലം തരുന്നു. ഇവിടെ ഉടമയും അടിമയുമില്ല. അദ്ധ്വാനം മൂലധനമാണ്. മൂലധനം കയ്യടക്കുന്നവനാണ് മുതലാളി അഥവാ ഉടമസ്ഥൻ. ഉല്പാദനത്തിൽ മുതലാളിയും തൊഴിലാളിയും തുല്യരാണ്, അതായത് ഉല്പാദകർ അതുമനസ്സിലാക്കി അടച്ചമർത്താനും അധിക്ഷേപിക്കാനും ശ്രമിക്കരുത്. ശ്രമിച്ചാൽ തിരിച്ചടി തീർച്ചയാണ്. ഇത് സംഘടിത തൊഴിലാളി പ്രസ്ഥാനത്തിന്റെ തീരുമാനമാണ്. പതിനാറു വയസ്സുള്ള ഒരു ചെറുവാല്യക്കാരന്റെ പടക്കംപൊട്ടും പോലുള്ള വാക്കുകൾ. സഖാക്കൾ ദേവനെ തോളിലേറ്റി ആഹ്ലാദ പ്രകടനം നടത്തി. അദ്ധ്വാന വർഗ്ഗം നാടിന്റെ കരുത്താണ്. അഭിമാനമാണ്. ഇക്കാര്യം ഇവിടുത്തെ

ജന്മിമാരായ പ്രമാണിമാർ മനസ്സിലാക്കണം. അദ്ധ്വാനിക്കുന്നവന്റെ വിയർപ്പിന്റെ വില അനുഭവിക്കുന്നവർ അവരെ ആദരിക്കണം. സ്നേഹിക്കണം. കൊടുക്കൽ വാങ്ങൽ തുല്യമാക്കണം, ചെക്കനും പെണ്ണും അടിയാളന്റെ വിധേയത്വമാണെന്നു കരുതരുത്, ഇങ്ങോട്ടു തരുന്നത് അതെ നാണയത്തിൽ തിരിച്ചുതരാൻ ഞങ്ങൾ ബാദ്ധ്യസ്ഥരാണ്.

ദേവന്റെ നാവിൽ ചാത്തുന്റെ ശബ്ദം പുനർജ്ജനിച്ചു. ഭയക്കുന്നവനും ഭയപ്പെടുത്തുന്നവനും ഒരുപോലെ കാതോർത്ത വാക്കുകൾ. അതൊരു താക്കീതുമാത്രമല്ല... ഓർമ്മപ്പെടുത്തൽ കൂടിയായിരുന്നു. അടിച്ചമർത്താനാണു ഭാവമെങ്കിൽ കൊടുക്കൽവാങ്ങൽ തുല്യമായിരിക്കണം എന്നു ഞങ്ങൾക്കു നിർബ്ബന്ധമുണ്ട്... പിന്നെ നിങ്ങളുടെ ചൊൽപ്പടിക്കു നിൽക്കുന്ന പൊലീസുകാർ പോകും. കാലം മാറുകയാണ്. ഭരണവും, ദേവന്റെ പ്രസംഗം ഉടയോരിലും അടിയാളരിലും കോളിളക്കമുണ്ടാക്കിയെന്നതാണ് സത്യം. ആ വാക്ധോരണിയിൽ വേണുമാഷു പോലും അത്ഭുതപ്പെട്ടു. ഒടുവിൽ അപ്രതീക്ഷതമായി അത് സംഭവിച്ചു. ചെക്കൻ പെണ്ണു വിളി ഇനി മുസ്ലീങ്ങളുടെ ഭാഗത്തുനിന്നുണ്ടാവില്ല. എങ്കിലും സവർണ്ണ മേധാവികളുടെ മനസ്സിലും മാറ്റത്തിന്റെ കാറ്റു വിതയ്ക്കാൻ ആ സംഭവത്തിന് സാധിച്ചു.

മാശേ ഓനെ ഓറുകൊല്ലും.. പാവം ആ ചീരുന്റേയും തന്തേടയും വയിയാണോനും. ഗോപാലൻ നായർ വേണുമാഷെ കണ്ടു പറഞ്ഞു

ങ്ങ്ളൊന്നു പോയീനായരേ... ദേവനെ ആരും തൊടൂല്ല. എന്ന് വേണുമാഷ് പറഞ്ഞെങ്കിലും അദ്ദേഹത്തിനു ഭയമുണ്ടായിരുന്നു.

കീഴാളവർഗ്ഗത്തിന്റെ ചെറുത്തു നില്പിന്റെ പ്രതീകമായിരുന്നു ദേവൻ. പഠിപ്പും വിവരവുമുള്ള അവന്റെവാക്കുകൾ സമൂഹത്തിൽ മേൽക്കൈനേടുന്നത് മാടമ്പി വർഗ്ഗത്തിനു സഹിക്കാനാവില്ലല്ലോ. പ്രശ്നം ഒത്തുതീർന്നെങ്കിലും പള്ളിക്കാരിൽ പലർക്കും പകേണ്ട് മാഷേ.. സൂഷിക്കണം.

പള്ളിക്കമ്മറ്റി അംഗമായ അൻസാരി മാഷാണ് പറഞ്ഞത്. നല്ലവായനക്കാരനും ഭാഷാപണ്ഡിതനുമായ അൻസാരിമാഷ് വേണുമാഷിന്റെ സഹപ്രവർത്തകനാണ്. അദ്ദേഹം തന്റെ വിശ്വാസത്തെ മനുഷ്യസ്നേഹത്തിന്റെ തറിയിൽ ഇഴയടുക്കുന്ന സഹൃദയനായ നെയ്ത്തുകാരനാണ്. രണ്ടു കുട്ടികളും ഭാര്യയുമടങ്ങുന്ന കുടംബനാഥൻ. ദൈവശാസ്ത്രത്തിൽ പണ്ഡിതനും അദ്ധ്യാപനത്തിൽ അദ്വിതീയനും. വെറുതേയല്ല വേണുമാഷിന്റെ മനസ്സിൽ അൻസാരിമാഷ് അഭിവന്ദ്യനായി തിർന്നത്. ആ രാത്രി വേണുമാഷ് ദേവനെ കാണാൻ പോകുമ്പോൾ ഒപ്പം അൻസാരിമാഷുമുണ്ടായിരുന്നു.

ദൂരെ നിന്നുതന്നെ ദേവന്റെ ഉമ്മറത്തെരിയുന്ന അരിക്കിലാമ്പലിന്റെ വെളിച്ചം കണ്ടു. ചുടുള്ള കഞ്ഞി പ്ലാവിലകൊണ്ട് കോരിക്കുടിച്ചു കൊണ്ടിരിക്കുകയായിരുന്നു ദേവൻ. മങ്ങിക്കത്തുന്ന മണ്ണെണ്ണ വിളക്കിന്റെ

വെളിച്ചം കഞ്ഞിക്കിണ്ണത്തിനു ചുറ്റും തൂവിക്കിടന്നു. ഭദ്രമായടച്ചിരുന്ന ഓലവാതിലിനു പുറത്ത് കാൽപെരുമാറ്റം കേട്ട് ദേവൻ പ്ലാവില കഞ്ഞിയിലേക്കിട്ടുകൊണ്ട് എഴുന്നേറ്റു.

ദേവാ... വേണുമാഷ് വിളിച്ചു.

ദേവൻ കഞ്ഞിമൂടിവെച്ച് വാതിൽതുറന്നു. വേണുമാഷും അൻസാരിമാഷും ദേവന്റെ ഉമ്മറത്തേക്കുകയറി അവൻ വിരിച്ചിട്ട തടുക്കിലിരുന്നു. അവർ പറയുന്നതു കേൾക്കാൻ അവൻ കാതോർത്തു

ദേവാ... വേണുമാഷ് വിളിച്ചു.

ദേവൻ മാഷിന്റെ മുഖത്തുനോക്കിയതേയുള്ളൂ... ശബ്ദിച്ചില്ല.

നമ്മൾ നാളെ പുലർച്ചെ പുറപ്പെടുകയാണ്... മാഷു പറഞ്ഞതുകേട്ട് ദേവൻ ഞെട്ടി, അവന്റെ കണ്ണുകൾ ആ കൂരയെ ഉഴിഞ്ഞു.

പിറന്നു വീണതും ഒരാൾപ്പൊക്കം വളർന്നതും ഇതിനകത്താണ്.. അമ്മയെ കുടിവെച്ചതും കുഴിയിലേക്കെടുത്തതും ഇവിടെത്തന്നെ. അച്ഛമ്മയുടെ വിയർപ്പും അച്ഛന്റെ സ്വപ്നങ്ങളും പൂത്തുകൊഴിഞ്ഞതും ഇതേകൂരയിൽ. അച്ഛന്റെ ചോരയിൽ കുതിർന്ന ശരീരം അപ്പുറത്തെ മണ്ണിലുറങ്ങുന്നു, തൊട്ടടുത്തുതന്നെ അമ്മയും അച്ഛമ്മയും അതിനരികിലാകണം തന്റെയും അവസാന ഇടമാവണമെന്നാണ് മോഹം. ഇതെല്ലാം തനിക്കു സ്വന്തമാകുമെന്നുറപ്പില്ല. കാരണം ചുറ്റുവട്ടം കറുത്തിരുണ്ട് കാർക്കോടകന്മാരുടെ വിഷം ചീറ്റിത്തുടങ്ങിയിരിക്കുന്നു.

ആകെയുണ്ടായിരുന്ന ഒരാശ്രയമാണ് വേണുമാഷ്. അദ്ദേഹം ജീവിതത്തിന് ഒരുറപ്പും ഊന്നുവടിയുമാണ്. കുട്ടനാടൻ മണ്ണിലെവിടെയോ മാഷ്ക്ക് ഒരു വീടുണ്ടെന്നു പറഞ്ഞിട്ടുണ്ട്. ഒരുപാടുകാലമായി മാഷേയും പ്രതീക്ഷിച്ചു നിൽക്കുന്ന ഒരനാഥഭവനം. മാഷ് അനാഥനാണോ തന്നെപ്പോലെ...? അദ്ദേഹത്തിന്റെ അച്ഛനമ്മമാർ ജീവിച്ചിരുപ്പുണ്ടോ..? മാഷ് അവിവാഹിതനാണെന്ന് കേട്ടിട്ടുണ്ട്, അതെന്തുകൊണ്ടാവും...? ആ നാട്ടുകാർ എങ്ങനെയുള്ളവരായിരിക്കും...? അവർ തന്നെ സ്വീകരിക്കുമോ...? താൻ മാഷ്ക്ക് ആരാണ്... നാട്ടുകാരോട് തന്നെപ്പറ്റി മാഷ് എന്തു പറയും... ഒന്നുമറിഞ്ഞുകൂടാ... എന്തു ചെയ്യണമെന്ന പൊറുതികേടിൽ വീർപ്പുമുട്ടുകയാണ് ദേവൻ. വേണുമാഷ് കൈനീട്ടുന്നു. മുങ്ങിത്താഴൻ പോകുന്നവന് ഒരു പിടിവള്ളി പോലെ. ആക്കൈ തട്ടിമാറ്റിയാൽ തനിക്കു പിന്നെയാരുണ്ട്... മിത്രങ്ങളില്ല, സുഹൃത്തുക്കളില്ല. സംരക്ഷിക്കാനും സങ്കടം പങ്കുവെക്കാനും ഒരു വ്യക്തിപോലുമില്ല. ജീവിക്കാൻ വഴിയില്ല. പഠിക്കാനും. ഇത് ജീവിതത്തിന്റെ ഗതിമാറ്റമാണ്. വഴിയോരത്തും പാടവരമ്പത്തും പൊട്ടിമുളച്ച കാട്ടുഞാങ്ങണപോലെ പറിച്ചെറിയുകയല്ല. തനിക്കാരുമല്ലാത്ത തന്റെ അദ്ധ്യാപകനും അഭ്യുദയകാംക്ഷിയുമായ ആ മനുഷ്യസ്നേഹി മുറ്റത്തു നട്ടുവളത്തിയ ഒരു തൈച്ചെടിയെ പറിച്ചു നടാൻ പോകുന്നു. കാട്ടിലും കൈതമുള്ളിലും വീണുപട്ടുപോകാതെ സ്വന്തം മനസ്സിന്റെ തിരുമുറ്റത്ത് നട്ടുവളർത്താൻ പോകുന്നു. നേരിൽക്കണ്ടകാലം മുതൽ ക്ലാസിലിരുത്തി പഠിപ്പിച്ചതിനു

ശേഷവും തന്റെ സങ്കടങ്ങളെയും സംഘർഷങ്ങളെയും ആവാഹിച്ചെടുത്ത ഒരാൾ, സ്വന്തം ജീവിതംപോലെതന്നെ സാമൂഹ്യജീവിതത്തെയും ഒരു കവിതപോലെ വായിച്ചെടുത്ത ഒറ്റയാൻ. താനൊറ്റയ്ക്കല്ലായെന്നും എന്നും ഓർമ്മപ്പെടുത്തിയ സന്തതസഹചാരി. ആ വിരൽത്തുമ്പു വിട്ടാൽ പിന്നീട് ദേവനില്ല. അതുകൊണ്ട് തീരുമാനിച്ചു പോവുകതന്നെ..

ഞ്ഞിന്റെ പള്ളേല്ള്ള കാര്യം എനക്കിന്റച്ഛനോടു പറയാമ്പറ്റീല്ല.. എല്ലാംപറേണംന്ന് കരുതിയരാത്രീലാ അത് നടന്നേ... ആ കൊല..

ചീരുന്റെ വാക്കുകൾ പെട്ടന്ന് അവനോർത്തു.. ഇപ്പോഴിതാ അവരുടെ മകൻ വെള്ളപ്പൊക്കത്തിൽ ചുഴിയിൽ കുടുങ്ങിയ കൊതുമ്പുവള്ളം പോലെ നിലയറ്റു നിൽക്കുന്നു.. കഴുത്തിൽ കത്തിയിറങ്ങുമ്പോൾ അച്ഛന് അമ്മയോടു ചിലത് പറയാനുണ്ടായിരുന്നിരിക്കണം. അതുപോലെതന്നെ, തന്നെ വേട്ടയാടിപ്പിടിച്ചഗോപാലൻ നായരെപ്പറ്റിയും അമ്മ തന്നോടു പറയാനാഗ്രഹിച്ചിരിക്കും. അവർ രണ്ടുപേരും പറയാതെ പോയത് ദേവന് ദുർഗ്രാഹ്യമാണ്...

ഓർത്തോർത്തു ദേവന്റെ കണ്ണുകൾ നിറഞ്ഞു. അന്നു മുവന്തിനേരത്ത് നിനച്ചിരിക്കാതെ ഗോപാലൻ നായർ വീണ്ടും വീട്ടിലേക്കു കയറിവന്നു...

എന്താ..എന്തിനാ വന്നത്...? ദേവൻ വെറുപ്പോടെ ചോദിച്ചു.

ഞ്ഞി പോവ്വാണോ.. അയാൾ ചോദിച്ചു...

മ്... ദേവൻ പതുക്കെ മറുപടി പറഞ്ഞു...

അനക്കുപോണോന്ന് വാശിയാണോ....

നായർ ചോദിച്ചു...

വാശിയല്ല പേടിയാണ്. ങ്ങ്ള്ന്റെ അച്ഛന്റെ കഴുത്തിനുവച്ച കത്തി ഇനി എന്റെ കഴുത്തുംനോക്കി നടക്കില്ലേ...

ഞ്ഞിങ്ങനെ പറേല്ലെ മോനെ...

ചത്തോനെ കുത്തറുത്; ഞ്ഞി സ്വന്തം നാടും വീടും വിട്ടു പോണേന്തിനാ ന്നാ...

മോനോ ആർടെമോൻ.... ങ്ങ്ളെ പഞ്ചാരവർത്താനം എനക്ക് കേക്കണ്ട, ങ്ങ്ളെ എനക്കു നല്ലോണം തിരിഞ്ഞിട്ടൊണ്ട്.. ന്റെ അമ്മ... ചീരുനേ അറിയ്യോ നായരേ ങ്ങ്ള്..

ദേവൻ ക്ഷോഭംകൊണ്ടു വിറച്ചു.

ഞാ ഞാനെല്ലാം മറക്കാൻ ശ്രമിക്ക്യാ...

ദേവാ... ഇന്റമ്മേന്റെ ശത്രു ഞാനാ... ദേ നോക്ക് അതിനോളുതന്നെ പക വീട്ടീക്ക്ണ്.. ഞ്ഞിത് കണ്ടോ...

നായർ തോളത്തുകിടന്ന തോർത്തുകൊണ്ട് ചുറ്റിവച്ചിരുന്ന അറ്റു പോയ കൈവിരലിന്റെ പഴുത്തൊലിക്കുന്ന മുറിപ്പാടു ദേവനെ കാണിച്ചു കൊടുത്തു. ദേവൻ അതിലേക്കൊന്നു നോക്കി പെട്ടന്നു മുഖം തിരിച്ചു കളഞ്ഞു...

ഇവിടെ എന്തിനും ഏതിനും എനക്കു മാഷുണ്ടായിരുന്നു സഹായത്തിന്. ഇപ്പോൾ മാഷു പോവുന്നു. ഒപ്പം ഞാനും. എന്റെ

പേടിപ്പെടുത്തുന്ന ഓർമ്മകളെ ഞാനിവിടെ ഉപേക്ഷിച്ചിട്ടാണ് പോകുന്നത്.

എനിക്കിനി ഒന്നും പറയാനില്ല. പക്ഷേ നാടും നാട്ടാരും പാടെ മാറ്വാ.. ജാതിം മതോക്കെ ഓരോരുത്തന്റേം സ്വന്തം കാര്യാന്നാ കമ്യൂണിസ്റ്റാരുപറേന്നേ..

ഞാ അതൊക്കെങ്ങക്കു മനസ്സിലാവാൻ പോന്നേള്ളു നായരേ... പക്ഷേ എനക്കു പോണം. പോയേ തീരൂ...

നായർ പീന്നീടൊന്നും മിണ്ടിയില്ല. യാത്രപോലും പറയാതെ തിരിച്ചു പോയി. അയാൾ വരുന്നതിനല്പം മുൻപ് അയാളുടെ മകൾ വന്നിരുന്നു. സുധാമണി. അതും യാദൃച്ഛികമായിരുന്നു. അന്നുവരെ ഒരേ സ്കൂളിൽ ഒരേ ക്ലാസിലിരുന്നു പഠിച്ചവർ. ഏതാണ്ട് ഏഴാം ക്ലാസ് വരെ. രണ്ടുപേരും പഠിപ്പിൽ മിടുക്കരായിരുന്നു. എന്നാൽ മുഷിഞ്ഞ വസ്ത്രവും വക്കുമടങ്ങിയ പുസ്തകവും നടുകേ പൊട്ടിയ സ്ലേറ്റുമൊക്കെയായി ക്ലാസിന്റെ മൂലയിൽ പതുങ്ങിയിരിക്കാറുള്ള ദേവനെ സുധാമണി ഒന്നുനോക്കുകപോലുമുണ്ടായിട്ടില്ല. ക്ലാസിൽ തനിക്കൊപ്പമോ അതിനേക്കാൾ കൂടുതലോ മാർക്കുവാങ്ങുന്ന തന്റെ എതിരാളിയോടവൾക്കു വെറുപ്പായിരുന്നു. അയ്യപ്പൻപുള്ളോന്റെ പേരക്കുട്ടിയാ... കെട്ടകൂട്ടങ്ങളാ... സുധാമണിയുടെ അമ്മ ഓർമ്മിപ്പിക്കുമായിരുന്നു.

തന്റെ കവിത അസംബ്ലിയിൽ വായിച്ച ദിവസമാണ് സുധാമണി ആദ്യമായി മിണ്ടിയത്. സ്കൂൾവിട്ട് പോരുമ്പോൾ ഗെയിറ്റിനരികിൽ അവൾ കാത്തുനിൽക്കുകയായിരുന്നു.

ദേവാ.... കൂട്ടുകാർക്കിടയിൽ നിന്നവൾ കൈകാണിച്ചു വിളിച്ചു.

നല്ല കവിത. നന്നായി ചൊല്ലുകയും ചെയ്തു...

ദേവൻ മിണ്ടാതെ മുന്നോട്ടു നടന്നു...

ഒരു നന്ദി പറയാരുന്നു സുധാമണിയുടെ കമന്റ്. അപ്പോഴും ദേവൻ മിണ്ടിയില്ല. പിന്നീടൊരിക്കൽ ചോദിച്ചു...

പുതിയ കവിതകളൊന്നുമില്ലേ...

ഇവൾ സംസാരിക്കുമോ..? സ്കൂളിൽ എവിടെയും കൂട്ടുകാരോടൊത്ത് അവളെ കണ്ടിട്ടില്ല. ആട്ടവും പാട്ടുമൊക്കെ പഠിച്ചിട്ടുള്ളവളാണ്.. സ്കൂൾ വേദികളിൽ സ്വയംമറന്ന് നൃത്തം ചെയ്യുന്നവൾ... മനോഹരമായി പാടുകയും ചെയ്യും ഏകാകിനിയാണ്. അല്പം മാത്രം സംസാരിക്കുന്നവൾ... ഗോപാലൻ നായരുടെ മകളാണെന്ന ഒറ്റക്കുറവേ അവൾക്കുള്ളു. വേണുമാഷുടെ അഭിപ്രായമാണ്...

കണക്കിൽ തനിക്കെന്തു സംശയവും ദേവനോടു ചോദിച്ചാൽ മതി. ഒരിക്കൽ വേണുമാഷാണ് ആ പരിചയമുണ്ടാക്കിയത്..

ഏറ്റവും ഒടുവിൽ റിസൾട്ട് വന്നപ്പോൾ അവൾ ചോദിച്ചു... കോളേജിൽ ചേരുന്നില്ലേ...

അതിനു ദേവൻ മറുപടി പറഞ്ഞില്ല. കാരണം കോളേജ് ദേവന്റെ സങ്കല്പത്തിനുമപ്പുറമാണല്ലോ.. പിന്നീടെല്ലാം തീരുമാനിച്ചത്

വേണുമാഷാണ്.

അപേക്ഷാ ഫോറത്തിൽ മാഷ് ലോക്കൽ ഗാർഡിയനാണ്.. അനാഥനായിപ്പോയ ദേവന് ഈ ലോകത്തിൽ ആദ്യമായൊരു ബന്ധുവുണ്ടായതങ്ങനെയാണ്..

കൊള്ളുകയറി മുറ്റത്തേക്കുവന്ന സുധാമണിയെ കണ്ട ദേവൻ അക്ഷാർത്ഥത്തിൽ ഞെട്ടി.. കൊടിയ വേനലിൽ ദേവന്റെ മുറ്റത്ത് അടിമുടി പുത്തുനിൽക്കുന്ന കണിക്കൊന്നപോലെ അവൾ നിന്നു. ദേവൻ അകത്തു കയറി ഒരു പനന്തടുക്ക് പതിവുപോലെ ഉമ്മറത്തിട്ട് അവളെ ഇരിക്കാൻ ക്ഷണിച്ചു. അവൾ അവനെ നോക്കി പുഞ്ചിരിച്ചുകൊണ്ട് കാലുകൾ മുറ്റത്തേക്ക് തൂക്കി തടുക്കിൽ ഇരുന്നു. ദേവൻ അത്ഭുതം കൊണ്ട് ശബ്ദിക്കാൻ കഴിയുന്നില്ല.

എന്താ വന്നത്... വളരെ പണിപ്പെട്ടാണ് ദേവൻ ശബ്ദിച്ചത്.

ദേവൻ കോളേജിൽ ചേർന്നത് ഞാനറിഞ്ഞു.. എന്നെ അച്ഛൻ വളരെ നേരത്തെതന്നെ നാടുകടത്തി. തിരുവനന്തപുരത്താണ്.. ദേവനെന്തിനാണീ നാടുവിടുന്നത്. അതോ അതിലും അച്ഛന്റെ കറുത്ത കയ്യുണ്ടോ..

അവൾ ചിരിച്ചു. അച്ഛന്റെ സ്വഭാവം അവൾക്കറിയാമെന്നു ദേവനൂഹിച്ചു. ഇന്നാട്ടിലെ ചില ആളുകൾ വളരെ മോശാ... പക്ഷേ നാടത്ര മോശമല്ല ദേവാ..

സുധാമണി എത്ര ഭംഗിയായിട്ടാണ് സംസാരിക്കുന്നത്.

ഏയ് നാട് മോശമായതുകൊണ്ടല്ല ഞാൻ പോകുന്നത്. എന്റെ സ്ഥിതി വളരെ മോശമായതുകൊണ്ടാണ്. ഒരാളുടെ ഔദാര്യം സ്വീകരിക്കാമെന്നുവെച്ചു. അത്രേള്ളു..

ദേവൻ എന്നോടു നുണപറയുന്നു. അച്ഛൻ, അമ്മ, അച്ഛമ്മ... എനിക്കെല്ലാമറിയാം ദേവാ... ഓർമ്മവെച്ച കാലം മുതൽ എന്റെ അമ്മയുടെ നാവിൽനിന്നും കേട്ടകഥകൾ.. അറിഞ്ഞ സത്യങ്ങൾ... എനിക്കൊന്നേ പറയാനുള്ളൂ... അച്ഛനിപ്പോൾ പശ്ചാത്താപമുണ്ട്...

ഒരേ ക്ലാസിലും ഒരേ സ്കൂളിലുമായി നമ്മളൊരുമിച്ചുണ്ടായിരുന്നു ഒരുപാടുകാലം. നമ്മളൊന്നും സംസാരിച്ചിരുന്നില്ലെങ്കിലും ദേവൻ എന്റെ കൂട്ടുകാരനായിരുന്നു. എന്നും എപ്പോഴും ഞാനെല്ലാവരിൽ നിന്നും അകലം പാലിച്ചു. ഏകാന്തതയെ ഞാനത്രമാത്രം ഇഷ്ടപ്പെട്ടു. വീട്ടിൽ ഞാനൊരേകാന്ത തടവുകാരിയുമായിരുന്നു.

സുധാമണിയുടെ സംസാരംകേട്ട് ദേവൻ ആശ്ചര്യപ്പെട്ടു. വേണുമാഷേപ്പോലെ അച്ചടി ഭാഷ. കേൾക്കാനെന്തൊരു സുഖമാണ്,

ക്ലാസിലെ മുൻബെഞ്ചിൽ ഒന്നാമതായിരിക്കുന്ന ഒരു സുന്ദരി. അതും മുന്തിയ ജാതിയില്പെട്ട കുബേരകുമാരി. ക്ലാസിലാരും ശ്രദ്ധിക്കാത്ത ഒരധഃകൃതനായ താനായിരുന്നുപോലും അവളുടെ കൂട്ടുകാരൻ. അവൾ തന്റെ അമ്മയുടെ വായ്മൊഴിയിൽ നിന്നൊപ്പിയെടുത്ത കൊടിയ ചതിയുടെ ചോരപുരണ്ട ദുരന്ത സംഭവങ്ങൾ തന്നെപ്പൊലെ അവളെയും സങ്കടപ്പെടുത്തിയിരുന്നോ..... അവളിലെ മനുഷ്യത്വം... അല്ലാതെന്തു

പറയാൻ..

അവർക്കിടയിൽ മൗനം കനത്തു. തെക്കുപുറത്തെ മൺകുനകളിൽ നിന്നും ആർത്തലച്ചെത്തുന്ന ഗദ്ഗദങ്ങളിൽ മുങ്ങിയവർ നിന്നു.

എന്റെ നാട്ടിൽ എനിക്കിനി ശേഷിപ്പുകളില്ല. മനസ്സിനെ ഞെരുക്കിയ പകയും പ്രതികാരവുമൊക്കെ ഞാനിവിടെ ഉപേക്ഷിക്കുകയാണ്. ഒരു പറിച്ചുനടൽ. എന്തുകൊണ്ടും നല്ലതാണ്. സ്നേഹം എന്നെ സംബന്ധിച്ച് ഒരു പ്രതീക്ഷപോലുമല്ല. വാങ്ങാനും കൊടുക്കാനും..

എന്നാരു പറഞ്ഞു... ഗോപാലൻ നായരുടെ മകളായിപ്പോയതു കൊണ്ട് മനുഷ്യത്വം പാടില്ലാന്നുണ്ടോ ദേവാ...? സുധാമണി ദേവന്റെ മുഖത്തേക്ക് നോക്കി... അവൻ നിർവ്വികാരനായി നിൽക്കുകയാണ്...

ഞാനെന്നും ദേവനെ ശ്രദ്ധിച്ചിരുന്നു.. കൂട്ടുകൂടാൻ കൊതിച്ചിരുന്നു. പക്ഷേ, താൻ എന്നെ ശ്രദ്ധിച്ചതേയില്ല. ഒരിക്കൽപോലും...

ശരിയാണ്... നമ്മൾ തമ്മിലുള്ള അകലം ഞാൻ നോക്കണ്ടേ.. ഞാനാരോടും കൂട്ടുകൂടിയിട്ടില്ല.. എല്ലാവരെയും എനിക്ക് പേടിയായിരുന്നു. സ്കൂളിൽ ചേർന്നതുതന്നെ അമ്മയുടെ വാശികൊണ്ടാ... ഓർമ്മയിൽ സൂക്ഷിക്കാൻ ഒരു ശേഷിപ്പുമില്ലാത്ത ഒരാളാണു ഞാൻ... അധഃകൃതൻ... അനാഥൻ..

ദേവന്റെ തൊണ്ടയിടറി...

എന്തിനാണിങ്ങനെ സ്വയം നിന്ദിക്കുന്നത്...

എന്റെ അച്ഛൻ ആരാണെന്നെനിക്കു നന്നായറിയാം. ആ മനുഷ്യൻ ദേവന്റെ കുടംബത്തെ എത്രമാത്രം ദ്രോഹിച്ചൂന്നും അറിയാം...അതിന്റെ പശ്ചാത്താപം കൊണ്ടല്ല എനിക്കു തന്നോടൊരിഷ്ടം തോന്നിയത്..

സുധാമണി എഴുന്നേറ്റു നിന്നുകൊണ്ട് പറഞ്ഞു...

അങ്ങനെയൊന്നും പറയരുത് എനിക്കാരുടെയും ഇഷ്ടവും സ്നേഹവുമൊന്നും വേണ്ട. കാരണം ഞാനതർഹിക്കുന്നില്ല...

അതു ദേവന്റെ അഭിപ്രായം. ഞാൻ പറഞ്ഞത് എന്റെ അഭിപ്രായമാണ്. കണ്ടനാൾമുതൽ കുനിഞ്ഞ മുഖവുമായി ക്ലാസിന്റെ മൂലയിൽ പതുങ്ങിയിരുന്ന ഒരു ബാലൻ എന്റെ മനസ്സിൽ ഒട്ടിനിന്നു. സാധാരണ സ്കൂൾ-കോളേജ് ക്യാമ്പസുകളിൽ കാണുന്ന സൗഹൃദങ്ങളൊന്നുമില്ലാതെ ഒറ്റപ്പെട്ടു നടന്നിരുന്നവൻ എന്റെ ഹൃദയത്തിലുണ്ടായിരുന്നു. ഇപ്പോഴുമുണ്ട്. എന്നും ഉണ്ടായിരിക്കുകയും ചെയ്യും. താനിവിടുന്നു പോകുന്നു എന്ന് കേട്ടതുകൊണ്ടാണ് ഞാനോടി വന്നത്... ഒരു ജന്മ സാഫല്യമല്ലേ ദേവാ.. പറയാതെ പോവരുതല്ലോ.. നമ്മളിനി ഒരിക്കലും കണ്ടാലുമില്ലെങ്കിലും...

സുധാമണി പിന്നെ നിന്നില്ല. ശരവേഗംപോലെ പാഞ്ഞുപോയി.. അപ്പോൾ ആ കണ്ണുകളിലെ നനവ് ദേവൻ കണ്ടു... എന്നും രണ്ടും സ്ത്രീകളുടെ കണ്ണുനീർ കണ്ടുവളർന്ന ദേവന് മൂന്നാമതൊരുവളുടെ കണ്ണുനീർ നനവിൽ പ്രത്യേകിച്ച് ഒരു വികാരവും തോന്നില്ല. ഗോപാലൻ നായരുടെ മകൾ പാവം ഒരു ദേവനുവേണ്ടി കരയുന്നു. അത് ലോകമെ

ന്തെന്നറിയാത്ത ഏതൊരു പെണ്ണിന്റെയും ക്ഷണിക വികാരത്തിന്റെ പ്രകടനമാണ്. ദേവൻ സ്വയം പറഞ്ഞു.

****

അതിരാവിലെ വേണുമാഷ് ഒരു സൈക്കിളുമായി വന്നു. അപ്പോൾ ദേവൻ പുള്ളിപ്പശുവിനെ കുളിപ്പിക്കുകയായിരുന്നു കന്നുകുട്ടി തള്ളയുടെ അകിട്ടിൽ ഇടിച്ചിടിച്ച് പാലൂറ്റി കുടിക്കുന്നുണ്ടായിരുന്നു. മൊയ്തു വരാമെന്ന് പറഞ്ഞിട്ടുണ്ട്. പൂവാലിയെ അവന് കൊടുക്കണം. നമ്മൾ പിരിയുകയാണ് പൂവാലീ... ദേവൻ പൂവാലിയുടെ നെറ്റിത്തടത്തിലുമ്മ വെച്ചു. കന്നുകുട്ടി അവനെ മുട്ടിയുരുമ്മി നിന്നു. മൃഗങ്ങൾക്കും ഭാഷയറിയാമെന്ന് ദേവന് തോന്നി... പൂവാലിയുടെ കണ്ണിൽനിന്നും നീരൊലിക്കുന്നു.

ഞാനിന്നു പാലു കറന്നെടുക്കുന്നില്ല കുട്ടാ.. അകിടു നിറഞ്ഞു നിൽക്കുവാ... അത് നീതന്നെ കുടിച്ചോ.. നാളെ മുതൽ മൊയ്തീനു സ്വന്തമാ നീയും നിന്റെ പാലും. ദേവൻ കുട്ടന്റെ നെറ്റിയിലും മുത്തമിട്ടു.

ദേവൻ പൂവാലിക്കിട്ടു കൊടുത്ത തളിർനാമ്പുള്ള പുല്ല് ഒന്നു കടിക്കുകപോലും ചെയ്യാതെ അതു കരഞ്ഞുകൊണ്ടിരുന്നു.

എന്താ ദേവാ തനിച്ചുനിന്ന് വർത്തമാനം പറയുന്നത്.. വട്ടായോ..?

സൈക്കിളിൽ ചാരി വേണുമാഷ് മുറ്റത്തു നിൽക്കുന്നു.

മിണ്ടാപ്രാണികളല്ലേ മാഷേ... അവരോടു മിണ്ടിപ്പറയാൻ ഞാനല്ലേ ഉള്ളു. എനിക്കവരും:

രാത്രി 8.45 നാണ് ട്രെയിൻ. നമ്മുക്ക് ഒരഞ്ചു മണിക്കിറങ്ങണം. കെട്ടും ഭാണ്ഡവുമൊക്കെയായി ബസിൽ പട്ടണത്തിലേക്ക് ഒന്നൊന്നര മണിക്കൂർ വേണം. പിന്നെ ഭക്ഷണം കഴിച്ചിട്ടുവേണം ട്രെയിൻ പിടിക്കാൻ.

വേണുമാഷ് ഉത്സാഹത്തോടെ പറഞ്ഞു. ഇറങ്ങാം മാഷേ.. ഞാനിപ്പൊഴേ റെഡി.

എനക്ക് ഒരു കൈത്തൂക്കു സാധനങ്ങളേള്ളു.. അതും പുസ്തകങ്ങളാണ് കൂടുതൽ.

ദേവൻ മാഷിന്റെ തൊട്ടടുത്ത് സൈക്കിളിൽ പിടിച്ചുകൊണ്ടുനിന്നു.

ങാ.. അതു നന്നായി ഞാനിപ്പോൾ വന്നതെന്തിനാന്നറിയോ.. ഈ സൈക്കിൾ എന്റെ സന്തതസഹചാരിയായ കൂട്ടുകാരനാണ്. ഇവിടം വിടുമുൻപ് ഈ സൈക്കിളിൽ നമുക്കൊന്നിച്ച് നാടൊക്കെ ചുറ്റണം. പത്തിരുപതു കൊല്ലക്കാലം എന്നെ സ്നേഹിച്ചും ഞാൻ സ്നേഹിക്കുകയും ചെയ്ത നാടല്ലേ... ഇതെന്റെ അതിഥി മന്ദിരമല്ലേ ദേവാ... എന്നെയും എന്റെ സങ്കടങ്ങളെയും കൈനീട്ടി സ്വീകരിച്ച അഭയകേന്ദ്രമാണ് ഇവിടുത്തെ പാടവും പുഴയും കാടും ഇടവഴികളും കടവും കയ്യാലയും. അതിനൊക്കെമീതെ ധീരരായ വിപ്ലവകാരികളുടെ ചുടുചോരവീണ കുരുതിക്ക

ളങ്ങളും. ചാത്തുന്റെ, ചീരുന്റെ, കാളിക്കുട്ടിയുടെ, കണ്ടൻകോരന്റെ, കുഞ്ഞാതുകോയയുടെ തുടങ്ങി ഒരുപാടുപേരുടെ കണ്ണീരും ചോരയും തളംകെട്ടിയ ഇരുളിടങ്ങൾ..... എല്ലാം ഒരിക്കൽക്കൂടി കാണണം.. കണ്ണിൽ നിന്നുമറഞ്ഞാലും കരളിൽ കല്ലു കിടക്കുന്ന ഓർമ്മകൾ പുതുക്കണം. ഈ മണ്ണിൽ മുളപൊട്ടിയ നീയും ഇവിടേക്കു പറിച്ചു നടപ്പെട്ട ഞാനും ഇനി ഒരിക്കലും മടക്കമില്ലാത്ത യാത്രയിൽ കൂടെ കൊണ്ടുപോകാൻ ഓർമ്മകളുടെ ഒസ്യത്ത്. ശരിയല്ലേ ദേവാ...?

വേണുമാഷ് ഒരു പ്രഭാഷകനെപ്പോലെ വാചാലനായപ്പോൾ ദേവൻ വായല്പം തുറന്നുവച്ച് നിശ്ശബ്ദനായി കേട്ടുകൊണ്ടുനിന്നു.

ദേവനാണ് സൈക്കിൾ എടുത്തത്. വേണുമാഷ് പിന്നിലിരുന്നു. സൈക്കിളിന്റെ ചക്രങ്ങളുരുണ്ടു. കാഴ്ചയിൽ സുഹൃത്തുക്കൾ, ശത്രുക്കൾ, പരിചിതർ, പൂർവ്വവിദ്യാർത്ഥികൾ, സഹപാഠികൾ, പാർട്ടിയാപ്പീസ്, ഗോപാലൻ നായരുടെ ഭവന ഗോപുരം, അപ്പുനമ്പ്യാരുടെ കൊട്ടാരം, തുക്കിടി സായിപ്പ് ജീവിച്ചുപേക്ഷിച്ചുപോയ വിക്ടോറിയ പാലസിന്റെ ജീർണ്ണാവശിഷ്ടങ്ങൾ. ഒടുവിൽ എത്തിയത് ചാത്തു സ്മാരകത്തിന്റെ മുന്നിൽ... രക്തസാക്ഷി മരിക്കുന്നില്ല... സ്മാരകത്തിന്റെ മുന്നിൽ വെണ്ണക്കല്ലിൽ തീർത്ത ശിലാഫലകത്തിൽ ദേവൻ ശിരസ്സു ചേർത്തു... തൊട്ടടുത്ത് ഉയരത്തിൽ പറക്കുന്ന കറുത്ത പതാകയിലേക്കു ദേവൻ കണ്ണുകളുയർത്തി ഒരിക്കലും കാണാത്ത അച്ഛനോട് വിടചോദിച്ചു.. വാ പോകാം... വേണുമാഷ് സൈക്കിളിൽ കയറിയിരുന്നു ദേവനെ വിളിച്ചു. വേണുമാഷ് സൈക്കിൾ ധൃതിയിൽ ചവിട്ടിവിട്ടു. പുഴക്കടവിൽ സ്ത്രീകൾ അലക്കുന്നു. കുളിക്കുന്നവരുമുണ്ട് കൂട്ടത്തിൽ ഗോപാലൻ നായരുടെ വീട്ടുവേലക്കാരി അമ്മാളുവുമുണ്ട്. അവൾ വേണുമാഷെയും ദേവനെയും കണ്ടു. ഈറനോടെ അമ്മാളു വിളിച്ചു.. മാഷേ... ഒന്ന്ക്കണേ....

അമ്മാളു വേണുമാഷ്ടെ വിദ്യാർത്ഥിനിയായിരുന്നു

ഈറൻ മുലക്കച്ചയ്ക്കുള്ളിൽ വിങ്ങുന്ന മാറിടം. ഇരുകൈകളും പിണച്ചുവെച്ച് മറച്ചുകൊണ്ട് അമ്മാളു ഓടിവന്നു.

മാശേ... മാശെന്നെ ഓർക്ക്ന്ന്ണ്ടോ...

ഓ എട്ടാം ക്ലാസില് മൂന്നാമത്തെ ബഞ്ചിലിരുന്ന കുറുമ്പത്തി അമ്മാളു അല്ലേ...

മാഷെത്ര കൃത്യമായി ഓർത്തിരിക്കുന്നു.

അമ്മാളു പോയി ഈറൻ മാറിവാ... ഞങ്ങളിവിടെ നിൽക്കാം.

ഞാ മാശേ ങ്ങടെ സൈക്കിൾ ഓടിപ്പോവും ന്നിരിച്ചാ ഓടിവന്നേ...

അമ്മാളു തിരിഞ്ഞോടി. അവളുടെ നനഞ്ഞ ശരീരത്തിന്റെ തിരയിളക്കത്തിൽനിന്നും വേണുമാഷ് നോട്ടം പിൻവലിച്ചു. ദേവനപ്പോൾ പുഴയ്ക്കക്കരെ ഇലകൊഴിഞ്ഞുനിൽക്കുന്ന ചേരുമരത്തിന്റെ നഗ്നമായ ശിഖരങ്ങൾ കാണുകയായിരുന്നു.

അമ്മാളു ഓടിവന്നു.

സുധക്കുഞ്ഞ് പറഞ്ഞിനും ങ്ങ്ളീട്ന്ന് പോവ്വാണേന്ന് ന്നാപ്പോങ്ങ്നെ തോന്നാൻ...

അമ്മാളു കിതയ്ക്കുന്നുണ്ടായിരുന്നു. അതിനു മറുപടി പറഞ്ഞത് വേണുമാഷാണ്... ഞാനിവിടെ പത്തിരുപതു കൊല്ലായില്ലേ അമ്മാളൂ... ഇനിനാട്ടിൽ പോകണം.. സ്ഥലംമാറ്റം കിട്ടി...

അയ്നെന്തിനാണേനും ഈ കുണ്ടനെ കൂട്ട്ണെ മാശേ... അമ്മാളുവിനു സംശയം... അവളുടെ കണ്ണുകൾ ദേവനെ ഉഴിഞ്ഞു.. ഞാ ദേവനിവിടാരുമില്ലാല്ലോ അമ്മാളൂ... പഠിക്ക്യേല്ലേ... അതവിടെയാകാമെന്നു കരുതി..

എനക്കും ആരുല്ല മാശേ... മസൂരി അച്ഛനേം അമ്മേനേം കൊണ്ടോയി..

അമ്മാളുവിന്റെ തൊണ്ടയിടറി... സുധാമണിയുടെ അമ്മയുടെ ചാർച്ചക്കാരിയാണ്... അച്ഛനമ്മമാർ നഷ്ടപ്പെട്ട അമ്മാളുവിനെ സുധാമണിയുടെ അമ്മയാണ് കൂട്ടിക്കൊണ്ടു വന്നത്, തന്റെ ഏക മകൾക്ക് ഒരു പരിചാരികയുടെ കുറവു നികത്താൻ. പക്ഷേ സുധാമണി അമ്മാളുവിനെ സ്വന്തം സഹോദരിയെപ്പോലെ സ്നേഹിച്ചു. അമ്മയ്ക്ക് പരിചാരികയും മകൾക്കു കൂടപ്പിറപ്പായും അമ്മാളു ഗോപാലൻ നായരുടെ വീടിന്റെ ഭാഗമായി. പക്ഷേ, ഗോപാലൻ നായർ മികച്ച പഠിപ്പുകിട്ടാൻ മകളെ നാടു കടത്തിക്കളഞ്ഞു... തിരുവനന്തപുരത്തേക്ക്. അവിടെ ഏതോ മുന്തിയ സ്കൂളിലാത്രേ പഠിക്കുന്നത്

സുധക്കുഞ്ഞിന്നലെ പോയിനി. ദേവൻ പോണേന് അയിനു സങ്കടാണേന്നും അക്കാര്യം പറഞ്ഞ് കുഞ്ഞൊത്തിരി കരഞ്ഞിനി... അതൊന്നും സാരമില്ല അമ്മാളൂ... ഗോപാലൻ നായരുടെ മകളല്ലേ കരച്ചിലൊക്കെ താനേ മാറിക്കോളും. ന്നാ ഞങ്ങളു പോകട്ടെ അമ്മാളൂ...

ദേവൻ സൈക്കിളിൽ കയറി. വേണുമാഷും. അവർ കണ്ണിൽനിന്നു മറയുംവരെ അമ്മാളു നോക്കിനിന്നു. അപ്പോൾ അവളോർത്തത് സുധാമണിയെക്കുറിച്ചാണ്. സുധക്കുഞ്ഞെന്തിനാണ് ദേവനെക്കുറിച്ച് പറഞ്ഞ് കരഞ്ഞത്... അറിയില്ല ഒരുകാര്യം ഉറപ്പാണ്. സുധക്കുഞ്ഞിനൊരിഷ്ടമുണ്ട്. അതാരോടാണെന്നുമാത്രം അമ്മാളുവിനു മനസ്സിലായില്ല.

****

നീട്ടി ചൂളംവിളിച്ചുകൊണ്ട് തീവണ്ടി വന്നു. ദേവൻ ആദ്യമായി തീവണ്ടിയിൽ കയറുകയാണ്. റിസർവേഷൻ കമ്പാർട്ട്മെന്റിൽ വേണുമാഷും ദേവനും കയറി. ഇരിക്കാൻ നല്ല സൗകര്യമുണ്ട്...

മീറ്റർഗേജാണ്.. എന്നാലും സൗകര്യമുണ്ട്. കമ്പാർട്ട്മെന്റിലെ സംവിധാനങ്ങളൊക്കെ വേണുമാഷ് ദേവനു പറഞ്ഞുകൊടുത്തു. മുകളിലും താഴെയുമുള്ള രണ്ടു ബർത്തുകളിൽ അവർ വിരിപ്പുവിരിച്ചു കിടന്നു. ദേവന്റെ കന്നിയാത്ര. വണ്ടിയുടെ കാതടിപ്പിക്കുന്ന ശബ്ദം. കുലുങ്ങി കുലുങ്ങിയുള്ള വണ്ടിയോട്ടം, ദേവൻ ഭയപ്പാടോടെ കണ്ണുകൾ

തുറന്നുപിടിച്ചു കിടന്നു. വേണുമാഷ് കിടന്നമാത്രയിൽ ഉറക്കത്തിലേക്ക് വഴുതി. ദേവന്റെ സിരകളിൽ വറ്റാത്ത രണ്ടിറ്റു കണ്ണീരുപോലെ അമ്മയും അച്ഛമ്മയും. കൊള്ളിനരികിൽ നിൽക്കുന്ന പൂവരശിന്റെ പൂത്തു കൊഴിയുന്ന പൂവുകൾപോലെ വാടിവീഴുന്ന ഓർമ്മകൾ... അച്ഛൻ! ദേവന് ഓർമ്മയല്ല ഒരു നടുക്കമാണ്.. കണ്ടിട്ടില്ലെങ്കിലും അച്ഛനൊരു പോരാളി യായിരുന്നതിൽ അഭിമാനമുണ്ട്. അതുകൊണ്ടുതന്നെ അച്ഛൻ ദേവന് ഒരു ബന്ധമെന്നതിലപ്പുറം ഒരാദർശമാണ്... കെട്ട സമൂഹത്തെക്കുറിച്ചുള്ള ഓർമ്മപ്പെടുത്തലാണ്. ആ ചിന്തകൾക്കിടയിൽ ഒരു കാരണവുമില്ലാതെ സുധാമണി കയറിവന്നു. അവളുടെ വാടിയ മുഖവും നനഞ്ഞ മിഴികളും ഊതിക്കെടുത്തിയ തിരിനാളംപോലെ മനസ്സിൽ നിന്നു തിരിയുന്നു.

അരുത് ആ ചിന്തവേണ്ട മനസ്സു പറഞ്ഞു. ഒരു കരടുപോലും വീഴാതെ ശുഭമായിക്കിടക്കുന്ന മനസ്സാണ്. അവിടെ വന്നു കൂടുകൂട്ടാൻ ഒരു കുരിയാറ്റയെപ്പോലും അനുവദിക്കരുത്. ദേവൻ ചീരുവിന്റെ മകൻ മാത്രമല്ല, ചാത്തുവിന്റെ രക്തസാക്ഷിത്വത്തിന്റെ നീറ്റൽ കൂടിയാണ്. തൊട്ടാൽ പൊള്ളുന്ന ബന്ധങ്ങൾ ചിലപ്പോൾ ഉയിരെടുക്കുന്നതിന്റെ ഉപാധിയായേക്കാം.

നീയുറങ്ങിയില്ലേ ദേവാ...

വേണുമാഷ് വിളിച്ചു ചോദിച്ചു...

ഇല്ല... എന്റെ ആദ്യത്തെ തീവണ്ടിയാത്രയല്ലേ മാഷേ... ഉണർന്നു കിടന്നു ഞാനാസ്വദിക്കുകയാണ്...

വണ്ടി എവിടെ എത്തിയെന്നറിയാമോ?

അറിയില്ല മാഷേ... ഒരു പേരുകണ്ടു. കായംകുളം.

ങാ... നമ്മളെത്താൻ പോകുന്നു. ഏതാണ്ടൊരു മണിക്കൂർ. കൊല്ലം ജങ്ഷൻ.

വേണുമാഷ് ബർത്തിൽ നിന്നിറങ്ങി വണ്ടി കുതിക്കുകയാണ്.. പുറത്തേക്ക് നോക്കിക്കോ ദേവാ..

കല്ലടയാറും അഷ്ടമുടിക്കായലുമൊക്കെ കാണാം. കുട്ടനാട്ടിലെ ത്തിയിട്ടു വേണം നിനക്ക് വേമ്പനാട്ടു കായലും പമ്പയാറുമൊക്കെ പരിചയപ്പെടുത്താൻ.

വേണുമാഷിന്റെ കണ്ണുകൾ തിളങ്ങി...

കുട്ടനാട്.... ദേവൻ മന്ത്രിച്ചു... അതെ കുട്ടനാട്. ഈയുള്ളവൻ പിറന്നുവീണ മണ്ണ്. ഇനി ആ മണ്ണിൽ നിന്റെ വേരുറയ്ക്കും. ഞാനതു നനച്ചു വളർത്തും. പിന്നീടത് തളിർത്തു പൂക്കും... അതാണെന്റെ സ്വപ്നം.

വേണുമാഷ് ദേവന്റെ മുഖത്തേക്കു നോക്കി ഏതോ സ്വപ്നത്തിന്റെ ഛായാതലത്തിൽ മേഞ്ഞുനടക്കുന്ന മനസ്സുമായി ദേവൻ മന്ദഹസിച്ചു. അപ്പോൾ വണ്ടി കൊല്ലം ജങ്ഷനിൽ എത്തിയിരുന്നു.

തീവണ്ടിയിറങ്ങി ടാക്സി കാത്തുനിൽക്കുമ്പോൾ വേണുമാഷ് കൊല്ലത്തിന്റെ കഥ പറഞ്ഞു... സന്ദേശകാവ്യങ്ങളിലെ വരികളുദ്ധരിച്ചു.

തേവള്ളിക്കൊട്ടാരം, ഹജൂർക്കച്ചേരി, കലാശാലകൾ, പള്ളികൾ, അമ്പലങ്ങൾ... തങ്കശ്ശേരി കടപ്പുറം, വേമ്പനാട്ടു കായലിൽ വിളയുന്ന കരിമീൻ മുതൽ കടപ്പുറം കഥകൾ വരെ... ശ്രീനാരായണഗുരുവിന്റെ ചെമ്പഴന്തിയും അരുവിപ്പുറവും അമ്പലപ്പുഴ പാൽപ്പായസവും, പുന്നപ്രവയലാറും അവിടുത്തെ കുട്ടക്കുരുതിയും തുടങ്ങി കുട്ടനാടിന്റെ സ്ഥലകാല ചരിത്രങ്ങൾ ഒരപസർപ്പകകഥപോലെ കേട്ടുനിന്നപ്പോൾ ദേവന്റെ മനസ്സ് വികാരഭരിതമായി. ടാക്സി ഓടുന്നതിനിടയിൽ വേണുമാഷ് പഠിച്ച സ്കൂളും കോളേജുമൊക്കെ ദേവനെ കാണിച്ചു കൊടുത്തു. കൂട്ടത്തിൽ തന്റെ ഹൃദയത്തിൽ കൂടുകൂട്ടിയ കൂട്ടുകാരിയെ കുറിച്ചും. രേവതി. ആ പേരു മാത്രമേ മാഷ് പറഞ്ഞുള്ളൂ. പിന്നെ മനഃപൂർവ്വമെന്നപോലെ ഓർമ്മയുടെ ചെപ്പു തുറക്കാതിരിക്കാൻ മാഷ് പ്രത്യേകം ശ്രദ്ധിച്ചു. അതേപ്പറ്റി കൂടുതലറിയാൻ ദേവനും ആഗ്രഹിച്ചില്ല.

വണ്ടി മെയിൻറോഡ് കടന്ന് നീണ്ടുകിടക്കുന്ന ചെമ്മൺ പാതയിലൂടെ പൊടുന്നനേ വളയുന്ന ഒരു നാട്ടുവഴിയിൽ നിന്നു. ഇരുപുറവും പൂക്കൈതകൾ ചിരിച്ചുതകർക്കുന്ന ഇടവഴിയും പടർന്നു വളരുന്ന പാടത്താളിയും. ഓരോന്നും മാഷ് പറഞ്ഞുകൊണ്ട് മുന്നിൽ നടന്നു. മാഷുടെ ഭാണ്ഡം തോളിലേറ്റി പിന്നാലെ ദേവനും. കൈതപ്പൂവിന്റെ സുഗന്ധം കാറ്റിലൂടെ ഒഴുകി. എങ്ങോട്ടു നോക്കിയാലും വെള്ളക്കെട്ടുകൾ... തലങ്ങും വിലങ്ങും വരമ്പുകളും പച്ചവിരിച്ച പാടശേഖരങ്ങളും. ചിലയിടത്ത് കതിര് നാമ്പിടുന്നു, ചിലയിടത്ത് പഴുത്ത് ചാഞ്ഞിരിക്കുന്നു. തോണികൾ ചെറുതും വലതും. കൊതുമ്പു തോണികൾ... ഓടിവള്ളങ്ങൾ, ഒറ്റത്തോർത്തുടുത്ത് തലയിൽ കെട്ടുമായി കഴുക്കോലൂന്നിയും തുഴയെറിഞ്ഞും തോണിക്കാരും തുഴക്കാരും. ദേവനെല്ലാം പുതിയ അനുഭവമാണ്. പൂരക്കാഴ്ചയുടെ പുളകത്തോടെ ദേവൻ കാലുകൾ ധൃതിയൽ പെറുക്കിക്കുത്തി. കാലുകൾ പുതഞ്ഞുപോകുന്ന വെള്ളമണൽ. അതാ ആ കാണുന്നതാണ് വേമ്പനാട്ടു കായൽ. ദേവൻ ചുമടുചായ്ച്ച് മുഖമുയർത്തി. അലയാഴിപോലെ വിസ്തൃതമായ ഓളപ്പരപ്പ്. വേമ്പനാട്ടു കായൽ. ദേവൻ ആ വിസ്മയത്തിൽ മുങ്ങിനിന്നുപോയി. ഞെറി ഞെറിയായി തുടിച്ചുതുള്ളുന്ന അലസഞ്ചയം മാടിവിളിക്കുന്നു... ഹൃദയം തുടികൊട്ടി...

അതാ ആ കാണുന്നതാണ് വീട്, മാഷ് അകലേക്കു ചൂണ്ടി... കണ്ടപ്പോൾ വീട് വളരെ അടുത്താണെന്ന് തോന്നി. പക്ഷേ, നീണ്ടുകിടക്കുന്ന നടപ്പാത അവസാനിക്കുന്നതു വിസ്തൃതമായ ഒരു പറമ്പിനു മുന്നിൽ... ദേവൻ പ്രതീക്ഷിച്ചപോലെ വലിയ ഇരുമ്പ് ഗേറ്റില്ല. പകരം നല്ല ഓടുമേഞ്ഞ മാളികപ്പുരയ്ക്കു താഴെ തടിയിൽ പണിത ചാരടി.. ഇതാണ് കൊട്ടിയമ്പലം.. അതായത് പടിപ്പുര.. തറവാടിന്റെ പ്രൗഢി അടയാളപ്പെടുത്തുന്ന പടിപ്പുര അടഞ്ഞുകിടക്കുന്നു. അതിന്റെ പുറത്ത് അമ്പലമണിപോലെ ഒരു കുടമണി ചുമരിൽ ഉറപ്പിച്ചിട്ടുണ്ട്. അതിൽ ഒരു കയറു കെട്ടിയിട്ടുണ്ട്. വേണുമാഷ് കയറെടുത്ത് രണ്ട് പ്രവാശ്യം

വലിച്ചടിച്ചു. മണി മുഴങ്ങി നിമിഷങ്ങൾക്കകം ഒരു മദ്ധ്യവയസ്കൻ ഓടിക്കിതച്ചു വന്നു. നരച്ചു തുടങ്ങിയ താടിയും മുടിയും. തിളക്കമുള്ള കണ്ണുകൾ... നേരിയ അകംകൂന്, മുറുക്കി ഉടുത്ത കോണകത്തിനു മീതെ വലിയ ചുട്ടിത്തോർത്ത്. തോർത്തൊരെണ്ണം തോളിലും. ഇതാണ് എന്റെ ഒരേയൊരു ബന്ധു. ഗോവിന്ദേട്ടൻ.

വേണുമാഷ് പറഞ്ഞു... ഗോവിന്ദേട്ടൻ വെളുക്കെ ചിരിച്ചു.

ഗോവിന്ദേട്ടാ.. ഇതാണ് എന്റെ ദേവൻ ഇവനെ ഞാൻ ഗോവിന്ദേട്ടനെ ഏല്പിക്കുകയാണ്.. ഇവനെന്റെ മകനാണെന്നു കരുതിക്കോണം. ഗോവിന്ദേട്ടന്റെ കൊച്ചുമകൻ.

വേണുമാഷ് അതും പറഞ്ഞ് പടിപ്പുര കടന്ന് മുറ്റത്തേക്ക് കാലെടുത്തുവെച്ചു. കൊയ്ത്തു തുടങ്ങിയോ ഗോവിന്ദേട്ടാ.... മുറ്റത്ത് കറ്റയുടെ കൂനകണ്ട് വേണുമാഷ് ചോദിച്ചു. ങാ... തൊടങ്ങി.. പക്ഷേ, പലേടത്തും സമരാ... കൊയ്ത്തിനാളെ കിട്ടാനില്ല... ഗോവിന്ദേട്ടൻ പറഞ്ഞു...

ങാ... എന്തിനാസമരം...

കൂലിപ്രശ്നാ...

തൊഴിലാളികൾക്കർഹമായ കൂലികൊടുക്കണം ഗോവിന്ദേട്ടാ. അത് പണമോ പതമ്പോ എന്തായാലും വേണുമാഷ് പറഞ്ഞു..

അതമ്മക്കൊരുകൂട്ടരുമാത്രം തീരുമാനിക്കാമ്പറ്റൂല്ല കുട്ടാ... യൂണിയൻകാരല്ല്യോ തീരുമാനിക്കേണ്ടത്...

ഓ അതു മറന്നു. ഇങ്ങോട്ട് വന്നിട്ട് കൊല്ലം നാലായി. ഗോവിന്ദേട്ടൻ കൃത്യമായി ഓരോ ആഴ്ചയിലും എഴുതും. തേങ്ങാ അടത്തിയതെത്ര കാശുകിട്ടി.. പാക്കു പറിപ്പിച്ചു പൈങ്ങയും ചമ്പനും പറിച്ചു. അടയ്ക്കാ മരത്തിന് മഞ്ഞരോഗം.. അയ്യം കിളപ്പിച്ചു... പാടത്തു വിത്തിറക്കി ഞാറുപറിച്ചു.. നടീൽ കഴിഞ്ഞു.. ഇത്രചെലവായി.. ഇത്ര ബാങ്കിലിട്ടു... കുടംബം അന്യംനിന്നുപോയി... കുട്ടൻ ഒരു കല്ല്യാണം കഴിക്കണം... മലബാറിലെ ജോലി മതിയാക്കി ഉടനേ തിരിച്ചുവരണം... എനിക്കു വയ്യാതായി... മടക്കത്തപാലിൽ തന്നെ മറുപടി അയക്കണം.. സ്റ്റാമ്പൊട്ടിച്ച ലക്കോട്ട് ഇതോടൊപ്പമുണ്ട്.

എന്റെ ഗോവിന്ദേട്ടാ... നിങ്ങളെനിക്കാരാണ്... എനിക്കുവേണ്ടി കരയാനും കരുതിവച്ചു കാത്തിരിക്കാനും നിങ്ങളെന്റെ ആരാണ്..

ഒരിക്കൽ ചോദിച്ചുപോയി...

അദ്ദേഹം അതിനുമറുപടി പറഞ്ഞില്ല. ഒന്നു ചിരിക്കുക മാത്രം ചെയ്തു. അച്ഛൻ നാട്ടിലെ പ്രമാണിയായിരുന്നു. ഒരു ചെറിയ നാട്ടുരാജാവ്, ഈ പടിപ്പുരയിലിരുന്നാണ് അച്ഛൻ പാവങ്ങളുടെ പരാതി കേട്ടിരുന്നത്. കുറ്റവാളികൾക്കു ശിക്ഷ ചാട്ടവാറടി മുതൽ കുടിയൊഴിപ്പിക്കൽ വരെ... അച്ഛന്റെ ശിങ്കിടികളും മറ്റു കരപ്രമാണിമാരും വെടി പറയാനും പകിട കളിക്കാനുമൊക്കെ ഈ കൊട്ടിയമ്പലത്തിന്റെ മാളികയിലെത്തിയിരുന്നു. അതൊക്കെ ഒരുകാലം... ഓർക്കാനിഷ്ടമില്ലാത്ത ഒരു ഭൂതകാലം..

മുറ്റത്തൊരു മൂലയ്ക്ക് മുക്കുറ്റിപ്പൂക്കൾ മുഖം പൊത്തി ചിരിക്കുന്നു. അകലെ തൊഴുത്തിനു പിന്നിൽ കൃഷ്ണകിരീട ചെടികൾ നിരന്നുനിന്ന് അഭിവാദ്യം ചെയ്യുന്നു. മുറ്റത്ത് പൊടിച്ചുവന്ന കറുകയും കൃഷ്ണ കിണാന്തിയുമൊക്കെ പിഴുതെറിഞ്ഞാണ് ചാണകം മെഴുകി കറ്റകൊണ്ടിടാൻ കളമൊരുക്കിയിരിക്കുന്നത്. കരിങ്കല്പാളികൾ ചേർത്തുവച്ചു കെട്ടിയുയർത്തിയ ചുറ്റുമതിൽ കാലപ്പഴക്കംകൊണ്ട് കരുവാളിച്ചും പായൽ പിടിച്ചും കിടക്കുന്നു. അങ്ങിങ്ങ് പൊട്ടിവീണിട്ടുമുണ്ട്..

തെക്കേമുറ്റത്ത് മെത്ത വിരിച്ചതുപോലെ പവിഴമല്ലിപ്പൂക്കൾ കൊഴിഞ്ഞു കിടക്കുന്നു. ചെത്തിത്തേച്ച ചെങ്കല്ലുകൊണ്ടുണ്ടാക്കിയ വീടിന്റെ ഭിത്തികൾ തേച്ചിട്ടില്ലെങ്കിലും എന്തൊരു ഭംഗിയാണതിനിപ്പോഴും... ഓടുപാകിയ തറ അതീവമിനുസമാണ്. ഒറ്റപ്പാളികളുള്ള ചെറിയ ജാലകങ്ങൾ, വൃത്തത്തിലാണ് വീട്ടകം.. ചെറിയമുറികൾ, ഇടുങ്ങിയ ഇടനാഴികൾ, വിശാലമായ പൂമുഖം... വർഷങ്ങളായി തുറക്കാതിരുന്ന നിലവറ. ഗോവിന്ദേട്ടൻ കത്തിച്ചു പിടിച്ച തൂക്കുവിളക്കുമായി മുന്നിലിറങ്ങി. കെടാവിളക്കെരിഞ്ഞിരുന്ന നിലവറയാണ്.. ഒരുനാൾ ഒട്ടും നിനച്ചിരിക്കാതെ അതു കെട്ടുപോയി.. ചെമ്പ്, ചരക്ക്, വട്ടളം, വളകാതുകുട്ടകം, ആട്ടവിളക്ക്, നിലവിളക്കുകൾ, തൂക്കുവിളക്കുകൾ, കാക്കവിളക്കുകൾ തുടങ്ങി വിളക്കുകളുടെ ഒരു നിരതന്നെയുണ്ട്. വലിയൊരു മരപ്പെട്ടിയുടെ പൂട്ടുതുറന്ന് വേണുമാഷ് ദേവനു കാണിച്ചുകൊടുത്തു സ്വർണ്ണത്തളിക, പൊന്നുരുളി പൊൻകാരം ചേർത്തുവിളക്കിയ വാളും ചിലമ്പും.

ഇതൊക്കെ പ്രൗഢമായ ഒരു കാലത്തിന്റെ നൊമ്പരപ്പെടുത്തുന്ന അടയാളങ്ങളാണ്.. ദേവാ.. ഈ വേണുവിനിതിലൊന്നും യാതൊരു മോഹവുമില്ല. ഇതൊക്കെ ഏല്പിച്ചുകൊടുക്കാനും ഏറ്റെടുക്കാനും എനിക്കൊരു പിൻഗാമിയില്ല.. ഉണ്ടാവുകയുമില്ല...

ദേവൻ ശ്വാസമടക്കിപ്പിടിച്ച് ഇതെല്ലാം കണ്ടുകൊണ്ടു നിന്നതല്ലാതെ ഒരക്ഷരം ശബ്ദിച്ചില്ല. കാരണം അവനേതോ സ്വപ്നലോകത്തിലൂടെ ഒഴുകുകയായിരുന്നു. നിലവറയടച്ചു താക്കോൽ ഗോവിന്ദേട്ടനെ ഏല്പിച്ചു കൊണ്ട് വേണുമാഷ് പറഞ്ഞു. ഞാനില്ലാതായൽ ഇത് ഇവനെ ഏല്പിക്കണം... എനിക്ക് മറ്റാരുമില്ലാല്ലോ..

അതുകേട്ട് ഗോവിന്ദൻ മാത്രമല്ല ദേവനും ഞെട്ടി. വേണുമാഷ് നിസംഗനായി നിലവറയ്ക്കു മുന്നിലെ വിശാലമായ തളത്തിൽ തൂക്കിയിട്ടിരിക്കുന്ന ആട്ടുകട്ടിലിൽ ഇരുന്നു. കരിവീട്ടിയിൽ തീർത്ത തൂണുകൾക്കിടയിലൂടെ പറമ്പിന്റെ തെക്കു വടക്കും ഇടതൂർന്നു നിൽക്കുന്ന ചെടിയും മരങ്ങളും കാണാം.. അതിന്റെ ഇലച്ചാർത്തുകളിളക്കി ചെറുകാറ്റുവീശി. തെക്കേ തൊടിയിൽ പൂത്തുലഞ്ഞു വാകമരം.. അവിടെയാണ് മൂർത്തിയുടെ പ്രതിഷ്ഠ. തൊട്ടടുത്ത് ഗുളികൻതറ.. മുല്ലവള്ളിയുടെ മഹാവനം തന്നെയുണ്ട്. എഴുത്തോലപ്പന വളർന്നു നിൽക്കുന്നത് പടിഞ്ഞാറേ പറമ്പിന്റെ മൂലയിൽ. തൊട്ടടുത്ത് നിറയെ പഴുത്ത കായ്കളുമായി അത്തിമരം.. നെല്ലിയും നെന്മേനി വാകയും കെട്ടുപിണഞ്ഞ വടക്കേമൂല.

അടുക്കളയോട് ചേർന്ന് ആൾ മറയുള്ള കിണറ്റിൽനിന്നു വെള്ളം കോരിയെടുക്കാൻ പാകത്തിൽ കുളിമുറി... പടിഞ്ഞാറു ഭാഗത്ത് വീട്ടിൽ നിന്നല്പം അകലെയായി ചെങ്കൽ പടവുകളുള്ള കുളം. കുളത്തിനോട് ചേർന്ന് കടവുമേട.. ആ മേടയിലിരുന്നാൽ കുട്ടനാടൻ പാടങ്ങളുടെ ജലരാശികാണാം..

വീടു നാലുകെട്ടാണ്.. നടുമുറ്റമില്ല. പകരം വെൺതാമര വിരിഞ്ഞാടുന്ന വൃത്തിയുള്ള ഒരു കുളം. കുളത്തിന് ചുറ്റും ഇരിക്കാൻ പാകത്തിൽ വീതിയുള്ള അരമതിൽ. ദേവനും വേണുമാഷും അവിടെ ഇരുന്നാണ് പ്രാതൽ കഴിച്ചതും ദേവന്റെ നാടിനെക്കുറിച്ചുള്ള ഓർമ്മകൾ പങ്കുവെച്ചതും..

നമ്മുക്കല്പം വിശ്രമിച്ചാലോ ദേവാ....വരൂ....

വേണുമാഷ് ദേവനെയുംകൂട്ടി മുകളിലേക്കുള്ള ഗോവണിപ്പടി കയറി. അവർ കരിവീട്ടിയിൽ തീർത്ത വീതിയുള്ള പടികൾ കയറി കിടപ്പുമുറിയിലെത്തി. വിശാലമായ മുറിയുടെ രണ്ടരികിലായി പട്ടുമേലാപ്പിട്ട കട്ടിലും കിടക്കയും...

ഇതാണു നമ്മുടെ ശയനമുറി. നീയും ഞാനും ഇതുവരെ ഒറ്റയായിരുന്നല്ലോ.. നിനക്കൊരു കൂട്ടുണ്ടാകുന്നതുവരെ നമുക്കൊരുമിച്ച് ഈ മുറി മതി. ഒറ്റപ്പെടലിന് സുഖവും ദു:ഖവുമുണ്ട്. ഏകാന്തത ദുസ്സഹമാണ്. അനാഥത്വം ഒരു മനുഷ്യാവസ്ഥയാണ്. അതേസമയം ഒന്നിനോടും ഒരു മമതയുമില്ലാത്ത, ഒരു ബാദ്ധ്യതയുമില്ലാത്ത സ്വാതന്ത്ര്യവും അതിന്റെ നിസ്വതയും ദുർഗ്രാഹ്യമായ ഒരനുഭൂതിയാണു ദേവാ...

മാഷെന്താണു പറയുന്നതൊന്നും ദേവന് മനസ്സിലാവുന്നില്ല. വേണുമാഷ് കിടക്കയിലിരുന്നു. ദേവൻ ഇരിക്കാതെ ഒരരികു പറ്റി നിന്നതേയുള്ളൂ. അവൻ ദീർഘനേരമായി നിൽക്കുകയാണെന്ന് അവനും മാഷും മറന്നു. വേണുമാഷിനെ ദേവനു മനസ്സിലാവുന്നില്ല. ഒരു നിർവ്വേദിയുടെ നിസ്സംഗമായ ആ സംസാരവും അവനു മനസ്സിലായില്ല. മാഷു പറഞ്ഞതെല്ലാം ജീവിതത്തെക്കുറിച്ചായിരുന്നു. വ്യർത്ഥമായ കാലം. വിവേകശൂന്യമായ ജീവിതം.. ഒരു പ്രഹേളികപോലെ കടന്നുപോയ കാലത്തിന്റെ നെടുനീളൻ വഴികളിൽ ജനപഥങ്ങളില്ലാത്ത തുരുത്തിൽ ഒറ്റപ്പെട്ടുപോയ നിമിഷങ്ങൾ... അതൊന്നും മറക്കാനാവുന്നില്ല. മറവി ചൂളപോലെ നീറ്റുന്ന ഓർമ്മകളുടെ നേരിയ ആവരണം മാത്രമാണ്. ആ ഓർമ്മകൾ മാത്രമാണിന്നു സ്വന്തം. അതൊന്നും ആരുമായും പങ്കുവെയ്ക്കുവാനാഗ്രഹിക്കുന്നില്ല.. വേണുമാഷ് പെട്ടന്ന് സംസാരം നിർത്തി കണ്ണുകളടച്ച് ഏതോ ധ്യാനത്തിലെന്നപോലെ നിശ്ശബ്ദനായി. എന്തു ചെയ്യണമെന്നറിയാതെ ദേവൻമാഷുടെ കട്ടിലിനു താഴെ മാഷുടെ കാൽക്കലിരുന്നു. അവന്റെ കണ്ണുകൾ നിറഞ്ഞൊഴുകി. ചൂടുള്ള കണ്ണീരിന്റെ ആ നനവിലാണ് മാഷു കണ്ണുതുറന്നതും ദേവനെ വാത്സല്യത്തോടെ വാരിയണച്ചതും.

നീ കരയരുത്. ഇനിമേലിൽ നീയൊറ്റയ്ക്കല്ല, ഞാനും. നീയെന്റെ

മകനാണ്. എന്റെ മനസ്സിൽ പിറന്നവൻ. അപ്പോൾ പുറത്ത് വെയിൽ തിളയ്ക്കുന്നുണ്ടായിരുന്നു. തൊടിയിലെ മരങ്ങളും അതിൽ ചേക്കേറിയ കിളികളും ചിറകടിച്ചു പറന്നുകൊണ്ടിരുന്നു.

****

ഊണുകഴിക്കാം. കാലായിട്ടുണ്ട്.

പുഞ്ചിരിച്ചുകൊണ്ട് ഗോവിന്ദേട്ടൻ...

ഓർമ്മവച്ച കാലം മുതൽ തന്റെ ഒപ്പമുണ്ട് അദ്ദേഹം. കുടുംബമില്ല, കുട്ടികളില്ല. ഉറ്റവരും ഉടയവരുമില്ല. അമ്മവീട്ടിലെ ആശ്രിതനായിരുന്നു.. ആദ്യ പ്രസവം കഴിഞ്ഞ് ഭർത്തൃഗൃഹത്തിലേക്ക് പോരുമ്പോൾ അമ്മയ്ക്കൊപ്പം അമ്മവീട്ടിൽനിന്നു കൊടുത്തയച്ച ചുമടുമായി വന്ന കൗമാരപ്രായക്കാരനായിരുന്നു ഗോവിന്ദേട്ടൻ. പിന്നെ കുട്ടിയെ കളിപ്പിക്കാനും കാവലിരിക്കാനും അമ്മയ്ക്കൊരു കയ്യാട്ടത്തിനും ഗോവിന്ദൻ വേണമെന്നായി. ഗോവിന്ദന്റെ നെഞ്ചിലെ ചൂടുപറ്റി വളർന്നവാണ് വേണു. പിന്നീടിന്നുവരെ എരിയുന്ന തീയിൽനിന്നു പിരിയാത്ത നാളംപോലെ വേണുമാഷിനൊപ്പമാണ് ഗോവിന്ദൻ.

നെയ്യ്, പരിപ്പുകറി, ഓലൻ, പുളിശ്ശേരി, പുഴമീൻവച്ചത്, വറുത്തത്. പപ്പടം...

എന്തൊരപാര സ്വാദാണിതിനെല്ലാം.... ഇത്രയും നല്ല ഭക്ഷണം ജീവിതത്തിൽ ഞാനാദ്യം കഴിയ്ക്ക്യാണ് മാഷേ.... ഒരു കല്ല്യാണ സദ്യയോ ചാവടിയന്തിരമോ ഞാനറിഞ്ഞിട്ടേയില്ല.... ദേവന്റെ കണ്ണുകൾ നിറഞ്ഞു. ഗോവിന്ദേട്ടനു മാഷ്ടെ മകനെന്നു പറഞ്ഞു പരിചയപ്പെടുത്തിയ ആ ചെറുക്കനോടു സഹതാപം തോന്നി, അയാളുടെ കണ്ണുകളും നിറഞ്ഞുപോയി. വേണുമാഷ് ഒന്നും ശബ്ദിച്ചില്ല.

രാത്രി ഉറങ്ങാൻ കിടക്കുംമുൻപ് മാഷ് ഒരു പുസ്തകവുമായി വന്നു.

ദേവൻ നല്ല വായനക്കാരനല്ലേ.... നാളെ ലൈബ്രറിയിൽ കയറി നോക്കണം. എല്ലാം ഭംഗിയായി സൂക്ഷിച്ചിട്ടുണ്ട് ഗോവിന്ദേട്ടൻ.

ദേവൻ അതിനു മറുപടി പറയാതെ തന്റെ പുസ്തകക്കെട്ടുകളഴിച്ച് അടുക്കി വയ്ക്കുകയായിരുന്നു.

നിലവറയുടെ കിഴക്കുഭാഗത്തുള്ള മുറി ദേവന്റെ പഠനമുറിയായി ഉപയോഗിക്കാം. ലൈബ്രറിയും അതിനടുത്താണ്. കിടപ്പുമുറിയിൽ പഠിപ്പുവേണ്ട.

അപ്പോഴും ദേവൻ മാഷെ നോക്കിയതല്ലാതെ ഒരക്ഷരം മിണ്ടിയില്ല. അവന്റെ മനസ്സിലപ്പോൾ സ്വന്തം വീടിന്റെ ഉള്ളകം തെളിഞ്ഞുവന്നു. അകത്തെ മൂലയിൽ കെട്ടിഞാത്തിയിരുന്ന അച്ഛമ്മയുടെ പുള്ളോർക്കുടം, അരിനിറച്ചു വയ്ക്കുന്ന നാലു ചുരങ്ങാത്തോട്, പിന്നെ അമ്മയുടെ അരിവാൾ, അച്ഛമ്മയുടെ വെറ്റിലച്ചെല്ലം, അമ്മിയും കുഴയും ഉരലും ഉലക്കയും അമ്മയുടെ കാശുകുടുക്ക, മുണ്ടും തുണികളും വയ്ക്കുന്ന ചൂരൽക്കൊട്ട, തന്റെ പുസ്തകം വെയ്ക്കുന്ന പഴയ തകരപ്പെട്ടി...

കഴിഞ്ഞു. തന്റെ കുടുംബത്തിലെ സ്ഥാവരജംഗമങ്ങൾ. അമ്മയുടെ കാശുകുടുക്ക നിറയെ നാണയങ്ങളുണ്ടായിരുന്നു. മകനെ പഠിപ്പിയ്ക്കാൻ പലപ്പോഴായി കരുതിവച്ച സമ്പാദ്യം. പോരുമ്പോൾ ദേവൻ അതുമാത്രമാണ് കൂടെ കൊണ്ടുപോന്നത്. മകനെ കുറിച്ചുള്ള അമ്മയുടെ സ്വപ്നങ്ങളാണതെന്നവനു തോന്നി. അവർ പറയാതെപോയ കണ്ണീർ കഥകളും ആ കുടുക്കയിലുണ്ടാവുമെന്നവൻ വിശ്വസിച്ചു. അതു കൊണ്ടാണവനാ കുടുക്ക ഭദ്രമായി സൂക്ഷിക്കുന്നത്..

പിന്നെയുള്ളത് ചുവന്ന ചരടുകൊണ്ട് ചുറ്റിക്കെട്ടിയ നാലഞ്ചു താളിയോലകളാണ്.. ചിങ്ങമാസത്തിലെ കൃഷ്ണപക്ഷത്തിലെ രോഹിണി നാളിലാണ് ദേവന്റെ ജനനം. നാരായംകൊണ്ട് താളിയോലയിൽ കുറിച്ചിരിക്കുന്നു. ദേവനെന്താണ് പേരു കൊടുത്തിരിക്കുന്നത്. ജാതകം ഗണിച്ചത് കുറ്റ്യോത്ത്മ്മൽ ശങ്കരപ്പണിക്കരാണ്.. ആരാണദ്ദേഹം, എവിടുത്തുകാരൻ, ഒന്നും ദേവനറിയില്ല. വിശേഷപ്പെട്ട ജനനമാണ്. ദോഷങ്ങൾ, കഷ്ടതകൾ പിന്നെ രാജയോഗവും. നാട്ടിൽ ചെക്കൻ വിളിനിന്ന ശേഷമാണ് തേവൻ ദേവനായത്. അവനെ ദേവനെന്നു വിളിച്ച രണ്ടേ രണ്ടുപേർ. അവന്റെ അമ്മയും വേണുമാഷുമായിരുന്നു. സ്കൂളിൽ ഹാജർ വിളിക്കുമ്പോഴും പരീക്ഷാക്കടലാസ് തിരിച്ചു തരുമ്പോഴും ദേവനെന്നു വിളിക്കുന്ന അദ്ധ്യാപകരുടെ മുഖത്തു തെളിയുന്ന നീരസം അവൻ മനസ്സിലാക്കിയിട്ടുണ്ട്.

ദേവൻ വേണുമാഷ്ടെ ലൈബ്രേറിയിലേക്കു കയറി. ഒപ്പം മാഷുമുണ്ടായിരുന്നു. നല്ല വെണ്ടേക്കിൽ തീർത്തു വെടിപ്പായി സൂക്ഷിച്ചിരിക്കുന്ന ചില്ലു വാതിലുള്ള പുസ്തക ഷെൽഫുകൾ, കഥകൾ, കവിതകൾ, പുരാണങ്ങൾ, നിഘണ്ടുക്കൾ ഇംഗ്ലീഷും മലയാളവും, അമരകോശം, അർത്ഥശാസ്ത്രം, വേദങ്ങൾ, ഉപനിഷത്തുക്കൾ. വേണുമാഷുടെ പുസ്തക പ്രപഞ്ചത്തിനു മുന്നിൽ ദേവൻ അന്ധാളിച്ചു നിന്നു.. അവനജ്ഞാതമായിരുന്ന അറിവിന്റെ ഗുഹാമുഖത്ത് അവന് വിസ്മയത്തേക്കാളേറെ വിഹ്വലതയാണ്. താൻ സ്വപ്നം കാണുകയാണെന്നവനു തോന്നി.

പൂമുഖത്ത് ചില്ലിട്ടു തൂക്കിയിരിക്കുന്ന വലിയ ഒരു ചിത്രമുണ്ട്... അതാരാവും..? ദേവൻ വേണുമാഷുടെ മുഖത്തേക്കുനോക്കി രവീന്ദ്രനാഥടാഗോർ.. മാഷ് പറഞ്ഞുകൊടുത്തു. ആട്ടക്കഥകളും തുള്ളൽ കഥകളും സന്ദേശകാവ്യങ്ങളുമൊക്കെ പുസ്തക ഷെൽഫിൽ അടുക്കി വച്ചിരുന്നു. അതൊക്കെ ഒന്നു പരിചയപ്പെടാൻ തന്നെ ഒരു ജന്മം വേണം എങ്കിലും വായിക്കണം, വായിച്ചു തുടങ്ങണം. ദേവൻ തീരുമാനിച്ചു.

ദേവൻ അറിഞ്ഞുവയ്ക്കേണ്ട ചിലമഹാന്മാരുടെ കൃതികളുണ്ടിവിടെ. അതെന്താണെന്ന് കണ്ടുനോക്ക്... വായനയൊക്കെ വഴി പോലെ മതി...

നാലുകള്ളികളുള്ള നീളൻ ചില്ലലമാരയിൽ നിരത്തി വച്ചിരിക്കുന്ന കൃതികൾ... അതിന്റെ രചയിതാക്കൾ..

മാർക്സ്, എംഗൽസ്, ചെഗുവേര, മഹാത്മാഗാന്ധി, ശ്രീരാമകൃഷ്ണ പരമഹംസർ, ശ്രീനാരായണഗുരു.... അങ്ങനെ പോകുന്നു ആ പേരുകൾ...

ഇവരൊക്കെ ആരാണ്?

ഇവരുടെ ആശയങ്ങളെന്താണ്?

ഒന്നും ദേവനറിയില്ല. എന്നാലും വായിക്കണം. ഒരു ജന്മം വായിച്ചാലും തീരാത്തത്ര പുസ്തകങ്ങൾ...

ദേവൻ എത്രമണിക്കുണരും....?

മാഷുചോദിച്ചു.

പള്ളിയിൽ വാങ്കാണ് എന്റെ സമയം. ചിലപ്പോൾ നാലര, അഞ്ച്.. അഞ്ചര.. ഏതായാലും അഞ്ചുമണിയ്ക്കു ഞാനുണരും. എന്റെ അമ്മയുടെ സമയമാണത്...

എന്റെ സമയം നാലുമണിയാണ്.. അതിനു സൈറനും ക്ലോക്കുമൊന്നും വേണ്ട. എന്റെ ഉപബോധമനസ്സിൽ നാലു മണിയുടെ പെൻഡുലം ത്രസിക്കുന്നുണ്ട്. അതു എന്റമ്മയുടേയും സമയമായിരുന്നു.

തന്റെ അഞ്ചാം പിറന്നാൾ. ദിവസവും കാച്ചെണ്ണ തേച്ച് മുഖത്ത് മഞ്ഞൾപുരട്ടി ഇഞ്ചയും സോപ്പുമായി അമ്മ കുളപ്പുരയിലേക്കു കടക്കുന്നത് കണ്ടുനിന്ന ഓർമ്മയിൽ മുങ്ങി വേണുമാഷ് പെട്ടന്ന് മൂകനായി...

ഞാനും ആസമയത്തുണരാം മാഷേ...

ദേവൻ പറഞ്ഞു പക്ഷേ, മാഷതു കേട്ടില്ല... ഓർമ്മകൾ... വെളുത്തു നീണ്ട് സ്വർണ്ണക്കമ്പിപോലെ.... പുറം നിറഞ്ഞ് കീഴോട്ടു നീണ്ടുകിടക്കുന്ന ചുരുളൻമുടി... വട്ടമുഖം.. ചെറിയ നെറ്റി... നീണ്ടമൂക്ക്.. നിരയൊത്ത പല്ലുകൾ.. സദാ പുഞ്ചിരിക്കുന്ന നീളൻകണ്ണുകൾ....

മാഷേ... ഞാനും നാലിനുതന്നെ ഉണരാം.

ദേവൻ വീണ്ടും പറഞ്ഞു..

ങേ...ങാ...മാഷ് ഓർമ്മയിൽ നിന്നു ഞെട്ടി ഉണർന്നു...

ദേവൻ ഉണരുന്ന സമയം ഏതാന്നാ പറഞ്ഞത്..

അഞ്ചുമണി.. മാഷ് ഉണരുന്നതു നാലുമണിയെങ്കിൽ എന്റെ സമയവും നാലുമണി തന്നെ...

എങ്കിൽ അങ്ങനെയാവട്ടെ...

നിമിഷങ്ങൾക്കകം മാഷുടെ കൂർക്കംവലി കേട്ടു.. പക്ഷേ, ദേവന് ഉറങ്ങാൻ കഴിഞ്ഞില്ല.. ഓർമ്മകളല്ല.. ഉണർവ്വിനും ഉറക്കത്തിനും ഇടയിൽ മനസ്സിനെ നുള്ളിനോവിക്കുന്ന ഒരസ്വസ്ഥത.. പ്രധാനമായും പഠനമാണ്... മാഷ് അതേപ്പറ്റി ഒന്നും പറഞ്ഞില്ല. എന്തെങ്കിലും തടസ്സങ്ങളുണ്ടെങ്കിൽ മടങ്ങിപ്പോകണം. സ്വന്തം നാട് തന്നെ ഉപേക്ഷിച്ചിട്ടില്ല.. ഏതോ ദുസ്വപ്നംപോലെ സ്വന്തംവീടവിടെ അനാഥമായി കിടക്കുകയാണ്.. ഓർമ്മകൾ മുട്ടിത്തിരിഞ്ഞ് അമ്മയിൽ വന്നിരിക്കുന്നു. അച്ഛമ്മ നെയ്തെടുത്ത പായിൽ അമ്മയ്ക്കും അച്ഛമ്മക്കുമൊപ്പമാണു കിടന്നുറങ്ങിയിരുന്നത്.. ആ നശിച്ച ദിവസം... നായരുടെ കൈ തൊട്ടശുദ്ധമാക്കിയ ശരീരം മാലിന്യംപോലെ ചുമന്നുകൊണ്ട് വീട്ടിൽ വന്നുകയറിയ ദിവസമാണ്

അമ്മ തനിച്ചു വേറെ പായവിരിച്ചത്.

എനക്ക് പനിയാണേനും മോൻ മാറിക്കെടന്നോള്ണ്ടി....

അതുകേട്ട് താനും അച്ഛമ്മയും അമ്മയുടെ മുഖത്തേക്കു നോക്കി. അപ്പോഴാമുഖം കരുവാളിച്ച് കുനിഞ്ഞിരിക്കുകയായിരുന്നു.

വേണുമാഷാണ് പിന്നീട് കാര്യങ്ങൾ പറഞ്ഞത്. അപ്പോഴേക്കും വസൂരി അമ്മയേയും മുത്തശ്ശിയേയും വിഴുങ്ങിയിരുന്നു. രാപ്പകൽ കരഞ്ഞിട്ടും കണ്ണീരൊടുങ്ങാതെ പ്രതികാരദാഹവുമായി അലഞ്ഞുനടന്നു... അപ്പോഴൊക്കെ മനസ്സിനെ വേട്ടയാടിയിരുന്ന ചോദ്യങ്ങൾ ഉത്തരം കിട്ടാതെ ഇപ്പോഴും കിടക്കുന്നു.

ഒരു പെണ്ണിന് അവളുടെ ശരീരം കഴുകൻ കണ്ണുകളിൽനിന്നു മറച്ചുപിടിയ്ക്കാനാവാത്തതെന്തുകൊണ്ട്? അവളുടെ മാനം കാക്കേണ്ട ചുമതല ഈ സമൂഹത്തിനില്ലേ?... അതോ സ്ത്രീ, സമൂഹത്തിനാരുമല്ലേ? ജാതിപ്പെരുമ അധഃസ്ഥിതന്റെ തടവറയാണോ? അതോ കൊലക്കളമോ? തന്റെ പാവപ്പെട്ട അച്ഛനമ്മമാർ അധികാരത്തീയിൽ വെന്തുപോയവർ...

ഓർമ്മകളിൽ മുങ്ങി കണ്ണുകളടഞ്ഞതെപ്പോഴാണെന്നറിയില്ല.. ഞെട്ടിയുണർന്നപ്പോൾ മണി അഞ്ച്. മുറിയിലെ നാഴികമണി ശബ്ദിച്ചു. വേണുമാഷ് കുളികഴിഞ്ഞ് ധ്യാനത്തിലാണ്. കാലുകൾ പൂട്ടി നെഞ്ചു വിരിച്ച് തലയുയർത്തി കൈത്തലം മടിത്തട്ടിൽ പിണച്ചുവെച്ച് കണ്ണുകളടച്ച്...

ഇതാണോ മാഷു പറയാറുള്ള പത്മാസനം... എന്തോ അറിയില്ല... അവനൂഹിച്ചു.

കുളിച്ചു വേഷം മാറിയ്ക്കോ ദേവാ.. ഇന്ന് താൻ പുതിയ കോളേജിൽ ചേരാൻ പോവുകയാണ്...

മാഷ് അതേ ഇരുപ്പിലിരുന്നാണ് സംസാരിച്ചത്.. കണ്ണുകൾ തുറന്നില്ല. അതുകൊണ്ട് ദേവന്റെ കണ്ണുകളിലെ തിളക്കം മാഷ് കണ്ടില്ല. അത്ഭുതവും അമ്പരപ്പുംകൊണ്ട് അന്ധനായിപ്പോയ ദേവൻ ഗദ്ഗദത്തോടെ വിളിച്ചുപോയി.

മാഷേ.... ഞാൻ കരുതി എന്റെ പഠനം വഴിയിലായിപ്പോയീന്ന്....

ഓ എന്താങ്ങനെ തോന്നാൻ... നിന്നേം നിന്റെ പഠിപ്പിനേം വഴിയിലാക്കാനല്ലല്ലൊ നമ്മളിങ്ങോട്ടു വന്നത്. അഡ്മിഷന്റെ കാര്യം ഞാൻ പറഞ്ഞിട്ടുണ്ട്. എന്റെ സുഹൃത്താ കോളേജ് പ്രിൻസിപ്പൽ..

ദേവൻ ആദ്യമായി ഒരു കുളത്തിൽ കുളിക്കുകയാണ്. വേണുമാഷ് തോർത്തുമായി കരയിലിരുന്നു. അധികം ഉള്ളിലേക്കിറങ്ങണ്ട. ഈ കുളത്തിന് എന്തോ ഒരടിയൊഴുക്കുണ്ട്. അതാണ് വർഷം മുഴുവൻ വറ്റാത്ത തെളിനീരു നിറഞ്ഞു കിടക്കുന്നത്.

പുലരി പൊട്ടിവിടരുന്നതേയുള്ളു. കുളിച്ചൊരുങ്ങി വന്ന ദേവനും മാഷും യാത്രയ്ക്ക് തയ്യാറായിനിന്നു

കഞ്ഞി തയ്യാറായിട്ടുണ്ട്... ഗോവിന്ദേട്ടൻ

നിങ്ങൾക്ക് ഉറക്കൊന്നുമില്ലേ ഗോവിന്ദേട്ടാ..

വേണുമാഷു ചോദിച്ചു. ഗോവിന്ദേട്ടൻ ചിരിച്ചു.

കാറു വിളിയ്ക്കണോ കുട്ടാ...

ഗോവിന്ദേട്ടൻ ചോദിച്ചു...

വേണ്ട, കടവിൽ വേലായുധൻ തോണിയുമായി കാത്തുനിൽക്കും. ഇന്നത്തെ യാത്രബോട്ടിലാണ്. ദേവൻ നമ്മുടെ കുട്ടനാടൊക്കെ ഒന്നു പരിചയപ്പെടട്ടേ ഗോവിന്ദേട്ടാ..

വേലായുധന്റെ തോണിയിൽ കയറി. പത്തു നാല്പതു വയസ്സുള്ള വേലായുധൻ കഴുക്കോൽ ഊന്നി... തോണിയിളകി... ബോട്ടുജട്ടിയിൽ ആളുകൾ കൂടിനിന്നു. ദേവൻ ആദ്യമായി ബോട്ടിൽ കയറുകയാണ്.

നീണ്ടുപരന്നു കിടക്കുന്ന നിലയ്ക്കാത്ത ഓളപ്പരപ്പുകൾ, ദേവൻ തന്റെ നാട്ടിലെ പുഴയെ ഓർത്തു. നീണ്ടുമെലിഞ്ഞ് വീതിയിൽ വിറങ്ങലിച്ചുകിടക്കുന്ന പുഴ.

പുതിയ കോളേജ് ദേവന് വളരെ ഇഷ്ടമായി.. പട്ടണത്തോട് ചേർന്ന് ആകാശം തൊടുംപോലെ തലയെടുപ്പുള്ള കൂറ്റൻ ബഹുനില കെട്ടിടങ്ങൾ മൂന്നോ നാലോ... വിശാലമായ മൈതാനം... ദേശീയ പാതയോരത്ത് പതിറ്റാണ്ടുകളുടെ പഴക്കവും പാരമ്പര്യവുമുള്ള കലാലയം. ദേവന് അത്ഭുതത്തേക്കാളേറെ ആദരവായിരുന്നു. വിശുദ്ധമായൊരു ദേവാലയത്തിലെന്നപോലെയാണ് ദേവൻ കോളേജിന്റെ പടികൾ ചവിട്ടിയത്... മിക്സഡ് കോളേജാണ്. പ്രിൻസിപ്പൽ ഡോ. ശിവദാസൻ എഴുന്നേറ്റു നിന്ന് ബഹുമാനത്തോടെയാണ് വേണുമാഷ്ടെ നേർക്ക് കൈനീട്ടിയത്. പെട്ടന്ന് അദ്ദേഹം ദേവന്റെ മുഖത്തേക്ക് നോക്കി.

ദേവൻ..... അല്ലേ?

അതെ സർ... ദേവൻ ഭവ്യതയോടെ മറുപടി പറഞ്ഞു.

ആർട്സാണ് ദേവന്റെ മെയിൻ. പക്ഷേ, യൂണിവേഴ്സിറ്റി മാറിയത് കൊണ്ട് പുസ്തകങ്ങളിൽ ചിലതിനു മാറ്റമുണ്ട്. വേണുമാഷ് പറഞ്ഞു.

നോ പ്രോബ്ലം.. ബൈ ദ ബൈ.. ലോക്കൽഗാർഡിയൻ വേണു തന്നെയല്ലേ?

പ്രിൻസിപ്പലിന്റെ ചോദ്യം...

ലോക്കൽ ഗാഡിയനല്ല ശിവ... ഗാർഡിയനാണ്. ഇവനെനിക്കു മകനാണ്.. അതെ മകൻതന്നെ ...

ഡോക്ടർ ശിവദാസിന്റെ മുഖം വിവർണ്ണമായി സന്തോഷമോ? സംശയമോ? അതോ സഹതാപമോ... അറിയില്ല... അദ്ദേഹം വേണുമാഷ്ടെ മുഖത്തേക്ക് ഉറ്റുനോക്കി.

വേണുമാഷ് ഡോ. ശിവദാസിനുള്ള മറുപടിയെന്നോണം പുഞ്ചിരിച്ചുകൊണ്ട് തലയാട്ടി. പ്രിൻസിപ്പലിന്റെ ഒരുപാട് സംശയങ്ങൾ അപ്രത്യക്ഷമായതുപോലെ തോന്നി ദേവന്..

ഡോക്ടർ ശിവദാസും വേണുമാഷും സഹപാഠികളും കലാലയം വരെ സന്തതസഹചാരികളുമായിരുന്നു. അദ്ധ്യാപകരായ അച്ഛനമ്മമാരുടെ ഏകമകനാണ് ശിവദാസ്. കരപ്രമാണിയായ ശേഖരൻ തമ്പി

യുടെയും കുബേര പുത്രിയായ ഭഗീരഥിപിള്ളയുടെയും ഒറ്റ പുത്രനാണ് വേണുഗോപാലൻതമ്പി എന്ന വേണുമാഷ്.. ശിവദാസന്റെ അമ്മ ശാരദാമ്മ സാറും ഭർത്താവ് ബാലൻ സാറും അച്ഛന്റെതന്നെ ഉടമസ്ഥ തയിലുള്ള രാമൻ മെമ്മോറിയൽ ഹൈസ്കൂളിലെ അദ്ധ്യാപകരാണ്. കലയും സാഹിത്യവും കൃഷിയുമൊക്കെ വശമുള്ള ബാലൻസാറും അദ്ദേഹത്തിന്റെ അച്ഛനും ശേഖരൻതമ്പിയുടെ ആശ്രിതരായിരുന്നു. അതുകൊണ്ടു തന്നെ ബാലൻ സാറിന്റെ ജോലിയും സമ്പത്തുമൊക്കെ തമ്പിയുടെ ഔദാര്യവുമായിരുന്നു.

രണ്ടു കുടുംബങ്ങളും രണ്ടു സന്താനങ്ങളും. ആശ്രിതനും ആശ്രിതവത്സലനും. എന്നാൽ വേണുവിനും ശിവദാസനും ആ അന്തര മുണ്ടായിരുന്നില്ല. അവരെപ്പോഴും ഒന്നിച്ചായിരുന്നു. ഒന്നുകിൽ ശിവദാ സന്റെ വീട്ടിൽ ശാരദാചിറ്റയും ബാലപ്പാപ്പയും വേണുവിന് സ്വന്തം മാതാപിതാക്കളെക്കാൾ പ്രിയപ്പെട്ടവരാണ്. തിരിച്ചവർക്കും. വേണു വെന്നുപറഞ്ഞാൽ നിലത്തുകാലുറയ്ക്കാത്തത്രേം സ്നേഹം.

ശേഖരൻ തമ്പി ഗൗരവക്കാരനും മിതഭാഷിയുമായിരുന്നു. ആരോടും അടുപ്പം കാണിക്കാത്ത പ്രകൃതം. എന്നിട്ടും അദ്ദേഹത്തിന് വേണുവിനെക്കാൾ കൂടുതൽ ശിവനോട് അളവറ്റ സ്നേഹമായിരുന്നു. ആരും കാണാതെ അവനെ താലോലിക്കുകയും ശ്രദ്ധിക്കുകയും ചെയ്തിരുന്നു.

മറ്റാരും മനസ്സിലാക്കിയില്ലെങ്കിലും ഭഗഥീരഥിപ്പിള്ള അത് മനസ്സിലാക്കിയിരുന്നു. അതുകൊണ്ടുതന്നെ തന്റെ മകന്റെ ഒപ്പം അവർ ശിവദാസനെയും സ്നേഹിച്ചു. തന്റെ കുട്ടിക്കാലത്ത് ശാരദാമ്മയെച്ചൊല്ലി അച്ഛനും അമ്മയും പലപ്പോഴും കലഹിച്ചിരുന്നതായി വേണു ഓർമ്മി ക്കുന്നു. ശാരദാമ്മച്ചിറ്റയെ പറ്റി കേൾക്കുമ്പോൾ തന്നെ അമ്മയ്ക്കു കലി യിളകും.

അച്ഛനെപ്പോലെ തന്നെ മോനും അങ്ങോട്ടാ ചായ്‌വ്. അവളെങ്ങി നാടാ നിന്റെ ചിറ്റയാവുന്നത് നിന്റെ ചിറ്റ എന്റെ അനുജത്തി രാജലക്ഷ്മി യാ.. മനസ്സിലായോടാ....

ഇല്ല... വേണുവിന് അമ്മ പറയുന്നതത്രയ്ക്കങ്ങു മനസ്സിലാവാറില്ല.. ശാരദാമ്മച്ചിറ്റക്ക് തന്നോടു സ്നേഹമുണ്ട്. ശിവദാസനെപ്പോലെതന്നെ, അമ്മയ്ക്കു ശിവദാസനോടും സ്നേഹമുണ്ട്. പിന്നെന്തിനാണമ്മ ചിറ്റയോട് തീരെ ഇണങ്ങാത്തത്.. അറിയില്ല.. വേണുവിന്റെ സംശയം മനസ്സിൽ വളർന്നുവന്നു.

ശാരദാമ്മച്ചിറ്റയ്ക്ക് എന്നോടെന്തിഷ്ടാന്നറിയ്യോ അമ്മയ്ക്ക്. വേണു ഒരു ദിവസം പറഞ്ഞു. ഉം അറിയാം അവൾക്ക് നിന്നോടു മാത്രമല്ല നിന്റച്ഛനോടും വല്ല്യ ഇഷ്ടാ വേണ്വേ....

ജീവിതത്തിലൊരിക്കൽ മാത്രമേ അമ്മ അങ്ങനെ പറഞ്ഞിട്ടുള്ളു...

എന്റെ അമ്മയ്ക്ക് ശാരാദമ്മച്ചിറ്റയെ തീരെ ഇഷ്ടമല്ല ബാലപ്പാപ്പേ, അതെന്താണാവോ?.....

തന്റെ മുന്നിൽ വള്ളിനിക്കറുമിട്ട് കൊഞ്ചിക്കൊണ്ടു നിൽക്കുന്ന കുഞ്ഞുവേണുവിനോടെന്തു മറുടി പറയുമെന്നറിയാതെ ബാലൻ സാറ് ചിരിച്ചു.

ങാ അവരുടെ നാളുകൾ തമ്മിൽ ചേരുല്ല.. കുട്ടാ.. മുന്നാളാ.. അതാകാര്യം...

മുന്നാളോ... വേണുനതു മനസ്സിലായില്ലെങ്കിലും വെറുതെ തലയാട്ടി...

അമ്മേ ശാരദമ്മച്ചിറ്റേം മൂന്നാളാന്ന് ബാലപ്പാപ്പ പറഞ്ഞു... അതാ അമ്മയ്ക്ക് ചിറ്റയോടിത്ര ദ്വേഷ്യം... വേണുവിന്റെ വർത്തമാനം കേട്ട് ഭാഗീരഥിപ്പിള്ള ഉള്ളിൽ ചിരിച്ചു.

വേണുവിനെക്കാൾ രണ്ടുവയസ്സു കൂടുതലുള്ള ശിവദാസനെയും വേണുവിനെയും ഒരുമിച്ചാണ് എഴുത്തിനിരുത്തിയത്. അമ്മയ്ക്കതത്ര ഇഷ്ടമായില്ലെങ്കിലും അച്ഛന്റെ തീരുമാനമതായിരുന്നു. അച്ഛന്റെ മടിയിലിരുന്ന് ആദ്യം അരിയിലെഴുതിയത് ശിവദാസനാണ്. രണ്ടാമത് വേണുഗോപാലനും..

അതു കണ്ടുനിന്ന അമ്മയും ബാലപ്പാപ്പയും ഒരുപക്ഷേ: മനസ്സിൽ കരഞ്ഞിരിക്കുമെന്ന് വളരെക്കാലത്തിനു ശേഷം വേണുവിനു തോന്നിയിട്ടുണ്ട്.

ശിവദാസന്റെ ഏഴാം പിറന്നാൾ നന്നായിട്ട് ആഘോഷിക്കണമെന്ന് അച്ഛനൊരു മോഹം... പക്ഷേ അതെങ്ങനെ നടക്കും.. ഒരു പോംവഴിയുണ്ട്.. ആദ്യം വരുന്ന വേണുവിന്റെ അഞ്ചാം പിറന്നാൾ ആഘോഷമാക്കുക. അന്നുതന്നെ രണ്ടുമാസം കഴിഞ്ഞു വരാൻപോകുന്ന ശിവദാസന്റെ ഏഴാം പിറന്നാളാഘോഷം പ്രഖ്യാപിക്കുക. വളരെ വർഷങ്ങൾക്കു ശേഷമാണ് ബാലൻസാർ ഇതൊക്കെ വേണുവിനോട് പറയുന്നത്. ശേഖരൻതമ്പി തീരുമാനിച്ചതുപോലെതന്നെ വേണുവിന്റെ പിന്നാളാഘോഷം നടന്നു. പക്ഷേ സുഖമില്ലെന്നു പറഞ്ഞ ശാരദാമ്മ സാർ അങ്ങോട്ട് വന്നതേയില്ല...

എന്റെ പിറന്നാളിനു പേരമ്മ വന്നില്ലെങ്കി ഈ ശിവദാസൻ ഒരു തുള്ളി വെള്ളം കുടിയ്ക്കില്ല... എന്റെ പേരമ്മയാണെ സത്യം..

ശിവദാസൻ അങ്ങനെയാണ് ഭാഗീരഥിപ്പിള്ളയെ പിറന്നാൾ സദ്യസ്ക്ക് വിളിച്ചത്.

മോൻ വെള്ളം കുടിയ്ക്കാതിരിക്കണ്ട.. നിന്റെ പേരമ്മ തീർച്ചയായും നിന്റെ പിറന്നാളിനും വരും. ഭഗീരഥീപ്പിള്ള സമ്മതിച്ചു

പിറന്നാള് ദിവസം അച്ഛൻ പുലർച്ചയ്ക്കുതന്നെ പുറപ്പെട്ടു.

നമ്മളൊന്നിച്ചല്ലേ പോകുന്നത്... നിങ്ങളിപ്പഴെങ്ങോട്ടാ....

എനിക്കു കൊല്ലംവരെ പോകണം.. ഊണിനു ഞാനങ്ങെത്തിക്കോളം.. നീ കാറെടുത്തോ... ഗോവിന്ദനേം കൂട്ടിയ്ക്കോണ്ടു വന്നാമതി..

പാടത്തു പണിക്കാരൊണ്ട്. കഞ്ഞി കൊടുക്കണം. ഗോവിന്ദനെ കൂട്ടാൻ പറ്റില്ല. വേണൂനെ ബാലൻ സാറിന്നലെ തന്നെ കൂട്ടിക്കൊണ്ടു

പോയില്ലേ...

ഭാഗീരഥിപ്പിള്ള പറഞ്ഞുതീർക്കാൻ കാത്തുനിൽക്കാതെ ശേഖരൻതമ്പി കാറിൽ കയറിപ്പോയി. അവർ പിന്നാലെചെന്നു വിളിച്ചു പറഞ്ഞു... എന്തെങ്കിലും നല്ലൊരു പിറന്നാൾ സമ്മാനം വാങ്ങണേ.. സ്വർണ്ണം മതി.. ഇതെല്ലാം കണ്ടുകൊണ്ടുനിന്ന ഗോവിന്ദേട്ടൻ ഊറിച്ചിരിക്കും. തമ്പിയദ്ദേഹത്തിന്റെ ഉത്സാഹം എന്തുകൊണ്ടാണെന്ന് ഊഹിച്ചറിഞ്ഞ ഗോവിന്ദൻ ചിരിയ്ക്കാതെന്തു ചെയ്യും.

രണ്ടു കാറും രണ്ടാനകളുമുള്ള നാട്ടിലെ പ്രമാണിയാണ് ശേഖരൻതമ്പി. കുട്ടിശങ്കരനും കുഞ്ഞനന്തനും തലയെടുപ്പുള്ള കൊമ്പന്മാരായിരുന്നു. കുട്ടിശങ്കരൻ കൂപ്പിലെ പണിയും കുഞ്ഞനന്തൻ അമ്പലങ്ങളിൽ എഴുന്നള്ളത്തിനും. അച്ഛന്റെ അന്തസ്സായിനിന്ന ആനപ്പന്തി അടുത്ത കാലത്താണ് പൊളിച്ചു മാറ്റിയത്. അവിടെ ആധുനിക രീതിയിൽ വേണുമാഷ് ഒരു ചെറിയ എടുപ്പുപണിതിട്ടിട്ടുണ്ട്.. നാലുകെട്ടിലെ ഓർമ്മകളിൽ നിന്ന് ഒളിച്ചു പാർക്കാനൊരിടം.. അവിടെ സാഹിത്യകാരന്മാരും സഖാക്കളുമൊക്കെ ചേക്കേറി.

സമയം ചെലവഴിക്കാനൊരിടം. അതെല്ലാം വേണുവിനൊരാശ്വാസമാണ്.. ഏറെക്കാലമായി നാട്ടിലേക്കു തിരിഞ്ഞു നോക്കാതിരുന്ന വേണുപ്പോഴിതാ ഒരു പുതിയ ചുമതലയുമായി വീട്ടിൽ വന്നു തമ്പടിച്ചിരിക്കുന്നു. അനാഥനായ ഒരു ബാലൻ അയാളുടെ ജീവിതത്തിന്റെ ഭാഗമായിരിക്കുന്നു. കാലത്തിന്റെ തരിശുകളിൽ ഒരു പുൽനാമ്പു പോലും മുളപൊട്ടാത്ത നിസ്വതയുടെ ആരണ്യകത്തിൽ കല്പിതമായൊരു കല്പവൃക്ഷംപോലൊരു മനുഷ്യൻ. ജീവിത യാത്രയിൽ ഒരവധൂതനെപ്പോലെ അലഞ്ഞവൻ. ജനസഞ്ചയത്തിന്റെ നടുവിലും ഏകനായവൻ.

ഓർമ്മകളുടെ കൂടുപൊട്ടി കടന്നൽക്കൂട്ടം പറന്നടുത്ത് ഹൃദയം കുത്തി നോവിക്കുന്നു.

ഗോവിന്ദാ... പണിക്കാർക്ക് കഞ്ഞി കൊടുക്കണം.. ഞാനിറങ്ങുന്നു. കാറുവേണ്ട കുറച്ചു ദൂരമല്ലേയുള്ളൂ. നടന്നോളാം.. ഭഗീരഥിപ്പിള്ള തിടുക്കത്തിലൊരുങ്ങിയിറങ്ങി.

അയ്യോ നടക്കാനോ? അതും ഒറ്റയ്ക്ക്. ഗോവിന്ദേട്ടൻ അത്ഭുതപ്പെട്ടു.

സാരമില്ല ഗോവിന്ദാ.. ഞാനെന്നും ഒറ്റയ്ക്കാണെടൊ.. ഭഗീരഥിപ്പിള്ള ഇറങ്ങി നടന്നു.

ഗോവിന്ദൻ പിന്നെ മിണ്ടിയില്ല.. കസവുമുണ്ടും വേഷ്ടിയും വേഷം. കൈകൾ നിറയെ പൊൻവളകൾ, കഴുത്തിൽ കമലപ്പിരി ചെയിനും ചുവന്ന കല്ലുപതിച്ച അഡ്യലും, നെറ്റിയിലും നെറുകയിലും സിന്ദൂരം. ആ വലിയ കണ്ണുകളിൽ കൺമഷിയെഴുതി കറുപ്പിച്ചിട്ടുണ്ട്, മോതിരങ്ങൾ പലവിധം. കാലിൽ സ്വർണ്ണക്കൊലുസ്. സമ്പത്തും സൗന്ദര്യവും മാത്രമല്ല തന്റേടവും ആശ്രിത സ്നേഹവും അവരുടെ പ്രത്യേകതയാണ്. ശേഖരൻതമ്പിയുടെ ഭാര്യ... നാട്ടുകാരുടെ തമ്പുരാട്ടി തനിയെ നടന്ന്... വഴിയിൽ കണ്ടവരോട് കുശലം പറഞ്ഞ്... പതിവില്ലാത്തൊരു കാഴ്ച

യായിരുന്നു അത്. മുല്ലക്കൽ ക്ഷേത്ര വിളക്കിന് ശ്രീകോവിൽ നടയിൽ മറ്റൊരു വിളക്കായിനിന്ന ഭഗീരഥിപ്പിള്ളയെ കണ്ടമാത്രയിൽ മനസ്സിൽ കുടിവച്ച കാമുകിയെ പുറംതള്ളി അവിടെ മറ്റൊരു വിഗ്രഹത്തെ പ്രതിഷ്ഠിക്കുകയായിരുന്നു ശേഖരൻ തമ്പി.

തറവാട്ടിലെ കാര്യസ്ഥനും കയ്യാളുമായ ഗോവിന്ദന്റെ സഹോദരി ശാരദാമ്മ. പറമ്പും പാടവും മാത്രമല്ല... ശാരദാമ്മയ്ക്ക് സ്വന്തം, പിതൃസ്വത്തായ വിദ്യാലയത്തിൽ ഒരു ജോലിയും കൊടുത്തു ശേഖരൻ തമ്പി. താമസിയാതെ സഹപ്രവർത്തകനായ ബാലൻസാറുമായുള്ള ശാരദാമ്മയുടെ വിവാഹവും നടന്നു. ശാരദാമ്മ നേരും നെറിയുമുള്ള സ്ത്രീയായതുകൊണ്ട് ആദ്യരാത്രി തന്നെ അവർ ഭർത്താവിനോടു സത്യങ്ങൾ തുറന്നു പറഞ്ഞു.

ശേഖരൻ തമ്പിയുടെ പാപം നിങ്ങളുടെ മേൽ അടിച്ചേല്പിയ്ക്കാൻ ഞാനനുവദിയ്ക്കുകയില്ല. പക്ഷേ, എന്റെ ആങ്ങള ഗോവിന്ദന്റെ അപേക്ഷ തള്ളിക്കളയാനായില്ല സാറേ... നിങ്ങൾക്കെന്നെ സ്വീകരിക്കുകയോ ഉപേക്ഷിക്കുകയോ ചെയ്യാം...

സ്വീകരിച്ചാൽ നമ്മൾ ഒരു വീട്ടിൽ താമസിക്കുമെന്നല്ലാതെ ഒരുമിച്ചു ജീവിക്കുകയില്ല. ഉപേക്ഷിച്ചാലും എന്റെ കുട്ടിയുടെ അച്ഛനായി ചുണ്ടിക്കാണിക്കാൻ സാറുതന്നെ വേണ്ടിവരും..

ശാരദാമ്മസാറിന്റെ ആഗ്രഹം പോലെ കാര്യങ്ങൾ നടക്കും. മരണം വരെ നമ്മൾ സഹഹപ്രവർത്തകരായിരിക്കും... പരിചയക്കാരും.

ബാലൻസാർ ഭാര്യക്ക് വാക്കുകൊടുത്തു.

വിവാഹത്തിന്റെ എട്ടാം മാസം ശാരദാമ്മ പ്രസവിച്ചു. നല്ല ആരോഗ്യമുള്ള ഒരാൺകുട്ടി ഇതെങ്ങനെ സംഭവിച്ചു. അവർ രണ്ടാളും ഒരേ സ്കൂളിലല്ലേ ജോലി ചെയ്തിരുന്നത്... പ്രേമത്തിലാവുമ്പം ചെലതൊക്കെ നടക്കും..

ആളുകൾ അടക്കം പറഞ്ഞു, ചിലർ അമർത്തിച്ചിരിച്ചു. നിസംഗനായി ബാലൻസാറ് എല്ലാം നിശ്ശബ്ദം സഹിച്ചു. ശേഖരൻ തമ്പിയും ഗോവിന്ദനും രഹസ്യങ്ങളൊക്കെ മനസ്സിൽത്തന്നെ കുഴിച്ചുമൂടി... ഭാഗീരഥിപ്പിള്ളയുടെ ചെവിയിലിതൊന്നും എത്തിയതുമില്ല.

ഗോവിന്ദാ നിനക്കെന്നോട് അലോഗ്യമൊന്നുമില്ലല്ലോ.. അവളെ ഞാൻ ചതിച്ചതല്ല... പറ്റിപ്പോയി. പക്ഷേ, ആ കുഞ്ഞിനെ ഞാനെന്റെ മകനായിത്തന്നെ സ്നേഹിച്ചു വളർത്തും. അതായിരുന്നു ഗോവിന്ദന് ശേഖരൻതമ്പിയുടെ വാക്ക്. അതദ്ദേഹം പാലിക്കുകയും ചെയ്തു.

ഊണുകാലമാകുമ്പോഴേക്കു ചെന്നാൽ മതിയെന്ന് ഉറപ്പിച്ചു പറഞ്ഞിട്ടാണ് ശേഖരൻതമ്പി പോയത്. പക്ഷേ, ഭാഗീരഥിപ്പിള്ള കാലത്തുതന്നെ ശാരദാമ്മസാറിന്റെ വീട്ടിലേക്കു പോവുകയായിരുന്നു

വഴിയിൽവച്ച് ഭഗീരഥിപ്പിള്ള ബാലൻസാറിനെ കണ്ടു. കൂട്ടത്തിൽ ശിവദാസനും വേണുമുണ്ട്..

ഇൻസ്പെക്ഷനാണ് ഞങ്ങളൊന്നു സ്കൂളിൽ പോയിട്ട് വേഗം

വരാം.. വീട്ടുകാരി വലിയ ഒരുക്കത്തിലാണ്..

ബാലൻസാർ ഭവ്യതയോടെ പറഞ്ഞു. കാറില്ലാതെ ഒറ്റയ്ക്കെങ്ങും നടന്നുപോയി കണ്ടിട്ടില്ല. ബാലൻസാറ് പിന്നെയും പറഞ്ഞു.

ഒറ്റയ്ക്ക് നടക്കാനൊരു കൊതി. ഒപ്പം വരേണ്ട മകൻ ഇന്നലെ തന്നെ ഇങ്ങുപോന്നു. അദ്ദേഹം കാലത്തുതന്നെ പോയി. എന്തോ അത്യാവശ്യമുണ്ടത്രേ... ഊണുകാലമാവുമ്പക്കും വരും..

ഭാഗീരഥിപ്പിള്ള മലർക്കെച്ചിരിച്ചുകൊണ്ട് നടന്നു. അവരുടെ കൈവളകളും സ്വർണ്ണക്കൊലുസ്സും ഇളകിച്ചിരിച്ചു.

അമ്മേ ശാരദാമ്മച്ചിറ്റ നല്ല പാലട പ്രഥമനുണ്ടാക്കുന്നുണ്ട്. ഞങ്ങളുച്ചയ്ക്കങ്ങുവരും. വേണു പറഞ്ഞു

ഞങ്ങളുവേഗം വരാം ഭാഗീർഥിയമ്മേ..

ബാലൻസാർ വേണുവിന്റെ കൈപിടിച്ചു നടന്നു. ശിവദാസന്റെ കൈ വേണുവിന്റെ തോളിലൂടെ ചുറ്റിയിരുന്നു. വേണു തിരിഞ്ഞുനോക്കി, അമ്മ മൊട്ടുകുട നീർത്തിപ്പിടിച്ച് ധൃതിയിൽ നടന്നു പോകുന്നു. പിന്നെന്താണുണ്ടായതെന്നറിയില്ല.. വർഷങ്ങൾക്കു ശേഷം ഗോവിന്ദേട്ടൻ പറഞ്ഞറിവേയുള്ളൂ..

അമ്മ ചെല്ലുമ്പോൾ അച്ഛന്റെ ചെരിപ്പു പുറത്തുകണ്ടു. തൊട്ടടുത്ത് ഒഴിഞ്ഞ വാൽക്കിണ്ടിയും ആളനക്കമുണ്ടായിരുന്നില്ല. അമ്മ അകത്തു കയറി പാതിചാരിയിരുന്ന വാതിൽ പതുക്കെ തുറന്ന് ഒന്നേ നോക്കിയുള്ളൂ... പിന്നെ വാതിൽ വലിച്ചടച്ചുകൊണ്ട് തിരിഞ്ഞോടുകയായിരുന്നു. തൊട്ടുപിന്നാലെ അച്ഛനും വന്നുകൊണ്ട് അമ്മയെ വിളിച്ചെങ്കിലും അവർ നിന്നില്ല. വീട്ടിലേക്കോടി. അവർ കിടപ്പു മുറിയിൽ കയറി വാതിലടച്ചു. അച്ഛനും പരിഭ്രമിച്ചുകൊണ്ട് ഗോവിന്ദേട്ടനും വാതിൽ തട്ടിവിളിച്ചെങ്കിലും അവർ വാതിൽ തുറന്നില്ല, ഗോവിന്ദേട്ടൻ വാതിൽ ചവിട്ടിപ്പൊളിക്കുമ്പോഴേക്കും എല്ലാം കഴിഞ്ഞിരുന്നു. തൊട്ടിൽ കെട്ടുന്ന ഹുക്കിൽ ഉടുത്തിരുന്ന കസവു വേഷ്ടിയിൽ കഴുത്തുമുറുക്കി കണ്ണുതുറിച്ച് അമ്മ അച്ഛനെ നോക്കി. അച്ഛൻ ആ കാഴ്ച കണ്ട് പിറകോട്ടു വീണു.. ആ കണ്ണുകൾ പിന്നെ തുറന്നില്ല. ബാലപ്പാപ്പ തന്നെ വാരിയെടുത്തു തോളത്തിട്ടുകൊണ്ട് ഓടുകയായിരുന്നു. പൂമുഖത്ത് നീണ്ടുനിവർന്ന് മൂടിപ്പുതച്ച് അച്ഛനും അമ്മയും കിടക്കുന്നുണ്ടായിരുന്നു. മുത്തശ്ശനും മുത്തശ്ശിയുംകൂടി തന്നെ അവരുടെ തറവാട്ടിലേക്കു കൊണ്ടുപോയി. ബാലൻസാർ അവനുവേണ്ടി യാചിച്ചെങ്കിലും അവർ അതിനു സമ്മതിച്ചില്ല. നാടും നാട്ടുകാരും അവനു നഷ്ടമായി. വീടും വീട്ടുകാരും അവന് അപരിചിതരായി, അകലെ എവിടെയോ ഒരു ബോർഡിങ് സ്കൂളിൽ അവൻ അന്തേവാസിയായി വീടിന്റെ നടുക്കുന്ന ഓർമ്മകളിൽ നിന്നു അവനെ അടർത്തിമാറ്റാൻ ആ ഒരൊറ്റ മാർഗ്ഗമേ ഉണ്ടായിരുന്നുള്ളൂ. ഗുരുകുല സമ്പ്രദായത്തിൽ ചില സന്ന്യാസിമാർ നടത്തുന്ന ആ സ്ഥാപനത്തിന്റെ സ്വാധീനത്തിൽ വേണുവിന്റെ കുഞ്ഞുമനസ്സ് ഇഴുകിച്ചേർന്നു. അവിടെ സ്നേഹവാത്സല്യങ്ങളുണ്ടായിരുന്നില്ല. കർശനമായ ചിട്ടകൾ..

ശിക്ഷണങ്ങൾ... ആത്മീയ സപര്യയുടെ ആദ്യപാഠങ്ങൾ അവനെ സന്യാസിയല്ലാത്ത ബ്രഹ്മചാരിയാക്കി. ഒടുവിൽ ഒരുപാടന്വേഷണത്തിനൊടുവിൽ തന്നെ തേടിയെത്തിയ ബാലൻസാറിനോടൊപ്പം നാട്ടിലേക്കു മടങ്ങി. ഗോവിന്ദേട്ടന്റെ കാവലിൽ കരുത്താർജ്ജിച്ചു. സ്വന്തം വീട്ടിൽ ഭാഗീരഥിപ്പിള്ളയുടെ മകൻ കാലുറപ്പിച്ചു.

അപ്പൊഴേക്കും അമ്മയുടെ വീട്ടുകാർ വന്ന് കാറുകളും കൈക്കലാക്കാവുന്നതൊക്കെയും കടത്തിക്കൊണ്ടുപോയി. ആനകളെ നടയ്ക്കിരുത്തി. പിന്നീടെല്ലാം ബാലൻസാറായിരുന്നു. ശിവദാസന്റെ വഴിയേ പഠിച്ചുയരാൻ വേണു വിസമ്മതിച്ചു. അയാളുടെ വഴി അദ്ധ്യാപകനായി വടക്കൻകേരളത്തിൽ ഒരു സർക്കാർ വിദ്യാലയത്തിൽ അദ്ധ്യാപകനായി...

****

കോളേജിൽ ദേവന്റെ ആദ്യ ദിവസം വേണുമാഷുമുണ്ടായിരുന്നു കൂടെ. യൂണിവേഴ്സിറ്റി മാറിയതുകൊണ്ട് സിലബസിൽ വന്ന മാറ്റം ദേവനും കുറച്ചു ബുദ്ധിമുട്ടുകളുണ്ടാക്കിയിരുന്നു. എങ്കിലും പ്രിൻസിപ്പലിന്റെ സഹായവും സബ്ജക്ട് ടീച്ചേഴ്സിന്റെ സഹകരണവും കൊണ്ട് പ്രശ്നങ്ങളൊക്കെ പരിഹരിക്കപ്പെട്ടു. ദേവൻ വളരെ വേഗം പഠനകാര്യങ്ങളിൽ മുഴുകി,

ഒരു ദിവസം പ്രിൻസിപ്പൽ ദേവനെ തന്റെ മുറിയിലേക്കു വിളിപ്പിച്ചു. ദേവൻ ഭയപ്പാടോടെയാണ് കടന്നു ചെന്നത്..

ദേവൻ ഇരിക്കൂ... ഡോ. ശിവദാസ് ക്ഷണിച്ചു.

വേണ്ട സാർ, ഞാനിവിടെ നിന്നോളാം...ദേവൻ പറഞ്ഞു.

ഇരിയ്ക്കെടോ... താനെന്റെ വേണുവിന്റെ മകനാണെന്നല്ലേ പറഞ്ഞത്.. വേണു എന്റെ ആരാണെന്നയാൾ പറഞ്ഞോ... ഇല്ലായിരിക്കും. അവനെന്റെ അനുജനാണ്...

ദേവൻ ഞെട്ടി അനുജനോ?

വേണുമാഷ് അക്കാര്യം പറഞ്ഞില്ലല്ലോ...

നിങ്ങളുടെ നാട്ടിൽ ജാതിപ്പിശാചുക്കളുടെ ശല്യമുണ്ടല്ലേ?...

ശിവദാസന്റെ പെട്ടെന്നുള്ള ചോദ്യംകേട്ട് ദേവൻ ഒന്നന്ധാളിച്ചു. പക്ഷേ, മിണ്ടിയില്ല.

ഇവിടെയും അതില്ലെന്നു പറഞ്ഞുകൂടാ... ജാതിയും ജാതിമേൽക്കോയ്മയുമൊക്കെ ഒരു സാമൂഹ്യരോഗമാണു ദേവാ... തൽക്കാലം നമ്മുക്കതു കണ്ടില്ലെന്നു നടിയ്ക്കാം.. ഒരു കാര്യമുണ്ട് കമ്മ്യൂണിസ്റ്റ് പ്രസ്ഥാനം ശക്തിപ്പെട്ടതോടെ സമൂഹത്തിൽ നല്ല മാറ്റമുണ്ടായിട്ടുണ്ട്. എല്ലാ ജാതിക്കാർക്കും പഠിക്കാനും ഞാനെന്നും ഞങ്ങളെന്നും നീയെന്നും നിങ്ങളെന്നുമൊക്കെ വിളിക്കാമെന്നായിട്ടുണ്ട്. എന്നാലും തൊഴിലാളികളുടെ ജീവിതം കുറെ കഷ്ടമാണ്. കർഷകർ സംഘടിക്കുന്നു. കയർ തൊഴിലാളികൾ ഏതാണ്ട് സംഘടിതരാണ് എന്നും. സമരോം ബഹളോം

തന്നെ. കൊല്ലും കൊലയും കുറവുമല്ല.

ശിവദാസൻ പ്രിൻസിപ്പൽ എന്ന സ്ഥാനം മറന്നെന്നു തോന്നുന്നു. ഒരു രാഷ്ട്രീയ നേതാവിനെപ്പോലെയാണ് സംസാരിക്കുന്നത്. വേണുവിന്റെ വളർത്തു മകനോട് സൗഹൃദവും സ്വാതന്ത്ര്യവും ആകാമെന്നദ്ദേഹത്തിനു തോന്നിയിരിക്കണം. ഒരുപാടുകാലമായി ജീവിതത്തിൽ നിന്നറ്റുപോയ ഒരു കണ്ണി വിളക്കി തേർക്കാനുള്ള വ്യഗ്രതയാവും പ്രിൻസിപ്പൽ ശിവദാസനിൽ പ്രകടമായത്.

ശിവനും വേണുവും ഒന്നിച്ചായിരുന്നു ഒരുപാടു കാലം, ബാലപ്പാപ്പ രണ്ടുപേരെയും ഒരുപോലെ നെഞ്ചിൽച്ചുമന്നു. പുകയുന്ന നെഞ്ചിലെ തീയണയ്ക്കാനുള്ള ഓഷധക്കൂട്ടുപോലെ ഒടുവിലെപ്പോഴോ ഗോവിന്ദേട്ടന്റെ നാവിൽ നിന്നുതിർന്നുവീണ, കാലത്തിന്റെ തിരിക്കല്ലിൽ ആബന്ധം ചതഞ്ഞുപോയി. വേണുവിന്റെ മനസ്സിൽ ശാരദാമ്മച്ചിറ്റയുടെ മകൻ അന്യനായി. തന്റെ അനാഥത്വം ആരുടെ സംഭാവനയാണെന്ന തിരിച്ചറിവ് ക്ഷമിക്കാനാവുന്നില്ല. മറക്കാനും. എന്നിട്ടും അവരുടെ സഹോദരന്റെ തണലിൽ ജീവിതത്തിന്റെ ചുമടിറക്കിവച്ചു. മറ്റെല്ലാ ബന്ധങ്ങളും മറക്കാനാഗ്രഹിച്ചെങ്കിലും അശരണനായ ബാലപ്പാപ്പ മനസ്സിൽ നിവർന്നു നിന്നു.

ശിവദാസന്റെ ഓർമ്മകളും ഇരുണ്ടുതന്നെ കിടന്നു. അച്ഛനും അമ്മയും പരസ്പരം സംസാരിക്കുന്നതു കണ്ടിട്ടേയില്ല. ഒരേ വീട്ടിൽ അലോസരങ്ങളൊന്നുമില്ലാതെ ഒന്നിച്ചു ജീവിച്ച രണ്ടപരിചിതർ. പലപ്പോഴും അമ്പരന്നുപോയിട്ടുണ്ട്. ദീർഘകാലമായി സഹപ്രവർത്തകർ. സഹധർമ്മിണിയായിട്ടും സഹശയനം നടത്താത്ത ദമ്പതികൾ. വീട്ടകം വിങ്ങി നിൽക്കുമ്പോൾ ആ മനുഷ്യരുടെ മുഖം സദാ പ്രസന്നമായിരുന്നു.. അവൾ വിശ്വസ്തയാണ്... ബാലൻ സാറിന്റെ അന്തഃക്കരണം മന്ത്രിച്ചു.

അദ്ദേഹം തന്റെ രക്ഷകനാണ്. ശിവദാസന്റെ അച്ഛൻ എന്ന മേൽവിലാസം തന്റെ മകന്റെ ആത്മാഭിമാനത്തിന്റെ കവചമാണ്. ശാരദാമ്മ എപ്പോഴും ഓർമ്മിക്കും. അവർക്ക് ഭർത്താവിനോട് ബഹുമാനമാണ്. അദ്ദേഹത്തിന്റെ കരുതൽ, സ്നേഹം, തനിക്കു ജീവിക്കാൻ അതുതന്നെ ധാരാളം..

എന്നെ വെറുക്കരുത്. അവനെ സ്വന്തം മകനായി തന്നെ കരുതണം. അവനെയോർത്ത് എന്നെ ഉപേക്ഷിക്കരുത്...

സഹപ്രവർത്തകയായ ശാരദാമ്മയുടെ കണ്ണീരിൽ കുതിർന്ന അപേക്ഷ ബാലൻസാർ ആത്മാർത്ഥമായി സ്വീകരിക്കുക തന്നെ ചെയ്തു.

സ്കൂൾ രേഖകളിൽ അദ്ദേഹം എഴുതി എസ് ബി ശിവദാസൻ. ശാരദാമ്മയുടെയും ബാലന്റെയും മകൻ. ആകസ്മികമായി ജീവിതത്തിനേറ്റ പ്രഹരത്തിൽ മനസ്സു മരവിച്ചുപോയ ആ മനുഷ്യൻ പുതുമണവാട്ടിയുടെ ഏറ്റുപറച്ചിൽകേട്ട് ഒറ്റനില്പായിരുന്നു. കൽത്തൂണുപോലെ. ഭാര്യയുടെ കണ്ണീരിനുമുന്നിൽ കല്ലിച്ചുപോയ ആ മനസ്സ് നിശ്ശബ്ദം

കരഞ്ഞതല്ലാതെ നാളിതുവരെ ഭാര്യയേയും അവരുടെ മകനെയും സ്വീകരിക്കുമെന്നോ തിരസ്കരിക്കുമെന്നോ പറഞ്ഞില്ല. പക്ഷേ, അദ്ദേഹം സ്വയം എരിഞ്ഞു കൊണ്ട് അവർക്ക് എപ്പോഴും തണലായി നിന്നു.

****

ഇരുപതുവർഷങ്ങൾക്കു ശേഷം വേണു തിരിച്ചെത്തിയിരിക്കുന്നു, സ്വന്തം വീട്ടിലേക്ക്... ഇനി ഒരുതിരിച്ചുപോക്കില്ല. കയ്യിൽ ചേർത്തുപിടിച്ച ഒരനാഥനുവേണ്ടിയാണ് ശിഷ്ടജീവിതം. അവൻ എങ്ങനെയാവണം എന്നതിനെക്കാൾ അവനെങ്ങനെയായിത്തീരും എന്ന ഉത്കണ്ഠയാണ്. എന്തായാലും ജീവിതത്തോടു മല്ലടിച്ച് ജീവിതത്തിൽ തോറ്റുപോയ ചീരുവിന്റെ മകൻ... കെട്ട സമൂഹത്തെ വെല്ലുവിളിച്ച് കാലത്തെ കയ്യടക്കിയ ചാത്തുവിന്റെ പിൻഗാമി. തന്റെ സ്നേഹത്തണലിൽ അവൻ വളർന്നു പന്തലിക്കുമെന്നൊരു പ്രതീക്ഷയാണ്.

വേണുമാഷ് പുതിയ സ്കൂളിൽ ജോയിൻ ചെയ്തു. നഗരത്തിൽ ദേവന്റെ കോളേജിനടുത്തുതന്നെ. കാലത്തു രണ്ടുപേർക്കും ഒന്നിച്ചു പോകാം. ഒന്നിച്ചു മടങ്ങുകയും ചെയ്യാമെന്ന സൗകര്യമുണ്ട്. ദേവൻ എപ്പോഴും തന്റെ കാഴ്ചവട്ടത്തു തന്നെയുണ്ടാവണമെന്നാണ് മാഷ്ടെ ആഗ്രഹം. എന്തോ അവൻ കാഴ്ചയിൽനിന്നകന്നു നിൽക്കുമ്പോൾ ആകെയൊരങ്കലാപ്പ്... അകാരണമായ ഭയം... അതെന്തുകൊണ്ടാണെന്നെത്ര ആലോചിച്ചിട്ടും മാഷിനു മനസ്സിലായില്ല. യാത്ര ബസിലാണ്. ഇടയ്ക്കൊരു കടത്തുമുണ്ട്. വേലായുധൻ കൃത്യസമയത്തു തോണിയുമായി കാത്തുനിൽക്കും.

അവിവാഹിതനാണ്. ഒരർത്ഥത്തിൽ അയാളും കുടുംബവും വേണുമാഷ്ടെ ആശ്രിതരാണ്. അതായത് കുടികിടപ്പുകാർ. വൃദ്ധരായ മാതാപിതാക്കൾ വികലാംഗനായ വേലായുധൻ.. പൗലോ പൈലിയുടെ കുടികിടപ്പുകാരും പണിക്കാരുമായിരുന്നു ആ പാവങ്ങൾ, കാരണമില്ലാതെ കുത്തുംചവിട്ടും. കങ്കാണിമാരും കാര്യസ്ഥന്മാരുമൊക്കെ വേണ്ടതിനും വേണ്ടാത്തതിനുമൊക്കെ പുറത്തു കൈവെയ്ക്കും. കല്പിക്കുന്നതൊക്കെ അനുസരിയ്ക്കണം. കൂലി ചോദിക്കരുത്. കൂടുതൽ ചോദിച്ചാൽ തല്ലുകിട്ടും. ചിലപ്പോൾ മരത്തിൽ കെട്ടിയിട്ടു മർദ്ദിക്കും. വേലായുധൻ ഒരു കല്യാണം കഴിയ്ക്കണമെന്നുണ്ടായിരുന്നു. മിന്നുകെട്ടുന്ന പെണ്ണിനെ ജന്മിമാർ മാത്രമല്ല പാർവ്വത്യാർമാരും കോൽക്കാരന്മാരും വച്ചനുഭവിക്കുന്നതു കണ്ടുനിൽക്കേണ്ടി വരും. അവരുടെ ഉച്ഛിഷ്ടമേ കിട്ടൂ. എന്നറിയാമായിരുന്നതുകൊണ്ട് വേലായുധൻ വിവാഹമേ വേണ്ടന്നുവച്ചു. ജന്മിയുടെ മർദ്ദനമേറ്റാണെന്നു പറയപ്പെടുന്നു വേലായുധന്റെ അച്ഛനമ്മമാർ ഒന്നിനുപിറകെ മറ്റൊന്നായി മരിച്ചുപോയി. പിന്നെ അനാഥനായിത്തീർന്ന വേലായുധനെ വേണുമാഷ് കൂട്ടിക്കൊണ്ടു പോന്നു. പുഴയോരത്ത് പൊളിഞ്ഞു കിടന്ന വള്ളപ്പുരയുടെ സ്ഥാനത്ത് ഒരു കുഞ്ഞു വീടുകെട്ടി

ക്കൊടുത്തു. ജീവിയ്ക്കാൻ ഒരു കടത്തുതോണിയും സമ്മാനിച്ചു. അങ്ങനെ വേലായുധൻ കടവിന്റെ ഭാഗമായി. വവലാതിയില്ലാതെ ജീവിക്കാനും തുടങ്ങി. തോണിപ്പടിയിലിരിക്കുമ്പോൾ ദേവൻ മാഷുടെ കൈപിടിക്കും. ആത്മവിശ്വാസത്തിന്റെ മഹാ ശിഖരം പോലെ ആ കൈകൾ അവന് സുരക്ഷിതത്വമുണ്ടാക്കുന്നു.

ഒഴിവു ദിവസങ്ങളിൽ വേണുമാഷ് ദേവനെയും കൂട്ടി പുറത്തേക്കുപോകും. കുട്ടനാടിന്റെ ഹൃദയഭൂമിയിലൂടെ ഒരു ദേശാടനം. എത്രയെത്ര വെള്ളക്കെട്ടുകൾ, നിറഞ്ഞ് നൃത്തം ചെയ്യുന്ന പുഴകൾ, കെട്ടുപിണഞ്ഞു കിടക്കുന്ന ചതുപ്പുകൾ. ഈ പ്രദേശമാണ് കടപ്ര. വേണുമാഷ് പരിചയപ്പെടുത്തി. കണ്ടാൽ കടലോരം പോലെ. അകലെയല്ലാതെ അതിവിസ്തൃതമായ പാടശേഖരം. കൈനകരി, രാമൻകരി, മാമ്പഴകരി.... വേണുമാഷ് സ്ഥലനാമങ്ങളും അതിന്റെ പിന്നിലെ ചരിത്രവുമൊക്കെ വിശദമാക്കി കൊടുത്തു ദേവന്. കഥകളും കെട്ടുകഥകളും അമ്പരപ്പിക്കുന്ന ഐതിഹ്യങ്ങളും ഭ്രമകല്പനകളിൽ മുങ്ങിക്കിടക്കുന്ന പ്രദേശിക ഖണ്ഡങ്ങളുടെ ഗർഭഗൃഹമായി കുട്ടനാട്. തന്റെ അസ്തിത്വം ഉറയ്ക്കാൻ പോകുന്ന സ്വപ്നഭൂമി. പിറന്നനാടുപോലെ അടിമപ്പണിയുടെ നാരുവേരുകൾ. ആഴ്ന്നിറങ്ങിയ മണ്ണുകൂടിയാണിത്. ദേവൻ ഒരു നടുക്കത്തോടെ ഓർമ്മിച്ചു. അന്ധവിശ്വാസം അടയിരിക്കുന്ന അടിയാളക്കുരുതിയുടെ ചുടലക്കളം. അത് കഥയല്ല... കഥയായി മാറിയ ചരിത്ര സത്യം.

രാജവാഴ്ചക്കാലത്തെ ജാതി ശ്രേണിയിൽ ജന്മി, കുടിയാൻ, അടിമ വ്യവസ്ഥയിൽ അധഃസ്ഥിതരായ അടിമകൾക്കുനേരെ നടത്തിയ നരമേധങ്ങൾ കാലത്തിന്റെ അന്ധകാരനഴികളിൽക്കിടന്നു വിങ്ങുന്നുണ്ട്. അറയും നിരയും നാലുകെട്ടും കച്ചിപ്പുരയും കാലിത്തൊഴുത്തും പണിയാളപ്പാളയം വരെയുള്ള ജന്മിഗേഹങ്ങളിൽ കീഴാളർ സഹിച്ച യാതനയുടെയും അതിജീവനത്തിന്റെയും ദുരന്തകഥകൾ വേണുമാഷിന്റെ നാവിൽ നിന്നൂർന്നുവീണു. ഒട്ടും വിദൂരമല്ലാത്ത ഭൂതകാലത്തിന്റെ നിറംകെട്ട താളുകളിലെ നിലയ്ക്കാത്ത തുടിപ്പുകൾ. ദേവൻ തന്റെ നാടിനോട് കണ്ണിചേർക്കകയായിരുന്നു. ഇതെന്റെ നാടുതന്നെയാ മാഷേ... ജന്മിത്വം എല്ലായിടത്തും നിർദ്ദയമായ ഒരു വ്യവസ്ഥയാണ്. ദേവൻ മാഷോടും തന്നോടുമായാണങ്ങനെ പറഞ്ഞത്.

നിന്റെ നാട്ടിൽനിന്നു നീ മനസ്സിലാക്കിയത് വളരെ കുറച്ചല്ലേയുള്ളൂ ദേവാ.. നിന്റെ അച്ഛനമ്മമാർ അതിന്റെ ഇരകളായെന്നതു സത്യം.. പക്ഷേ ഇവിടുത്തെ സ്ഥിതി അതിനേക്കാൾ ഭീകരമായിരുന്നു. ഏതാണ്ടിപ്പോഴുമതേ..

ഇതിന്നൊരറുതിയില്ലേ മാഷേ... ശാശ്വതമായി പരിഹാരം... ദേവൻ ചോദിച്ചു.

ഉണ്ട്. ഇവിടെയും മാറ്റങ്ങളുണ്ടാകുന്നുണ്ട്. കമ്യൂണിസ്റ്റ് പ്രസ്ഥാനം ശക്തിപ്പെടുന്നതിനനുസരിച്ച് സ്ഥിതിയാകെ മാറും... പക്ഷേ, പ്രശ്നമതല്ല.. വേണുമാഷ് പെട്ടെന്നു നിർത്തി. ദേവൻ ആകാംക്ഷയോടെ മാഷുടെ മുഖത്തേക്കു നോക്കി..

ജന്മിത്തം വേരുപിടിച്ച മണ്ണിൽ അദ്ധ്വാനവർഗ്ഗത്തിന്റെ മനസ്സിൽ അടിമ ബോധവും നട്ടുനനച്ചിട്ടുണ്ട്. ഒരുതരം വിധേയത്വം അവരുടെ ജന്മവാസനയായി വളർന്നിട്ടുണ്ട്. അത് പരിഹരിക്കാൻ ഒറ്റ മാർഗ്ഗമേയുള്ളു..

അതെന്താ മാഷേ... ദേവൻ ധൃതിയിൽ ചോദിച്ചു.

വിദ്യാഭ്യാസം ശ്രീനാരായണ ഗുരുവിന്റെ ആശയമാണ്... വിദ്യകൊണ്ട് പ്രബുദ്ധരാവുക, സംഘടിച്ചു ശക്തരാവുക.....

വേണുമാഷ് ദേവന്റെ മുഖത്തേക്കു സൂക്ഷിച്ചുനോക്കി. അവന്റെ കണ്ണുകൾ തിളങ്ങുന്നു..

ശരിയാ മാഷേ സംഘടിച്ച് ഒറ്റക്കെട്ടായിനിൽക്കണം

അതത്ര എളുപ്പമല്ല ദേവാ.. ജന്മിയ്ക്കെതിരെയല്ല, ജന്മിത്വത്തിനെതിരെയാണ് സംഘടിക്കേണ്ടത്. അതിന് തൊഴിലാളിവർഗ്ഗം സന്നദ്ധമാകണം.. അവർക്കതിനുള്ള ധൈര്യമുണ്ടാകണം. അക്ഷര ജ്ഞാനത്തിലൂടെ. മാത്രമേ അവകാശബോധമുള്ള ഒരു ജനതയെ വാർത്തെടുക്കാൻ പറ്റൂ.. വേണുമാഷ് പറഞ്ഞു.

അക്ഷരം പഠിച്ചിട്ടെന്താ കാര്യം മാഷേ.. വലിയ പരീക്ഷ പാസായാ സംഘടിക്കാനുള്ള അറിവ് കിട്ടോ...

ദേവൻ ചോദിച്ചു. അവനു സംശയം തീരുന്നില്ല. ഇല്ല... പരീക്ഷാ വിജയവും അറിവു തന്നെയാണ്. എന്നാൽ ചൂഷണവും പ്രതിരോധവും ഒരേ നാണയത്തിന്റെ രണ്ടു വശങ്ങളാണെന്നതിരിച്ചറിവാണ് പ്രധാനം..

ജന്മി ചെയ്യുന്നതതുതന്നെയാണെല്ലോ... പണിയെടുക്കുന്നവനു കൂലികൊടുക്കുന്നു. അതുതന്നെയല്ലേ സംരക്ഷണം. ദേവൻ ചോദിച്ചു.

അല്ല കൂലിയും സംരക്ഷണവും രണ്ടാണ്. കൂലി കൊടുത്താലേ അദ്ധ്വാനിക്കുന്നവനു ഭക്ഷണം കഴിയ്ക്കാനാവു. ഭക്ഷണം കഴിച്ചാൽ കിട്ടുന്ന ഊർജ്ജം തൊഴിലാളി ജന്മിക്കു വേണ്ടിത്തന്നെ അദ്ധ്വാനിക്കുന്നതിലൂടെ തിരിച്ചുകൊടുക്കുകയാണ്. ചൂഷകനും ചൂഷിതനും തമ്മിലുള്ള ഒരു കരാറാണത്. അതായത് മുതലാളി തൊഴിലാളി ബന്ധത്തിന്റെ അടിസ്ഥാന വ്യവസ്ഥ. അതു നല്ല ബോദ്ധ്യമുള്ളവനാണ് ജന്മി അഥവാ മുതലാളി. മനസ്സിലായോ ദേവാ...

ഇല്ല മാഷെ... എനക്കൊന്നും മനസ്സിലായില്ലാ.. ക്ലാസിൽ പഠിപ്പിക്കുന്ന ചില വിഷയങ്ങൾ പോലെ... എന്തോ എനക്കങ്ങു ദഹിക്കുന്നില്ല..

ങാ... എനിക്കറിയാം നീ വലിയ കൺഫ്യൂഷനിലാണ്. എല്ലാം മാറിക്കോളും. കുട്ടനാടല്ലേ നിനക്കുമാറാതെ പറ്റില്ലല്ലോ...

****

കുട്ടനാടിന്റെ സിരാപ്രവാഹമാണ് വേമ്പനാട്ടുകായൽ. പാഠപുസ്തകത്തിൽ നിന്ന് വായിച്ചറിഞ്ഞ ആ മഹാപ്രവാഹം നേരിൽ കാണുകയാണ് ദേവൻ. വേലായുധന്റെ തോണിയിലാണ് യാത്ര. നന്നായി വെയിൽ

പെയ്തുനിൽക്കുന്ന കായലിന്റെ ഓളങ്ങൾ വെള്ളി ഞൊറി വെച്ച് താളത്തിലിളകിക്കൊണ്ടിരിക്കുന്നു. അതിന്റെ ഓരോ കണങ്ങളിലും വിസ്മയിപ്പിക്കുന്ന സ്പന്ദനങ്ങളാണ്. കായലിലങ്ങിങ്ങ് കണ്ടൽക്കാടുകൾ.. കുഞ്ഞു ദ്വീപുകൾപോലെ. കടലാഴങ്ങളിൽ നിന്ന് ജലപ്പരപ്പിലേക്ക് നീന്തിയെത്തുന്ന മത്സ്യങ്ങൾ. കണവയോ കരിമീനോ തിരുതയോ... ദേവനതൊന്നുമറിഞ്ഞുകൂടാ... കടമ്പും കൈതയും കെട്ടിപ്പുണർന്ന ഹരിതാഭമായിരുന്ന കായലോരം. ഖാണ്ഡവ വനങ്ങളുടെ സമൃദ്ധിയും അതിന്റെ ദഹനവുമൊക്കെ കെട്ടുകഥകളോ കേട്ടുകേൾവിയോ ഒക്കെയായി അവിടെ പ്രചാരത്തിലുണ്ട്. ഖാണ്ഡവ ദഹനത്തിൽ കരിഞ്ഞുകിടക്കുന്ന മരങ്ങൾക്കൊപ്പം കാലം ചുഴറ്റിയെറിഞ്ഞ നിർദ്ദോഷികളുടെ കബന്ധാവിശിഷ്ടങ്ങളും ആ നീരാഴങ്ങളിൽ പായൽപിടിച്ചു കിടക്കുന്നുണ്ടാവും. ജന്മിമാരും പാർവത്യാർമാരും കശക്കിയെറിഞ്ഞ പെൺചെരാതുകളുടെ പൊലിഞ്ഞുപോയ സ്വപ്നങ്ങളുടെ കൈനിലങ്ങളിലാണ് ജന്മിത്തത്തിന്റെ അധികാരസ്തംഭങ്ങൾ ഉയർന്നുവന്നത്. ചുരുളനും ചുണ്ടനും പരുന്തുപാലനും കൂരിത്തലയനും തുടങ്ങി കെട്ടുവള്ളങ്ങൾ വരെ നീറ്റിലിറക്കിയത് പ്രധാനമായും ചരക്കുകടത്താനും യുദ്ധാവശ്യങ്ങൾക്കുമായിരുന്നത്രേ. ചന്തത്തിൽ ചമയിച്ചെടുത്ത വള്ളങ്ങൾ കേമന്മാരുടെ യാത്രയ്ക്കും ഉപയോഗിച്ചിരുന്നു. എല്ലാം കേട്ടറിവാണ്. എന്നാലിന്നും കുട്ടനാടൻ കായലുകളിലും തോടുകളിലും വള്ളങ്ങൾ സുലഭമാണ്.

ആഴമേറിയ കുട്ടനാടൻ ജലായശങ്ങൾ സമൃദ്ധമായ കൃഷിയിടങ്ങളാക്കി മാറ്റിയതിൽ മനുഷ്യാദ്ധ്വാനത്തിന്റെ യാതനാഭരിതമായ ചരിത്രമുണ്ട്. അടിമകളും അടിമക്കച്ചവടവുമുണ്ടായിരുന്ന കുട്ടനാട്ടിൽ കവർച്ചാസംഘങ്ങൾ അരങ്ങുവാണിരുന്നു. മോഷണം ജന്മിമാർക്കു വേണ്ടിയാണ്. മോഷ്ടാവിനു ദിവസക്കൂലിയും. അതും തികച്ചും നിസ്സാരം. കീഴാളരായ കവർച്ചക്കാർ സത്യസന്ധരും ജന്മിയോടു വിധേയത്വമുള്ളവരുമായിരുന്നു. മോഷണ മുതൽ പൂർണ്ണമായും ജന്മിയെ ഏല്പിക്കും. പിടിക്കപ്പെട്ടാൽ അതിന്റെ കുറ്റവും ശിക്ഷയും മോഷ്ടാവിനു മാത്രം. അവർക്ക് ജന്മിയുടെ സംരക്ഷണം ലഭിക്കുമായിരുന്നില്ല.

വേണുമാഷ് കുട്ടനാടിന്റെ ചരിത്രത്തിലൂടെ നടക്കുമ്പോൾ ദേവൻ അമ്പരപ്പോടെ കൂടെ നടന്ന് കണ്ണുനനയ്ക്കുകയാണ്. സവർണ്ണ ജന്മിത്തം ആടിത്തകർത്ത പെരുങ്കളിയാട്ടത്തിൽ പിടഞ്ഞുവീണത് കീഴാളരാണ്. അവരോടുകാണിച്ച അന്യായങ്ങൾ കുട്ടനാടിന്റെ കണ്ണീർത്തടങ്ങളിൽ കല്ലച്ചുകിടക്കുന്നുണ്ട്.

വേണുമാഷ്ടെ വർത്തമാനത്തിനിടയിൽ ഗോവിന്ദേട്ടൻ കൊടുത്തുവിട്ട അവിൽ നനച്ചതും പഴുത്തപാളയങ്കോടനും അവർ മറന്നുപോയിരുന്നു. വിശപ്പ് അവരറിഞ്ഞതേയില്ല. വേലായുധന്റെ തോണി വേമ്പനാട്ടു കായലിന്റെ നെഞ്ചിൻകൂടുപോലെ പരന്നുകിടക്കുന്ന ഒരു കരയിലടുപ്പിച്ചു. പാതിരാമണൽ... വേണുമാഷ് പറഞ്ഞു. നിറയെ കൈത്തോടുകളും വരമ്പുപോലെ നീളത്തിൽ കരയും. ദേവൻ ആഹ്ലാദത്തോടെ ആ

സ്വപ്നഭൂമിയിൽ കാലുകുത്തി. പിന്നാലെ വേണുമാഷും. അധികം ആൾപ്പാർപ്പില്ലാത്ത ഒരു കൊച്ചു ദ്വീപ്. അങ്ങിങ്ങ് നാലഞ്ച് ഓലക്കുടിലുകൾ, കുറച്ചകലെയായി ഓടുമേഞ്ഞ ഒരെടുപ്പ്. അടച്ചുറപ്പുള്ള രണ്ടുമുറികൾ. അതിഥിമന്ദിരമാണ്. പാർവ്വത്യാരുടെയും പൊലീസ് ഏമാൻമാരുടെയും വിനോദ വസതി. അപരിചിതരെ കണ്ട് ഒരു കുടിലിൽ നിന്നും ഒരു വൃദ്ധനിറങ്ങി വന്നു. കണ്ണിനുകാഴ്ച കുറവാണെന്നു തോന്നുന്നു. അയാൾ വേണുമാഷുടെ തൊട്ടരികത്തുവന്നുനിന്ന് കണ്ണിനു മേൽ വലതു കൈത്തലംവച്ച് മാഷ്ടെ മുഖത്തേക്കു സൂക്ഷിച്ചുനോക്കി..

എന്നാ കിട്ടാ നിനക്കെന്നെ മനസ്സിലായില്ലേ?

നീയിപ്പോ രാമങ്കരിക്കു പോകാറില്ലേ?

അയ്യോന്റെ തൈവേ.... ആരാത്... വേണുക്കുഞ്ഞോ? അടിയൻ മറന്നല്ല്. ന്റെ തേയീം ക്ടത്തീം പോയേപ്പിന്നെ ഏനങ്ങോട്ടും പോവത്തില്ല. വയ്യാതായി.. വൃദ്ധന്റെ കണ്ണുനനഞ്ഞു തൊണ്ടയിടറി. അയാൾ നിലത്തു കുന്തിച്ചിരുന്നുപോയി.

തേയീം ക്ടാത്തീം പോയോ? എങ്ങോട്ട്...

ക്ടാത്തീടെ കല്ല്യാണം കഴിഞ്ഞോ?

വേണുമാഷ് ആകാംക്ഷയോടെ ചോദിച്ചു.

എന്റെ ക്ടാത്തിയ്ക്കു കല്ല്യാണണ്ടായില്ല... അവരെ തള്ളേം മോളേം തൈവം മോളിലേക്കു വിളിച്ചു.

കിട്ടൻ കണ്ണുകൾ മേല്പോട്ടുയർത്തി കരയാൻ തുടങ്ങി...

കുഞ്ഞെവിടാരുന്നു. ഞാനൊത്തിരിക്കാലം അവിടെ വന്നന്വേഴിച്ചു. നാട്ടിലില്ലാന്നറിഞ്ഞു. കുഞ്ഞൊണ്ടയിരുന്നേല് ഞങ്ങളു പാവങ്ങൾക്കൊരു രക്ഷയായേനെ...

കിട്ടൻ കരച്ചിൽ തുടർന്നു

ഞാൻ ജോലി സ്ഥലത്തായിരുന്നില്ലേ കിട്ടാ... നീയിതുപറ എന്തുപറ്റി തേയിക്കും മോൾക്കും...

ങാ.. രാശാവുപോയി. ഇപ്പോ പാർവ്വത്യാരല്ല്യോ ഭരണം. മ്മിണിനാൾ മുമ്പിട്ട് പാർവ്വത്യാരു വന്നീക്കരേലേക്ക്. ഉമ്മിണിത്തമ്പി. കോൽക്കാരൻ കുഞ്ഞൂട്ടനും. എമ്പോക്ക്യള്. രണ്ടു ദെവസം തങ്ങാനാന്നും പറഞ്ഞ് ആ അറ്റത്തൊരു കൂടാരം കെട്ടി. അപ്പഴാ അടിയന്റെ തേയിം ക്ടാത്തീം രാമങ്കരീന്ന് തോണിയെറങ്ങി വരുന്നത് കണ്ടെ... ചൂടോള്ളം വോണോന്നു പറഞ്ഞു... അവരൊരു പാത്രോം കൊടുത്തു... ആ ചൂടോള്ളോം കൊണ്ടു പോയതാ അടിയന്റെ ക്ടാത്തി. അപ്പിലി അന്നവൾ വന്നില്ല. ഏനും തേയീം കൂടന്വേഴിച്ചു ചെന്നപ്പം പാർവ്വത്യാരും കോൽക്കാരനും ഒരു തണ്ടു വള്ളത്തിൽ കേറി പോന്നകണ്ടു. അടിയന്റെ ക്ടാത്തി എടത്തോട്ടിലെ ചേറ്റില് പുതഞ്ഞു കെടക്കാരുന്നു. ചത്ത് കണ്ണുതള്ളി... മേലാകെ കീറി മുറിഞ്ഞ്..ചുണ്ട് കറുത്ത് നീരുകെട്ടി...

കിട്ടൻ വാവിട്ടു കരഞ്ഞു. ആരോടു പറയാൻ. ഞാനും തേയീം കൂടെ പൊലീസിനോടു പോയി പറഞ്ഞു. അവരു രണ്ടാളുവന്നു.

അവളു ചാടിച്ചത്തതാടാ... എടുത്തു കുഴിച്ചിട്ടോ.. ഇതും പറഞ്ഞോ ണ്ടങ്ങോട്ടെങ്ങാനും വന്നാല് രണ്ടിന്റേം നട്ടെല്ലു ചവിട്ടി മുറിയ്ക്കും... അവർ. പോയി.

അപ്പറത്തെ മാടത്തിലൊള്ളോരും ഞാളും കൂടി ക്ടാത്തിയെ കുഴിച്ചിട്ടു. രാമങ്കരീന്നാരും തിരിഞ്ഞു നോക്കീല്ല....

വൃദ്ധൻ കരിച്ചിൽ നിർത്തി...

പിന്നൊരുനാലു ദേവസം കഴിഞ്ഞപ്പം തേയി നിന്നനിപ്പീന്ന് മറിഞ്ഞു വീണങ്ങ് ചത്തു. ഏന്റെ ക്ടാത്തീന്റടുത്ത് അയിനേം കുയിച്ചിട്ട്... ഇപ്പോ ഏനൊറ്റയാ. പാർവ്വത്യാര് പിന്നിങ്ങോട്ടു വന്നിട്ടേയില്ല. ചെലപ്പോ ചെല പൊലീസാരു വരും. കൂട്ടത്തില് പെണ്ണുങ്ങളും കാണും...

കിട്ടന്റെ വർത്തമാനം കേട്ടു വേണുവിന്റെ മനസ്സിടിഞ്ഞു. ദേവന് അപ്പോഴവന്റെ അമ്മയെ ഓർമ്മ വന്നു. അവർ സഹിച്ച സങ്കടങ്ങൾ.. അമ്മയുടെ യുവത്വം തുടങ്ങുന്നതേ ഉണ്ടായിരുന്നുള്ളു. അതിനിടയിൽ ആ പാവം എന്തൊക്കെ സഹിച്ചു. എത്രമാത്രം ചെറുത്തുനിന്നു. എന്നിട്ടും ഒടുവിൽ... അവന്റെ കണ്ണുകളും കലങ്ങി.

എന്തൊരന്യായമാണിതു മാഷേ... ദേവൻ രോഷത്തോടെ ചോദിച്ചു.

അതെ അന്യായമാണ്. ആ ഗോപാലൻ നായർ ചീരുനോടു ചെയ്ത തും ഇതേ അന്യായമാ....

വേണുമാഷ് പറഞ്ഞു. ദേവൻ നിശ്ശബ്ദനായി...

അവിടെയും ഇവിടെയും എവിടെയും അധികാരമുള്ളവൻ അധമ നാകും, അന്യായനാകും, അന്യായന്റെ ഇരകൾ അടിയാനാണ്, അതാണു നിലനിൽക്കുന്ന സാമൂഹ്യവ്യവസ്ഥ. നാളെയതുമാറും, തൊഴിലാളി വർഗ്ഗം അതുമാറ്റിയെടുക്കും. തീർച്ച.

ദേവൻ അതുകേട്ട് ഒന്നു പുഞ്ചിരിച്ചു... ആ നല്ലകാലം വരുമ്പോൾ അതനുഭവിക്കാൻ തന്റെ അമ്മയില്ലാതെ പോയല്ലോ എന്ന ഖേദമായി രുന്നു ദേവന്റെ മനസ്സിൽ. സത്യത്തിൽ ഗോപാലൻ നായർ അമ്മയോ ടെന്തനീതിയാവും കാണിച്ചിരിക്കുക... ദേവനതൊന്നും വ്യക്തമല്ല. മാഷോട് ചോദിക്കാനൊരു മടി.. പക്ഷേ ചോദിക്കണം. അവൻ തീരു മാനിച്ചു.

****

കോളേജിൽ പുതുതായി വന്ന ദേവൻ വളരെ വേഗം ശ്രദ്ധിക്കപ്പെട്ടു. അതിന്റെ കാരണം പ്രിൻസിപ്പൽ ശിവദാസു തന്നെയായിരുന്നു. മിക്കപ്പോഴും അവരൊന്നിച്ചായിരുന്നു. ഓഫീസിലും കോളേജ് വരാന്തയിലുമൊക്കെ അവരെ ഒന്നിച്ചു കണ്ടപ്പോൾ കുട്ടികൾക്കും സ്റ്റാഫിനുമൊക്കെ അത്ഭുതമായിരുന്നു. അതേ കോളേജിൽ പഠിക്കുന്ന സ്വന്തം മകളെ ഒരിക്കലും ഡോ. ശിവദാസ് ഒപ്പം കൂട്ടിയിരുന്നില്ല. അക്കാലത്താണ് ദേവൻ ഏറ്റവും കൂടുതൽ കവിതകൾ രചിച്ചത്, അതിൽ ഡോ. ശിവദാസിന് അഭിമാനവും അവനോട് കൂടുതൽ അടുപ്പവും

തോന്നിയത് സ്വാഭാവികം. ദേവന്റെ കവിതകളെ കുറിച്ച് ആദ്യം സംസാരിച്ചത് ശിവാനിയാണ്. പ്രിൻസിപ്പൽ ശിവദാസിന്റെ മകൾ. ഫൈനാട്സിലെ രണ്ടാം വർഷ വിദ്യാർത്ഥിനി. പാടാനും പറയാനും കഴിവുള്ളവൾ. ക്ലാസിലും കോളേജ് അങ്കണത്തിലും പനന്തത്തയെപ്പോലെ പാറി നടക്കുന്ന മിടുക്കി. കൂട്ടുകാർക്കെല്ലാം പ്രിയമുള്ളവൾ....

ആരാണീ ശിവാനി, ദേവൻ വേണുമാഷോടു ചോദിച്ചു...

എല്ലാവരുടെയും ചുണ്ടിലൊട്ടിപ്പിടിച്ചു നിൽക്കുന്ന ഒരു പേരാണത്...

നീ ശിവാനിയെ ഇതുവരെ പരിചയപ്പെട്ടില്ലേ? വേണുമാഷ് ചോദിച്ചു.

ഇല്ല... ഞാൻ കണ്ടിട്ടുപോലുമില്ല മാഷേ...

ങാ എന്നാൽ അവൾ നിന്നെ തേടിവരും. പരിചയപ്പെടാൻ. അപ്പോൾ നിനക്കവളെ മനസ്സിലാവും.

വേണുമാഷ് ചിരിച്ചുകൊണ്ടു പറഞ്ഞു...

അച്ഛനറിയാമോ വേണ്വേട്ടന്റെ വളർത്തു പുത്രൻ ഒരു കവിയാണെന്ന കാര്യം... ശിവാനി ഒരു ദിവസം ശിവദാസനോടു ചോദിച്ചു.

ആര്... ദേവനോ... അദ്ദേഹത്തിന് അത്ഭുതം...

ങാ... ദേവനോ മൂർത്തിയോ അതെനിയ്ക്കറിഞ്ഞൂടാ.. ധാരാളം കവിതകളെഴുതി പ്രശസ്തനായിക്കൊണ്ടിരിക്കുന്ന ഒരു ദേവരാജൻ നമ്മുടെ കോളേജിൽ പഠിക്കുന്നുണ്ട്.

അയാളാണോ വേണ്വേട്ടന്റെ കൂടെവന്ന ദേവൻ എന്നെനിക്കറിയില്ല. ഞാനൂഹിച്ചതാണ്... ശിവാനി നിസ്സാരമായിട്ടാണ് പറഞ്ഞത്...

വേണുവിന്റെ കൂടെ വന്നകുട്ടി ദേവരാജനല്ല ശിവാനീ... ദേവനാണ്. അവൻ കവിയാണോ...? അറിയില്ല.

അച്ഛൻ അന്വേഷിച്ചുനോക്ക് ഞാൻ വേണ്വേട്ടനെ കാണാറില്ല.

കണ്ടാൽ ചോദിക്കാം...

ങാ.. ഞാൻ ദേവനോടുതന്നെ ചോദിക്കാം ശിവദാസൻ പറഞ്ഞു.. അതിന്റെ നാലാം ദിവസമാണ് *വിവേകോദയ*ത്തിന്റെ പുതിയ കോപ്പിയുമായി ശിവാനി ദേവനെ കാണാൻ വന്നത്. കോളേജ് ലൈബ്രറിയിൽ കീറ്റ്സിന്റെ കവിതകൾ തെരയുകയായിരുന്നു ദേവൻ...

രണ്ടായി വകഞ്ഞ് മെടഞ്ഞിട്ട നീളൻ മുടി ഇരുതോളിലൂടെ മാറിലേക്കിട്ട് പാവാടയും ദാവണിയും ധരിച്ച് അവൾ നേരെ മുന്നിൽ വന്നുനിന്നു. മാറത്തടുക്കിപ്പിടിച്ച പുസ്തക കെട്ടുകൾ.. കഴുത്തിൽ നൂലുപൊലൊരു മാല. ദേവൻ അവളെ ഒന്നു നോക്കിയശേഷം നോട്ടം പിൻവലിച്ചു, ഷെൽഫിലെ പുസ്തകങ്ങളിൽ നിക്ഷേപിച്ചു...

എടോ കുട്ടീ... താനാണോ ദേവൻ...

യാതൊരു മുഖവുരയുമില്ല. ലജ്ജയോ പരിഭ്രമമോ ഒന്നുമില്ല. അപരിചിതനായ ഒരാളോട് ആദ്യം സംസാരിക്കുകയാണന്ന മട്ടുമില്ല..

ദേവൻ ഷെൽഫിൽനിന്ന് നോട്ടം പിൻവലിച്ചു അവളെ നോക്കി...

അതെ ഞാനാണു ദേവൻ... എന്താ എന്തുവേണം... ദേവന്റെ മറുപടി...

എനിക്കൊന്നും വേണ്ട.. ദേ ഇതിലൊരു കവിതയുണ്ട്. ദേവരാജൻ എന്ന പേരിൽ വേറെയും കവിതകൾ കണ്ടിട്ടുണ്ട്. അത് ഇയ്യാളാണോന്നറിയണം... അവൾ വാരിക ദേവനുനീട്ടി...

ആരാണീ വഴിയമ്പലത്തിലെ ഭിക്ഷുകി...

അവളുടെ ചോദ്യം...

അല്ല... ഭിക്ഷുകി ആരെങ്കിലുമാകട്ടെ, തന്റെ പേരെന്താ... ആദ്യം അതുപറ...

ഞാൻ ശിവാനി.. D/o Dr. ശിവദാസൻ ......

ഇനി പറ ആരാണീ ഭിക്ഷുകി...

ആരുമാവാം.. അതന്റെ ഒരു സങ്കല്പമാണ്.. ഒരുപക്ഷേ അതു നമുക്കുമുന്നിലുള്ള ഒരു കാഴ്ചയുമാവാം... അപ്പോൾ താനാണ് പ്രിൻസിപ്പലിന്റെ ഒരേയൊരു മകൾ ശിവാനി. കേട്ടിരിക്കുന്നു. കണ്ടതിൽ സന്തോഷം..

ദേവൻ വീണ്ടും ഷെൽഫിൽ പരതാൻ തുടങ്ങി...

ഇയാള് കോളേജിൽ കാലുകുത്തിയതുമുതൽ ഞാൻ ഇയാളുടെ മുന്നിൽ തന്നെയുണ്ടായിരുന്നു. ആ ദിവസം മുതൽ ഈ ദിവസം ഈ നിമിഷം വരെ ഞാനിയാളെ കണ്ടുകൊണ്ടേയിരിക്കുന്നു. എന്റെ വേണ്വേട്ടന്റെ ദത്തുപുത്രനല്ലേ... പതുക്കെ പരിചയപ്പെടാമെന്നു കരുതി..

ദേവനപ്പോൾ ആ കവിത എഴുതാനുള്ള സാഹചര്യം ഓർക്കുകയായിരുന്നു. നാടുപേക്ഷിക്കുന്നതിന്റെ തലേന്നാൾ തന്റെ വീട്ടിലേക്കുവന്ന സുധാമണിയാണ് കവിതയുടെ ആശയം. പെട്ടന്നാണ് ശിവാനി അവന്റെ തോളിൽ തട്ടിയത്...

ഹേ മനുഷ്യാ... ദേവനെങ്ങനാ ദേവരാജനായത്... തൂലികാ നാമമാണോ?...

ശിവാനിയുടെ ചോദ്യത്തിൽ ആകാംക്ഷ ...

ദേവൻ പെട്ടെന്നാ സംഭവമോർത്തു... ഗോപാലൻ നായർ ഒരു ദിവസം ദേവനെ വിളിച്ചു എടാ.. തേവാ.. അപ്പോൾ അടുത്തു വേണുമാഷുമുണ്ടായിരുന്നു... മാഷ് പറഞ്ഞു...

നായരേ.. അവന്റെ പേരു തേവൻ എന്നല്ല.. ദേവൻ.. അല്ല ദേവരാജൻ എന്നാണ്.. നായർ മിണ്ടിയില്ല. പിന്നെ ദേവരാജൻ എന്ന പേരിൽ കവിത എഴുതിയാൽ മതിയെന്ന് മാഷ് നിർദ്ദേശിക്കുകയായിരുന്നു. ദേവനിൽ നിന്ന് ദേവരാജനിലേക്ക് ഒരു കവി വളരുന്നതങ്ങനെയാണ്....

ദേവാ കവിത നന്നായിട്ടുണ്ട് അതിന് ഒരു ദാർശിനികതലമുണ്ട്... ശിവാനിയുടെ അഭിപ്രായം കേട്ട് ദേവന് തെല്ലഭിമാനം തോന്നി..

കുട്ടി കവിത എഴുതുമോ.. ദേവന്റെ ചോദ്യം...

ഇല്ല, വായിക്കും, എനിക്കു സാഹിത്യം വളരെ ഇഷ്ടമാണ്. വിശേഷിച്ച് കവിതകൾ...

അതു നല്ല ഗുണമാണ്. കവികളെപ്പോലെ സർഗ്ഗവാസനയുള്ളവർക്കേ നല്ല വായനക്കാരും ആസ്വാദകരുമാകാൻ പറ്റൂന്ന് വേണുമാഷ്

പറയാറുണ്ട്.

ങാ... അപ്പോൾ ഈ വാരിക തിരിച്ചുതരണം... ശിവാനി പറഞ്ഞു.

തരാം എന്റെ കോപ്പി വരട്ടെ... നാട്ടിലെ വിലാസമാണ് കൊടുത്തിരിക്കുന്നത്.

ഇയാളുടെ എഴുത്തുകളെല്ലാം ഞാൻ കാണണമെന്നില്ലാല്ലോ. പുതിയതു വന്നാൽ എന്നെ കാണിയ്ക്കണം..

ശിവാനി അതും പറഞ്ഞ് ധൃതിയിൽ നടന്നുപോയി. ദേവൻ മാസിക തുറന്ന് തന്റെ കവിതയിൽ കണ്ണോടിച്ചുകൊണ്ടു നിന്നു. അപ്പോൾ എന്തുകൊണ്ടോ സുധാമണി മനസ്സിലേക്കു തിക്കിത്തിരക്കി വന്നു. ഒപ്പം ഗോപാലൻ നായരെയും തന്റെ അമ്മയെയും ഓർക്കാതിരിക്കാൻ അയാൾക്കാവില്ലല്ലോ...

ദേവൻ പിന്നെയും ലൈബ്രറിയിൽ പരതി. താളുകൾ പറിഞ്ഞ നിലയിൽ ഷെല്ലിയുടെ ഒരു പുസ്തകം കിട്ടി. തൊട്ടപ്പുറത്ത് ആനുകാലികങ്ങളുടെ ഒരു കെട്ടു കണ്ടു. *വിവേകോദയം, അന്വേഷണം, മാതൃഭൂമി...* ദേവൻ ഓരോന്നും എടുത്തു പേജുകൾ മറിച്ചുനോക്കി മടക്കിവച്ചു. അപ്പേഴേക്കും ബെല്ലടിക്കുന്നതു കേട്ടു. നാലുമണി.

പിന്നെ ധൃതിയിൽ ലൈബ്രറിയിൽ നിന്നിറങ്ങി. സാധാരണ വേണുമാഷ് കോളേജിലേക്കു വരാറില്ല. അതും അഞ്ചു മണിക്കു മുൻപ്. എന്നാലിന്ന് കോളേജങ്കണത്തിലെ വാകമരത്തിൽ ചാരി മാഷ് നിൽക്കുന്നു.

എന്താ മാഷേ നേരത്തെ. പ്രശ്നമൊന്നുമില്ലല്ലോ.. ദേവൻ ചോദിച്ചു...

ഏയ് എന്ത് പ്രശ്നം? അഡ്മിഷൻ കഴിഞ്ഞുപോയിട്ടു ശിവദാസനെ പിന്നെ കണ്ടിട്ടില്ല. ഒന്നു കാണേക്കാമെന്നു കരുതിവന്ന് ചാടിയത് ആ വായാടിയുടെ മുന്നിൽ...

വായാടിയോ... അതാരാ...

ദേവനു സംശയം

ങാ.. അവൾ തന്നെ ശിവാനി. നീയവളെ ഇതുവരെ പരിചയപ്പെട്ടില്ലേ? പരിചയപ്പെട്ടു. അല്പം മുൻപ്.

നന്നായി. അവളെന്റെ ശിവദാസന്റെ മോളാ.. അതായത് എന്റെ ബാലപ്പാപ്പയുടെ പേരക്കുട്ടി.

അതൊന്നും എനിയ്ക്കറിയില്ലായിരുന്നു. ദേ മാഷേ ഇതിൽ എന്റെ കവിത വന്നിട്ടുണ്ട്. ആ കുട്ടികൊണ്ടു വന്നതാ..

ദേവൻ വാരിക വേണുമാഷിന് നീട്ടി...

ദേവാ അവൾ നല്ല ഗായികയാണ്.. കവിതയും കഥയും എന്നുവേണ്ട എന്തു കിട്ടിയാലും വായിക്കും. സത്യത്തിൽ വീട്ടിലെ ലൈബ്രറി അവൾക്കു വേണ്ടിയാ..

ശിവാനിയെ കുറിച്ചു പറയുമ്പോൾ വേണുമാഷുടെ മുഖത്ത് സന്തോഷം നിറഞ്ഞുനിന്നു.

ആ കുട്ടി ഇതെന്റെ കയ്യിൽ തന്നിട്ട് എന്തൊക്കെയോ പറഞ്ഞു

മാഷേ... പക്ഷേ എനിക്കൊന്നും മനസ്സിലായില്ല...

ദേവൻ പറഞ്ഞു

ങാ .. അതാണു ശിവാനി. അവൾ പറയുന്നതൊന്നും എനിക്കും മനസ്സിലാവില്ല. ബാലപ്പാപ്പ ഒരു ജീനിയസ്സാണേ.. അദ്ദേഹത്തിന്റെ ശിക്ഷണമാ ശിവാനിക്ക്. പിന്നെ ഞാൻ വന്നകാര്യം പറഞ്ഞില്ല. നമുക്കൊരിടംവരെ പോകണം...

ഒരു മീറ്റിങ്ങുണ്ട്.

ദേവൻ ഒന്നും ശബ്ദിക്കാതെ വേണുമാഷിന്റെ പിന്നാലെ നടന്നു. ഇവിടുത്തെ കർഷകരുടെ കാര്യം കഷ്ടാ ദേവാ... അവർ സംഘടിതരാണ്. പക്ഷേ, അവരൊരു സമരശക്തിയായി വളർന്നിട്ടില്ല.

അപ്പോഴും ദേവൻ മിണ്ടിയില്ല. ജന്മിമാരുടെ ചൂഷണം ഏറിവരുന്നു. പ്രതികരിച്ചാൽ പിന്നെ അവന്റെ ജീവിതം തൊലഞ്ഞതുതന്നെ. പൊലീസിന്റെ നരനായാട്ടാ.

റിക്ഷയിലിരിക്കുമ്പോൾ വേണുമാഷ് ഇതു തന്നെയാണു പറഞ്ഞു കൊണ്ടിരുന്നത്. മുൻപ് നാട്ടിലായിരുന്നപ്പോൾ അദ്ദേഹം ഇക്കാര്യങ്ങ ളൊന്നും സംസാരിച്ചിരുന്നില്ല. ഇപ്പോൾ എപ്പോഴും കർഷകരുടെ പ്രശ്നങ്ങൾ തന്നെയാണ് പറഞ്ഞുകൊണ്ടിരിക്കുന്നത്.

ജന്മികർഷകരായിരുന്നവർ ഇപ്പോൾ കർഷക മുതലാളിമാരായിരി ക്കുകയാണ്. മുതലാളിയും തൊഴിലാളിയും എന്നുവെച്ചാൽ ഉടമയും അടിമയും തന്നെ. മർദ്ദനമാണ് മുതലാളിത്വത്തിന്റെ ആയുധം. ജന്മിത്വ ത്തെക്കാൾ തീക്ഷ്ണമാണ് മുതലാളിത്തം. ഞാൻ പറയുന്നതു വല്ലതും നിന്റെ തലയിൽ കേറുന്നുണ്ടോ ദേവാ... മാഷ് രോഷാകുലനായിരുന്നു.

വേണുമാഷ് നാട്ടിലെ സമ്പന്നനായ വ്യക്തിയാണ്. അതായത് പേരെടുത്ത ജന്മികുടുംബത്തിലെ അതിസമ്പന്നനായ ജന്മി തന്നെ. ആയിരപ്പറ നിലങ്ങളും അതിനൊത്ത കരഭൂമിയും സമ്പത്തിലും സ്ഥാനത്തിലും പ്രമാണി. എന്നിട്ടും അദ്ദേഹമെന്തിനാണ് സാധാരണ തൊഴിലാളികൾക്കുവേണ്ടി ഇങ്ങനെ വിഷമിക്കുന്നത്. അവരുടെ പക്ഷം പിടിച്ച് മറ്റു പ്രമാണി വർഗ്ഗത്തിന്റെ അനിഷ്ടം നേടുന്നത്. ദേവന് ഒന്നും മനസ്സിലാവുന്നില്ല. അദ്ദേഹം ഇത്രയൊക്കെ സംസാരിച്ചിട്ടും നിശ്ശബ്ദനാ യിരുന്ന ദേവനോട് മാഷ് രോഷത്തോടെ ചോദിച്ചു.

ഞാനിത്രയൊക്കെ പറഞ്ഞിട്ടും നീയെന്താണൊന്നും മിണ്ടാതിരിക്കു ന്നത്.. അതോ ഞാൻ പറയുന്നതൊന്നും നിനക്ക് മനസ്സിലാകുന്നില്ലേ?

മനസ്സിലാകാഞ്ഞിട്ടല്ല മാഷേ... ഇതൊക്കെ ഇങ്ങനെ പറഞ്ഞു കൊണ്ടിരുന്നിട്ടെന്താ... പരിഹാരം വേണ്ടേ? ദേവൻ ചോദിച്ചു.

പരിഹാരം... അതത്ര എളുപ്പമല്ല. പകലന്തിയോളം പണിയെടുക്കുന്ന വനു കൂലികൊടുക്കണം. അതും അർഹമായ കൂലി. അതു കൊടു ക്കുന്നില്ല. വിശ്രമമില്ല. സ്വാതന്ത്ര്യമില്ല, ഭക്ഷണമില്ല, പട്ടിണിക്കു പരി ഹാരമില്ല, ഉറക്കമില്ല, എന്തിന് കിടപ്പാടം പോലുമില്ല. കൂലി ചോദിക്കരുത്, കുറഞ്ഞാൽ മിണ്ടരുത്. മിണ്ടിയാൽ മർദ്ദനം. എതിർത്താൽ കൊന്നുക

ളയും. ഇതിനൊക്കെ എന്താണൊരു പരിഹാരം. നീ പറഞ്ഞു താ... റിക്ഷക്കാരൻ മാഷുടെ സംസാരം കേട്ടു തിരിഞ്ഞുനോക്കി.

അയാൾ പുഞ്ചിരിക്കാൻ ശ്രമിച്ചു...

ങാ നമുക്കിവിടെ ഇറങ്ങാം ദേവാ...

മാഷു പറഞ്ഞു.

എനിക്കിതൊന്നും പരസ്യമായി പറയാൻ പറ്റില്ല ദേവാ.. സർക്കാരുദ്യോഗസ്ഥനല്ലേ? ശ്രീപത്മനാഭന്റെ ചക്രം വാങ്ങുന്നവൻ... സർക്കാർ തൊഴിലാളികൾക്ക് രാഷ്ട്രീയം പാടില്ല...പഞ്ചപുച്ഛമടക്കി നിന്നോളണം.

ദേവന് അതൊരു പുതിയ അറിവായിരുന്നു. സർക്കാരുദ്യോഗസ്ഥർക്ക് രാഷ്ട്രീയം പാടില്ലേ. അപ്പോൾ അവർക്ക് വോട്ടവകാശമുണ്ടാവില്ലേ? ദേവനു സംശയം തോന്നിയെങ്കിലും മാഷോട് അവനൊന്നും ചോദിച്ചില്ല. മാഷു പറഞ്ഞുമില്ല.

റിക്ഷയിറങ്ങി തൊട്ടടുത്ത ചായപ്പീടികയിൽ നിന്ന് അവർ ചായകുടിച്ചു. കണ്ണാടി അലമാരയിൽ പലയിനം പലഹാരങ്ങളുണ്ടായിരുന്നു. വട, ബോളി, നെയ്യപ്പം പിന്നൊരു സാധനമുണ്ടായിരുന്നു. അതാണ് ചിരട്ടയപ്പം.

ദേവനു ചെരട്ടയപ്പം വേണോ?

നിങ്ങടെ. നാട്ടിൽ കിട്ടാത്തൊരു പലഹാരമാ... ഞങ്ങളുടെ കുട്ടനാടൻ പെരുമ..

നല്ല സ്വാദ്. അരിമാവും ശർക്കരയുമാണ് ചേരുവയെന്നു മനസ്സിലായി...

നന്നായി ചുരണ്ടി വൃത്തിയാക്കിയ കുറെ ചിരട്ടകൾ മുറ്റത്തൊരു ചെമ്പിലെ വെള്ളത്തിൽ കിടക്കുന്നത് ദേവൻ കണ്ടിരുന്നു.

ചായകുടിച്ചുകൊണ്ടിരുന്നപ്പോൾ ഒരു മദ്ധ്യവയസ്കൻ പീടികയിലേക്കുകയറി വന്നു. ഇതാണ് സഖാവ് തൊമ്മി. ഈ ചായക്കട സഖാവിന്റെയാ... ജന്മിയാ.. ദേവാ... പക്ഷേ തൊഴിലാളിപക്ഷക്കാരനാ....

കമ്യൂണിസ്റ്റുകാരൻ......

ഇതാണോ വേണുസാറുപറഞ്ഞ കുട്ടി. എന്താ പേരുപറഞ്ഞെ... ങാ.. ദേവൻ..

തൊമ്മിച്ചായന്റെ ചോദ്യം...

അതെ തൊമ്മിച്ചായാ... പ്രമാണിമാരെല്ലാം കൂടിച്ചേർന്ന് പാടങ്ങളൊക്കെ ഒന്നിപ്പിച്ചാണ് പണിയെടുപ്പിക്കുന്നതെന്നു കേട്ടല്ലോ... അക്കൂട്ടത്തിൽ തൊമ്മിച്ചായനുമുണ്ടോ?

വേണുമാഷ് ചോദിച്ചു.

ഒരു വർഗ്ഗം ഒന്നിക്കുമ്പോൾ മാറി നിൽക്കാൻ പറ്റോ സാറേ.. ഒറ്റപ്പെട്ടുപോവില്ലേ?

മാറിനിന്നാൽ എന്റെ പാടത്ത് പണിയെടുക്കാൻ തൊഴിലാളികളെ കിട്ടൂല്ല. കിട്ട്യാത്തന്നെ പണി ചെയ്യിക്കാൻ അവന്മാരു സമ്മതിക്കില്ല.

കൊയ്ത്തുകാലമായിരുന്നു. കുന്നുമ്മ, കൈനകരി, രാമങ്കരി തുടങ്ങിയ സ്ഥലങ്ങളിൽനിന്നു കൂട്ടത്തോടെ കൊയ്ത്തുകാരെത്തി. ആഴ്ചകൾ

നീണ്ടുനിന്ന കൊയ്ത്തായിരുന്നു. കൊയ്ത്തുകഴിഞ്ഞ് കളം പിരിയും മുൻപ് കൂലി നെല്ലായോ പണമായോ നൽകണമെന്നതാണ് കരാറ്. എന്നാൽ കൊയ്ത്തു കഴിഞ്ഞ് നെല്ലും വൈക്കോലും വേർതിരിച്ചു കഴിഞ്ഞപ്പോൾ ജന്മിമാരുടെ മട്ടുമാറി. കൂലികുറച്ചു. ദാനംപോലെ വച്ചു നീട്ടിയ പണമോ നെല്ലോ വാങ്ങി പൊയ്ക്കൊണമെന്നതായിരുന്നു കല്പന. ഇതിനെതിരെ തൊഴിലാളികൾ സംഘടിച്ചു. കളത്തിൽ നിന്നു നെല്ലു കൊണ്ടുപോകാൻ അവർ സമ്മതിച്ചില്ല. നെൽക്കൂനകൾ തടഞ്ഞിട്ട് രാപകൽ തൊഴിലാളികൾ കാവൽനിന്നു. അതേത്തുടർന്ന് ജന്മിമാരുടെ ഗുണ്ടകൾ വന്ന് കാവൽനിന്ന തൊഴിലാളികളെ കൈകാര്യം ചെയ്തു. ജന്മിയുടെ പൊലീസുകാർ വന്നു തൊഴിലാളികളെ അടിച്ചു മടക്കി പിടിച്ചു കൊണ്ടുപോയി, ലോക്കപ്പിലിട്ട് ക്രൂരമർദ്ദനമായിരുന്നു. പലർക്കും മാരകമായി പരിക്കേറ്റു. മരുന്നും ചികിത്സയും ഭക്ഷണം പോലും നിഷേധിക്കപ്പെട്ട് തൊഴിലാളികൾ നരകിച്ചു. ഇതിനെതിരെ. നാട്ടിൽ പ്രതിഷേധമുയർന്നു. കമ്യൂണിസ്റ്റ് പ്രസ്ഥാനം പ്രതിഷേധങ്ങൾ ഏറ്റെടുത്തു. ബഹുജനങ്ങളും വർഗ്ഗസംഘടനകളും കരുത്താർജ്ജിച്ച് പ്രതിഷേധങ്ങളിൽ പങ്കെടുത്തു. സമരത്തിന്റെ രൂപംമാറി. പൊലീസ് ജന്മി ഗുണ്ടായിസത്തിനെതിരെ സമരം മൂർച്ഛിച്ചു. നാട്ടിൽ കലാപം പടർന്നു. അത് സംബന്ധിച്ച് തൊഴിലാളി - കർഷക- യുവജന- ബഹുജനസംഘടനകളും ചെറിയ തോതിൽ കരുത്താർജ്ജിക്കുകയും തൊഴിലാളിവർഗ്ഗ പ്രസ്ഥാനത്തിന്റെ ആശങ്ങൾ ഏറ്റെടുക്കുകയും ചെയ്തു... അതു സംബന്ധമായ ഒരു യോഗത്തിൽ പങ്കെടുക്കാനാണ് വേണുമാഷ് അവിടെ എത്തിയത്. കൂട്ടത്തിൽ ദേവനും.

കയർ തൊഴിലാളി യൂണിയൻ പ്രസിഡന്റ് കുഞ്ഞൂട്ടിച്ചായന്റെ കളപ്പുരയിലാണ് യോഗം ചേർന്നത്. കുഞ്ഞൂട്ടിച്ചായൻ പുന്നപ്രയിലും വയലാറിലുമൊക്കെ കയർ തൊഴിലാളികളെ സംഘടിപ്പിക്കുകയും ആ സംഘടനയെ നയിക്കുന്നതോടൊപ്പം കയറും കയറുല്പന്നങ്ങളും ഉണ്ടാക്കുകയും വിൽക്കുകയും ചെയ്യുന്ന മുതലാളിയുമായിരുന്നു.

സംഘടിച്ചാൽ പോരാ... സംഘടന കടലാസിൽ നിന്ന് പൊതു സമൂഹത്തിലേക്കു വളരണം. തൊഴിലാളികളിൽ ആത്മവിശ്വാസം ഉണ്ടാക്കണം. സംഘടിതമായ ഊർജ്ജം പകരണം. കുഞ്ഞൂട്ടിച്ചായൻ പറഞ്ഞു. സംഘടനക്കു മുന്നോട്ടുപോകാനുള്ള കർമ്മ പരിപാടിയും അദ്ദേഹം അവതരിപ്പിച്ചു.

ആദ്യ പരിപാടി കുന്നമ്മൽ ഒഴിഞ്ഞു കിടക്കുന്ന സർക്കാർ തിരിശിൽ വച്ചു നടത്താൻ നിശ്ചയിച്ചു. പരമാവധി തൊഴിലാളികളെയും കർഷകരെയും എത്തിക്കണം. ജന്മി-മുതലാളിമാരുടെ ചൂഷണം അവസാനിപ്പിക്കണം. പൊലീസ് മർദ്ദനവും ഗുണ്ടാവിളയാട്ടവും അനുവദിക്കുകയില്ല. ഇതിനെതിരായ പ്രതിഷേധറാലിയും പൊതുയോഗവും തീരുമാനിക്കപ്പെട്ടു...

ഈപ്പയ്യനേതാ വേണോ.. കുഞ്ഞുട്ടിച്ചായൻ ചോദിച്ചു.

അതെന്റെ കുട്ടിയാ... വേണുന്റെ മറുപടി......

അതിനു താൻ കല്യാണം കഴിച്ചില്ലല്ലോ.. വേണ്വോ..

സ. അനിരുദ്ധന്റെ കമന്റ്...

വേണുസാറേ മലബാറിൽ പത്തിരുപതുകൊല്ലം ഉണ്ടായിരുന്നതല്ലേ വല്ല അബദ്ധോം പറ്റീതാണോ? സ. അമ്മുട്ടിച്ചേച്ചിയാണ്..

അതേ സഖാക്കളെ നല്ല ഉശിരൻ സഖാക്കളുടെ മകനാണവൻ. രണ്ടു രക്തസാക്ഷികളുടെ ചോര.. അവനെപ്പോലെ അനാഥനായ എനിക്ക് അവൻ മകനല്ല സഖാവാണ്. ആജീവനാന്ത സഖാവ്..

മാഷതുപറയുമ്പോഴേക്കു ദേവന്റെ കണ്ണുകൾ നിറഞ്ഞുപോയി. വേണുമാഷ് അവനെ വാരിയണച്ചു.

നീ കരയുന്നതെന്തിനാ.. നിന്നെ അറിയാത്തവർ അറിയട്ടെടാ നീയെനിക്കാരാണെന്ന്... ഇനി അവർക്കാ സംശയമുണ്ടാവില്ലല്ലോ..

വേണുമാഷുടെ കണ്ണുകളും നിറഞ്ഞു.

പോട്ടെ വേണു. നമ്മുടെ പ്രശ്നങ്ങൾക്കിടയിൽ ഒരു തമാശ പറഞ്ഞതല്ലേ നിന്റെ മകനോ സഖാവോ ആരുമാകട്ടെ... അവനും ഈ പ്രസ്ഥാനത്തിന്റെ ഭാഗമാ.. ഈനാടിന്റെ ഭാഗമാകാൻ പോകുന്നവൻ...

ങാ.. അതെന്തുമാകട്ടെ നമ്മുടെ പരിചാടി വിജയിക്കണമെങ്കിൽ തൊഴിലാളികൾ എത്തണം. ഇനിയും ഒരു തൊഴിലാളിയെ തൊട്ടാൽ മറ്റുള്ള തൊഴിലാളികൾ കണ്ടുനിൽക്കില്ലെന്നവർ മനസ്സിലാക്കണം. അതിനിവിടുത്തെ കർഷക മുതലാളിമാർക്കും പൊലീസുകാർക്കും കർശനതാക്കീതാകണം....

വേണുമാഷാണതു പറഞ്ഞത്..

സാറിനുവെട്ടത്തു വരാൻ പറ്റില്ലല്ലോ... തൊഴിലാളികൾ വരും. പക്ഷേ കാര്യങ്ങൾ പറയാൻ പറ്റിയ ഒരാളില്ലല്ലോ ഇവിടെ...

അതാണു ബുദ്ധിമുട്ട്. സർക്കാർ ജോലിക്കാരന് രാഷ്ട്രീയം പാടില്ലാന്നാ.. ഞാൻ പിന്നിൽനിന്നുള്ള പ്രവർത്തനങ്ങളൊക്കെ നടത്താം. പ്രസംഗിക്കാനും കേൾക്കാനുമുള്ള സഖാക്കളെ നിങ്ങളെത്തിക്കണം.

വേണുമാഷ് പറഞ്ഞു. ദേവൻ എല്ലാം കേട്ടുനിന്നതേയുള്ളു

പ്രസംഗിക്കാൻ ആളുവേണം. അനിരുദ്ധൻ തലപുകഞ്ഞാലോചിച്ചു. ആരാപ്പോ അതിനുപറ്റിയ ഒരാൾ... വക്കീൽ സുകുമാരപ്പണിക്കരോടു ചോദിക്കാം. അദ്ദേഹമായാലും മതി. കുഞ്ഞൂട്ടിച്ചായനും അതുതന്നെയായിരുന്നു അഭിപ്രായം.

യോഗം കഴിയുമ്പോൾ നേരം ഏറെ ഇരുട്ടിയിരുന്നു. അപ്പോഴേക്കും തൊമ്മിച്ചായൻ വന്ന് അവരെ കൂട്ടിക്കൊണ്ടുപോയി. നല്ല കുത്തരിച്ചോറും കരിമീൻ വച്ചതും കഴിക്കുമ്പോൾ തൊമ്മിച്ചായൻ വേണുന്റെ ചെവിയിൽ മന്ത്രിച്ചു. അന്തിച്ചെത്തുണ്ട് സ്വയമ്പനാ. ഒരു കുപ്പി എടുക്കട്ടെ.

വേണു ചിരിച്ചു..

അതു വേണ്ടിച്ചായാ.. അന്തിക്ക് ചെത്തിക്കിട്ടുന്നത് നല്ല ഓഷധമാ പക്ഷേ, ഞാനിതുവരെ അതൊന്നും തൊട്ടിട്ടില്ല. ഇനി പുതിയ ശീലങ്ങൾ

വേണ്ടാ...

തൊമ്മിച്ചായന് അത് ശരിയാണന്നു തോന്നി. തൊമ്മിച്ചായന്റെ റിക്ഷയിൽ കടവത്തു ചെല്ലുമ്പോൾ വേലായുധൻ കാത്തുനിൽക്കുന്നുണ്ടായിരുന്നു. വേണുവിനുവേണ്ടി ആ രാത്രി പുലരുവോളം മാതമല്ല അയാളുടെ ജന്മം മുഴുവൻ കാത്തുനിൽക്കാനും വേലായുധനു സന്തോഷമാണ്. ആ കാത്തുനില്പ് വേലായുധന് ഒരു തപസ്സാണ്.

തെളിഞ്ഞുകത്തുന്ന കായൽ വിളക്കുകൾ. നീരാഴങ്ങളിൽ നിന്ന് നീന്തിയണയുന്ന പരൽ മീനുകൾ.. കുണുങ്ങി കുണുങ്ങി കുഞ്ഞോളങ്ങളുടെ ചെറുമർമ്മരങ്ങൾ. ആകാശം നിറയെ പൂത്തിരി കത്തിച്ചതുപോലെ താരകക്കൂട്ടങ്ങൾ... ദേവൻ എല്ലാം നോക്കി മൗനമായിരുന്നു. വേണുമാഷും വേലായുധനോടധികമൊന്നും സംസാരിച്ചില്ല.

****

ഗോവിന്ദേട്ടാ... ഞാനിങ്ങോട്ടു വന്നതുകൊണ്ട് ഗോവിന്ദേട്ടന് വെറുപ്പുണ്ടോ?

ദേവൻ ഒരു മുഖവുരയുമില്ലാതെയാണ് ഗോവിന്ദേട്ടനോട് ചോദിച്ചത്. അതുകേട്ട ഗോവിന്ദേട്ടൻ ചിരിച്ചു. പിന്നെ ദേവന്റെ മുഖത്തേക്കുനോക്കി..

കുട്ടിയ്ക്കങ്ങനെ തോന്നിയോ? എന്തിന്?..

ഗോവിന്ദേട്ടൻ ദേവൻ വന്നനാൾ മുതൽ അവനെ കുട്ടി എന്നാണ് വിളിച്ചു വരുന്നത്.

വേണുക്കുട്ടൻ എന്നോടെല്ലാം പറഞ്ഞു. വളരെ കുഞ്ഞിലേതന്നെ നൊന്തുപോയ മനസ്സാണത്. എനിക്ക് അവൻ മാത്രമേയുള്ളു.. അവനിഷ്ടമുള്ളതെന്തും എനിക്കും ഇഷ്ടമാണ്...

കാവിലെ തേവരേ... എനക്കിപ്പ്രാ സമാധാനമായത്... മാഷല്ലാതെ എനക്കാരുമില്ല. മാഷെന്റെ ദൈവാ....

എന്റെ വേണുക്കുട്ടൻ അങ്ങനാ.. എത്രയെത്ര പാവങ്ങളെയാ എന്റെ കുട്ടൻ രക്ഷിച്ചിരിക്കുന്നത്. എന്റെ കുട്ടനും ഇപ്പോൾ ഈ കുട്ടിയും രണ്ടുപേരേയും എനിക്കിഷ്ടമാണ്.

ഇക്കണ്ട സ്വത്തുക്കളൊക്കെ ഞാനാ നോക്കുന്നെ... എന്റെ കുട്ടൻ ഇന്നുവരെ എന്നോടു കണക്കു ചോദിച്ചിട്ടില്ല. അവിശ്വസിച്ചിട്ടുമില്ല.

ദേവൻ എല്ലാം കേട്ടുകൊണ്ടിരുന്നു. അന്നാണ് ബാലൻസാറു വന്നത്. കൂട്ടത്തിൽ ശിവാനിയുമുണ്ടായിരുന്നു. തൊട്ടു പിന്നാലെ വേണുമാഷും വന്നുകയറി...

നീയെവിടെ പോയിരുന്നു വേണൂ.. ദേവന്റെ ചില പുസ്തകങ്ങളുമ്വേഷിച്ചു പൊയതാ ബാലപ്പാപ്പേ... ഞാൻ വന്നതിനുശേഷം വലിയ തെരക്കിൽ പെട്ടു. അങ്ങോട്ടു വരണമെന്നു പലവട്ടം തീരുമാനിച്ചു. നടന്നില്ല. ബാലപ്പാപ്പ ദേവനെ പരിചയപ്പെട്ടില്ലല്ലോ... ദേ ഇവൻ...

ങാ.. മതി മതി.. ഞാൻ പരിചയപ്പെടുത്തിക്കഴിഞ്ഞു.

നേരിൽ കാണിക്കാനാ ഇപ്പോ കൂട്ടിക്കൊണ്ടുവന്നത്. ശിവാനി പറഞ്ഞു.

ദേവൻ അല്ല ദേവരാജൻ എന്ന കവിയാണിതു മുത്തച്ഛാ.. ഇനി രണ്ടുപേരും കൈകൊട്.. ശിവാനി അവരുടെ രണ്ടുപേരുടെയും വലതു കൈകൾ ബന്ധിപ്പിച്ചു. വേണു മാഷും ഗോവിന്ദേട്ടനും ചിരിച്ചു. ദേവന്റെ മുഖം വിടർന്നുനിന്നു.

ദേവൻ ബാലൻസാറിനെ അടിമുടി നോക്കി. ഏതാണ്ടാറടിപ്പൊക്കവും ദൃഢപേശിയുമുള്ള ബാലൻസാർ ആ വീടു നിറഞ്ഞു നിൽക്കുന്നതുപോലെ തോന്നി. വൃത്തമുഖം, വൃത്തിയിൽ കത്രിച്ചുനിർത്തിയ മുടിയും കട്ടിമീശയും.. തടിച്ച പുരികങ്ങൾ, ഉയർന്ന തെറ്റിത്തടം തെളിഞ്ഞ കണ്ണുകൾ, ശുഭ്ര വസ്ത്രം, ഒഴിഞ്ഞ കൈത്തണ്ടകൾ, ഒറ്റ നോട്ടത്തിൽ ആരും ബഹുമാനിച്ചുപോകുന്ന വ്യക്തിത്വം. ബാലനും വേണുവും... അച്ഛനും മകനുമാണെന്നു തോന്നും.

ഇവളെപ്പോൾ പൊട്ടിവീണു. ഈ കാന്താരി..

വേണുമാഷ് ശിവാനിയുടെ തലയിൽ കിഴുക്കി.

ഈ ശിവാനിക്കു വരാൻ സമയമോ സന്ദർഭമോ ആവശ്യമില്ല. ഇവൾ കാലചക്രമാണ്. എല്ലാവർക്കും അദൃശ്യയായിനിൽക്കുന്ന മായസ്വരൂപിണി. മനസ്സിലായോ മിസ്റ്റർ വേണുഗോപാലമേനോൻ.. അയ്യോ... മേനോനോ നമ്പ്യാരോ.. ങാ ആരുമാകട്ടെ വേണ്വേട്ടാ... ഏറെ നാളുകൾക്കു ശേഷമാണ് ഞാനീ ഭവനത്തിൽ കാലുകുത്തുന്നത്. ശിവാനി തൊട്ടടുത്തുകിടന്ന മേശമേൽ കയറി ചമ്രം പടിഞ്ഞിരുന്നു. എല്ലാവരും സ്നേഹവാത്സല്യങ്ങളാൽ അവളെ പൊതിഞ്ഞു.

ബാലപ്പാപ്പ എത്രനാളായി ഇങ്ങോട്ടു വന്നിട്ട്. അല്ലേ ഗോവിന്ദേട്ടാ.. വേണുമാഷ്...പറഞ്ഞു

നീയെത്ര വർഷമായി നാട്ടിലേക്കു വന്നിട്ട്...

നാലുവർഷവും പതിനെട്ടു ദിവസവും..

ബാലൻ സാറിന്റെ ചോദ്യത്തിന് കൃത്യമായ മറുപടി പറഞ്ഞത് ഗോവിന്ദേട്ടനാണ്.

നീയില്ലാത്ത ഈ വീട്. ഞാനുണ്ടെങ്കിലും എന്റേതല്ലന്ന് തോന്നാത്ത ആ വീട്... രണ്ടും എനിക്കന്യമല്ലേ വേണു? ബാലൻ സാറിന്റെ ശബ്ദം സാന്ദ്രമായിരുന്നു.

എന്തൊരു മുഴക്കമാണാ ശബ്ദത്തിന്. എന്നാലും വിഷാദം തുടിച്ചു നിൽക്കുകയാണദ്ദേഹത്തിന്റെ വാക്കുകളിൽ.

ഈ പടി കടക്കാൻ എനിക്കിപ്പോഴും ഭയമാണ്. ഓർമ്മകൾ വന്ന് എന്റെ തലച്ചോറു തുരന്നു കളയുമെന്നൊരു തോന്നൽ. ഒരിക്കൽ ഞാനീ പടിക്കൽ തലതല്ലി വീണതാണ്. ഞാനന്നേ മരിച്ചുപോയിരുന്നു... ബാലൻ സാറിന്റെ വാക്കുകളുടെ അർത്ഥമൊന്നും ദേവന് മനസ്സിലായില്ല. ഒന്നും മനസ്സിലാവാത്തതുപോലെ ശിവാനി ഞങ്ങളെ ഓരോരുത്തരെയും മാറിമാറി നോക്കി. മനസ്സിലായ രണ്ടുപേരുണ്ടായിരുന്നു. അതിലൊരാൾ

നിസംഗനായി ഞങ്ങളുടെ മുന്നിലിരുന്നു. മറ്റൊരാൾ അടുക്കളപ്പുറത്തെ ഇളംതിണ്ണയിൽ ചാഞ്ഞിരുന്നു കരയുന്നുണ്ടായിരുന്നു.

ബാലൻ സാർ പറഞ്ഞുകൊണ്ടിരിക്കെ വേണു വിഷയം മാറ്റി.

ശാരദാമ്മച്ചിറ്റ.... വേണു പറഞ്ഞുതീർന്നില്ല...

അമ്മുമ്മ കിടപ്പിലാണ്.. ശിവാനി പറഞ്ഞു.

എന്തേ.. എന്തുപറ്റി ചിറ്റയ്ക്ക്.. ഞാനറിഞ്ഞില്ല... വേണു പറഞ്ഞു.

ങാ.. അതൊക്കെ പറയാം ശിവാനി ലൈബ്രറിയിലേക്ക് ചെല്ല്. നിനക്കേതോ പുസ്തകം വേണമെന്നു പറഞ്ഞല്ലോ... ദേവൻ ചെന്ന് അവളെ ഒന്നു സഹായിക്ക്...

രണ്ടുപേരേയും ഒഴിവാക്കാനാണ് ബാലൻ സാറങ്ങനെ പറഞ്ഞത്.

ഒരു ദേവരാജന്റെ കവിതകൾ കുറച്ചുനാളായി കാണുന്നു. ശിവാനി ആ കവിയെ കാണിച്ചുതരാമെന്നു പറഞ്ഞാ എന്നെ ഇങ്ങോട്ടു കൊണ്ടു വന്നത്. നല്ല കവിതകളാണു കേട്ടോ.. തുടർന്നെഴുതി ഒരു വലിയ കവിയാകണം. ബാലൻ സാർ പറഞ്ഞു.

എനിക്കിന്നുതന്നെ മടങ്ങിപ്പോകണം...രണ്ടുപേരുടെയും രഹസ്യം പറച്ചിൽ വേഗം തീർക്കണം കേട്ടോ... ശിവാനി ലൈബ്രറിയിലേക്കു പോകുമ്പോൾ വിളിച്ചു പറഞ്ഞു.

ഓ... കല്പനപോലെ... ബാലൻ സാറുപറഞ്ഞു..

അവൾ മാത്രമാണ് ഇന്നെന്നെ സ്നേഹിക്കുന്നത്. വേണുവും ശിവാനിയും എനിയ്ക്കൊന്നുപോലെയാ... ശിവദാസന് എന്നെക്കുറിച്ച് കരുതലൊക്കെയുണ്ട്. പക്ഷേ, അവനും അവന്റെ അമ്മയും എന്റെ ഹൃദയത്തിൽ നിന്ന് വളരെ അകലെയാണ്...

ബാലപ്പാപ്പ കാടുകയറി ചിന്തിക്കുന്നു. ആരും ആർക്കും സ്വന്തമല്ല ബാലപ്പാപ്പെ.. എന്റെ ബാല്യത്തിൽ ഞാൻ പാർത്തിരുന്ന ആശ്രമത്തിൽ നിന്നു കേട്ടതാണ്. എല്ലാ ബന്ധങ്ങളും ആപേക്ഷികമാണ്. ഓരോന്നിനും നമ്മൾ കല്പിക്കുന്നതാണ് ബന്ധങ്ങളുടെ നിർവ്വചനം...

വേണുമാഷ് പറഞ്ഞു. ബാലൻ സാർ പിന്നേയും ഓർമ്മകളുടെ നെരിപ്പോടിൽ വീണ് നീറാൻ തുടങ്ങി. വേണു നിശ്ശബ്ദനാവുകയും ചെയ്തു. സമയം പോയതവരറിഞ്ഞില്ല... വേനൽച്ചൂടിൽ വെന്തു നിൽക്കുകയാണ് പ്രകൃതി...

****

അന്നൊരവധി ദിവസമായിരുന്നു. പതിവുപോലെ വേണുമാഷ് ഉണർന്നു. ദേവനെ കിടക്കയിൽ കാണാത്തതുകൊണ്ട് ധൃതിയിൽ പുറത്തേക്കിറങ്ങി.

അപ്പോഴും നിലാവസ്തമിച്ചിരുന്നില്ല.

ദേവാ... മാഷു വിളിച്ചു.

പൂമുഖത്ത് കിടക്കുന്നുണ്ട് അതും വെറും നിലത്ത്..

ഗോവിന്ദേട്ടൻ പറഞ്ഞു..

അവനുറങ്ങിയില്ലേ എന്തിനാ അവിടെ പോയി കിടന്നത്..

അറിയില്ല, രാത്രി വളരെ വൈകിയിട്ടും പൂമുഖത്ത് റാന്തൽ എരിയുന്നുണ്ടായിരുന്നു. ഞാൻ പലവട്ടം വന്നുനോക്കി. അപ്പോഴൊക്കെ എന്തോ എഴുതുന്നുണ്ടായിരുന്നു. അവനൊറങ്ങാത്തതുകൊണ്ട് എനിക്കും ഉറങ്ങാൻ പറ്റിയില്ല... പാതിരാകഴിഞ്ഞു കാണും. അന്നേരം എന്നോട് ചോദിച്ചു...

ഒരു ഗ്ലാസ് കട്ടൻകാപ്പി ഉണ്ടാക്കിത്തരോ ഗോവിന്ദേട്ടാന്ന്....

ഞാൻ കട്ടൻകാപ്പി ഉണ്ടാക്കിക്കൊണ്ട് ചെല്ലുമ്പോൾ മേശപ്പുറത്ത് തലചായ്ച്ചു കിടക്കുവാരുന്നു. പിന്നെ കാപ്പിവാങ്ങി ഊതികുടിക്കുന്നതു കണ്ടു.

ഗോവിന്ദേട്ടൻ കിടന്നോ... എനിക്ക് കുറേക്കൂടി എഴുതാനുണ്ട്. ഇപ്പോൾ തീരും...

അതുകേട്ട് ഞാൻ പോയി കിടന്നു.. കോഴികൂവുന്നത് കേട്ട് ഞാനുണർന്നു നോക്കുമ്പം ദാ ഈ കിടപ്പും കണ്ടും. പിന്നെ ഞാൻ വിളിച്ചില്ല.

വേണുമാഷ് ദേവനെ വിളിക്കാതെ പൂമുഖത്തെ ചാരുകസാലയിൽ കണ്ണുതുറന്നു കിടന്നു. കിഴക്ക് വെള്ള കീറും മുൻപേ ദേവനുണർന്നു. ചാടിപ്പിടഞ്ഞെണീറ്റുനോക്കുമ്പോൾ കസാലയിൽ വേണുമാഷ് കിടക്കുന്നു..

സോറി മാഷേ ... ഉറങ്ങിപ്പോയി...

നിനക്കെന്തുപറ്റി ദേവാ.... എന്തിനാ ഇവിടെ വന്നു കിടന്നത്...

മനസ്സ് അസ്വസ്ഥമാണ് മാഷേ... അതുകൊണ്ട് ഉറക്കം വന്നില്ല. മാഷെ ശല്യപ്പെടുത്തണ്ടാന്നു കരുതിയാ ഞാനിവിടെ വന്നിരുന്നത്. കുറച്ചെഴുതി...

അതു നന്നായി പക്ഷേ, നിനക്കെന്തിനാണീ അസ്വസ്ഥത..? അതാണെനിക്ക് മനസ്സിലാവാത്തത്.

വേണുമാഷ് നിവർന്നിരുന്ന് ദേവനെ നോക്കി..

ഞാൻ പിറന്ന നാട്.. ഞാൻ വന്നുപെട്ട നാട് രണ്ടും ഒന്നു തന്നെയാണ്. പ്രശ്നങ്ങളും പ്രതിസന്ധികളും പാവപ്പെട്ടവനുമാത്രമാണ്. ചൂഷണം, മർദ്ദനം, സംരക്ഷണമില്ലാത്തവന്റെ സങ്കടങ്ങൾ... നിസംഗമായി നിൽക്കുന്ന സമൂഹം, നീതിയും നിയമവും അധികാരിവർഗ്ഗത്തിന്, എനിക്കിതൊന്നും സഹിക്കാനാവുന്നില്ല. മാഷേ...

ദേവാ.... നീപറഞ്ഞതൊക്കെ യാഥാർത്ഥ്യമാണ്. എന്നാൽ ഈ പ്രശ്നങ്ങളെ വികാരപരമായി കാണരുത്. ചരിത്രബോധം നല്ല പാഠപുസ്തകമാണ്. അനുഭവം നല്ല അദ്ധ്യാപകനും.. അതൊക്കെ നിനക്കു സാവകാശമേ ബോദ്ധ്യപ്പെടൂ. പിന്നേ അന്നു നമ്മൾ തീരുമാനിച്ച പരിപാടി ഇന്നാണ്. പോകണം.

വേണുമാഷ് അതും പറഞ്ഞ് പൂമുഖത്തു നിന്നു പുറത്തേക്കിറങ്ങി,

ദേവാ... എനിക്ക് ഒന്ന് രണ്ടു പേരെ കാണാനുണ്ട്... നീയിന്നലെ ഉറങ്ങാത്തതല്ലേ കുറച്ചുനേരം കിടന്നുറങ്ങ്..

ഉച്ചയൂണുകഴിഞ്ഞുനമുക്കിറങ്ങാം....

എനിക്കു ക്ഷീണമൊന്നുമില്ല മാഷേ.. ഞാനും കൂടെ പോരാം.

വേണ്ട ദേവാ... എനിക്ക് പാടത്ത് പോകണം..

പറ്റിയാൽ ബാലപ്പാപ്പയേയും കാണണം...

വേണുമാഷിറങ്ങി നടന്നു. ദേവന്റെ മനസ്സപ്പോൾ സ്വന്തം മണ്ണിലലയുകയായിരുന്നു...

അമ്മ! അവന്റെ നാവിലെപ്പോഴും ഒട്ടി നിൽക്കുന്ന വാക്കാണത്, പതിനഞ്ചുകാരിയായ ഒരു പെൺകുട്ടി ഭർത്താവുമരിച്ചിട്ടും പതറിപ്പോകാതെ ജീവിതത്തോടു പോരാടുകയായിരുന്നല്ലോ.. അച്ഛനെ കണ്ടിട്ടില്ലെങ്കിലും രക്തസാക്ഷിയായ അച്ഛൻ ഇന്നും അമരക്കാരനായി അവന്റെ മനസ്സിൽ ജീവിക്കുന്നുണ്ട്... പതിനേഴു വർഷം പിതാവിന്റെ വേർപാടിന്റെ ദുരിതമറിയിക്കാതെ മകനെ വളർത്തിയത് അമ്മയുടെ അദ്ധ്വാനമാണ്. സമപ്രായക്കാരും ചങ്ങാതിമാരുമായ കേളുവും കോമനും ഖാദറുമൊക്കെ പാടത്തും പറമ്പിലും പണിയെടുത്തു പണമുണ്ടാക്കുമ്പോൾ ദേവൻ തന്റെ പറമ്പിൽ കൃഷി ചെയ്തും പൂവാലിപ്പശുവിനെ തീറ്റിയും അതിന്റെ പാലുവിറ്റും ചില്ലറവരുമാനമുണ്ടാക്കി അമ്മയെ സഹായിച്ചു.

ദേവൻ ഓർമ്മയിൽ നീന്തി പൂമുഖത്തിണ്ണയിലിരുന്നു.

നീ കുളിക്കുന്നില്ലേ ദേവാ... ഗോവിന്ദേട്ടൻ.

ഇങ്ങനെ തൂങ്ങിപ്പിടിച്ചിരിക്കാതെ കുളത്തിലിറങ്ങി ഒന്നു നീന്തിക്കുളിച്ചു വായോ......

ദേവൻ പെട്ടെന്നെഴുന്നേറ്റ് കുളത്തിലിറങ്ങി. കുളത്തിലെ നിറഞ്ഞു നിശ്ചലമായ തെളിനീരിൽ ചീരുവിന്റെ മുഖം. അവൻ ഞെട്ടി. വീണ്ടും നോക്കി. അതവന്റെ മുഖം തന്നെയാണ്. വീണ്ടും വീണ്ടുമവൻ ജലചരായയിൽ തെളിയുന്ന മുഖങ്ങൾ കണ്ടു.. വാത്സല്യത്തിൽ പൊതിഞ്ഞ രണ്ടു മുഖങ്ങൾ...

അമ്മയും അച്ഛമ്മയും. അവൻ ആർത്തിയോടവരുടെ ഓർമ്മയിൽ മുങ്ങി.. അപ്പോഴാണ് കരയിൽ നിന്നു വേണുമാഷ് വിളിച്ചത്...

കയറി വാ ദേവാ.. ഒരു സന്തോഷവർത്തമാനമുണ്ട്.. വായനശാലയ്ക്കൊരു സ്ഥലം കണ്ടെത്തിയിട്ടുണ്ട്.

ദേവൻ മുങ്ങി നിവർന്ന് മാഷെ നോക്കി...

സൂര്യൻ അവന്റെ മുഖത്തേക്കുറ്റുനോക്കി...

തിരുമല ദേവസ്വത്തിന്റെയാ... ഒരു പഴയ കെട്ടിടം.

എവിടാ മാഷേ...

പറഞ്ഞാൽ നിനക്കറിയത്തില്ല. മുല്ലയ്ക്കൽ ദേവീക്ഷേത്രത്തിനടുത്താ...

മുല്ലയ്ക്കൽ ക്ഷേത്രമൊന്നും ദേവനറിയത്തില്ല വേണു...

പറഞ്ഞതു ഗോവിന്ദേട്ടനാ...

നമ്മുടെ ബാലപ്പാപ്പാടെ വീടിനടുത്താ..

വേണു പറഞ്ഞു...

ബാലപ്പാപ്പാടെ വീടെവിടാ... അതും ദേവനറിഞ്ഞുകൂടാ...

അവനൊന്നും മിണ്ടിയില്ല...

ഊണു കഴിക്കുമ്പോഴും വായനശാലയുടെ കാര്യമാണ് വേണുമാഷ് പറഞ്ഞുകൊണ്ടിരുന്നത്. ദേവൻ മൗനമായി എല്ലാം കേട്ടുകൊണ്ടിരുന്ന തേയുള്ളൂ..

വേലായുധൻ തോണിയുമായി കാത്തു നില്പുണ്ടായിരുന്നു. വീട്ടിൽ നിന്നിറങ്ങി വഴി നടന്നതും തോണിയിൽ കയറിയതുമൊന്നും ദേവനറിഞ്ഞില്ല. ഒരു ദേശാടകനെപ്പോലെ വേണുമാഷെ അനുഗമിക്കുകയായിരുന്നു. പൊതുയോഗ സ്ഥലത്ത് വെയിൽ തൂവി കിടന്നു. തൊമ്മിച്ചായനും സ. ചന്ദ്രപ്പനും മാത്രമേ സ്ഥലത്തുണ്ടായിരുന്നുള്ളൂ..

പ്രതിഷേധ പരിപാടി എല്ലായിടത്തും അറിയിച്ചിരുന്നെങ്കിലും പ്രതീക്ഷിച്ചതുപോലെ ആളുകളെത്തിയില്ല, സമയം കഴിയുന്തോറും സംഘാടകർക്കു വെപ്രാളമായി. എന്നാൽ മൈതാനം പൊലീസുകാരെ കൊണ്ടു നിറഞ്ഞിരുന്നു. തൊഴിലാളികളും പൊതുജനങ്ങളുമായി മുപ്പതു മുപ്പത്തഞ്ചു പേർ മാത്രം. അദ്ധ്യക്ഷം വഹിക്കാമെന്നേറ്റിരുന്ന നാരായണൻ വന്നതുമില്ല. തൊമ്മിച്ചായൻ രണ്ടു കസാലകൾ കൊണ്ടിട്ടു. വേണുമാഷ് പൊലീസുകാരുടെ കണ്ണില്പെടാതെ അകന്നു നിന്നതേയുള്ളൂ. ഇതെല്ലാം കണ്ടുകൊണ്ട് ദേവൻ ഒരിടത്തൊതുങ്ങി നിന്നു.

ഉദ്ഘാടകനായ കെ ടി രാഘവൻ, നേരത്തേതന്നെ എത്തി. ഉദ്ഘാടകന്റെയും അദ്ധ്യക്ഷന്റേയും പേരെഴുതിയ ബാനർ കാറ്റിൽ പറന്നു. നോട്ടീസും ചുവരെഴുത്തുമൊക്കെയുണ്ടായിട്ടും തൊഴിലാളികൾ വരാത്തത് പൊലീസിനെ ഭയന്നു മാത്രമല്ല, കർഷകമുതലാളിമാരുടെ ഗുണ്ടകളുടെ ഭീഷണിയുമുണ്ടായിരുന്നു.

പരിപാടി മാറ്റിവച്ചാലോ?

തൊമ്മിച്ചായൻ ചോദിച്ചു...

അതുപറ്റില്ല, പൊലീസിനെ പേടിച്ചിട്ടാണെന്നു നാട്ടുകാർ പറയും. പൊലീസുകാർക്കും അങ്ങനെ തോന്നിയാൽ മേലിൽ നമുക്കൊരു പരിപാടിയും നടത്താൻ പറ്റില്ല. വേണുമാഷുടെ അഭിപ്രായമതായിരുന്നു. കെ ടി രാഘവനും ...

അദ്ധ്യക്ഷനാരാ..?

എല്ലാവരും പരസ്പരം നോക്കി...

തൊമ്മിച്ചായൻ മതി.. വേണുമാഷു പറഞ്ഞു. അതുമാത്രം പറ്റില്ല. എന്റെ കഴുത്തു മുറിച്ചു തരാം. അദ്ധ്യക്ഷനാകാനും പ്രസംഗിക്കാനുമൊന്നും എനിക്കാവില്ല. തൊമ്മിച്ചായൻ തീർത്തു പറഞ്ഞു...

എങ്കിപ്പിന്നാര്...

എല്ലാവരും ആലോചനയിലായി...

ഞാനൊരു പേരു പറയും നിങ്ങൾ വിളിച്ചാൽ മതി.. എന്തു വന്നാലും പൊതുയോഗം നടക്കട്ടെ...

സ. ചന്ദ്രപ്പനാണ് സ്വാഗതം പറഞ്ഞത്.. ഉദ്ഘാടകനും നാട്ടുകാർക്കും സ്വാഗതം പറഞ്ഞശേഷം ചന്ദ്രപ്പൻ അദ്ധ്യക്ഷനെ വിളിച്ചു.

കവിയും കലാലയ വിദ്യാർത്ഥിയുമായ സ. ദേവരാജനെ ആദരപൂർവ്വം അദ്ധ്യക്ഷസ്ഥാനത്തേക്കു ക്ഷണിക്കുന്നു.

ദേവൻ ഞെട്ടി.. കണ്ണുകളിൽ ഇരുട്ടു കയറുന്നു. പരിഭ്രമത്തോടെ അവൻ വേണുമാഷിന്റെ മുഖത്തേക്കു നോക്കി, മാഷ് അനുവാദം കൊടുത്തുകൊണ്ട് തല അനക്കി.. ദേവൻ സാവകാശം നടന്ന് കസാലയിലിരുന്നു..

ആദ്യമായി അദ്ധ്യക്ഷ പ്രസംഗമാണ്. സർവ്വത്ര നിശ്ശബ്ദത. ദേവൻ കണ്ണുകളുയർത്തി കൂടിനിന്നവരെ നോക്കി.. ഉദ്ഘാടകനെ അഭിസംബോധന ചെയ്തു.

കർഷക സുഹൃത്തുക്കളെ,

നമ്മുടെ കുട്ടനാടിന്റെ അന്ധകാരത്തെ അകറ്റാൻ ഒരു പുതിയ സൂര്യൻ ഉദിക്കുകയാണ്. തൊഴിലെടുക്കുന്ന കർഷകന്റെ ചെറുത്തുനില്പിന്റെ സൂര്യോദയം. തൊഴിലാളികളെ ചൂഷണം ചെയ്ത് അവരുടെ ചോര കുടിക്കുന്ന മർദ്ദകർക്കുള്ള താക്കീതാണിത്. അദ്ധ്വാന വർഗ്ഗത്തിന്റെ അവകാശങ്ങൾ തട്ടിയെടുത്ത് തടിച്ചു വീർക്കുന്ന മുതലാളിമാർക്കുള്ള മുന്നറിയിപ്പ്.. പകലന്തിയോളം പണിയെടുക്കുന്ന തൊഴിലാളികൾക്ക് അർഹമായ കൂലി കൊടുക്കണം. അവരുടെ വേലയും കൂലിയും സംരക്ഷിക്കണം.. അവകാശങ്ങൾ ചോദിക്കുന്ന തൊഴിലാളികളെ അധികാര ദണ്ഡുപയോഗിച്ച് തല്ലരുത്. മുതലാളിമാരും അവരുടെ ആജ്ഞാനുവർത്തികളായ പൊലീസുകാരും ഗുണ്ടകളും ചേർന്ന് നടത്തുന്ന നരനായാട്ടവസാനിപ്പിക്കണം. അദ്ധ്വാനിക്കുന്നവരുടെ വിയർപ്പും കണ്ണീരുമാണ് നിങ്ങളുടെ പാടങ്ങളിൽ വിളയുന്നത്. അറകളിൽ നിറയുന്നത്. അതിനു നിങ്ങൾ നല്കുന്ന പ്രതിഫലം ക്രൂരമായ മർദ്ദനങ്ങളും കൂലി നിഷേധവുമാകരുത്. കരിയുന്ന വയറും കരയുന്ന മനസ്സുമായി പണിയെടുക്കുന്നവരുടെ കഴുത്തു ഞെരിക്കുന്ന ദുരയുടെ കിരാത മൂർത്തികൾ നിലതെറ്റി വീഴുന്ന കാലം വരും. അദ്ധ്വാന വർഗ്ഗം സംഘടിച്ച് നിങ്ങൾക്കു നേരെ വിരൽചൂണ്ടുന്ന അവകാശബോധത്തിന്റെ പടയൊരുക്കം ഇവിടെ തുടങ്ങുകയാണ്.

ഉച്ചഭാഷിണിയില്ലാതെ ഉച്ചത്തിൽ സംസാരിക്കുന്ന ദേവന്റെ വാക്കുകൾ തൊഴിലാളി കർഷകൈക്യത്തിന്റെ മസ്തകത്തിൽ പോരാട്ടത്തിന്റെ കൊടി നാട്ടുകയായിരുന്നു. എല്ലാംകേട്ടു കലിപൂണ്ടു നിന്ന പൊലീസുകാർ പോലും സ്തബ്ധരായിപ്പോയി.

കൃഷിഭൂമി കൃഷിക്കാരന്റേതാണ്. പണിയെടുക്കുന്നവന്റെ പട്ടടയൊരുക്കുന്ന വേതാളപ്പരിഷകൾ ജന്മി മുതലാളിമാരുടെ ദാസന്മാരാകരുത്. ജനങ്ങളുടെ സേവകരാവണം. അവർ നിയമത്തെ കശാപ്പു ചെയ്യരുത്. അതിന്റെ കാവൽക്കാരാകണം. ഞങ്ങൾ ഈ അനീതിയെ ചെറുക്കാൻ പ്രതിജ്ഞാബദ്ധരാണ്..

പെരുമഴപോലെ പെയ്തു നിൽക്കുന്ന ദേവന്റെ പ്രസംഗം പിന്നെയും നീണ്ടു. ഉടയോനും അടിയാനുമെന്ന വ്യവസ്ഥമാറണം. അദ്ധ്വാനിക്കുന്നവരുടെ അഭിപ്രായങ്ങൾക്കു ചെവികൊടുക്കണം. അവകാശം ചോദിച്ചാൽ ചോദിക്കുന്നവനെ കൊന്നുതള്ളുന്ന അധികാരധാർഷ്ഠ്യം അവസാനിപ്പിക്കണം. തൊഴിലാളിവർഗ്ഗം അതവസ്സാനിപ്പിക്കും.

ദേവൻ പറഞ്ഞവസാനിപ്പിക്കുമ്പോൾ വിശാലമായ കുന്നുമ്മ തരിശ് ജന നിബിഡമായിത്തീർന്നു. എവിടെ നിന്നാണ് ഇത്രയധികം ജനങ്ങളവിടേക്കിരച്ചെത്തിയത്. മീശമുളയ്ക്കാത്ത ഒരു കൊച്ചു ചെറുക്കൻ! അവൻ വേണുമാഷ്ടെ മകനാണുപോലും. മകനോ മരുമകനോ? അവൻ കേമനാണ്. മാഷ്ടെ വിത്തല്ലേ? പിഴയ്ക്കില്ല...... നാട്ടിൽ കഥകൾ പരന്നു. ബാലൻ സാറിന്റേയും ഗോവിന്ദേട്ടന്റേയും കാതിലുമെത്തി കാര്യങ്ങൾ. വേണുമാഷെപ്പോലെ തന്നെ അവരും അത് കാര്യമാക്കിയില്ല. ദേവനും.

പൊതുയോഗം അവസാനിച്ചു. ഉദ്ഘാടകൻ കുറച്ചേ സംസാരിച്ചുള്ളൂ. ഒരു പേമാരിക്ക് ശേഷം ചാറ്റൽ മഴപോലെ. ആളൊഴിഞ്ഞു. പൊലീസുകാരും പോയി. തൊമ്മിച്ചായനും അനിരുദ്ധനുമൊക്കെ ദേവനെ ആശ്ലേഷിച്ചു. ക്രെഡിറ്റെല്ലാം വേണുമാഷിനായിരുന്നു. അദ്ദേഹത്തിന്റെ കണ്ണുകളിൽ അഭിമാനത്തിന്റെ സ്ഫുലിംഗങ്ങളുണ്ടായിരുന്നു. താൻ വഴിയോരത്തുനിന്നു പറിച്ചു കൊണ്ടുവന്ന തൈച്ചെടി വളക്കൂറുള്ള മണ്ണിലാണ് നട്ടിരിക്കുന്നത്. മാഷ് ആശ്വസിച്ചു.

തിരിച്ചു പോകുമ്പോൾ പതിവുപോലെ വേലായുധനുണ്ടായിരുന്നു കടവത്ത്. വേണുക്കുഞ്ഞിന്റെ മോൻ കലക്കിയെന്നാണു കേട്ടത്. നേരാണോ കുഞ്ഞേ? അതേടാ... വളരെ നന്നായിരുന്നു. ദേവന്റെ ഭാഷ ഒന്നാംതരം.

കടവിറങ്ങി വീട്ടിലേക്കു നടക്കുമ്പോൾ തന്റെ പ്രസംഗത്തെക്കുറിച്ച് മാഷ് തന്നോടെന്തെങ്കിലും പറയുമെന്നു ദേവൻ പ്രതീക്ഷിച്ചു. പക്ഷേ, മാഷ് തീരെ നിശ്ശബ്ദനായിരുന്നു.

അതിൽ ദേവനും വിഷമം തോന്നി.

വീട്ടിൽ ചെന്നപാടെ വേണുമാഷ് ഗോവിന്ദേട്ടനോട് ചോദിച്ചു.

ഭൂനികുതികളൊക്കെ അടച്ചോ ഗോവിന്ദേട്ടാ..

ഏത് ... ഓ കരം കൊടുത്തോന്നാ?

ഗോവിനേട്ടൻ തിരിച്ചു ചോദിച്ചു.

ഈ പാതിരാത്രീക്കെന്തിനാ കരം കൊടുത്തോന്ന് ചോദിക്കുന്നെ...

നികുതി ശീട്ടുവേണ്ടിവരും എല്ലാം എടുത്തു സൂക്ഷിച്ചുവച്ചോ....

ങാ..... എല്ലാം എടുത്തു വച്ചിട്ടുണ്ട്.

ഉറങ്ങാൻ കിടക്കും മുൻപ് വേണുമാഷ് വിളിച്ചു.

ദേവൻ മാഷ്ടെ മുഖത്തേക്കു നോക്കി

നല്ല ഗംഭീര പ്രസംഗമായിരുന്നു... പക്ഷേ, ഒരു പ്രശ്നമുണ്ട്. നീ പേടിക്കണ്ട. ചിലപ്പോൾ ഒരറസ്റ്റുണ്ടായേക്കും.

അറസ്റ്റോ...? എന്തിനാ മാഷേ... ഒരു രാത്രി പൊലീസുകാർ പിടിച്ചു

കൊണ്ടുപോയ അച്ഛന്റെ ജഡമാണു തിരിച്ചെത്തിയതെന്ന് ചീരു പറഞ്ഞതവനോർത്തു പോയി.

അറസ്റ്റും ജയിലുമൊക്കെ ഉശിരുള്ള ആണുങ്ങൾക്കുള്ളതാ... അവനാരേം കൊന്നിട്ടില്ലല്ലോ.. ഗോവിന്ദേട്ടനാണതു പറഞ്ഞത്.

പുലർച്ചയ്ക്കുതന്നെ ബാലൻസാറു വന്നത് കണ്ട് വേണു അമ്പരന്നു.

എന്താ ബാലപ്പാപ്പേ ഇത്ര നേരത്തെ..?

പരിപാടി നന്നായിരുന്നില്ലേ? ആളുകൾ പറയുന്നതു കേട്ടു. പ്രസംഗം പത്രത്തിലൊക്കെ വന്നിട്ടുണ്ട്.

ബാലൻമാഷ് പൂമുഖത്തേക്കു കയറിക്കൊണ്ടു പറഞ്ഞു.

എന്റെ ബാലപ്പാപ്പേ ഇവൻ നമ്മളു കണ്ടതു പോലൊന്നുമല്ല. കേമൻ. ഒരു രാഷ്ട്രീയ നേതാക്കളും ഇങ്ങനെ നിർഭയമായി കാര്യങ്ങൾ പറഞ്ഞത് ഞാൻ കേട്ടിട്ടില്ല. അവന് നല്ല രാഷ്ട്രീയ ധാരണയുണ്ട്. ഭയം കൊണ്ട് നമ്മൾ പറയാൻ മടിച്ചതെന്തോ അതവൻ ഉച്ചത്തിൽ വിളിച്ചു പറഞ്ഞു.

വേണൂ.... എനിക്കു പേടിയുണ്ട് അവരടങ്ങിയിരിക്കത്തില്ല. അറസ്റ്റുണ്ടാവും.. അതുകൊണ്ട് കുറച്ചു ദിവസത്തേക്കിവിടുന്നു മാറ്റി നിർത്തണം.

ബാലൻസാറ് വളരെ പതുക്കെയാണു പറഞ്ഞത്.

ആ പേടി എനിക്കുമുണ്ട്. അവമ്മാരവനെ കൊണ്ടുപോയാൽ ബാക്കി വെച്ചേക്കില്ല. വേണുമാഷു ഭീതനായിരുന്നു.

പറ്റീട്ടി കൈയിലില്ലേ നമുക്കൊരു വക്കീലിനെ കാണണം. ജാമ്യമെടുക്കേണ്ടിവരും. പുതിയ എസ് ഐ സത്യനേശനാണെന്നു തോന്നുന്നു.

അയാൾ ശിവദാസന്റെ അളിയനാ.. സരളേടെ ഭർത്താവ്.. ബാലൻ മാഷു പറഞ്ഞു.

അയാളെങ്ങനെ... ജന്മി ഭക്തനാണോ... മുതലാളിമാരുടെ കിമ്പളം പറ്റുന്ന സർക്കാർ കിങ്കരൻ.

വേണുമാഷിനു സംശയം.

ഏയ്, അയാളൊരു കലാകാരനാ.......

തൊഴിലാളി വർഗ്ഗത്തോട് ചായ്‌വുള്ളവൻ...

ങാ.. നമുക്ക് നല്ലൊരു വക്കീലിനെ കാണണം.. ദേവന് എന്തെങ്കിലും പറ്റിയാൽ പിന്നെ എനിക്കു ജീവിതമുണ്ടാകില്ല ബാലപ്പാപ്പേ... അവൻ കുട്ടിയല്ലേ? ലോകമെന്തെന്നു തിരിച്ചറിയാത്തവൻ...

വേണുമാഷ് പറഞ്ഞു...

പിന്നൊരു കാര്യം ശിവാനി വന്നിട്ടുണ്ട്. സംഗീത പഠനം. കോയിക്കലെ കുഞ്ഞൂട്ടിത്തമ്പുരാട്ടിയുടെ ശിഷ്യയാവാൻ പോകുന്നു...

ചുമ്മാ... ഇങ്ങോട്ടു വരാനുള്ള ഒരടവാ... സത്യത്തിൽ ഇന്നെന്റെ ജീവൻ നിലനിർത്തുന്നത് ആ കുട്ടിയാ... എന്റെ സ്നേഹം മുഴുവൻ പിടിച്ചെടുത്ത് അവളെന്നെ ഈ ലോകവുമായി ബന്ധിപ്പിച്ചിരിക്കുകയാണ്...

ശരിയാ ബാലപ്പാപ്പേ... അവളൊരു നല്ല കുട്ടിയാ.. മിടുക്കി...

ബാലപ്പാപ്പേടെ സ്വഭാവഗുണങ്ങളൊക്കെ അവൾക്കുണ്ട്...

വേണുമാഷ് പറഞ്ഞു.

ഞാനിറങ്ങുന്നു. നീ അങ്ങോട്ടു വാ... ശിവാനിയേയും കാണാമല്ലോ...

ബാലൻ സാർ പടിപ്പുര കടക്കുമ്പോൾ ദേവൻ ഇറങ്ങി വന്നു..

ബാലപ്പാപ്പ എന്തിനാ വന്നതുമാഷേ...

ചുമ്മാ.... നടക്കാനിറങ്ങിയതാ...

ബാലൻ പോയോ... ഞാൻ ചായ ഉണ്ടാക്കിയിരുന്നു.

ങാ പോയി.. ഗോവിന്ദേട്ടൻ കഞ്ഞികാലാക്കിയോ. എനിക്കൊന്നു പുറത്തേക്കുപോകണം.

വേണുമാഷ് ദേവന്റെ മുഖത്തുനോക്കിയില്ല. സോപ്പും തോർത്തു മെടുത്തു കുളക്കടവിലേക്കു നടന്നു.

വേണുമാഷ് കുളികഴിഞ്ഞു വരുമ്പോൾ ശിവാനി പൂമുഖത്തിരിക്കുന്നു.

അല്ലാ.... നീയെവിടുന്നാ പൊട്ടിവീണതു.. ശിവാനി...........

സ്വർഗ്ഗത്തിൽ നിന്ന്. കഴിഞ്ഞ രാത്രീലെ കൊടുങ്കാറ്റിൽ അവിടുത്തെ കല്പ വൃക്ഷത്തിന്റെ ചില്ലകൾ പൊട്ടിവീണു. അതിൽ വസിച്ചിരുന്ന ഞാൻ വീണത് ഈ നരകത്തിൽ...

അതുശരി... അപ്പോ നീ വഴിതെറ്റി വന്നതാണല്ലേ? വേണുമാഷ് അവളുടെ തലയിൽ കിഴുക്കി.

അപ്പോൾ മിസ്റ്റർ വേണുഗോപാലൻ തമ്പി അവിടുത്തെ വളർത്തുപുത്രൻ ദേവരാജൻ നാടൊക്കെ നന്നാക്കാൻ തീരുമാനിച്ചോ? പത്രം നിറഞ്ഞു നിൽക്കുന്നതു കണ്ടു.

അതാ പാട്ടുപുരയിലേക്കു പോന്നവഴി ഇങ്ങോട്ടു തിരിച്ചു വിട്ടത്.

ഓ എന്താപ്പോ ഒരു സംഗീതക്കമ്പം.. വേണുമാഷ് ചോദിച്ചു.

കാലമല്ലേ വേണ്വേട്ടാ....ഓരോ മോഹങ്ങൾ.. വീട്ടിൽ നിന്നു വിട്ടുനിൽക്കാനൊരടവ്.. അതിനീ വഴിയേ കണ്ടുള്ളൂ...

നീ കോളേജ് ഹോസ്റ്റലിലല്ലേ... ഹോളിഡേയ്സിൽ വീട്ടിലേക്കു പോകണ്ടാന്നു വയ്ക്കണം.

വേണ്വേട്ടാ.. ഈയുള്ളവൾ പാട്ടു പഠിക്കാൻ തീരുമാനിച്ചു. ഗുരുവിനെ അന്വേഷിച്ചപ്പോൾ മുത്തശ്ശൻ കോയിക്കലെ കുഞ്ഞൂട്ടിത്തമ്പുരാട്ടിയുടെ പാട്ടുപുരയെപ്പറ്റി പറഞ്ഞു.

വൈദ്യൻ വിധിച്ചതും അച്ഛനിച്ഛിച്ചതും പാല്. ഇങ്ങോട്ടു ചേക്കേറാൻ തക്കം പാർത്തിരുന്ന എനിക്ക് സന്തോഷമായി. എല്ലാ വെള്ളിയാഴ്ചയും ദേവന്റെ കൂടെ ഞാനിങ്ങോട്ടു പോരും. തിങ്കളാഴ്ച ഞങ്ങളൊന്നിച്ചു മടങ്ങും. രക്ഷകനായി വേണ്വേട്ടനുണ്ടാകുമല്ലോ.. കൂടെ. സിംപിൾ.. അതാണെന്റെ ഐഡിയ.. എങ്ങനെയുണ്ട്....?

നടന്നാൽ കൊള്ളാം... വേണുമാഷ് പറഞ്ഞു.

എവിടെ ദേവൻ.. ദേവരാജൻ ദ ഗ്രെയ്റ്റ്

ശിവാനി അതും പറഞ്ഞകത്തേക്കോടി... നേരേ അടുക്കളയിൽ

ചെന്ന് ഗോവിന്ദേട്ടനോട് രണ്ടു ദോശയും വാങ്ങി വീണ്ടും പൂമുഖത്തേക്കു വന്നു. അപ്പോൾ ശിവാനിയുടെ ബഹളം കേട്ടിട്ടാവണം ദേവനും പുറത്തേക്കു വന്നു. ശിവാനി അവനെ ആപാദചൂഡം നോക്കിക്കൊണ്ട് മന്ദഹസിക്കാൻ ശ്രമിച്ചു.

എപ്പോൾ വന്നു. ദേവന്റെ ചോദ്യം.

രണ്ടു ദിവസമായി . ഇന്നുമടങ്ങണം.. നിങ്ങളുടെ കൂടെ വരാമെന്നു കരുതി.

ദേവൻ മിണ്ടിയില്ല.

ങാ.. പിന്നൊരു കാര്യം .. കോളേജിൽ യൂണിയൻ തിരഞ്ഞെടുപ്പു വരുവാ...

ദേവൻ മത്സരിക്കണം... എന്റെ നോമിനിയാണ്.. ചെയർമാൻ സ്ഥാനത്തേക്ക് ഇയാൾ മതി.

ഏയ് അതൊന്നും വേണ്ട. എനിക്ക് വായനയും എഴുത്തുമൊക്കെ മതി. മത്സരത്തിനില്ല. ദേവൻ തീർത്തു പറഞ്ഞു.

എന്ന് ഇയാൾ മാത്രം തീരുമാനിച്ചാൽ മതിയോ.. വേണ്വേട്ടന്റെ അഭിപ്രായമെന്താ...

ശിവാനി പ്രതീക്ഷയോടെ വേണുമാഷിന്റെ മുഖത്തേക്കുനോക്കി..

അതൊക്കെ നമുക്കാലോചിക്കാം. തൽക്കാലം നീ തീറ്റ മതിയാക്ക്. നിങ്ങളെ തോണി കയറ്റി വിട്ടിട്ടുവേണം എനിക്ക് ബാലപ്പാപ്പയെ കാണാൻ പോകാൻ. വേണുമാഷ് ധൃതികൂട്ടി.

അപ്പോ. വേണ്വേട്ടനിന്ന് സ്കൂളിൽ പോണില്ലേ...?

ഇല്ല. ഇവിടെ നിൽക്കേണ്ട ചില അത്യാവശ്യങ്ങളുണ്ട് ശിവാനി....

ശ്യേ.. ഇതു വലിയ ചതിയായല്ലോ.... ങാ...

ന്താ ദേവാ.. നമുക്കു പോകാം.. വേണുമാസ്റ്ററെ ബുദ്ധിമുട്ടിക്കണ്ടല്ലേ?

ദേവൻ മിണ്ടിയില്ല. ശിവാനി വേണ്ടെന്നു പറഞ്ഞെങ്കിലും വേണുമാഷ് അവരെ തോണിയിൽ കയറ്റി വിട്ടിട്ടേ ബാലൻ സാറിന്റെ വീട്ടിലേക്ക് പോയുള്ളൂ.

****

കുട്ടനാട്ടിൽ അത്ഭുതങ്ങളൊന്നും നടന്നില്ലെങ്കിലും കർഷക മുതലാളിമാരുടെ കൈയേറ്റത്തിൽ വലിയ മാറ്റമാണുണ്ടായത്. കുന്നമ്മ തരിശിയിൽ നടന്ന പ്രതിഷേധയോഗം ഒരു ചെറുകാറ്റിന്റെ ചലനമുണ്ടാക്കിയെന്നതാണ് സത്യം. പ്രത്യേകിച്ച് അപരിചിതനായ ഒരു ചെറുപ്പക്കാരന്റെ നിശിതമായ വിമർശനങ്ങൾ ലക്ഷ്യം കണ്ടില്ലെങ്കിലും മർദ്ദകന്റെ മർമ്മത്തിനേറ്റ വലിയ പ്രഹരമായിരുന്നു അത്. ആ സംഭവത്തിനുശേഷം ഒരു മാസം കഴിഞ്ഞിട്ടും പൊലീസോ ഗുണ്ടകളോ വലിയ പ്രശ്നങ്ങളൊന്നുമുണ്ടാക്കാത്തതിൽ എല്ലാവരും ആശ്വസിച്ചു. പ്രത്യേകിച്ച് വേണുമാഷ്..

ഇതിനിടയിൽ കോളേജ് തിരഞ്ഞെടുപ്പിൽ ദേവൻ മത്സരിക്കുകയും വമ്പിച്ച ഭൂരിപക്ഷത്തോടെ ചെയർമാൻ സ്ഥാനത്തേക്കു തിരഞ്ഞെടുക്കപ്പെടുകയും ചെയ്തു.

വിജയത്തിന്റെ ക്രെഡിറ്റെല്ലാം എനിക്കാണു ദേവാ..

ശിവാനി പറഞ്ഞു.

ഞാനാഗ്രഹിച്ചതല്ല. എന്റെ അനുമതിയില്ലാതെയാണ് എന്നെ ഇതിലേക്കു വലിച്ചിഴച്ചത്.

അർഹതയില്ലാത്ത ഈ കിരീടം എനിക്കു ഭാരമാണ്. അതുകൊണ്ട് അതു വാങ്ങി തന്നതിനുള്ള ശിക്ഷയും അതിന്റെ ക്രെഡിറ്റും ശിവാനിക്കുള്ളതാണ്. ദേവൻ പറഞ്ഞു.

ക്രെഡിറ്റ് ഞാനെടുത്തിരിക്കുന്നു. ഇനി ശിക്ഷയെന്താണാവോ? ശിവാനി ദേവനെ സൂക്ഷിച്ചുനോക്കി. ചിരിക്കാൻ മടിക്കുന്ന ആ മുഖം, കല്ലിച്ചുകിടക്കുന്ന കണ്ണുകൾ...

പറയണം. ശിക്ഷയെന്താണ്..... ശിവാനി നിർബ്ബന്ധിച്ചു.

അതുകാലം പറയും... കാലത്തിനു മാത്രമേ അതു വിധിക്കാൻ പറ്റു. ദേവൻ നിസംഗനായി.

ശരി... അതെന്തായാലും ഞാൻ കാത്തിരിക്കും.

എങ്കിൽ ഞാൻ പോകുന്നു. അഞ്ചുമണി കഴിഞ്ഞു. മാഷ് കാത്തു നിൽക്കും... നാളെ കാണാം.

ദേവൻ നടന്നകലുന്നതും നോക്കി ശിവാനി നിന്നു. കോളേജങ്കണത്തിലെ കൊന്നമരങ്ങൾ കാറ്റിലാടി. കർണ്ണികാരപ്പൂക്കൾ കുലുങ്ങിച്ചിരിച്ചു.

കടവിലെത്തുമ്പോൾ ഇരുൾ വീണിരുന്നു.

വേണുക്കുഞ്ഞു നേരത്തേ പോയി. ശാരദാമ്മ സാറിനു സുഖമില്ലത്രേ, ബാലൻസാർ ഒരാളെ വിട്ടിരുന്നു. ദേവൻ വീട്ടിലേക്കു പൊയ്ക്കോളാൻ പറഞ്ഞു.

ദേവൻ തോണിയിൽ കയറി നിശ്ശബ്ദനായിരുന്നു. കായൽ വിളക്കുകൾ തെളിഞ്ഞിട്ടുണ്ട്. മനസ്സാകെ അസ്വസ്ഥമാണ്. ഒറ്റപ്പെടുമ്പോഴൊക്കെ ഓർമ്മകൾ ഓടിവന്ന് മനസ്സിനെ ഞെരുക്കുന്നു. അമ്മയുടെ കണ്ണുനീർ... അച്ഛമ്മയുടെ കഥപറച്ചിൽ, പൂവാലിയുടെ നിലവിളി... അപ്പോഴൊക്കെ സ്വയം നഷ്ടപ്പെട്ട് സുഖകരമല്ലാത്ത ചിന്തയിൽ മുങ്ങിപ്പോകും.

പടിപ്പുരയിൽ കാത്തുനിൽക്കുന്ന ഗോവിന്ദേട്ടൻ. നീയെന്താ താമസിച്ചത്... ഗോവിന്ദേട്ടന്റെ ശബ്ദത്തിൽ പരിഭ്രമം.. പക്ഷേ, പറഞ്ഞില്ല...

കുളത്തിലിറങ്ങി മുങ്ങിക്കുളിച്ച് പൂമുഖത്തിരിക്കുമ്പോൾ ഒറ്റപ്പെട്ടു പോയതുപോലെ തോന്നി ദേവന്...

കഞ്ഞികുടിച്ചാലോ ദേവാ... വേണുക്കുട്ടനിന്നിനി വരോന്നറീല്ല. പടിപ്പുരേലാരോ മുട്ടുന്നുണ്ടല്ലോ.. വരില്ലാന്നുനീരീച്ചാ നേരത്തെ പടിപ്പുരയടച്ചത്.

ഡും...ഡും.... തൊറക്കെടാ...

അതൊരലർച്ചയായിരുന്നു. ഗോവിന്ദേട്ടൻ ഓടിച്ചെന്നു പടിപ്പുര

തുറന്നു. ഒരുകൂട്ടം പൊലീസുകാർ അകത്തേക്കിരച്ചു കയറി.. ഗോവി ന്ദേട്ടൻ അന്തം വിട്ടുനോക്കി നിൽക്കെ അവർ പൂമുഖത്തിരുന്ന ദേവനെ വലിച്ചിഴച്ചു മുറ്റത്തേക്കിട്ടു.

നീയാരാടാ.. നിന്റെ നാടേതാ... നീയെന്തിനാ ഇവിടെ വന്ന് തമ്പടി ച്ചേക്കുന്നേ... നിന്റെ മറ്റോനെവിടെടാ... മാഷോ.. മാടോ... അവനെവിടെ....?

ചോദ്യങ്ങൾ.. തെറി വിളികൾ... പ്രഹരങ്ങൾ.. ഉടുവസ്ത്രം വലിച്ചഴി ച്ച് അവന്റെ കൈകാലുകൾ ബന്ധിച്ച് പൊലീസുകാരുടെ ബൂട്ട്സിന്റെ ചവിട്ടിൽ ദേവൻ ചുരുണ്ടുപോയി... പക്ഷേ, അവനെല്ലാം നിശ്ശബ്ദം സഹിച്ചതല്ലാതെ ഒരു ഞെരക്കംപോലും പുറത്തുവന്നില്ല. എല്ലാംകണ്ട് നിസ്സഹായനായി നിന്ന ഗോവിന്ദേട്ടൻ പൊലീസ് വണ്ടിയുടെ പിന്നാലെ ഓടിയെങ്കിലും വണ്ടി ദേവനേയുംകൊണ്ട് ഇരുളിൽ മുങ്ങിയിരുന്നു.

എടാ പട്ടീ... വരത്തന്മാരെ വച്ചുപൊറുപ്പിക്കത്തില്ലെടാ.. നിന്നെ വരഞ്ഞു... പൊരിക്കുമെടാ....

ഗോവിന്ദേട്ടൻ ഓടിയണച്ച് ബാലൻസാറിന്റെ പടിക്കൽ ചെന്നു വീണു. എന്നാൽ ആ വീടപ്പോൾ ഇരുളിൽ മുങ്ങിനിൽക്കുകയായിരുന്നു. ശാരദാമ്മ ആശുപത്രിയിലാണെന്ന കാര്യം ഗോവിന്ദേട്ടനപ്പോഴാണോർ ത്തത്. പിന്നെ വേലായുധന്റെ കുടിയിലെത്തി ഗോവിന്ദേട്ടൻ പറഞ്ഞു.

വേലായുധാ.. നീ ഒടനെപോയി വേണുക്കുട്ടനോട് വെവരം പറേണം... ദേവനെ പൊലീസ് കൊണ്ടുപോയി...

തോണി തുഴഞ്ഞ് കടവിറങ്ങി തന്റെ മുടന്തൻ കാലുംവലിച്ച് തൊമ്മി ച്ചായനെ വിളിച്ചുണർത്തി വേലായുധൻ വിവരം പറഞ്ഞു. വേണുമാഷ് സ്തബ്ധനായി, കണ്ണുകൾ വരണ്ടു, ഹൃദയം അലറിപ്പെയ്തു....

ഇനി ഞാനെന്തു ചെയ്യും ബാലപ്പാപ്പേ......

അബോധാവസ്ഥയിൽ കിടക്കുന്ന ശാരദാമ്മയെ നോക്കി ബാലൻസാറ് പറഞ്ഞു...

നീയിവിടെ നിൽക്ക്, ഞാനൊന്നു പൊലീസ്സ്റ്റേഷൻ വരെ പോകാം..

ബാലപ്പാപ്പ ഇപ്പോ അങ്ങോട്ടു പോയിട്ടെന്താ.. ഈ പാതിരാത്രിക്ക് നമുക്കൊന്നും ചെയ്യാൻ പറ്റില്ല. ജാമ്യം എടുക്കാൻ വക്കീലു വേണം... ജാമ്യക്കാരുവേണം. അതിനൊക്കെ പിടിപാടുള്ളോരാരെങ്കിലും വേണ്ടേ?....

വേണുമാഷ് ആശുപത്രി വരാന്തയിലൂടെ പുറത്തേക്കിറങ്ങി. മുന്നിൽ മതിൽപോലെ ഇരുൾ.. പാവം കുട്ടി, നാടും വീടും വിട്ട് തന്റെ ഒപ്പം പോന്നു. രാഷ്ട്രീയമോ രാഷ്ട്രീയ പ്രവർത്തനമോ അവനറിയില്ലായിരുന്നു. കണ്ണീരുപുരണ്ട ഓർമ്മകളും, യാതനാഭരിതമായ ബാല്യകാലവും ആശ്രിതനാണ്, അനാഥനുമാണ്.. അവനെക്കുറിച്ച് താൻ ഒരുപാടു സ്വപ്നങ്ങൾ കണ്ടു.. സുന്ദരമായൊരുജീവിതം.. അതിനുതകുന്ന വിദ്യാഭ്യാസം... ഉദ്യോഗം, കുടുംബം, ആ ആഗ്രഹങ്ങളൊക്കെ തകിടം മറിഞ്ഞു. ചുറ്റുപാടുകളുടെ സമ്മർദ്ദത്തിൽ ചൂഷിതന്റെ സങ്കടങ്ങളിൽ സർവ്വതും മറന്നു. ദേവനെപ്പോലും മറന്നു. ഭവിഷ്യത്തുകളറിയാമായി

രുന്നിട്ടും അവനെ കുഴിയിലേക്കിറക്കിവിട്ടു.

അവർ അവനെ കൊല്ലാക്കൊല ചെയ്യുന്നുണ്ടാവും. ഗോവിന്ദേട്ടന്റെ കൺമുന്നിലിട്ട് വേലായുധൻ പറഞ്ഞ വാക്കുകൾ...

വേണുമാഷ് നടന്നും ഓടിയും നേരം പുലരാറായപ്പോൾ സ. കെ ടി രാഘവന്റെ വീട്ടിലെത്തി. അവർ രണ്ടുപേരും കൂടി പൊലീസ് സ്റ്റേഷനിലെത്തിയെങ്കിലും ദേവൻ അവിടെ ഉണ്ടായിരുന്നില്ല. രാത്രി തന്നെ അവനെ മറ്റെവിടേക്കോ മാറ്റിയിരുന്നു. എന്നാലവന്റെ അറസ്റ്റ് രേഖപ്പെടുത്തിയിരുന്നില്ല..

അതു കുഴപ്പമാ വേണു... അറസ്റ്റ് രേഖപ്പെടുത്താത്തത് പുള്ളി അവരുടെ കസ്റ്റഡിയിലില്ലെന്നു സ്ഥാപിക്കാനാണ്. എവിടെയെങ്കിലും കൊണ്ടുപോയി മർദ്ദിയ്ക്കുന്നുണ്ടാവും. ചെറിയ പയ്യനല്ലേ? വളർന്നു വരരുതല്ലോ... ചിലപ്പോൾ ഇടിച്ചു കൊന്നുന്നും വരാം...

കെ ടി രാഘവൻ നിർദ്ദയമായി സംസാരിക്കുന്നതോർത്ത് വേണുമാഷിനു കരച്ചിൽ വന്നു. അവനെ ചോദിക്കാനാരുമില്ലെങ്കിലും അവന്റെ നാട്ടുകാരോടു താനെന്തു മറുപടി പറയും. സ്വന്തം മനസ്സാക്ഷിയോടു എന്തു സമാധാനം പറയും.

കെ ടി, എന്റെ ദേവനെന്തെങ്കിലും സംഭവിച്ചാൽ ഈ വേണു പിന്നെ ജീവനോടുണ്ടാവില്ല...

വേണുമാഷ് വിങ്ങിപ്പൊട്ടി.

ദേവനെ കസ്റ്റഡിയിലെടുത്തതിന്റെ ഇരുപതാം ദിവസമാണ് ജാമ്യം കിട്ടിയത്. അപ്പൊഴേക്കും കണ്ടാലറിയാത്ത വിധം അവന്റെ രൂപം മാറിയിരുന്നു. കൈകാലുകളിലെ നഖങ്ങൾ പറിച്ചെടുത്തു. പല്ലുകൾ തല്ലിക്കൊഴിച്ചും, കാൽവെള്ളയിൽ കമ്പി പഴുപ്പിച്ചുവച്ചും ജനനേന്ദ്രിയത്തിൽ കല്ലുകെട്ടിത്തൂക്കിയും പീഡനത്തിന്റെ നാലാം മുറയും കോൺസെൻട്രേഷൻ ക്യാമ്പുകളെ നാണിപ്പിക്കുന്ന പൈശാചികതയിൽ പൊലീസ് ആ പിഞ്ചു ബാലന്റെ ശരീരമാസകലം കുത്തിയൊടിച്ചു. അതിനിടക്കെപ്പൊഴോ എസ് ഐ സത്യനേശൻ ഇടപെട്ടതുകൊണ്ടാണ് ദേവന് അവന്റെ പ്രാണൻ തിരിച്ചുകിട്ടിയത്. ജാമ്യത്തിലിറങ്ങിയ ദേവൻ കുനിപ്പിടിച്ച് മുടന്തി മുടന്തിയാണ് ലോക്കപ്പ് വിട്ടത്. കഴിഞ്ഞ ഇരുപതു ദിവസങ്ങൾ.... അവൻ മരണത്തെ കൊതിച്ച നാളുകൾ... കാലത്തെ മറന്ന് കാലഭൈരവന്മാരുടെ കൊടിയ മർദ്ദനത്തിൽ മനസ്സും ശരീരവും മരവിച്ചു പോയ നിമിഷങ്ങൾ... അവൻ കരയാൻ മറന്നു.. മരിക്കാൻ കൊതിക്കുകയും ചെയ്തു...

ജാമ്യം കിട്ടാത്ത വകുപ്പുകളാണ് അവന്റെ മേൽ ചുമത്തിയത്. നാടുവിട്ടു വന്നത് നിഗൂഢ ലക്ഷ്യങ്ങളോടെയാണ്.. കർഷകർക്കു വേണ്ടി കർഷക തൊഴിലാളികൾക്കിടയിൽ നുഴഞ്ഞു കയറി പ്രമാണിമാർക്കെതിരെ തൊഴിലാളികളെ തിരിച്ചു വിടുക, നാട്ടിൽ കലാപം സൃഷ്ടിയ്ക്കുക, പൊലീസ് സ്റ്റേഷൻ ആക്രമിക്കുക തുടങ്ങി ദേവന്റെ കുറ്റപത്രം. വധശിക്ഷ വിധിക്കാവുന്ന കുറ്റങ്ങളാണ്.. പൊലീസ് ദേവന്റെ മേൽ

ചുമത്തിയത്...

ജാമ്യത്തിലിറങ്ങിയ ദേവൻ മറ്റൊരാളായി മാറിക്കഴിഞ്ഞിരുന്നു. അവന്റെ കണ്ണുകളിൽ കാലുഷ്യം കരുവാളിച്ചു കിടന്നു. മീശയും താടിയും നീണ്ടു, ശബ്ദത്തിനു മുഴക്കവും വാക്കുകൾ പരുഷവുമായി. കോടതിയിൽ നിന്നിറങ്ങിയതു മുതൽ ദേവന്റെ മുഖത്തുനോക്കാൻ വേണുമാഷിനു ധൈര്യമുണ്ടായില്ല. കുറ്റബോധത്താൽ കുനിഞ്ഞ ശിരസ്സുമായി മാഷ് ദേവനേയുംകൊണ്ട് വീട്ടിലേക്കുമടങ്ങി... ഗോവിന്ദേട്ടൻ അവരേയും കാത്ത് പടിപ്പുരയിൽനിൽക്കുന്നുണ്ടായിരുന്നു.

ഗോവിന്ദേട്ടൻ ഓടിച്ചെന്ന് ദേവനെ കെട്ടിപ്പിടിച്ചു.. ചെറ്റകൾ... ആ വൃദ്ധന്റെ പല്ലുകൾ ഞെരിഞ്ഞു... കണ്ണുകൾ നനഞ്ഞു... സാരമില്ല ഗോവിന്ദേട്ടാ.. ചെറുപ്പക്കാരെ മാത്രമല്ല വയസ്സമ്മാരേയും സ്ത്രീകളെയും അടക്കം അവർ കണ്ണിൽച്ചോരയില്ലാതെ ഇടിച്ചൊതുക്കുന്നതു ഞാൻ കണ്ടു. അവരൊക്കെ എന്നെപ്പോലെ തന്നെ നിർദോഷികളാണ്.. ജന്മി മുതലാളിമാരുടെ കിങ്കരന്മാരായ ഗുണ്ടകൾ.. ലോക്കപ്പിൽ നുഴഞ്ഞുകയറി നിർദോഷികളെ തല്ലിയൊതുക്കുന്ന കൂലിത്തല്ലുകാരാണ്. പൊലീസുകാരുടെ ഒറ്റുകാർ.. ജന്മിക്കുവേണ്ടി മോഷണം നടത്തി പിടിക്കപ്പെടുന്ന കൂലിക്കള്ളന്മാർ അടക്കമുണ്ടാകുന്ന ലോക്കപ്പ് മുറകളുടെ ഓർമ്മകൾ നിരത്താൻ ദേവനു വാക്കുകളില്ല. നിരപരാധികളുടെ നിലവിളികൾ തലച്ചോറിലിപ്പോഴും മുഴങ്ങി നിൽക്കുന്നു. മുതലാളിമാരുടെ പണക്കിഴി വാങ്ങി ചെന്നായ്ക്കളെപ്പോലെ ലോക്കപ്പ് മുറികളിൽ പാവങ്ങളെ കടിച്ചു കീറുന്ന സർക്കാരിന്റെ ചോറ്റുപട്ടാളം..

അശാന്തമാകുന്ന മനസ്സിൽ ആസുരതയുടെ അട്ടഹാസങ്ങൾ. ഒന്നും മറക്കാനാവുന്നില്ല. നരകീയമായ പീഡനാനുഭവങ്ങളുമായി പുഴയോരത്തും പുഞ്ചവരമ്പുകളിലുമൊക്കെ ദേവൻ അലഞ്ഞു നടന്നു. കോളേജ് അവന്റെ മനസ്സിൽനിന്നും മാഞ്ഞുപോയി.

വേണുമാഷിന്റെ സ്നേഹവും ഗോവിന്ദേട്ടന്റെ ലാളനയും അവനന്യമായി. ഭക്ഷണം കഴിക്കുന്നതു വിരളമായി. വീട്ടകം അവനു തടവറയായി. ജനിച്ചനാട് ഏതോ കുരുതിപ്പുരപോലെ അവനെ ഭയപ്പെടുത്തി. ഇടയ്ക്കെപ്പോഴോ അവന്റെ ഓർമ്മകളെ തഴുകിക്കൊണ്ടൊരു മുഖം മാത്രം തെളിഞ്ഞു വരും. ചീരു! അമ്മ.. അവനറിയാതെ പറഞ്ഞുപോകും.

ദേവൻ ആ വീട്ടിലുണ്ടെന്നു തോന്നുകയേയില്ല. ഒരേ മുറിയിലുറങ്ങിയിരുന്നവർ ഒരേസമയത്ത് ഭക്ഷണം കഴിച്ചിരുന്നവർ.. ഒന്നിച്ചു യാത്ര ചെയ്തിരുന്നവർ... ഒറ്റമനസ്സായിരുന്ന.. പരസ്പരാശ്രിതത്വത്തിന്റെ പട്ടുനൂൽകൊണ്ട് ബന്ധിച്ചിരുന്നവർ...

എല്ലാം കീഴ്മേൽ മറിഞ്ഞു. ദേവൻ എല്ലാവരിൽനിന്നും ഒഴിഞ്ഞു മാറി. ഏകാന്തത അവനു കൂട്ടായി.. ജീവിതം തന്നെ അവനു ഭാരമായി.. വേണുമാഷിന്റെ സ്ഥിതി അതിനേക്കാൾ കഷ്ടമായിരുന്നു. കുറ്റബോധത്തേക്കാളേറെ ആത്മനിന്ദയാണദ്ദേഹത്തിന്, ആശ്വാസത്തിന്റെ കൂടുതേടി വന്നവനെ കാരാഗൃഹത്തിലേക്കെറിഞ്ഞു കൊടുത്തു. കുറ്റ

നാടിന്റെ പ്രശ്നങ്ങളിലേക്ക് അവനെ കുരുക്കിയിട്ടത് മനഃപൂർവ്വമായിരുന്നില്ല. അവിടുത്തെ കൃഷിയും കർഷകനും കർഷകമുതലാളിയും ജന്മിയും ജന്മിത്വവും കങ്കാണിമാരും കൈയൂക്കുള്ളവരും എല്ലാറ്റിനും അധികാരത്തിന്റെ കുടപിടിക്കുന്ന പൊലീസുകാരും. ആ സങ്കീർണ്ണതയിലേക്ക് തള്ളിവിട്ടത് തന്റെ ആശ്രിതനെയല്ല. തന്നെത്തന്നെയാണ്.. വിപ്ലവം കാലിഡോസ്കോപ്പുപോലുള്ള ഒരു കളിപ്പാട്ടമല്ല. അറിവും അനുഭവവും ആവേശവും ആത്മാവിലുറയ്ക്കണം. മസ്തിഷ്കം ആത്യന്തികമായ ലക്ഷ്യത്തെ ഉന്നം വെക്കണം. സർവ്വോപരി അതിനു പാകമായ സാമൂഹ്യപരിസരവും വേണം. അതൊന്നുമുണ്ടായില്ല. ഉണ്ടാക്കും മുൻപേ കൊടും തരിശിൽ വിത്തെറിഞ്ഞു.. അത് മുളയ്ക്കാതെ കരിഞ്ഞുപോയി.

നീയെന്താ കോളേജിൽ പോകാത്തതു കുട്ട്യേ ഗോവിന്ദേട്ടൻ ചോദിച്ചു.

എന്തോ എനിക്കങ്ങോട്ടു പോകാൻ തോന്നുന്നില്ല. മാഷെന്നോടൊന്നും മിണ്ടുന്നുമില്ല. മുഖത്തേക്കുനോക്കുന്നതു പോലുമില്ല ഗോവിന്ദേട്ടാ... ദേവൻ വിതുമ്പിപ്പോയി..

കുട്ടന് കുട്ടീടെ മുഖത്തുനോക്കാൻ ധൈര്യമില്ലാഞ്ഞിട്ടാ.. നിന്നെ കൊണ്ടുവന്നു ചതിക്ക്യാരുന്നൂന്ന് നിനക്കു തോന്നിയാലോ എന്ന സങ്കടാ വേണുക്കുട്ടന്..

അയ്യോ അങ്ങനൊന്നും പറേല്ലേ ഗോവിന്ദേട്ടാ.. മാഷക്ക് എന്നെ വേണ്ടാന്നു വച്ചാ ഞാനിവിടുന്നു പോകുന്നതല്ലേ നല്ലത്...

ദേവന്റെ കരച്ചിൽ മൂത്തു...

നീ പോവേ? ...എങ്ങോട്ട് ..?

എന്നെ പൊലീസ് പിടിച്ചത് മാഷ്ടെ കുറ്റംകൊണ്ടല്ല. എന്റെ സ്ഥാനത്ത് മറ്റാരായിരുന്നാലും പൊലീസ് പിടിക്കുമായിരുന്നു. ആ പരിപാടിയും പ്രസംഗവുമൊക്കെ മാഷിനു വേണ്ടിയായിരുന്നില്ലല്ലോ. പാവപ്പെട്ടതൊഴിലാളികൾക്കു വേണ്ടിയായിരുന്നില്ലേ, ഞാനിവിടെ നിന്നാൽ ഇനിയും ഞാനതൊക്കെ ചെയ്യും. പൊലീസ് മർദനവും ജയിൽവാസവുമൊന്നും എനിക്കൊരു പ്രശ്നമല്ല ഗോവിന്ദേട്ടാ....

നീയതു മനസ്സിലാക്കിയിട്ടുണ്ടല്ലോ, കണ്ണീരും കൈയുമായി കഷ്ടപ്പെടുന്ന കർഷകർക്കുവേണ്ടി നീയിതൊക്കെ അനുഭവിക്കുന്നതെന്ന സത്യം നീ മനസ്സിലാക്കിയല്ലോ എനിക്കു സമാധാനമായി..

ദേവനും ഗോവിന്ദനും തമ്മിലുള്ള സംസാരം കേട്ടുകൊണ്ടാണ് വേണുമാഷ് വന്നു കയറിയത്.

അദ്ദേഹം ദേവന്റെ അരികിൽ വന്നിരുന്നു. ഒരിക്കലും കണ്ടിട്ടില്ലാത്ത തന്റെ അച്ഛൻ അരികിൽ വന്നിരിക്കുന്നതുപോലെ ദേവനു തോന്നി.

എനിക്കു നീയേ ഉള്ളൂ... നിന്റെ കാലിലൊരു മുള്ളു കുത്തിയാൽ പോലും എനിക്കു നോവും. നീയനുഭവിച്ച ദുരിതങ്ങൾക്കു കാരണം ഞാനാണ്. മൂക്കാത്ത മാങ്ങയാണ് പഴുക്കാൻ വച്ചത്. പുക കയറ്റി വേഗം

പഴുപ്പിച്ചെടുക്കാമെന്നു കരുതിയതെന്റെ തെറ്റ്. നിനക്കതു വിഷമമായോ കുട്ടീ... വേണുമാഷ് അവനെ മാറോടണച്ചു, ദേവൻ നിയന്ത്രണം വിട്ടു കരഞ്ഞുപോയി.

മാഷു പറഞ്ഞില്ലായിരുന്നെങ്കിലും ഞാനാ സ്ഥാനം ഏറ്റെടുക്കുമായിരുന്നു. അതെന്റെ കടമയാണ്...

ദേവാ... നീയെന്നെ തോല്പിച്ചു കളഞ്ഞല്ലോ.. എനിക്കു സന്തോഷമായി... പക്ഷേ, എന്റെ ലക്ഷ്യമതല്ല. നിന്റെയും. നീ പഠിക്കണം. ഡോക്ടറോ എഞ്ചിനീയറോ, നീയാഗ്രഹിക്കുന്നതെന്തും നേടിയെടുക്കാൻ താങ്ങും തണലുമായി ഞാൻ നിന്റെ കൂടെയുണ്ടാവും.. ഈ വീടും പരിസരവും നിന്റെ പഠിത്തത്തിനു യോജിക്കുന്ന ഇടമല്ല.

അതുകൊണ്ട് നീ ഹോസ്റ്റലിലേക്ക് മാറണം. വേണുമാഷ് പറഞ്ഞു.

അതുവേണ്ട മാഷേ, മാഷുടെ ഈ വീടും ഗോവിന്ദേട്ടൻ തരുന്ന ഭക്ഷണവുമാണെന്റെ ലോകം. ഞാനിവിടെ നിന്നു പഠിച്ചോളാം. ദയവായി മാഷതിനു സമ്മതിക്കണം.

എന്താണെല്ലാവരും കൂടി ഒരു ഗൂഢാലോചന.. നമ്മുടെ ജയിൽ പുള്ളിയെ നാടുകടത്താനാണോ?

ശിവാനി ചിരിച്ചുകൊണ്ടു വന്നുകയറി...

നീയെപ്പോ വന്നു..? വേണുമാഷ് തന്റെ തോളിൽ തൂങ്ങിനിൽക്കുന്ന ശിവാനിയെ പിടിച്ചുമാറ്റിക്കൊണ്ടു ചോദിച്ചു.

ഇന്നലെ...

ശാരദാമ്മ സാറിനെങ്ങനെയുണ്ട്.

മാഷുടെ ചോദ്യം

ശാരദാമ്മചിറ്റ പോയി ഇപ്പോ ശാരദാമ്മ സാറായോ..? ശിവാനി ചിരിച്ചു.

മുത്തശ്ശിക്ക് വലിയ കുറവില്ല. മുത്തശ്ശൻ പാടത്തേക്കു പോയി. പണിക്കാരുണ്ട്. കുറച്ചു കഴിഞ്ഞാൽ അച്ഛൻ വരും. അതിനുമുൻപ് നിങ്ങളെയൊക്കെ ഒന്നു കണ്ടേക്കാമെന്നു കരുതി.

നീ പാട്ടുക്ലാസിൽപോയില്ലേ...

ഹേ... മനുഷ്യാ, ഇന്നു മണ്ടേയാണ്. സണ്ടേ ഇന്നലെ ക്ലാസു കഴിഞ്ഞു... നീ ഇങ്ങോട്ടു വരവു പതിവില്ലല്ലോ.. വേണുവിന്റെ ചോദ്യം...

എന്താ എനിക്കിങ്ങോട്ടു വരാൻ വല്ല കാരണോം വേണോ? എന്നാലിപ്പോ വന്നത് ആ ജയിൽപുള്ളിയെ കാണാനാ. പൊലീസുകാരു നന്നായി തടവിയിട്ടുണ്ടാവും, അല്ലേ വേണ്വേട്ടാ...

ശിവാനീ... ശവത്തിൽ കുത്തരുത്.. നിനക്കുമറ്റൊന്നും പറയാനില്ലേ?

ഏതാണ്ട് ഒരു മാസമായി ആ കേമൻ കോളേജിൽ വന്നിട്ട് ലീവൊന്നും പ്രശ്നമല്ല. അതൊക്കെ അച്ഛൻ ശരിയാക്കിയിട്ടുണ്ട്. അയാളെ ഒന്നു കാണണം. അതിനാ വന്നത്. കഞ്ഞീം പുഴുക്കുമായില്ലേ ഗോവിന്ദേട്ടാ... വിശക്കുന്നു. ഞാൻ ദേവനെ ഒന്നു കണ്ടിട്ടു വരാം...

അയാളിവിടുണ്ടായിരുന്നല്ലോ.. നിന്നെക്കണ്ടപ്പം മാറിക്കളഞ്ഞതാ..

വേണുമാഷ് പറഞ്ഞു.

ഗോവിന്ദേട്ടാ ... കഞ്ഞി

താനവളുടെ അമ്മാവനാണെന്നവൾക്കറിയില്ല. അച്ഛനമ്മമാരില്ലാതിരുന്ന ഒരേ ഒരു പെങ്ങളാണ് ശാരദാമ്മ. കാക്കയ്ക്കും പൂച്ചയ്ക്കും കൊടുക്കാതെ വളർത്തി. ഈ തറവാട്ടിലാണവൾ പിച്ചവച്ചതും ഓടിക്കളിച്ചതും. ഒടുവിൽ ഈ തറവാട്ടിന്റെ തന്നെ അസ്ഥിവാരം തോണ്ടാൻ അവൾ കാരണക്കാരിയായി. അവളൊന്നും മറന്നിട്ടില്ല. പക്ഷേ അവളുടെ പേരക്കുട്ടി ശിവാനി, പാവം അവൾക്കൊന്നുമറിയില്ല. അറിയാനിടയാവരുത്. കഴിഞ്ഞ നാല്പതു വർഷമായി തന്റെ മനസ്സിൽ നീറിനിൽക്കുന്ന ആ രഹസ്യം വേണുക്കുട്ടനുമാത്രമേ അറിയൂ...അയാൾ അതറിയണമെന്നു തോന്നി. മനസ്സിനെ നിരന്തരം ഞെരുക്കുന്ന ആ സത്യം പങ്കുവയ്ക്കാതെ ജീവിക്കാൻ പറ്റില്ലെന്നു വന്നപ്പോഴാണ് ആ ഭാരം വേണുവിന്റെ ചുമലിൽ വച്ചു കൊടുത്തത്..

ഗോവിന്ദേട്ടാ... കഞ്ഞി.... ശിവാനി തനിക്ക് അനന്തിരവളല്ല, മകളാണ്. അതുമല്ല പേരക്കുട്ടി.

വീടിന്റെ പടിഞ്ഞാറു ഭഗത്ത് നീണ്ടു കിടക്കുന്ന വരാന്തയിൽ മലർന്നു കിടക്കുകയാണ് ദേവൻ. ഒരുപാടുമുറികളുണ്ടായിട്ടും സ്വന്തമായൊരു മുറിയിൽ സ്വപ്ന സമാനമായ സൗകര്യങ്ങളുണ്ടായിട്ടും ഇയാളെന്തിനാണിവിടെ ഈ വെറും നിലത്തുവന്നു കിടക്കുന്നത്.

ഹലോ.. ശവാസനത്തിലാണോ? ശിവാനി ദേവനുമുന്നിൽ നിന്നു ചിരിച്ചു.

ദേവൻ പിടഞ്ഞെണീറ്റിരുന്നു.

എന്തിനാ ഉപദ്രവിക്കുന്നത്...

ഉപദ്രവിക്കുന്നെന്നോ? ഞാൻ പൊലീസല്ല, ശിവാനിയാണ്..

ശിവാനി ചിരിച്ചുകൊണ്ടേയിരുന്നു.

ഓ ശിവാനിയോ..? കണ്ണിൽ കനം തൂങ്ങി നിന്ന ഉറക്കം മറന്ന് ദേവൻ എഴുന്നേറ്റു.

ഞാൻ വരുമ്പോ പൂമുഖത്തു കണ്ടിരുന്നു. ഒന്നും മിണ്ടാതെ മാറിക്കളഞ്ഞതെന്തിനാ?

തന്റെ മുഖത്തു നോക്കാനൊരുമടി.. ക്രിമിനൽ പുള്ളിയല്ലേ ശിവാനി, ഒരാളേയും അഭിമുഖീകരിക്കാൻ വയ്യ.

കഷ്ടം... എടോ മനുഷ്യാ ഇയ്യാളീ നാട്ടിലൊന്നുമല്ലേ ജീവിക്കുന്നത്. സാമ്രാജ്യത്വത്തിനെതിരെ പോരാടിയതിനാ മഹാത്മാഗാന്ധിയും ജവഹർലാൽ നെഹ്രുമൊക്കെ ജയിലിൽ കിടന്നത്. ഈ കേരളത്തിലും പോരാളികൾ പൊലീസിന്റെ പിടിയിൽ പെട്ടിട്ടുണ്ട്.

ഗുണ്ടകൾ കൊന്നിട്ടുണ്ട്. അതൊക്കെ കാലത്തിന്റെ നിയോഗമാണു ദേവാ.. തന്നെയോർത്ത് ഈ നാട് അഭിമാനിക്കുകയാണ്.. ഈ ഞാൻ പ്രത്യേകിച്ചും.

ശിവാനീ... ദേവൻ വിളിച്ചുപോയി.

അതെ ശിവാനിയാണ്.. എന്റെ ചുറ്റുവട്ടത്തു നടക്കുന്നതൊക്കെ കണ്ടുകൊണ്ടാണു ഞാൻ ജീവിക്കുന്നത്, പാടത്തു പണിയെടുക്കുന്ന കർഷകരുടെ കണ്ണീരിൽ നനയുന്നവൾ.. മറക്കണ്ട...

ശിവാനിയുടെ വർത്തമാനം കേട്ട് വേണുമാഷും ഗോവിന്ദേട്ടനും വീടിന്റെ പിന്നിലേക്കു വന്നു. കൂട്ടത്തിൽ ഡോ. ശിവദാസനുമുണ്ടായിരുന്നു.

അച്ഛൻ വന്നോ? ഞാനീ കുംഭകർണ്ണനെ വിളിച്ചുണർത്തിയതാ. ഒന്നു ഗുണദോഷിയ്ക്കാമെന്നു കരുതി. കവിയാണത്രെ, പുലർകാലത്തിന്റെ ചന്തവും ശബ്ദവും ആസ്വദിക്കാത്ത ഇയാളെന്തു കവിയാടേ... അപ്പഴേ അടുത്ത ദിവസം കോളേജിൽ വരണം. കലാലയം ഈ കലാപകാരിയെ കാത്തിരിക്കുകയാണ്.

എന്നാൽ ഞങ്ങളിറങ്ങട്ടേ വേണു... വർക്കിങ് ഡേയല്ലേ? ഡോ. ശിവദാസ് യാത്ര പറഞ്ഞു,

ദേവാ.. കോളേജിൽ വരണേ.. പഠിപ്പിൽ ശ്രദ്ധിക്കണം. ഡോ. ശിവദാസ് ദേവനോട് പ്രത്യേകം പറഞ്ഞു.

വേണ്വേട്ടാ.. കളഞ്ഞു കിട്ടിയതിനെ കളഞ്ഞു കുളിക്കുകയല്ല വേണ്ടത്. കാത്തുസൂക്ഷിക്കണം. വിത്തുകൾ കുടുക്കയിലാക്കി കോർക്കിട്ടടയ്ക്കാതെ ഉഴുതുമറിച്ച മണ്ണിൽ പാകണം. തുറസുകളിലെ ചില്ലകളിലാണ് പറവകൾ കൂടു കെട്ടുന്നത്.

ശിവാനിയുടെ വാക്കുകൾ കേട്ട് എല്ലാവരും മിഴിച്ചു നിന്നു. ഗോവിന്ദേട്ടന് അവൾ പറഞ്ഞതെന്താണെന്നുപോലും മനസ്സിലായില്ല.

ഞങ്ങളിറങ്ങുന്നു വേണ്വേട്ടാ.. നാളെ ദേവനെ കോളേജിലെത്തിക്കണം.

ശിവാനി തന്നോടെന്തെങ്കിലും കൂടി പറയുമെന്ന് ദേവൻ പ്രതീക്ഷിച്ചു.

പക്ഷേ, അവൾ ഒന്നും പറഞ്ഞില്ല. ഒന്നു തിരിഞ്ഞുനോക്കിയതുപോലുമില്ല.

ആ കൊച്ചെന്താണ് പറഞ്ഞത് വേണുക്കുട്ടാ..

ഗോവിന്ദേട്ടൻ ചോദിച്ചു.

ആ.... എനിക്കൊന്നും മനസ്സിലായില്ല...

വേണുമാഷ് അതും പറഞ്ഞ് ദേവന്റെ മുഖത്തേക്കുനോക്കി.

രാത്രി ഭക്ഷണം കഴിക്കുമ്പോൾ ദേവൻ കോളേജിൽ പോകുന്ന കാര്യം സൂചിപ്പിച്ചു.

അതുതന്നാ നല്ലത്... ഇനി. മീറ്റിങ്ങും പ്രസംഗോം ഒന്നുംവേണ്ട, കുട്ടി പഠിത്തത്തിൽ ശ്രദ്ധിക്കണം. ഗോവിന്ദേട്ടൻ പറഞ്ഞു.

നിനക്കു ഹോസ്റ്റലിൽ നിന്നൂടെ ദേവാ..

വേണുമാഷ് വീണ്ടും ചോദിച്ചു.

അതുവേണ്ട മാഷെ, ഇവിടാ സേഫ്. എനിക്കീ വീടുമതി. മാഷെ വിട്ടുനിൽക്കാൻ വയ്യ മാഷേ..

എങ്കിൽ അങ്ങനെയാവട്ടെ. നിന്റെ ഇഷ്ടമാണെന്റെയും ഇഷ്ടം. പക്ഷേ, ഇനി പഠിത്തം മാത്രം മതി. വന്നതൊക്കെ വന്നു. ഇനി ഒന്നിനും നിന്നെ എറിഞ്ഞു കൊടുക്കുകയില്ല.

ദേവൻ അതിനു മറുപടി പറഞ്ഞില്ല, ഭക്ഷണം കഴിച്ച് പതിവുപോലെ പൂമുഖത്തെത്തി, പൗർണ്ണമിയാണെന്നു തോന്നുന്നു. പൂർണ്ണ വൃത്തത്തിൽ ചന്ദ്രൻ. പൂമുഖത്ത് നിലാവ് ഓളം വെട്ടുന്നു. പെട്ടെന്നെന്തിനാണ് ഓർമ്മകൾ പിറന്ന നാട്ടിലേക്കോടി പോയത്.

നീ കിടന്നില്ലേ? നേരത്തെ കിടന്നോളു.. നാളെ പോകേണ്ടതല്ലേ...

വേണുമാഷ് കസാലയിൽ ചാഞ്ഞിരുന്നു. കുറച്ചുനാളായി മുടങ്ങിക്കിടന്ന പതിവുകളൊക്കെ തിരിച്ചു പിടിക്കണം മാഷേ... മനസ്സിപ്പൊഴും ശരിയായിട്ടില്ല.

ദേവൻ പറഞ്ഞു. വേണുമാഷപ്പോൾ ആകാശത്തേക്കുനോക്കി മിണ്ടാതെ കിടന്നതേയുള്ളൂ.

കോളേജ് യൂണിയൻ തിരഞ്ഞെടുപ്പിൽ ദേവൻ വിജയിച്ചു ചെയർമാൻ സ്ഥാനം ഏറ്റെടുത്ത ശേഷം കോളേജിൽ പരിപാടികളൊന്നും നടന്നിരുന്നില്ല. ദേവൻ കോളേജിൽ മടങ്ങിയെത്തിയതിനു ശേഷം നടക്കുന്ന കോളേജ് ഡേ ഗംഭീരമാക്കണമെന്നായിരുന്നു, ശിവാനിക്കു മോഹം... അക്കാര്യം അവൾ ഡോ. ശിവദാസനുമായി സംസാരിക്കുകയും ചെയ്തു.

ദേവനെ ചെയർമാൻ സ്ഥാനത്തു നിർത്തിക്കൊണ്ട് ഈ പരിപാടി നടത്താൻ പ്രയാസമാണ് ശിവാനീ.. ഡോ. ശിവദാസൻ പറഞ്ഞു

എന്തു പ്രയാസം... ദേവൻ രാഷ്ട്രീയ പ്രക്ഷോഭത്തിന്റെ പേരിൽ പിടിക്കപ്പെട്ടതാണ്. കോളേജ് യൂണിയൻ തന്നെ രാഷ്ട്രീയമല്ലേ അച്ഛാ.

അതങ്ങനെയല്ല ശിവാനി, ദേവൻ ക്രിമിനൽ കുറ്റവാളിയാണ്. ഒരു പാടുപാധികളോടെ ജാമ്യത്തിലിറങ്ങിയ പ്രതി, സർക്കാരിന്റെയും പൊലീസിന്റെയും നോട്ടപ്പുള്ളി. അയാളെ ചെയർമാൻ സ്ഥാനത്ത് തുടരാനനുവദിക്കാൻ പറ്റില്ല. അങ്ങനെ പാടില്ലാന്ന് മുകളിൽ നിന്നു നിർദ്ദേശമുണ്ട്. ഡോ. ശിവദാസിന്റെ നിസ്സാരമായ മറുപടി.

മുകളിൽ ആകാശത്തു നിന്നോ. അച്ഛൻ സർക്കാർ ജീവനക്കാരനല്ലേ.. പേടിക്കുന്നതെന്തിനാ....

അങ്ങനെയൊന്നുമല്ല ശിവാനീ... കോളേജിന് ചില പെരുമാറ്റ ചട്ടങ്ങളൊക്കെയുണ്ട്... പക്ഷേ...

എന്തുപക്ഷേ.. അയാളീ നാട്ടിൽ വന്നിട്ട് രണ്ടോ മൂന്നോ മാസമേ ആയിട്ടുള്ളു. അതിനിടയിൽ അയാളൊരു ക്രിമിനലാകുന്നതെങ്ങനെ? പൊലീസും ജന്മിമുതലാളിമാരും ചേർന്ന് അയാളെ ഒരു ക്രിമിനലാക്കി. ആടിനെ പട്ടിയാക്കുന്ന വിദ്യ അല്ലേ അച്ഛാ... അയാളൊരു ക്രിമിനലാണെങ്കിൽ ഈനാട്ടിലെ ജന്മിമാരും അവരുടെ ഗുണ്ടകളും എത്രപേരെ കൊല്ലുന്നു. തല്ലിച്ചതയ്ക്കുന്നു.? അടിമപ്പണി ചെയ്യിക്കുന്നു? അവരൊക്കെ ക്രിമിനലുകളല്ലേ?

ശിവാനി അരിശംകൊണ്ടു വിറയ്ക്കുന്നതുകണ്ട് ശിവദാസൻ ഭയന്നുപോയി.. അദ്ദേഹം അവളെ സമാധാനിപ്പിക്കാൻ ശ്രമിച്ചു.

അധികാരം കൈയിലുള്ളവൻ കൈയൂക്കുകാണിക്കും. പാവം ഞാനടക്കമുള്ള അദ്ധ്വാനവർഗ്ഗം അതു സഹിച്ചേ പറ്റൂ. തൽക്കാലം നീ വിഷമിയ്ക്കണ്ട ദേവന്റെ കാര്യം നമുക്ക് സാവകാശം ആലോചിക്കാം.

ആലോചിക്കാനൊന്നുമില്ല. കോളേജ് ഡേ ഗംഭീരമായി നടക്കണം. അതിന് ഔദ്യോഗികപരിവേഷം വേണ്ട. കോളേജ് യൂണിയന്റെ പ്രോഗ്രാമായിട്ടാണു നടത്തുക.

ശിവാനിയുടെ മുഖം ചുവന്നു. ആ വലിയ കണ്ണുകൾ പുറത്തേക്കുന്തി നിന്നു. ഇവൾക്കെന്തുപറ്റി. അയാളോർത്തു

ബീ കൂൾ ശിവാനീ.. ഞാൻ കോളേജിന്റെ ചില പെരുമാറ്റച്ചട്ടങ്ങൾ പറഞ്ഞുവെന്നേയുള്ളൂ.

ഒരു ചട്ടവുമില്ല. ദേവൻ ചെയർമാനായി തുടരും. ഇതു പറയുന്നത് പ്രിൻസിപ്പൽ ശിവദാസന്റെ മകളല്ല. ഈ കോളേജിലെ ഒരു സാധാരണ സ്റ്റുഡന്റാണ്. മകൾക്ക് അച്ഛന്റെ സൗജന്യമൊന്നും വേണ്ട.

ഡോ. ശിവദാസൻ മിണ്ടിയില്ല. ശിവാനി ഇറങ്ങിപ്പോയി. കോളേജ് ഡേയ്ക്കുള്ള പരിപാടികൾ ആസൂത്രണം ചെയ്ത് ശിവാനി മുന്നിൽ ത്തന്നെ നിന്നു. ക്ലാസുമുറികളിൽ ദേവന്റെ കവിതകൾ പാടി നടന്ന ശിവാനിയേയും ദേവനേയും ചേർത്ത് ചില ഗോസിപ്പുകൾ കോളേജിൽ പ്രചരിക്കുകയുണ്ടായി. ചുമരുകളിൽ കാർട്ടൂണുകളും പ്രത്യക്ഷപ്പെട്ടു.

ദേവാ.. ഇയ്യാളിതൊന്നും കണ്ടു പേടിക്കണ്ട. കുപ്രചരണങ്ങളിൽ ശിവാനികുലുങ്ങില്ല.

എന്റെ അച്ഛന് എന്നെ അറിയാം. ചില മനോരോഗികൾ കാട്ടുന്ന തോന്ന്യാസങ്ങൾ അവഗണിച്ചേക്കണം. പിന്നെ നമുക്കു നമ്മളെ വിശ്വാസത്തിലെടുത്താൽ ആരെന്തു പറഞ്ഞാലെന്ത്. ശിവാനി ഇതൊക്കെ പറഞ്ഞെങ്കിലും ദേവൻ വളരെ കരുതലോടെ അവളിൽ നിന്നകന്നു നിന്നു. ഒരുമിച്ചുള്ള യാത്ര ഒഴിവാക്കാൻ ദേവൻ താമസം തൽക്കാലത്തേക്ക് ഹോസ്റ്റലിലേക്കുമാറ്റി..

നീയല്ലേ പറഞ്ഞതു ദേവാ നിനക്കു ഹോസ്റ്റലു വേണ്ടന്ന്. വേണുമാഷ് ചോദിച്ചു.

ഞാൻ കാരണം ആ കുട്ടിക്കൊരു ചീത്തപ്പേരുണ്ടാക്കാതിരിക്കാനാ മാഷേ.. കോളേജല്ലേ അല്ലെങ്കിൽ തന്നെ ആ കുട്ടി എന്റെ കവിതയും പാടി നടക്കുവാ.

ഇയ്യാളൊരു ഭീരുവാണല്ലോ ദേവാ.. എന്നിൽ നിന്നൊളിക്കാൻ വീടു തന്നെ ഉപേക്ഷിച്ചു അല്ലേ... ശിവാനി ചോദിച്ചു.

അയ്യോ അങ്ങനൊന്നുമല്ല. തൽക്കാലം ഇതാ സൗകര്യമെന്നു തോന്നി. ദേവൻ പറയുന്നതുകേട്ട് ശിവാനി ചിരിച്ചു.

ഉവ്വുവ്വേ.. ഇതാ ഈ ആൺകുട്ടികളുടെ പ്രശ്നം. ദുർബ്ബലരാ.. എന്തു വന്നാലും നേരിട്ട് ഫൈറ്റ് ചെയ്യണം. നെഞ്ചുക്കോടെ നേരിടണം.

ഇയ്യാളുടത്ര ധൈര്യവും നെഞ്ചൂക്കുമൊന്നും എനിക്കില്ല. അതിനു കാരണമുണ്ട്.

അറിയാം. പറയാൻ പോകുന്നതെന്താണെന്ന് നന്നായി അറിയാം. ഞാൻ അനാഥനാണ്. വേണുമാഷിന്റെ കാരുണ്യത്തിൽ കഴിയുന്നവനാണ്. ജാതിയിൽ താഴെയാണ്, എന്നൊക്കെയല്ലേ. എനിക്കതെല്ലാമറിയാം ദേവാ... ഒരു കാര്യം ഓർത്തോ.. ഈ ശിവാനിയുടെ ഹൃദയം ഇപ്പോഴും എനിക്കധീനമാണ്. മറ്റുള്ളവർ കരുതുംപോലെ ഞാനതാർക്കും പങ്കിട്ടുകൊടുത്തിട്ടില്ല. മനസ്സിലായോ മണ്ടച്ചാരെ... അവൾ പൊട്ടിച്ചിരിച്ചു കൊണ്ട് കടന്നുപോകുമ്പോൾ ദേവൻ അത്ഭുതപ്പെട്ടു ഇവൾ മനുഷ്യസ്ത്രീതന്നെയാണോ?

കോളേജ്ഡേ അതിഗംഭീരമായി നടന്നു. അദ്ധ്യാപകരും കുട്ടികളും സഹകരിച്ചു തന്നെയാണ് പരിപാടി നടന്നത്. പ്രിൻസിപ്പൽ ശിവദാസ് ഭയന്നതുപോലെ പ്രശ്നങ്ങളൊന്നുമുണ്ടായില്ല. ദേവനെ പൊലീസു പിടിച്ചതും അയാളൊരു ക്രിമിനൽ പുള്ളിയാണെന്നതും കോളേജിലോ കുട്ടികൾക്കോ ഒരു പ്രശ്നമേ ആയിരുന്നില്ല. ദേവൻ അന്തസ്സും തന്റേടവുമുള്ള ഒരു വിദ്യാർത്ഥി പ്രതിനിധിയാണെന്ന് എല്ലാവർക്കും തോന്നുകയും ചെയ്തു.

മിസ്റ്റർ ദേവൻ.. പ്രിൻസിപ്പൽ ദേവനെ വിളിച്ചു. മിസ്റ്റർ ദേവൻ! അവന്റെ അകം കുളിർത്തു

കൺഗ്രാജുലേഷൻ.. ഇതൊരു തുടക്കമാവട്ടെ. ആദ്യം പഠനം, പിന്നെ കവിത.. രണ്ടിനേയും കൂട്ടിയോജിപ്പിച്ച് ജീവിതം... രാഷ്ട്രീയമോ സാഹിത്യമോ ഇനി രണ്ടും കൂടിയോ ഏതു വഴി വേണമെന്നത് തനിക്കു തീരുമാനിക്കാം.

പ്രിൻസിപ്പലിന്റെ പ്രോത്സാഹനവും ഉപദേശവും ദേവനെ സംബന്ധിച്ച് ഒരു നിധികിട്ടിയതുപോലുള്ള അനുഭവമായിരുന്നു. അവൻ വളരെ ഭവ്യതയോടെ പറഞ്ഞു.

എന്റെ ഗൈഡും രക്ഷകനുമൊക്കെ വേണുമാഷാണ് സർ. എന്റെ ജാതകവും ജീവിതവുമൊക്കെ മാഷ് തീരുമാനിക്കുന്ന പോലെയെ നടക്കൂ..

അതു നന്നായി ദേവാ.. നീ അങ്ങനെയേ പറയു എന്നെനിക്കറിയാം. നിനക്കു നല്ലഭാവിയുണ്ട്.

എല്ലാം കേട്ടുകൊണ്ട് തൊട്ടടുത്തു നിന്ന ശിവാനി ദേവന്റെ നേർക്കു കൈനീട്ടി അഭിവാദ്യം ചെയ്തു. ദേവൻ ആ കൈത്തലം വിറയലോടെയാണ് സ്പർശിച്ചത്. വെളുത്തു മെലിഞ്ഞ മൃദുലമായ കൈവിരലുകൾ. അവൾ മന്ദഹസിച്ചു. അവനും...

****

വേണുവിനെ അടിയന്തരമായൊന്നു കാണണം, പറ്റിയാൽ ഇന്നുതന്നെ.

ആരോ ഒരാൾ ഒരു കുറിപ്പ് ഗോവിന്ദേട്ടനെ ഏല്പിച്ചുപോയി. വേണു മാഷ് ഹോസ്റ്റലിൽ പോയി ദേവനെ കൂട്ടി വീട്ടിലേക്കുവരാൻ വൈകി.

മൂന്നു ദിവസം കോളേജിന് ലീവല്ലേ.. വീട്ടിലേക്കു പോകാം. ഗോവിന്ദേട്ടൻ നിന്നെ കാണണമെന്ന് പറയുന്നു.

അതു ശരിയാണെന്നും ദേവനുതോന്നി. പുതുതായി ഇറങ്ങിയ *വിവേകോദയ*ത്തിലും *കേരളദേശ*ത്തിലും ദേവന്റെ കവിതകൾ വന്നു. *കേരള ദേശ*ത്തിലെ 'ഉഴിച്ചിൽ' എന്ന കവിത ലോക്കപ്പിലെ ദുരനുഭവ ങ്ങൾക്ക് സാമൂഹ്യ സങ്കടങ്ങളുടെ കൈയൊപ്പായിരുന്നു. അത് സർക്കാരിനും ഒരു തലവേദനയായതിൽ അത്ഭുതപ്പെടാനില്ല. *വിവേകോദയ*ത്തിലെ 'ദേശാടനം' ഒരവധൂതന്റെ ആത്മസംഘർഷങ്ങളുടെ ആവിഷ്കാര മാണെന്നാണു വായനക്കാർ വിലയിരുത്തിയത്.

രണ്ടും നല്ല കവിതകൾ. ഞാൻ വായിച്ചിട്ടുള്ളതിൽ വച്ചേറ്റവും മികച്ചത്. അധികാരത്തിന്റെ പൈശാചികതയും അനാഥത്വത്തിന്റെ ആകുലതയും ആലങ്കാരികമായി വരച്ചിട്ട വർണ്ണപ്പകിട്ടുള്ള ആശയങ്ങൾ. ആത്മാനുരാഗിയായ ഒരെഴുത്തുകാരന്റെ ഉത്ക്കടമായ ജീവിതാഭിവാ ഞ്ഛയുടെ നേർത്ത സ്പന്ദനങ്ങൾ കവിതയെ ചേതോഹരമാക്കിയിരിക്കു ന്നു.. അഭിനന്ദനങ്ങൾ ..

ആ രണ്ടു പ്രസിദ്ധീകരണങ്ങളും മേല്പറഞ്ഞ കുറിപ്പോടുകൂടി ശിവാനി വേണുമാഷെ ഏല്പിക്കുകയായിരുന്നു.

തോണിയിറങ്ങി മാഷ് ദേവന്റെ തോളിൽ കൈവച്ചുകൊണ്ടു നടന്നു. ആകാശം നിറയെ നക്ഷത്രങ്ങളുണ്ടായിരുന്നു. പാലപൂത്ത മണം. ചാമുണ്ഡിക്കോവിലിന്റെ പിന്നിലുള്ള പാല പൂത്തിരിക്കുന്നു. വേണു മാഷിന് ഓർമ്മവച്ച കാലം മുതൽ ആ പാല അവിടെയുണ്ട്. അതിനെ ചുറ്റിപ്പറ്റി ഒരുപാടുകഥകളും.

വീട്ടിലേക്കു കയറുമ്പോൾ പൂമുഖത്തെ റാന്തലിനരികിൽ ഗോവിന്ദേട്ടൻ നിൽക്കുന്നു. മറ്റൊരു റാന്തൽപോലെ.

ന്താത്ര വൈകീത് വേണുക്കുട്ടാ.. ബാലൻസാറ് ഒരു എഴുത്തുതന്ന യച്ചിട്ടുണ്ട്. പിന്നെ സാറിവിടെ വരികയും ചെയ്തു. കൊറച്ചുനേരം മുൻപാ പോയത്.

ഗോവിന്ദേട്ടൻ ഭദ്രമായൊട്ടിച്ച ഒരു കവർ വേണുമാഷിനുനൽകി.

അത്യാവശ്യമാണ് പറ്റിയാൽ ഇന്നുതന്നെ കാണണം.

അത്രയെ എഴുതീട്ടുള്ളു.

ഒരു ടോർച്ചിങ്ങെടുത്തേ ഗോവിന്ദേട്ടാ...

ഗോവിന്ദേട്ടൻ കൊണ്ടുവന്ന ടോർച്ചും വാങ്ങി വേണു പുറത്തേക്കിറങ്ങുമ്പോൾ ദേവൻ പിന്നാലെ ഇറങ്ങി.

വേണ്ട നീ വരണ്ട ഊണുകഴിച്ചു കിടന്നോളൂ... ഞാൻ വരാൻ താമസിച്ചാലോ അതുപറ്റില്ല. നേരം ഏറെ ഇരുട്ടി. ഇന്നേരത്ത് മാഷെ ഒറ്റയ്ക്ക് ഞാൻ വിടില്ല.

ദേവനെ തടയാതെ മാഷ് ധൃതിയിൽ നടന്നു. വഴിയിൽ

ഇരുട്ടുകട്ടപിടിച്ചുകിടന്നു.

ചാമുണ്ഡിക്കോവിലു വഴിപോകാം. എളുപ്പ വഴിയാ.. വേണുമാഷു പറഞ്ഞു...

കോവിലിന്റെ ചുറ്റുമതിലിനോട് ചേർന്ന് നീണ്ടുകിടക്കുന്ന ഇടവഴിയുടെ തുടക്കത്തിൽ മരപ്പലകയിൽ. എഴുതിയ ബോർഡു കണ്ടു. ഇതു പൊതുവഴിയല്ല.. മാഷ് മുന്നിൽ നടന്നപ്പോൾ പിന്നിൽ വന്ന ദേവൻ ആ ബോഡു തിരിച്ചിട്ടു...

വേണു ശാരദാമ്മയെ കണ്ടിട്ട് വർഷങ്ങളായി. ബാലപ്പാപ്പയുടെ സ്നേഹവും നിസ്സഹായതയും നിലയ്ക്കാത്ത സങ്കടങ്ങളും മനസ്സിൽ കൊണ്ടു നടക്കുമ്പോഴും ശാരദാമ്മച്ചിറ്റയോടു ക്ഷമിക്കാൻ കഴിഞ്ഞിട്ടില്ല. ആശ്രമത്തിൽ നിന്ന് ബാലപ്പാപ്പയുടെ കൈയും പിടിച്ചുപോന്ന ശേഷം പൂർണ്ണമായും ഒഴിവാക്കിക്കളഞ്ഞ രണ്ടു വീടുകളുണ്ട്. ഒന്ന് അമ്മയുടെ തറവാടും, മറ്റേത് ശാരദാമ്മച്ചിറ്റ ജീവിക്കുന്ന ബാലപ്പാപ്പയുടെ വീടും. അച്ഛനമ്മമാരുടെ മരണത്തെ പറ്റി ഒരു പാടുകഥകൾ നാട്ടിൽ പരന്നു. അമ്മ വീട്ടുകാർ പറഞ്ഞു പരത്തുകയും ചെയ്തു. അതൊന്നും വിശ്വസിക്കാത്ത വേണു വിശ്വസിച്ചത് ബാലൻസാറിന്റെ വാക്കുകളാണ്,

സത്യത്തിൽ ചതിച്ചത് ശാരദാമ്മയല്ല. നിന്റച്ഛൻ. അയാൾ എന്നേയും നിന്റമ്മയേയും കബളിപ്പിച്ചു. പാവം നിന്റെ അമ്മ പരമസാധുവായിരുന്നു. സത്യം അവരോടു പറഞ്ഞിരുന്നെങ്കിൽ അവരെല്ലാം ക്ഷമിക്കുമായിരുന്നു. എന്നാൽ ഞാൻ താലികെട്ടിയ ശാരദാമ്മ ആദ്യ രാത്രിയിൽ തന്നെ സത്യം തുറന്നുപറഞ്ഞു. അവളെ സ്പർശിക്കരുതെന്ന് എന്നോടപേക്ഷിച്ചു. ഒരു പരിചാരികയെപ്പോലെ എന്നെ ശുശ്രൂഷിച്ചുകൊണ്ട് അവൾ തന്റെ ശരീരവും മനസ്സും അവളുടെ കമിതാവായ ശേഖരൻ തമ്പിക്കു സമർപ്പിക്കുകയായിരുന്നു. അവൾ എനിക്കന്യയായി. ഞാനീ വീടിന്റെ കാവൽക്കാരനായി. അവരുടെ മകന്റെ പിതാവിന്റെ മേൽവിലാസക്കാരനായി. ഞാനും ഭഗീരഥിപ്പിള്ളയും വഞ്ചിക്കപ്പെട്ടു. ശേഖരൻതമ്പിയും ശാരദാമ്മയും പരസ്പരം പങ്കുവെച്ച് ജീവിതം ആഘോഷമാക്കി...

നാട്ടു പ്രമാണിയായ ശേഖരൻ തമ്പിയുടെ ഭാര്യ ഭർത്താവിനെ സ്നേഹിച്ചു. വിശ്വസിച്ചു. അവർക്ക് ശാരദാമ്മയിൽ സംശയം തോന്നിയതിന്റെ കാരണം ഇന്നും ബാലൻസാറിന് അജ്ഞാതമാണ്. കാരണം ശേഖരൻ തമ്പി തന്റെ രഹസ്യങ്ങൾ സമർത്ഥമായി സൂക്ഷിച്ചിരുന്നു. എന്നിട്ടും ഒടുവിൽ എല്ലാം പിടിക്കപ്പെട്ടു.

ശേഖരൻതമ്പിക്ക് ശാരദാമ്മയുടെ മകനോടു തോന്നിയ അമിത വാത്സല്യമാണ് ഭഗീരഥിപ്പിള്ളയുടെ മനസ്സിൽ സംശയത്തിന്റെ തീകോരിയിട്ടത്. സ്വന്തം ചോരയില്പിറന്ന വേണുവിനേക്കാൾ ഒരു നെല്ലിട ത്തൂക്കം ശിവദാസനുണ്ടെന്ന് ഭഗീരഥിപ്പിള്ളയ്ക്കു തോന്നാൻ ഒരുപാടു കാരണങ്ങളുണ്ടായിരുന്നു. എന്നിട്ടും അതൊന്നും പുറത്തു കാണിക്കാതെ കുലിനയായ അവർ ശാരദാമ്മയുടെ മകനെ സ്വന്തം മകനെപ്പോലെ സ്നേഹിച്ചു. മകൻ അച്ഛനേക്കാൾ സ്നേഹിക്കുന്ന ബാലൻ

സാറിനോട് അവർക്ക് ബഹുമാനവും സ്വന്തം സഹോദരനോടുള്ള സ്നേഹവുമായിരുന്നു. ശാരദാമ്മയെ അവർ മനസ്സാ വെറുത്തിരുന്നെങ്കിലും സ്വന്തം സഹോദരിയോടെന്നപോലെയാണവരെ കണക്കാക്കിയിരുന്നത്. ആ അവളെ സ്വന്തം ഭർത്താവിനൊപ്പം ഒരേകിടക്കയിൽ കണ്ടപ്പോൾ പാവം ഭഗീരഥിപ്പിള്ളയുടെ ഹൃദയം തകർന്നുപോയി. വിശ്വാസത്തിന്റെ, സ്നേഹത്തിന്റെ ശിലാഫലകത്തിൽ ചതിയുടെ ചുറ്റിക വീണത് കണ്ടു നില്ക്കാനായില്ല. അതിനവരെ കുറ്റം പറയാനാകില്ലല്ലോ വേണുക്കുട്ടാ...

അതിനുശേഷം ഞാൻ ജീവിക്കുന്നതു നിനക്കുവേണ്ടിയാണ്. നീയും ശിവദാസനും എനിക്കൊരുപോലെയാണെന്നു പറയാൻ വയ്യ, എങ്കിലും രണ്ടുപേരും എനിക്ക് അന്നവും അഭയവും തന്ന ഒരാളുടെ ചോരയാണ്. അവരെ സംരക്ഷിക്കേണ്ടത് എന്റെ കടമയാണ്. കടപ്പാടാണ്.

ബാലൻ സാറിന്റെ കണ്ണുനീർ വീണു കല്ലിച്ചു കിടക്കുകയാണ് വേണുവിന്റെ ഹൃദയം. അച്ഛനില്ലാത്ത നഷ്ടം അറിഞ്ഞിട്ടില്ല. അറിയാൻ സമ്മതിച്ചിട്ടില്ല. അച്ഛന്റെപോലെ തന്നെ ശരണാർത്ഥിയായ ഗോവിന്ദേട്ടനും പിന്നെ ബാലൻസാറും.

വേണുമാഷ് ടോർച്ചും തെളിച്ചു നടന്നത് ഭൂതകാലത്തിന്റെ മുള്ളുകൾ നിറഞ്ഞ വഴിയിലൂടെയാണ്. ദേവനും ഏതോ ചിന്തയിലായിരുന്നു. രണ്ടുപേരും നിശ്ശബ്ദരാണെന്ന് അവരോർത്തത് ബാലൻ സാറിന്റെ ശബ്ദം കേട്ടപ്പോഴാണ്.

എന്താത്ര വൈകീത്... ഗോവിന്ദേട്ടനും ചോദിച്ചതിതുതന്നെയാണ്.

എന്താത്ര അത്യാവശ്യായി കാണണംന്ന് പറഞ്ഞത് ബാലപ്പാപ്പെ..?

വേണുമാഷു ചോദിച്ചു.

ഞാൻ കൃഷിചെയ്യുന്ന സ്ഥലം ശാരദാമ്മേടെ പേരിലുള്ളതാ.. എന്റെ പെൻഷൻ പണമൊക്കെ പലവഴിക്കു പോയി. വെറുതേയിരിക്കുകയാണല്ലോ കൃഷി വശമുണ്ടുതാനും എന്റേതെന്നു പറയാൻ അദ്ധ്വാനമേയുള്ളു. അതുകൊണ്ട് ഒരു രണ്ടേക്കർ വാരത്തിനെടുത്തു കൃഷി ചെയ്തു. വലിയ മഴയായിരുന്നല്ലൊ... പോരാത്തതിനു വെള്ളപ്പൊക്കവും. കൃഷിമൊത്തം നശിച്ചു. രണ്ടു പൈക്കൾക്കുള്ള വൈക്കോലുപോലും കിട്ടിയില്ല. ജന്മിഭോഗം കൊടുക്കാൻ പോലും നെല്ലുകിട്ടിയില്ല..

ജന്മിഭോഗമോ? അതെന്താ ബാലപ്പാപ്പേ

നെനക്കിവിടുത്തെ കാര്യങ്ങളൊന്നും അറിയില്ലല്ലോ. ജന്മിയുടെ ഭൂമി വാരത്തിനോ പാട്ടത്തിനോ എടുത്തു കൃഷി ചെയ്താൽ ജന്മിക്കു കൊടുക്കേണ്ട പങ്കാണ് ജന്മിഭോഗം. അതുമൊത്തം മുക്കാൽ പങ്കുവരും.

എന്റെ ബാലപ്പാപ്പേ എന്തിനാ ഈ വേണ്ടാത്ത പണിക്കു പോയത്. ഗോവിന്ദേട്ടനോട് പറഞ്ഞ് നമ്മുടെ കുറച്ചു പാടത്തു കൃഷിയിറക്കരുതാരുന്നോ.. ആയിരപ്പറനിലമുണ്ട് എനിക്ക്. അതു പത്തുവർഷം മുൻപുള്ളകണക്കാ ഗോവിന്ദേട്ടനതിപ്പം ഇരട്ടിയാക്കിക്കാണും. എനിക്കെന്തിനാ ഇത്ര അധികം നിലവും നെല്ലും... വേണു വിഷമത്തോടെ പറഞ്ഞു.

നീ പറഞ്ഞതു നേരാ.. നീ ഇങ്ങോട്ടു വന്നിട്ട് വർഷം നാലഞ്ചു കഴി

ഞ്ഞു. നീയിവിടില്ലാതെ ഗോവിന്ദനോട് ഞാനെങ്ങനെ ഭൂമി ചോദിക്കും...?

എന്താ ചോദിച്ചാൽ...? മറ്റാരുമല്ലല്ലോ സ്വന്തം അളിയനല്ലേ? അളിയൻ ഏതുബന്ധത്തിലാണെന്നു ചോദിക്കണമെന്നുണ്ടായിരുന്നു ബാലൻ സാറിന് പക്ഷേ, മിണ്ടിയില്ല.

എന്റെ ജന്മി പനവേലിൽ കേശവപ്പണിക്കരാ.. അദ്ദേഹത്തിന്റെ ജന്മി ഭോഗമെന്നുപറഞ്ഞാൽ പലതരമാണ് കാവൽച്ചുരുട്ട്, ചിരച്ചുരുട്ട്, ദേവൻ ഫണ്ട്, ഏകാദശിഫണ്ട്, ആനകറ്റ തുടങ്ങി പ്രതിവർഷം ഏക്കർ ഒന്നിന് ഇരുപതു പറനെല്ലുവരും. ഞാൻ രണ്ടേക്കർ വാരത്തിനെടുത്തു. ഈ നാല്പതുപറ കഴിച്ച് ബാക്കിയുള്ളതിന്റെ നേർ പകുതിയാണ് വാരം കൊടുക്കേണ്ടത്. ഇതെന്തനീതിയാണ്, കഷ്ടപ്പെട്ടു കൃഷി ചെയ്യുന്ന വാരക്കാരന് ബാക്കി വല്ലതുമുണ്ടാകുമോ ബാലപ്പാപ്പേ...

ഉണ്ടോ ഇല്ലയോ അതുജന്മിയുടെ പ്രശ്നമല്ല. ജന്മിഭോഗം കൊടുക്കാൻ നെല്ലില്ലെങ്കിൽ ജന്മിഭോഗമായി ഒരുതുക ജന്മിക്ക് കൊടുക്കണം, അതെത്രയാണെന്ന് ജന്മിതന്നെ നിശ്ചയിക്കും. തീർന്നില്ല, വാരമളക്കുന്ന ഓരോപറയ്ക്കും മൂന്നുരൂപ വീതം ജന്മിപ്പണമായി വേറെയും കൊടുക്കണം. അതാണ് വാരക്കരാർ. പാട്ടക്കാരുടെ സ്ഥിതി ഇതിനേക്കാൾ കഷ്ടാ...

പാട്ടോം വാരോം രണ്ടു തരമുണ്ടോ?

ദേവന് സംശയം.

ഉണ്ടല്ലോ.... പാട്ടഭൂമിക്ക് പാട്ടം എത്രയാണെന്നു നിശ്ചയിക്കുന്നതും ജന്മിയാ. ഓരോ ജന്മിക്കും തോന്നുന്നതുപോലെ പാട്ടം. അതുനെല്ലായാലും പണമായാലും മതി. നെല്ലാണെങ്കിൽ അതിന്റെ വില നിശ്ചയിക്കുന്നത് ജന്മിയാണ്. അതിനുപുറമെ ഓണം, വിഷു, വാവ് തുടങ്ങിയ വിശേഷ ദിവസങ്ങളിൽ വാരക്കാരനും പാട്ടക്കാരനും ജന്മിക്ക് കാഴ്ച വയ്ക്കണം. പുകയില, പച്ചക്കറി, അവിൽ, പൂവൻകുല തുടങ്ങിയ കാഴ്ച ദ്രവ്യങ്ങൾ കൊടുത്ത് ജന്മിയെ പ്രീതിപ്പെടുത്തണം. അതും പോരാത്തതിന് കൊയ്ത്തിനുമുൻപ് ഇവർ ജന്മിയെ മുഖംകാണിച്ച് സമ്മതം വാങ്ങണം.

ഇതൊന്നും കൊടുത്തില്ലെങ്കിലോ?

ദേവൻ ചോദിച്ചു.

കൊടുത്തില്ലെങ്കിലോ? ങാ... ജന്മി വിളഞ്ഞു കിടക്കുന്ന ഭൂമി വിളവോടെ തിരിച്ചെടുക്കുക മാത്രമല്ല ജന്മിയുടെ ഗുണ്ടകൾ വന്നു മർദ്ദിക്കുകയോ കൊല്ലുകയോ ചെയ്യും. പിന്നെ പൊലീസ് വരും.. കേസെടുക്കും വാരം - പാട്ടക്കാർ ജയിലിലുമാവും

ഇതിനെതിരേ ആരും ഒന്നും മിണ്ടാറില്ലേ ബാലപ്പാപ്പേ... വേണുമാഷ് ചോദിച്ചു. മിണ്ടണംന്നുണ്ട്. മിണ്ടിയാലേ ഗുണ്ടകളും പൊലീസും വാരക്കാരന്റെ വീട്ടിൽ കയറി നിരങ്ങും. അവന്റ കുടംബം കുട്ടിച്ചോറാക്കും. അതു പേടിച്ചിട്ടാ പാവം വാരക്കാരും പാട്ടക്കാരും മിണ്ടാത്തത്.

എന്നാപ്പിന്നീ ഭൂമി ജന്മിക്ക് തിരിച്ചു കൊടുക്കരുതോ ബാലപ്പാപ്പേ..

വേണുമാഷ് ചോദിച്ചു.

എന്നിട്ടെന്തു ചെയ്യാനാ.. വീട്ടിലിരുന്നു ചൊറികുത്താനോ...? ആ മിണ്ടാപ്രാണികൾക്കുള്ള വൈക്കോലെങ്കിലും കിട്ടോല്ലോ വേണൂ... അതോർത്തിട്ടാ... ഇതു പറയാനാണോ എന്നെ കാണണംന്നു പറഞ്ഞത്. വേണുമാഷു ചോദിച്ചു. അല്ല ഞാനിപ്പോ അകപ്പെട്ടിരിക്യാ. ശിവദാസന്റെ പഠിപ്പും വിവാഹവും വീടുവയ്പുമൊക്കെ കഴിഞ്ഞപ്പൊഴേക്കും കൈയിലുള്ളതൊക്കെ കഴിഞ്ഞു. ഇപ്പോൾ ശാരദാമ്മയുടെ ചികിത്സയും കാലവർഷക്കെടുതിയും വിളനാശവും ഒന്നിച്ചുവന്നു. പിടിവിട്ടുപോയി... ജന്മിഭോഗം കൊടുക്കണം, വാരമളക്കണം. മധുരിച്ചിട്ടു തുപ്പാനും വയ്യാ കയ്ച്ചിട്ടിറക്കാനും വയ്യാത്ത സ്ഥിതിയാ.. എന്നെ സഹായിക്കണം.. കടം ചോദിച്ചെനിക്കു ശീലമല്ല, ജയിലിപ്പോയാലും വേണ്ടില്ല, ഗുണ്ടകളുടെ ഇടികൊള്ളാൻ വയ്യ.

അതാണോ കാര്യം. വീട്ടിൽ നെല്ലുണ്ട്. ബാങ്കിൽ പണവുമുണ്ട്. ബാലപ്പാപ്പയ്ക്ക് ആവശ്യമുള്ളതുകൊണ്ടു പോരാം. ജന്മിയെക്കണ്ട് അയാൾ ആവശ്യപ്പെടുന്ന നെല്ലും പണവും കൊടുത്തു വാരഭൂമി തിരിച്ചേല്പിക്കണം. ബാലപ്പാപ്പയ്ക്കിനി വാരക്കൃഷി വേണ്ട... വേണു പറഞ്ഞതുകേട്ട് ബാലൻസാർ കരഞ്ഞുപോയി..

വേണൂ ഈ കടമൊക്കെ ഞാനെങ്ങനെ വീട്ടും.

നമ്മൾ തമ്മിൽ കടവും കടപ്പാടുമൊന്നും വേണ്ട, അനാഥനായ എന്റെ കൈപിടിക്കാൻ ബാലപ്പാപ്പ ഒരാളെ ഉണ്ടായിരുന്നുള്ളു. ദേവന്റെ കൈപിടിച്ചു ഞാൻ കൊണ്ടുപോരുമ്പോഴും ബാലപ്പാപ്പയുടെ പ്രവൃത്തി ഞാനാവർത്തിക്കുകയായിരുന്നു.

എനിക്കൊരു അഭിപ്രായമുണ്ട് മാഷേ.. ദേവൻ പറഞ്ഞു.

വാരവും ഭോഗവും കൊടുക്കുംമുൻപേ ജന്മിയെക്കണ്ട് വിളനാശം വന്നകാര്യം ഒന്നു സംസാരിച്ചുകൂടേ, ബാലൻസാറിനെ സഹായിച്ചതു പോലെ മാഷിന് ഈ അവസ്ഥയിലുള്ള എല്ലാവരേയും സഹായിക്കാൻ പറ്റോ.. ജന്മി കനിഞ്ഞാൽ പാവം വാരം പാട്ടകാർക്ക് അതൊരാ ശ്വാസമാവില്ലേ...

ശരിയാണല്ലോ... ദേവൻ പറഞ്ഞതാ അതിന്റെ ശരി. നമുക്കൊന്നു പോയി സംസാരിച്ചു നോക്കാം. വേണുമാഷ് പറഞ്ഞു.

അതുനടക്കില്ല വേണൂ, സംസാരിക്കാൻ പോയിട്ട് അയാളെ ഒന്നു കാണാൻപോലും നമുക്കു കഴിയില്ല. ബാലൻസാറു പറഞ്ഞു.

എന്തുകൊണ്ടു പറ്റില്ല...? അയാൾ കയറുമുറുക്കി നിൽക്കുന്ന ആരാച്ചാരൊന്നുമല്ലല്ലൊ...

മാഷൊന്നു പോയി സംസാരിച്ചുനോക്ക്... മാഷും ഒരു ജന്മിയല്ലേ? വാരമോ ഭോഗമോ വാങ്ങാത്ത മനുഷ്യത്വമുള്ള ഒരു വലിയ ജന്മി... ദേവൻ പറഞ്ഞു..

വെറുതെ നാണം കെടും വേണൂ... ഞാൻ കാരണം ജന്മിയുടെ ഗുണ്ടകൾ വേണൂനെ ഉപ്രദവിക്കും. ചിലപ്പോഴ് കള്ളക്കേസിൽ കുടുക്കി

ജയിലിലുമാക്കും.

ബാലൻസാർ ഭയത്തോടെ പറഞ്ഞു...

ജയിലിൽ ഞാൻ പോകാം.. എനിക്കതു ശീലമായി. മാഷു പുറത്തുണ്ടാവണം. ജന്മി പരിഷകളെ ഒരു പാഠം പഠിപ്പിക്കണം. ദേവൻ പറഞ്ഞു...

അധികാര വർഗ്ഗം മാറാത്തിടത്തോളം കാലം ജന്മിത്തത്തെ തൊടാൻ പറ്റില്ല ദേവാ... അതു സാദ്ധ്യമാകണമെങ്കിൽ തൊഴിലാളി വർഗ്ഗത്തിനു പ്രാമുഖ്യമുള്ള സർക്കാർ വരണം.

അതെന്നു വരാനാ മാഷെ... എന്ന്...

വേണുമാഷും ദേവനും പോകാനെഴുന്നേറ്റു..

കോഴികൂവി ബാലപ്പാപ്പെ..

ഞാൻ നാളെ പനവേലിൽപോയി കേശവപ്പണിക്കരെ കാണാം.

ബാലപ്പാപ്പയ്ക്ക് ആവശ്യമുള്ള നെല്ലും പണവും ഗോവിന്ദേട്ടനോടു വാങ്ങിച്ചോളൂ...

ഞാൻ പറഞ്ഞേക്കാം...

കുളക്കടവിൽനിന്നും ബാലൻ സാർ സ്വന്തം വീട്ടിലേക്കു നടന്നു.

ദേവനും വേണുമാഷും അല്പസമയം കൂടി അവിടെത്തന്നെ നിന്നു... നല്ലൊരു മനുഷ്യനായിരുന്നു. കളവും ചതിയുമൊന്നുമില്ലാത്ത സാത്വികൻ. അയാളുടെ ജീവിതം ഇങ്ങനെയായതിൽ എനിക്കു നല്ല ദുഃഖമുണ്ട്.. വേണുമാഷ് പറഞ്ഞു.

മാഷ്ടെ ജീവിതമോ.. മാഷേ.. ഇത്രയധികം സമ്പത്തും സർക്കാർ ജോലിയുമൊക്കെയുണ്ടായിട്ടും മാഷെന്തിനാ സ്വന്തം ജീവിതം വെറും തരിശാക്കി കളഞ്ഞത്.. മാഷ്ടെ ജീവിതത്തിൽ ഒരു പ്രണയം പോലുമുണ്ടായിട്ടില്ലേ?

ദേവന്റെ ചോദ്യം കേട്ട വേണുമാഷ് ഞെട്ടി.. മനസ്സിൽ ചിതലരിച്ചു കിടക്കുന്ന ഓർമ്മകൾ കരിന്തേളുപോലെ കുത്താൻ തുടങ്ങി. കുട്ടിയായിരുന്ന തന്റെ സ്വത്തുക്കൾ തട്ടിയെടുക്കാൻ അമ്മാവൻമാരിൽ നിന്നും തന്നെ രക്ഷപ്പെടുത്തിയത് ബാലപ്പാപ്പയും ഗോവിന്ദേട്ടനും കൂടിയാണ്.

വയ്യ... ആ ഓർമ്മകളെ തൊടാൻവയ്യ..... കൗമാരം കഴിഞ്ഞ കാലം മുതൽ മനസ്സിൽ വന്നുനിന്നു കുസൃതി കാണിച്ച ഒരുവളുണ്ടായിരുന്നു. നിലത്തെഴുത്തിനിരുത്തിയ എഴുത്താശാന്റെ മകൾ രേവതി...

ഹരിജനായ എഴുത്താശാൻ പതിനഞ്ചു തികയും മുമ്പേ മകൾക്കു മുണ്ടു കൊടുക്കാൻ ഒരുവനെ കണ്ടുപിടിച്ചു. അവളുടെ പൊടമുറിയും കഴിഞ്ഞതിന്റെ നാലാം നാൾ അവളുടെ ശവം പുഞ്ചയിൽ പൊങ്ങി.. ആദ്യ രാത്രിയിൽ കൈകാര്യം ചെയ്യാൻ കൊണ്ടുപോയ ജന്മി അവളുടെ ശരീരത്തിനൊപ്പം പ്രാണനും എടുത്തുകാണും. അവളെയോർത്ത് ഒരു പാടുകാലം കരഞ്ഞിരുന്നു. ഓർമ്മകൾ മുളയ്ക്കുമ്പോൾ ആ കണ്ണീരും ഊർന്നു വീഴും, വിവാഹമെന്ന മോഹം പിന്നീടുണ്ടായതേയില്ല....

തന്റെ ചോദ്യത്തിനു മാഷ് മൗനം പാലിക്കുന്നതു കണ്ട് ദേവൻ വിഷയം മാറ്റിക്കളഞ്ഞു..

സംസാരിക്കാൻ മാഷ് ഒറ്റയ്ക്കു പോകരുത്. നമ്മുടെ നേതാക്കളെ ആരെയെങ്കിലും കൂട്ടണം. ഗുണ്ടകൾ കൈയൂക്കുമായി വന്നാൽ തിരിച്ചു കൊടുക്കണം. ശിവാനിയോട് പറഞ്ഞ് എസ് ഐ സത്യനേശനേയും വിവരം അറിയിക്കണം.

ങാ.. നോക്കട്ടെ... വേണുമാഷ് നിസ്സാരമായി പറഞ്ഞു.

അവർ വീട്ടിൽ തിരിച്ചു ചെല്ലുമ്പോഴും ഗോവിന്ദേട്ടൻ ഉറങ്ങിയിരുന്നില്ല. ഭക്ഷണം വിളമ്പി വച്ച് അടുക്കളച്ചുമരിൽ ചാരിയിരിക്കുകയായിരുന്നു.

എന്തിനാ ബാലൻ സാർ വിളിച്ചത്...

ഭക്ഷണം കഴിക്കുമ്പോൾ ഗോവിന്ദേട്ടൻ ചോദിച്ചു.

ജന്മി ഭോഗം, വാരം, പാട്ടം... ബാലപ്പാപ്പ എന്തൊക്കെയോ പറഞ്ഞു. പനവേലിൽ കേശവപ്പണിക്കരുടെ വാരക്കാരനാ ബാലപ്പാപ്പ.. കൃഷി മുടിഞ്ഞുപോയി.. വാരം കൊടുക്കണം. പിന്നെ ജന്മിഭോഗം. അതിനു സഹായം ചോദിച്ചു അദ്ദേഹത്തിനുവേണ്ട നെല്ലും പണവും കൊടുത്തേക്കണം ഗോവിന്ദേട്ടാ....

ആ പനവേലി പണിക്കരോടൊന്നു സംസാരിച്ചുകൂടേ...? അഡ്വ. കുമാരപ്പണിക്കരെ കൂട്ടിക്കോ.. കർഷക തൊഴിലാളികളുടെ നേതാവല്ലേ? വല്ല കേസോ കൂട്ടോ വന്നാൽ അയാക്ക് ലാ പോയിന്റ് അറിയാമല്ലോ...

ഗോവിന്ദേട്ടൻ പറഞ്ഞു..

ങാ.. നേരം വെളുക്കട്ടെ, ഗോവിന്ദേട്ടൻ കിടന്നോ എനിക്കും ഉറക്കം വരുന്നു... അടുത്ത ദിവസം വേണുമാഷ് അഡ്വക്കേറ്റ് കുമാരപ്പണിക്കരെ കണ്ടു.

ബാലപ്പാപ്പ വലിയ വിഷമത്തിലാ... പ്രശ്നം പരിഹരിക്കാൻ ഞാനൊരുക്കമാ..

പക്ഷേ, ഇത് ബാലപ്പാപ്പേടെ മാത്രം കാര്യല്ലല്ലോ... വാരോം പാട്ടോം കുട്ടനാടിന്റെ മഹാശാപമാ വക്കീലേ... ഇതിന് ശാശ്വതമായ ഒരു പരിഹാരം വേണമല്ലോ...

ശാശ്വതമായ പരിഹാരം തൊഴിലാളി വർഗ്ഗം അധികാരത്തിൽ വരുന്നതാ.. അതത്ര എളുപ്പമല്ലല്ലോ... ഇക്കാര്യം സംസാരിക്കാൻ ഞാനും വരാം അഡ്വക്കേറ്റ് കുമാരപ്പണിക്കർ സമ്മതിച്ചു.

കേശവപ്പണിക്കരെ കാണാനിറങ്ങുമ്പോൾ പുസ്തകം വായിച്ചു കൊണ്ടിരുന്ന ദേവൻ പറഞ്ഞു.. ഞാനുംപോരാം മാഷേ.. വല്ല തല്ലോ കുത്തോ വന്നാൽ ജയിലിൽ പോവാനൊരാളു വേണ്ടേ...

ദേവൻ ചിരിച്ചുകൊണ്ടാണതു പറഞ്ഞതെങ്കിലും വേണുമാഷുടെ മനസ്സിൽ തേളു കുത്തുന്നതുപോലെ നീറ്റലുണ്ടായി..

വേണ്ട ദേവാ.. നിന്നെ ഞാനിങ്ങോട്ടു കൊണ്ടുവന്നത് സ്ഥിരമായിട്ടു ജയിലിൽ കിടത്താനല്ല.. നീ കോളേജിൽ പോകാൻ നോക്ക്...

കോളേജിന്ന് ലീവാ മാഷേ, മറ്റന്നാൾ നമ്മളൊന്നിച്ചു പോകാം..

എന്നാൽ നീ ഇരുന്ന് വായിക്ക്, ഞാനും വക്കീലും കൂടി പോയിട്ടു വരാം.

വേണുമാഷ് ദേവനെ തടഞ്ഞെങ്കിലും അവനതു കേട്ടതായി ഭാവിച്ചില്ല. ഷർട്ട് മാറ്റി പിന്നാലെ ചെന്നു.

വായും പിളർന്നു വിഴുങ്ങാൻ നിൽക്കുന്ന ജന്മി. നമ്മൾ മൂന്നാളായാൽ തലയ്ക്കൊന്നു കൊടുക്കാൻ പറ്റ്യാലോ മാഷേ.. ദേവൻ ചിരിച്ചു.

അഡ്വ. കുമാരപ്പണിക്കർ കാത്തുനിൽക്കുന്നുണ്ടായിരുന്നു

ദേവാ.. നിനക്കു കുഴപ്പമൊന്നുമില്ലല്ലോ ...

പൊലീസുകാരു നന്നായി ചതച്ചതല്ലേ? ശരീരത്തിന് കുഴപ്പമൊന്നുമില്ല.. പക്ഷേ, മനസ്സിനേറ്റ ചതവ് അത്ര പെട്ടെന്ന് ഉണങ്ങില്ല വക്കീലേ...

പനവേലിൽ കേശവപ്പണിക്കരുടെ പടുകൂറ്റൻ ബംഗ്ലാവ് പ്രധാന റോഡു വക്കിലാണ്. വീതിയിൽ ഇരുമ്പു ഗേറ്റ്. ഗേറ്റിനിരുവശത്തും പാറാവുകാർ, തൊട്ടടുത്തു തന്നെ കാവല്പുര.... ഗേറ്റ് മുതൽ ഏതാണ്ട് ഒരു മൈൽ നീളത്തിൽ നടവഴി., ചെന്നു മുട്ടുന്നത് പടിപ്പുരയിൽ... കാതലുള്ള തടിയിൽ തീർത്ത ചാരടിയും മുകളിൽ വിശാലമായ എടുപ്പുമുള്ള കൊട്ടിയമ്പലം. കൊട്ടിയമ്പലം കഴിഞ്ഞാൽ വെള്ള മണൽ വിരിച്ച വിശാലമായ മുറ്റമാണ്. ഒരിലപോലും വീഴാത്ത മുറ്റം. അയാളുടെ കളപ്പുരയും നെല്ലറയുമൊക്കെ മറ്റെവിടെയോ ആണ്.

ദേവനും വേണുമാഷും വക്കീലും ഗേറ്റിൽ കാത്തുനിന്നു. കുമാരപ്പണിക്കർ തന്റെ പേരെഴുതി കടലാസ് കൊടുത്തയച്ചു. കാണാൻ സമ്മതം വാങ്ങണം... കാര്യസ്ഥനുമാത്രമേ ജന്മിയുടെ വീട്ടിനുള്ളിലേക്കു പ്രവേശനമുള്ളൂ...

തടിച്ചു കുറുതായി കൊമ്പൻ മീശയും മുള്ളൻ മുടിയും ചുവന്ന കണ്ണുകളുമുള്ള ഒരാൾ കുടയും ചൂടി മെതിയടിപ്പുറത്ത് ഗേറ്റിലേക്കു നടന്നു വന്നു.

ഇതാണോ ജന്മി കേശവപ്പണിക്കർ... അവർ പരസ്പരം നോക്കി മനസ്സിൽ ചോദിച്ചു.

കാര്യസ്ഥനാ.. കിട്ടുണ്ണി പണിക്കർ.. മുൻകോപിയാ.. സൂക്ഷിച്ചു സംസാരിക്കണം...

ഇന്നാട്ടുകാരനല്ല....

കാവൽക്കാരൻ പറഞ്ഞു...

നീയൊക്കെ ആരാ? കാര്യസ്ഥന്റെ ചോദ്യം...

ഗേറ്റിനപ്പുറത്ത് കൂട്ടിൽ നിശ്ശബ്ദനായി നിൽക്കുന്ന നായ കുരച്ചു തുടങ്ങിയോ എന്നു സംശയിച്ചു.

ഞാൻ അഡ്വ. കുമാരപ്പണിക്കർ..

ഉം അറിയാം, കർഷകരെ വഴിതെറ്റിക്കാൻ നോക്കുന്ന കൊഴപ്പക്കാരല്ലോയോ.

അയാളുടെ സംസാരം കേട്ട് പല്ലിറുമ്മി വക്കീൽ.. വായതുറക്കും

മുൻപേ വേണു മാഷ് തടഞ്ഞു.

വക്കീലേ നമ്മളുവന്ന കാര്യം മറക്കണ്ട.

എനിക്ക് കേശവപ്പണിക്കരെ ഒന്നു കാണണം.

വക്കീൽ സ്വയം നിയന്ത്രിച്ചുകൊണ്ടു പറഞ്ഞു...

ഞാൻ കിട്ടുണ്ണിപ്പണിക്കർ, കാര്യസ്ഥനാ.. നിനക്ക് എന്താ പറയാനൊള്ളതെന്നു വച്ചാൽ എന്നോടുപറഞ്ഞാമതി... ജന്മിയെ കാണാൻ പറ്റത്തില്ല.

അയാളുടെ കണ്ണുകൾ കൂടുതൽ തുറിച്ചു. ചുണ്ടിൽ ചുരുട്ടെരിഞ്ഞു..

ഞങ്ങൾക്ക് പറയാനുള്ളത് കേൾക്കേണ്ടത് കേശവപ്പണിക്കരാണ്. അല്ലാതെ താനല്ല...

അഡ്വ. കുമാരപ്പണിക്കർ കാത്തു നിൽക്കുന്നുണ്ടെന്ന് പോയി പറയെടോ... വക്കീലിന് ദേഷ്യം വന്നു...

ഒച്ച വയ്ക്കുന്നോ നായേ... നീയൊക്കെ എന്റെ കൈയീന്ന് മേടിക്കും. ചവിട്ടു കൊള്ളണ്ടാങ്കി ഓടിഫോടാ...

ഓടാനല്ല ഞങ്ങൾ വന്നത്... അയാളെ കാണാന്...

കേശവനെ...

അതു പറഞ്ഞത് ദേവനാണ്...

എന്നാലതൊന്നു കാണണം... എടോ... വേലപ്പാ... പൊന്നപ്പാ... ഔസേപ്പേ.. രാഘവാ... ഇങ്ങോട്ടു വരിനെടാ.. ഇവന്മാരെ അടിച്ചോടിക്ക്...

കിട്ടുണ്ണേ... നിന്റെ ഭീഷണി ഞങ്ങൾ കേട്ടോണ്ടു നിൽക്കുന്നതു നിന്നെ പേടിച്ചിട്ടല്ല. ഞങ്ങളുടെ മര്യാദ... ഞങ്ങടെ മേത്തു തൊട്ടാൽ നീ രണ്ട് കൈയും ഇല്ലാണ്ടെ നടക്കേണ്ടി വരും... അയാൾ എന്നും ഇതിനകത്തടയിരിക്കത്തില്ലേ? വിളിക്കെടാ... കേശവനെ..

വേണുമാഷ് ഗർജ്ജിച്ചു. കിട്ടുണ്ണിപ്പണിക്കർ ഒന്നു പതറാതിരുന്നില്ല..

കിട്ടുണ്ണിപ്പണിക്കരുടെ വിളികേട്ട് ഓടിവന്ന മുട്ടാളന്മാരെ വിലക്കി കൊണ്ട് കേശവപ്പണിക്കർ പുറത്തേക്കു വന്നു. ആറടി പൊക്കമുള്ള ആജാനുബാഹുവായ ഒരതികായൻ...

പാട്ടക്കാരന്റേയും വാരക്കാരന്റേയും അന്തകനായ കേശവപ്പണിക്കർ...

എന്തടാ നിങ്ങക്ക് വേണ്ടത്., പാറക്കല്ലിൽ ചിരട്ട ഉരയ്ക്കുംപോലെ പണിക്കരുടെ ചോദ്യം...

വാരക്കാരൻ ബാലനു വേണ്ടിയാ ഞങ്ങൾ വന്നത്..

അഡ്വ. കുമാരപ്പണിക്കർ പറഞ്ഞു...

അവനെന്താ കുഴപ്പം...

അയാളുടെ വിളയെല്ലാം നശിച്ചു.. വെള്ളം കേറിയും വെട്ടുകിളി തിന്നും വിളപിഴച്ചു.

ഒരുമണി നെല്ലുകിട്ടിയില്ല.. വേണുമാഷ് പറഞ്ഞു..

അതിനു ഞാനെന്തോ വേണം.. വാരത്തിനു ഭൂമി പിടിക്കുന്നവർ കൃഷി ശ്രദ്ധിക്കണം. കൃഷി നാശം വന്നാൽ അവൻ സഹിക്കണം.. വെള്ളം കേറ്റിവിട്ടതു ഞാനല്ല. വെട്ടുകിളിയെ തൊറന്നു വിട്ടതും ഞാനല്ല,. ഇവിടെ വാരം മാത്രമല്ല ജന്മി ഭോഗം മറ്റെല്ലാ വകകളും കിട്ടിയിരിക്കണം..

ബാലൻ മാത്രമല്ല... എല്ലാവരും തരണം... അതിൽ സൗജന്യം ആർക്കും ഇല്ല...

കേശവപ്പണിക്കരുടെ ധാർഷ്ട്യം പുറത്തു ചാടി... വെള്ളപ്പൊക്കവും വെട്ടുകിളി ശല്യവും വാരക്കാരന്റെ കുറ്റമാണോ? വേണുമാഷുടെ ചോദ്യം.

പിന്നെന്റെ കുറ്റമാണോ? കേശവപ്പണിക്കർ തർക്കിച്ചു.

ആരുടേം കുറ്റമല്ല... അതുകൊണ്ട്... നഷ്ടം രണ്ടു കൂട്ടരും സഹിക്കണം.. കഷ്ടപ്പെട്ട കൃഷിക്കാരൻ വിള കിട്ടാതെന്തു ചെയ്യും. അതുകൊണ്ട്.. ഇപ്രാവശ്യം ജന്മിഭോഗം ഒഴിവാക്കിത്തരണം.. പറഞ്ഞത് വക്കീലാണ്...

ജന്മിഭോഗം ഒഴിവാക്കണോ? അതു നടപ്പില്ലാത്ത കാര്യം..

നടപ്പിലാവണം. ജന്മിഭോഗം ഞങ്ങൾ തരില്ല. അത്രതന്നെ.. വക്കീൽ പറഞ്ഞു...

പൊലീസാരുടെ കൈക്കു പണിയാവല്ലോ.. വക്കീലേ... കേശവപ്പണിക്കരുടെ ഭീഷണി...

ങാ... പൊലീസ് വരട്ടെ.. കഷ്ടപ്പെടുന്ന കൃഷി തൊഴിലാളികൾക്ക് കൈയും കാലുമൊക്കെയുണ്ടെന്നവർക്കു മനസ്സിലാവും.

പെട്ടെന്നായിരുന്നു ദേവന്റെ മറുപടി...

ഇവനേതാ.. ഈ ചെറുക്കൻ.. എന്താടാ നീ പൊലീസുകാരെ ചെരക്കോ..

ങാ... ചെരക്കലും ചെത്തലുമൊന്നും... ഞങ്ങടെ പണിയല്ല.. അത് നിങ്ങള് ചെയ്തോളിൻ.. പഴേപോലെ തൊഴിലാളിയെ തൊട്ടാല് പൊള്ളുമെന്ന് പൊലീസുകാർക്കറിയാം...ദേവനു രോഷമടക്കാൻ കഴിഞ്ഞില്ല.

അപ്പൊ അങ്ങനാണു കാര്യം.. വക്കീലേ വാരം, ജന്മിഭോഗം തുടങ്ങി എല്ലാവരുമാനങ്ങളും നാളെത്തന്നെ എത്തിക്കണം... അല്ലെങ്കിൽ എന്തുണ്ടാവുംന്ന് ബാലനറിയാം.. മേലിൽ അവനു വാര ഭൂമിയില്ല. കിട്ടുണ്ണേ ഇവന്മാരെ പൊറത്താക്കി ഗേറ്റടച്ചേക്ക്, കേശവപ്പണിക്കർ കുടുമയിളക്കി തിരിച്ചു നടന്നു.

ഒന്നു നിൽക്കണം കേശവാ... ബാലന്റെ വാരഭൂമി നിങ്ങൾ തിരിച്ചെടുത്തോ...

പക്ഷേ, വാരവും ഭോഗവും ഇങ്ങോട്ടെത്തില്ല.. പറഞ്ഞേക്കാ..

അഡ്വ. കുമാരപ്പണിക്കർ ചവിട്ടിക്കുത്തി തിരിച്ചു നടന്നു. പിന്നാലെ മറ്റുള്ളവരും..

****

ശാരദാമ്മയ്ക്ക് രോഗം കലശമാണെന്നു പറഞ്ഞ് ബാലൻ സാറ് വന്നിരുന്നു. കേശവപ്പണിക്കരുമായി വാക്കുതർക്കം കേട്ടപ്പോൾ ബാലൻ സാറു പറഞ്ഞു... കുഴപ്പാവും വേണ്വേ.. മൂർഖനാ.. ഇനി എന്താവ്വോന്തോ.... വരുന്നതു വരട്ടെ ബാലപ്പാപ്പേ.. വരുന്നിടത്തുവച്ചു കാണാം... വേണു പറഞ്ഞു...

എത്ര നിർബ്ബന്ധിച്ചിട്ടും ഭക്ഷണം കഴിയ്ക്കാൻ ബാലൻ സാർ കൂട്ടാക്കിയില്ല... കഴുത്തിലൊരു താലി കെട്ടിയതൊഴിച്ചാൽ തമ്മിൽ ബന്ധമൊന്നുമില്ലെങ്കിലും അവർക്കു സുഖമില്ലാതായതു മുതൽ ബാലൻ സാർ സ്നേഹവും പരിചരണവുംകൊണ്ട് സ്വധർമ്മം നിറവേറുകയാണ്.. അതു കാണുമ്പോൾ ശാരദാമ്മയ്ക്കും സങ്കടമാണ്. എല്ലാം രഹസ്യങ്ങളും മറച്ചുവച്ച് സുഖമായി ജീവിക്കാമായിരുന്നു... പക്ഷേ, മനസ്സു സമ്മതിച്ചില്ല...

ശേഖരൻ തമ്പിയോടുള്ള പ്രണയവും അതിനു കാരണമായിരിക്കണം. താൻ കാരണം അനാഥമായത് രണ്ടു കുടുംബങ്ങളല്ല, കുറെ മനുഷ്യരാണ്... എല്ലാം മനസ്സിലാക്കിയിട്ടും... ഒന്നുമറിയാത്തവനെപ്പോലെ വേണു അവിവാഹിതനായി കഴിയുന്നതിന്റെ കാരണവും ഇതുതന്നെയാവാം... തനിക്ക് മകനായി പിറന്ന ശിവദാസിന്റെ മനസ്സിലും അമ്മയെക്കുറിച്ചുള്ള സംശയത്തിന്റെ പാടുകൾ കരുവാളിച്ചു കിടപ്പുണ്ട്. അവന്റെ വാക്കിലും നോക്കിലും അമ്മയോടുള്ള അടുപ്പത്തിൽ പുലർത്തി വരുന്ന അകലം അതിന്റെ തെളിവാണ്.. ശാരദാമ്മ അതർഹിക്കുന്നു. അതോർത്തു ദുഃഖിക്കുന്നു.. ആർക്കും ആവശ്യമില്ലാത്ത ഈ ജീവൻ തീർന്നു കിട്ടണേ.. എന്നാഗ്രഹിക്കുന്നു.

ഗോവിന്ദേട്ടൻ കത്തിച്ചു കൊടുത്ത ചൂട്ടും വീശി ബാലൻ സാറു പടിയിറങ്ങുമ്പോൾ പാതിരാ കഴിഞ്ഞിരുന്നു.

കഞ്ഞി തണുത്തുവേണുക്കുട്ടാ.. വന്നു കഴിക്ക്..

എല്ലാവാരക്കാരെയും പാട്ടക്കാരെയും നേരിട്ടു കാണണം മാഷേ. ഒരാളുപോലും ജന്മിഭോഗം കൊടുക്കരുതെന്നു പറയണം.. കൊടുക്കില്ലെന്നുറപ്പു വരുത്തണം. കേശവപ്പണിക്കർ എന്തു ചെയ്യുമെന്നറിയണമല്ലോ... ദേവൻ പറഞ്ഞു.. നാളെ ഞാനതിനുള്ള ഏർപ്പാടുകൾ ചെയ്യാം.. നീ കോളേജിൽ പോകണം.. കാലത്തു ശിവാനി വന്നിരുന്നെന്നു ഗോവിന്ദേട്ടൻ പറഞ്ഞു.. എന്നേം നിന്നേം ശകാരിച്ചിട്ടുപോയി...

ശിവാനി വന്നതറിഞ്ഞ് ദേവന്റെ മനസ്സൊന്നിളകി.. പക്ഷേ, അവനതു പുറത്തു കാണിച്ചില്ല...

നാളെ ഒരു ദിവസം കൂടി ഞാൻ ലീവാക്കാം മാഷേ.. വാരക്കാരെയും പാട്ടക്കാരെയും എനിക്ക് നേരിട്ടു പരിചയപ്പെടുകയും ചെയ്യാമല്ലോ... യൂണിയനാഫീസിൽ പോയി സെക്രട്ടറിയെ വസ്തുതകൾ ധരിപ്പിക്കണം...

വേണുമാഷുമിണ്ടിയില്ല.. ദേവൻ പറഞ്ഞതു ശരിയാണെന്നു തോന്നി.

കർഷകരുടെ പ്രശ്നം ഇപ്പോൾ നിങ്ങളുടെ തലയിലായോ വേണുക്കുട്ടാ... കവിതയും കലാലയവും വിട്ട് ദേവനിപ്പോൾ കർഷകരുടെ പിന്നാലെ കൂടിയിരിക്കയാണോന്നു ചോദിക്കാൻ പറഞ്ഞു ശിവാനി.. ഗോവിന്ദേട്ടൻ പറഞ്ഞു.

അങ്ങനൊന്നുമില്ല ഗോവിന്ദേട്ടാ. എന്തോ വേണുമാഷെ തനിച്ചാക്കാൻ എനിക്കൊരു മടി.. അല്ല ഭയം.. ദേവൻ പറഞ്ഞു...

വേണുമാഷ് ദേവന്റെ മുഖത്തേക്കു സൂക്ഷിച്ചുനോക്കി...

അവൻ ഉറങ്ങാൻ പിന്നെയും വൈകി...

പുറത്ത് എന്തൊക്കെയോ ശബ്ദങ്ങൾ. കുളക്കരയിൽ ചാഞ്ഞുനിന്ന പടുമരം പൊട്ടിവീണെന്നു തോന്നുന്നു. മച്ചിൻപുറത്ത് മരപ്പട്ടികൾ ഓടുന്നുണ്ടോ? വടക്കു പുറത്തെ ആഞ്ഞിലി മരത്തിൽ വവ്വാലുകൾ ചിറകടിക്കുന്നു. പാടശേഖരങ്ങളിൽ നിന്നു പാറിവന്ന ദേശാടനക്കിളികൾ കലപില കൂട്ടുന്നു കായൽ വിളക്കുകൾ കണ്ണടയ്ക്കാത്ത നദീ മുഖങ്ങളിൽ മീൻപിടിക്കുന്ന തോണിക്കാർ തുഴകൊണ്ട് തോണിപ്പടിയിൽ തട്ടുന്ന കടകട ശബ്ദം...

ദേവൻ തിരിഞ്ഞുമറിഞ്ഞു കിടന്നു. ഉറങ്ങാനാവുന്നില്ല. അസ്വസ്ഥ മാണ് മനസ്സ്.

അമ്മ, അച്ഛമ്മ, അച്ഛൻ... എല്ലാവരും മുന്നിൽ വന്നു നിൽക്കുന്നു. കൂട്ടത്തിൽ നറുനിലാവുപോലെ ശിവാനി.. മനസ്സിന്റെ ചില്ലുവാതിൽ മുട്ടി നിൽക്കുന്ന ആദ്യത്തെ പെണ്ണ്... മരുപ്പച്ചപോലെ മാഞ്ഞുപോകുന്ന മധുരമായ ഒരു കിനാവാണവൾ. എന്നിട്ടും മനസ്സിൽ മോഹങ്ങളൊന്നും നട്ടുനനച്ചിട്ടില്ല..

ദേവൻ പെട്ടെന്ന് കാടുകയറുന്ന ചിന്തകൾ പറിച്ചെറിഞ്ഞുകൊണ്ട് കണ്ണുകൾ ഇറുക്കി അടച്ചു. എന്നിട്ടും നിദ്ര അവനെ വിട്ടുനിന്നു. തൊട്ടപ്പുറത്ത് വേണുമാഷ് കൂർക്കം വലിച്ചുറങ്ങുന്നുണ്ടായിരുന്നു..

വേണുമാഷും ബാലൻ സാറും കൂടി യൂണിയനാപ്പീസിലെത്തി. അവിടെ പാട്ടം വാരം അളക്കുന്നവരുടെയും ജന്മിഭോഗം കൊടുക്കുന്നവരു ടെയും ഒരു നിരതന്നെയുണ്ടായിരുന്നു. അഡ്വ. കുമാരപ്പണിക്കർ എല്ലാവരെയും വിളിച്ചു വരുത്തിയതാണ്.. ഒരാൾപോലും ജന്മിഭോഗം കൊടുക്കരുത്.. വിളനാശം സംഭവിച്ചതിനാൽ പാട്ടവും വാരവും പകുതിയാക്കണം... എല്ലാവർക്കും യൂണിയന്റെ ഈ നിർദ്ദേശം സ്വീകാര്യമാണെങ്കിൽ ഈ മുദ്രാവാക്യം വച്ചുകൊണ്ട് ഒരു സമരം സംഘടിപ്പിക്കണം... സർക്കാറിലേക്ക് ഒരു നിവേദനവും കൊടുക്കണം... ധർണ്ണ ഹജൂർക്കച്ചേരിക്കു മുന്നിലാവട്ടെ എന്നു തീരുമാനിച്ചു.. തീയതിയും പ്രഖ്യാപിച്ചു.

എല്ലാ പാട്ടം—വാരം കൃഷിക്കാരും പങ്കെടുക്കണം.. വേണുമാഷും ദേവനും പോസ്റ്റർ എഴുതാനും തോരണം തൂക്കാനുമൊക്കെ ഊണും ഉറക്കവുമില്ലാതെ അദ്ധ്വാനിച്ചു... കുമാരപ്പണിക്കരും, പി കെ കൃഷ്ണ നുമാണ് സമരത്തിനു ചുക്കാൻപിടിച്ചത്. കാര്യങ്ങൾ മണത്തറിഞ്ഞ ജന്മി മുതലാളിമാർ ഒത്തുചേർന്ന് സമരം പൊളിക്കാൻ പൊലീസിനെ അഴിച്ചു വിട്ടു. സംഹാരമൂർത്തികളായി ഗുണ്ടകളും തയ്യാറായി നിന്നു. ഇതൊ ക്കെയാണെങ്കിലും തൊഴിലാളികളും പ്രവർത്തകരും പരമാവധി ഊർജ്ജം സംഭരിച്ച് സമര സന്നദ്ധരായി മുന്നോട്ടു വന്നു..

എന്നാൽ സമരത്തിന്റെ തലേ ദിവസം അർദ്ധരാത്രിയോടെ പൊലീസ് നേതാക്കളെയൊക്കെ അറസ്റ്റു ചെയ്തു. പ്രവർത്തകരെ

പിടിച്ചു കൊണ്ടുപോയി. അവരുടെ വീടുകളിൽ കയറി സ്ത്രീകളെയും കുട്ടികളെയും തല്ലിച്ചതച്ചു. അഡ്വ. കുമാരപ്പണിക്കരെയും പി കെ കൃഷ്ണനെയും ഉള്ളാടൻ മുഹമ്മദിനെയും ദേവനെയും ലോക്കപ്പിലിട്ടു മർദ്ദിച്ചു... കിട്ടുണ്ണിപ്പണിക്കരും കൂട്ടരും ബാലൻസാറിനെ തെരഞ്ഞു വീട്ടിലെത്തിയെങ്കിലും അദ്ദേഹത്തെ കിട്ടാത്തതുകൊണ്ട് രോഗിയായി ക്കിടക്കുന്ന ശാരദാമ്മയുടെ വസ്ത്രങ്ങൾ വലിച്ചു കീറി അവരെ പുറത്തേ ക്കെറിഞ്ഞു..

അവമ്മാരടെ ഒരു ചമരം.. ബാക്കി വച്ചേക്കില്ല ഒന്നിനേയും. ജന്മി മാരുടെ തലേക്കേറുന്നോരേ ഈ നാട്ടിൽ വേണ്ട.. പൊലീസുകാരും ഗുണ്ട കളും ചേർന്ന് അഴിച്ചുവിട്ട അക്രമം നാട്ടിൽ കാട്ടു തീപോലെ പടർന്നു. സ്ത്രീകളുടെയും കുഞ്ഞുങ്ങളുടെയും നിലവിളകൾ.. കത്തിയെരിയുന്ന കർഷക കുടിലുകൾ.. ആ രാത്രിയാമങ്ങൾ കുട്ടനാടിന്റെ നെഞ്ചിൽ കോരിയിട്ട തീ ആളിക്കത്തി. അറസ്റ്റു ചെയ്യപ്പെട്ടവരെ അജ്ഞാത കേന്ദ്രത്തിലേക്കുമാറ്റി മർദ്ദനമുറകൾ തുടർന്നു.

നേരം പുലർന്നു. സമര കേന്ദ്രം കത്തിക്കരിഞ്ഞു. കൊടി തോര ണങ്ങൾ നശിപ്പിക്കപ്പെട്ടു.. മാനം നഷ്ടപ്പെട്ട സ്ത്രീകളുടെയും മൃതപ്രാ യരായ വൃദ്ധരുടെയും നിലവിളികൾ കുട്ടനാടിന്റെ സിരകളിൽ മുഴങ്ങി.. പൊലീസിന്റെ നരനായാട്ടിലും ജന്മി മുതലാളിമാരുടെ ഗുണ്ടായി സത്തിലും പ്രതിഷേധിച്ച് സാധു ജനപരിപാലന സംഘവും ശ്രീനാരാ യണ പരിപാലന സംഘവുമൊക്കെ രംഗത്തുവന്നു..

നേരം പുലർന്നു. ആളുകൾ പുഞ്ചയിലേക്കോടി പോകുന്നതു കണ്ടു.. കാകനും കഴുകനും ആകാശത്തു വട്ടമിട്ടു പറന്നു.. ഇടിത്തീ വീഴും പോലെ ആ വാർത്തവന്നു. കിട്ടുണ്ണി പണിക്കരുടെ ജഡം പുഞ്ചപ്പാടത്തെ ചേറിൽ പതഞ്ഞു കിടക്കുന്നു. പൊലീസുവന്നു പക്ഷേ, നോട്ടപ്പുള്ളി കളൊക്കെ തലേ ദിവസം തന്നെ അകത്തായി പോയതുകൊണ്ട് കണ്ണിൽ കണ്ടവരെയൊക്കെ പിടിച്ചുകൊണ്ടുപോയി..

അഡ്വ. കുമാരപ്പണിക്കരെയും സഹതടവുകാരെയും ജാമ്യത്തിലി റക്കിയത് കർഷക യൂണിയൻ മുൻകൈ എടുത്താണ്..

തടവറയിൽ കിടക്കുന്ന കർഷകനേതാക്കളെ കാണാൻ ഒരു ദിവസം സർക്കിൾ ഇൻസ്പെക്ടർ സത്യനേശൻ വന്നിരുന്നു. കൂട്ടത്തിൽ ശിവാനിയുമുണ്ടായിരുന്നു.

അഡ്വ. കുമാരപ്പണിക്കരെ മാത്രമേ അദ്ദേഹത്തിനു പരിചയമുണ്ടാ യിരുന്നുള്ളു.. കണ്ട മാത്രയിൽ ചിരിച്ചു. പരിചയം പുതുക്കി കൊണ്ടു ചോദിച്ചു.

ആരാ വക്കീലേ ദേവൻ...

വിദ്യാർത്ഥിയാണ്... സി ഫോർ സെല്ലിലുണ്ട്..

വക്കീൽ പറഞ്ഞു

അയാളെങ്ങനെ കുഴപ്പക്കാരനാ?

സർക്കിളിനു സംശയം.

ഏയ് അങ്ങനൊന്നുമില്ല. അസ്സൽ കവിയാ കമ്മിറ്റഡ് കേഡറും. വടക്കനാ.. നമ്മുടെ വേണുമാഷില്ലേ ? മാഷ്ടെ..

ദത്തു പുത്രൻ അല്ലേ? വക്കീൽ മുഴുമിപ്പിച്ചില്ല.. സർക്കിൾ പൂരിപ്പിച്ചു.

സാറിനെങ്ങനെ അറിയാം..

വക്കീൽ ചോദിച്ചു.

പൊലീസല്ലേ വക്കീലേ എല്ലാം അറിയാണ്ടെ പറ്റില്ലല്ലോ ...

അപ്പോൾ പിന്നിൽ നിന്ന ശിവാനി സ്വന്തം അമ്മാവന്റെ കൈയിൽ നുള്ളി..

ഈ കുട്ടിയേതാ.. വക്കീലിന്റെ ചോദ്യം...

ശേഷക്കാരിയാ ഡോക്ടർ ശിവദാസിന്റെ മകൾ. ശിവാനി... അല്ലേ വക്കീൽ ചോദിച്ചു.

എങ്ങനെ അറിയാം ... സർക്കിളിന്റെ ചോദ്യം..

ഈ പേരെവിടെയൊക്കെയോ കേട്ടിട്ടുണ്ട്, ബാലൻസാറിന്റെ പേരക്കുട്ടി. വേണുമാഷിന്റെ നാവിൽ തുമ്പിൽ ഒട്ടിനിൽക്കുന്നൊരു പേരാണിത്.

ദേവനെ ഒന്നു കാണണമെന്നിവൾക്കു വാശി. അതുകൊണ്ടാ ഞാൻ വന്നത്...

സർക്കിൾ ഇൻസ്പെക്ടർ സത്യനേശൻ പോകുംമുൻപൊരു കാര്യം പറഞ്ഞു..

ദേവനെക്കുറിച്ച് വളരെ മോശം റിപ്പോർട്ടാണ് പൊലീസ് നൽകിയിട്ടുള്ളത്.

പച്ചക്കള്ളം ദേവൻ ഞാൻ കണ്ടതിൽവച്ചേറ്റവും നല്ല വിദ്യാർത്ഥി യാണ്.. സത്യനങ്കിളിന്റെ പൊലീസല്ലേ.. ആടിനെ പട്ടിയാക്കുന്ന വർഗ്ഗം...

ശിവാനിയുടെ ആവേശം കണ്ട് സർക്കിൾ ചിരിച്ചുപോയി...

നീയിതെത്ര പ്രാവശ്യമായി ശിവാനീ... നീയാരണവന്റെ വക്കീലോ. സത്യനേശൻ ശിവാനിയുടെ തലയ്ക്കൊരു കിഴുക്കു കൊടുത്തു.

ഈ ജന്മിമാരുടെ അത്യാർത്തിയും അധികാരവുംകൊണ്ട് എത്ര പാവങ്ങളാ കണ്ണീരു കുടിക്കുന്നത്. നീതി നടത്തേണ്ട പൊലീസ് ജന്മി മാരുടെ ഗുണ്ടകളാകുന്നതെന്തിനാണെന്നെനിക്കു മനസ്സിലാവുന്നില്ല.. ജന്മിമാരുടെ മൂക്കു വിയർത്താൽ പൊലീസുകാർ പാവങ്ങളെ പിടിച്ചു കൊണ്ടു പോയിട്ടിടിക്കും. ഗുണ്ടകളുടെ ദ്രോഹം വേറെ. അങ്കിളിതൊന്നും കാണുന്നില്ലേ... ശിവാനിക്ക് ദേഷ്യം സഹിക്കാനാവുന്നില്ല..

ഇത് ജയിലാണു ശിവാനീ... നീ പറഞ്ഞതൊക്കെ ശരിയാ... പക്ഷേ, ഇന്നത്തെ സാഹചര്യമതാണ്.. ഫ്യൂഡൽ വ്യവസ്ഥിതിയിൽ പൊലീസിനു മറ്റൊന്നും ചെയ്യാനില്ല... ഭരണകൂടം പോലും ഫ്യൂഡലിസത്തിന്റെ വരുതിയിലാണെന്നു നീ മനസ്സിലാക്കണം...

ഇതൊക്കെ മാറും. ദേവൻ കൊലപാതകിയാ, കിട്ടുണ്ണിപ്പണ്ണിക്കരെ കൊന്നത് ദേവനും കൂട്ടരുമാണെന്നാ പൊലീസ് റിപ്പോർട്ട്...

സർക്കിൾ ഇൻസ്പെക്ടർ സത്യനേശൻ പറഞ്ഞു..

കൊലപാതകമോ..! ശിവാനി നടുങ്ങി.

ദേവനെ എനിക്കറിയാം. അയാളുടെ അച്ഛൻ ജന്മിമാർ കൊലപ്പെടുത്തിയ രക്തസാക്ഷിയാ... അമ്മയും ഏതാണ്ടതേ രീതിയിൽ ജീവൻ നഷ്ടപ്പെട്ടവളാണ്.. ദേവൻ ആരെയും കൊല്ലില്ല... കൊല്ലാനയാൾക്കു കഴിയില്ല, അയാളതു ചെയ്യില്ല...

ശിവാനി തീർത്തു പറഞ്ഞു...

ങാ.. കേസ് കോടതിയിൽ വരട്ടെ. കൊലക്കുറ്റം തെളിയിക്കാനായില്ലെങ്കിലും ദേവനു ശിക്ഷ ഉറപ്പാ.

ഒരു കവിക്ക് ഒന്നിനേം നശിപ്പിക്കാനാവില്ല അങ്കിൾ... എഴുത്തുകാരൻ സ്രഷ്ടാവാണ്.. സംഹാരകനല്ല...

ശിവാനിയുടെ കണ്ടെത്തൽ ശരിയായിരിക്കാം.. പക്ഷേ, പൊലീസ് റിപ്പോർട്ടും സർക്കാർ നിലപാടും ദേവൻ നാട്ടിൽ കലാപമുണ്ടാക്കാൻ കെട്ടിയിറക്കപ്പെട്ട തീവ്രവാദിയാണെന്നാണ്... അയാൾ അറസ്റ്റിലാവുന്നത് രണ്ടാം പ്രാവശ്യമാണ്.. ഈ നാട്ടുകാരനല്ലാത്ത ഒരാൾ എത്ര വേഗമാണ് സാമൂഹ്യ പ്രശ്നങ്ങളിൽ പെട്ടുപോയത്.. ജന്മിമാർക്കു ശത്രുവായത്? പൊലീസിനു തലവേദനയായത്.. സർക്കിൾ ആലോചിച്ചു.

ദേവനെ കാണാൻ സർക്കിൾ ഇൻസ്പെക്ടർ സത്യനേശൻ നിന്നില്ല.. കാരണം..

ശിവാനി പറഞ്ഞു.

നമുക്കു തിരിച്ചുപോകാം അങ്കിൾ.. തൽക്കാലം ദേവനെ എനിക്കു കാണണ്ട..

നീ അയാളെ കാണാനല്ലേ വന്നത്

അതെ നിങ്ങൾ... പൊലീസിന്റെ ഭാഷയിൽ അയാൾ കൊലപ്പുള്ളി അല്ലേ? ഒരു കൊലപ്പുള്ളിയെ ജയിലിൽ സന്ദർശിക്കാൻ ഒരു സാധാരണക്കാരി പൊലീസുദ്യോഗസ്ഥനുമായി വരിക. അതു ശരിയല്ല. ദേവനെ എനിക്കറിയാം. അയാളെ കണ്ടാലും ഇല്ലെങ്കിലും എന്റെ ധാരണയ്ക്ക് മാറ്റമുണ്ടാവില്ല..

ശിവാനി തിരിച്ചു നടന്നു. സർക്കിൾ സത്യനേശൻ അത്ഭുതപ്പെട്ടു... ഇവളൊരു സാധാരണ പെണ്ണല്ല. ബുദ്ധിയും വിവേകവുമുള്ളവൾ, കുട്ടിയായിരിക്കുമ്പോൾ പോലും അവളെടുക്കുന്ന തീരുമാനങ്ങൾ... വാശി.. അച്ഛനമ്മമാരോടു കാണിക്കുന്ന അകലം... അമ്മാവനായ തന്നോടു കാണിക്കുന്ന സൗഹൃദം, മുത്തച്ഛനായ ബാലൻ സാറിനോടുള്ള മമത... മുത്തശ്ശി ശാരദാമ്മയോടു പുലർത്തുന്ന അന്യഥാത്വം.... വേണുമാഷാണ് അവളുടെ റോൾ മോഡൽ.. ജന്മബന്ധത്തേക്കാളേറെ കർമ്മബന്ധത്തോടു, കണ്ണിചേരുന്ന ഒരുവളുടെ അപാരമായ തന്മയീ ഭാവം. സത്യനേശൻ അത്ഭുതപ്പെട്ടു.

എന്തു വിലകൊടുത്തും ദേവനേയും വേണ്വേട്ടനേയും ജയിലിൽ നിന്നിറക്കണം.

അതിനെത്ര പണം ചെലവായാലും വേണ്ടില്ല. അവർക്കു ഞാനേയു

ള്ളു.. അങ്കിൾ എന്നെ സഹായിക്കണം.. ഏതെങ്കിലും നല്ല വക്കീൽ വേണം. അത് ഹൈകോർട്ടിലോ സുപ്രീം കോർട്ടിലോ വാദിച്ചു പേരെടുത്ത വക്കീലാവണം. ശിവാനിയുടെ മൂർച്ചയുള്ള വാക്കുകൾ... നിശ്ചയദാർഢ്യത്തിന്റെ നിഴലാട്ടമുള്ള തീരുമാനം.

പണവും സ്വാധീനവുമുള്ള ജന്മിമാരാണ് വാദികൾ... ഭരണവും കോടതിയുമൊക്കെ അവർക്കുവേണ്ടിയുള്ളതാണെന്നോർക്കണം.. പാവം ഗതിപിടിക്കാത്ത കർഷകന് നീതികിട്ടില്ല.. ജീവനും...

ശിവാനി പറഞ്ഞതെത്ര ശരി. ഇവിടെ ഭരിക്കുന്നത് ജന്മിമാരുടെ ഓർഡർലികളാണ്.. പൊലീസ് അവരുടെ ഗുണ്ടകളും. നട്ടെല്ലുള്ള ഒരുവനും ആ പണിക്കു പോകരുത്.. സത്യനേശൻ മനസ്സിൽ പറഞ്ഞു...

ദേവൻ വരുത്തനാണുപോലും. അതല്ല പ്രശ്നം.. അയാളുടെ ശബ്ദത്തെ അവർ ഭയക്കുന്നു. അതുകൊണ്ടാണയാൾ അവരുടെ നോട്ടപ്പുള്ളി ആയത്. പീഡനവും ചൂഷണവുംകൊണ്ടു നട്ടംതിരിയുന്ന സാധാരണ കർഷക ജനസാമാന്യത്തിന്റെ മനസ്സിൽ മഞ്ഞുപെയ്യുന്ന നിലാവാണയാൾ. പെയ്തൊഴിയാത്ത മഹാമാരിയിൽ ഉദിച്ചു പൊങ്ങുന്ന സൂര്യനും.

ശിവാനി സ്വയം പറയുകയാണോ... സർക്കിൾ ഇൻസ്പെക്ടർ സത്യനോടു സംസാരിക്കുകയാണോ? ഏതായാലും അവളുടെ ഭാഷയ്ക്കു നല്ല കാവ്യഭംഗിയുണ്ട്.. രാഷ്ട്രീയം അവളെ കൈമാടി വിളിക്കുന്നുണ്ടോ.. ബാലൻ സാറിന്റെ ജനുസ്സിൽ പെടാത്ത ഇവൾ വേണുമാഷിന്റെ ദൃഷ്ടിയിലൂടെയാണ് സംസാരിക്കുന്നത്.. വെറുതേയല്ല സരള പറയുന്നത് ശിവാനി എന്റെ വയറ്റിൽ പിറന്നെന്നേയുള്ളു.. സ്വഭാവം അതല്ല...

ജയിലിൽ നിന്നിറങ്ങുമ്പോൾ ശിവാനി ഏറ്റവും പിന്നിലാണിറങ്ങിയത്..

ഭയപ്പെടണ്ട ദേവാ.. ഇയ്യാളുടെ മോചനത്തിന് ഞാനെല്ലാ ശ്രമങ്ങളും നടത്തും. ഇയാൾ എത്രകാലം കാരാഗൃഹത്തിൽ കെടക്കുന്നുവോ അത്രയും കാലം ഞാനിയാൾക്കുവേണ്ടി പോരടിച്ചുകൊണ്ടിരിക്കും.. ഇയാളുടെ വഴി എനിക്കു സ്വീകാര്യമല്ലെങ്കിലും ആശയങ്ങളെ എനിക്കു പിൻതുണയ്ക്കാൻ കഴിയും... ശിവാനി. തീരുമാനിച്ചു.

പ്രത്യക്ഷ സമരത്തിലൊന്നും പങ്കെടുക്കാത്ത വേണുവിനെ അറസ്റ്റ് ചെയ്തത് അനീതിയാണെന്നാണ് യൂണിയൻകാരുടെ അഭിപ്രായം. കുട്ടനാട്ടിലെ മറ്റു ജന്മികളെ പോലെയോ അതിൽ കൂടുതലോ ഭൂസ്വത്തുക്കളുള്ള ധനവാനാണ്.. വേണു. അദ്ധ്യാപകനും പൊതു പ്രവർത്തകനുമാണ്.. ജന്മിമാരെ എതിർത്തിട്ടില്ല.. പൊലീസുകാരോട് ഒരക്ഷരം കയർത്തു സംസാരിച്ചിട്ടില്ല.. പിന്നെന്തിനാണയാളെ പിടിച്ചകത്താക്കിയത്... അതുപോലെ തന്നെയാണ് ദേവൻ. അല്പ കാലമേ ആയിട്ടുള്ളു അവനീ നാട്ടിലെത്തിയിട്ട്. ഒരു കേസ് നിലവിൽ ഉണ്ട്. പിന്നെയും പൊലീസ് കൊലപാതക കുറ്റം ചുമത്തിയാണവനെ അറസ്റ്റു ചെയ്തത്... ഇതനീതിയാണ്.. കൊടിയ വഞ്ചന.. ജന്മിമാരുടെ കാശും വാങ്ങി പൊലീസിപ്പോൾ കാണിക്കുന്ന നരനായാട്ട് സർക്കാർ നയമല്ല...

ഇതനുവദിച്ചു കൂടാ.. എതിർക്കണം.. യൂണിയൻ തീരുമാനിച്ചു.

ഭൂപ്രഭുത്വം അധികാരത്തെ മർദ്ദനോപകരണമാക്കി മാറ്റുകയാണ്..

സാധാരണ ജനങ്ങൾക്ക് സംഘടിക്കാനും അവകാശ സമരങ്ങൾ നടത്താനും സ്വാതന്ത്ര്യമുണ്ട്...

സംഘശക്തിയെ അവർ ഭയക്കുന്നു. അവകാശ സമരങ്ങളെ അടിച്ചമർത്തുന്നു..

അഭിപ്രായ സ്വാതന്ത്ര്യത്തിന് വിലങ്ങിടുന്നു.. തടവറയും മർദനവും കൊണ്ട് അവർ നാട്ടിൽ ഭയം വിതയ്ക്കുന്നു. എല്ലാ എതിർ ശബ്ദങ്ങളേയും നിശ്ചലമാക്കുന്നു..

യൂണിയൻ അച്ചടിച്ചു പുറത്തിറക്കിയ ലഘുലേഖയിൽ ജന്മിത്തത്തിനെതിരെ അക്കമിട്ടു നിരത്തിയ ആരോപണങ്ങൾ ജനകീയ വിചാരണയുടെ കുറ്റപത്രമായി കുട്ടനാട്ടിൽ പരന്നു.

ദേവനെയും വേണുമാഷിനെയും ജയിലിൽനിന്നു മോചിപ്പിക്കാനുള്ള ശ്രമം വിജയിച്ചില്ല. എന്നാൽ ബാലൻ സാറിനു ജാമ്യം കിട്ടിയതിന്റെ പിന്നിൽ സർക്കിൾ ഇൻസ്പെക്ടർ സത്യനേശന്റെ ശക്തമായ ഇടപെടലുണ്ടായിരുന്നു.

സർക്കാരിനു നിവേദനം കൊടുക്കാൻ നേതാക്കൾ തലസ്ഥാനത്തേക്കു വണ്ടികയറി. അവിടെ ചെന്നപ്പോഴാണറിയുന്നത് മന്ത്രി കുട്ടനാട്ടിൽ കൊയ്ത്തുത്സവം ഉദ്ഘാടനം ചെയ്യാൻ തിരിച്ചിട്ടുണ്ടെന്ന്. അവർ തിരിച്ചെത്തുമ്പോഴേക്കും മന്ത്രി പമ്പയാറിനോടുചേർന്ന പാടശേഖരത്തിലെ കൊയ്ത്തുത്സവം ഉദ്ഘാടനം ചെയ്തു മടങ്ങിപ്പോകാനൊരുങ്ങുകയായിരുന്നു. സ. അനിരുദ്ധൻ, മന്ത്രിയെ കാണാൻ അനുവാദം ചോദിച്ചെങ്കിലും അതു ലഭിക്കുകയുണ്ടായില്ല.

ഞാൻ തിരികെപ്പോവുകയാണ്.. പറയാനുള്ളതെന്താണെന്നു വച്ചാൽ ഇപ്പോൾ പറഞ്ഞോളൂ.. മന്ത്രി പറഞ്ഞു..

വാരം-പാട്ടക്കാരുടെ ചില ആവശ്യങ്ങൾ സംസാരിക്കണം, ജന്മിഭോഗം സംബന്ധിച്ച് യൂണിയൻ ചില തീരുമാനങ്ങൾ എടുത്തിട്ടുണ്ട്.

ഇപ്പോൾ ജന്മിമാരുടെ കാര്യങ്ങൾ തീരുമാനിക്കുന്നത് യൂണിയൻ കാരാണോടാ... പിന്നെന്തിനാടാ സർക്കാർ. യൂണിയൻ പോരെ... ജന്മിമാരുടെ ഭൂമി അതു പാട്ടമായാലും വാരമായാലും ജന്മിഭോഗം അടക്കം കൃഷിയിറക്കാൻ താല്പര്യമുള്ളവൻ ജന്മി പറയുന്നതനുസരിക്കണം. അതാണ് സർക്കാർ നയം. ആളെക്കൂട്ടി നാട്ടിൽ കുഴപ്പമുണ്ടാക്കാൻ യൂണിയനെന്താടാ അധികാരം... ആൾക്കൂട്ടത്തിനു മുന്നിൽവച്ച് മന്ത്രി ആക്രോശിച്ചു.

പാവപ്പെട്ട കർഷകരെ തല്ലാനും കൊല്ലാനും സർക്കാരിന്റെ പൊലീസിന് അവകാശമുണ്ടോ.. മിനിസ്റ്റർ. സ. അനിരുദ്ധനും വിട്ടുകൊടുത്തില്ല.

ഫൂ... വായടയ്ക്കടാ.. ഇവനെ ആരാ ഇങ്ങോട്ടു കടത്തിവിട്ടത്, കോൺസ്റ്റബിൾ... ഉം... പൊലീസുകാർ കൂട്ടത്തോടെ അനിരുദ്ധനുമേൽ ചാടിവീണു.. നിമിഷങ്ങൾക്കകം ഉദ്ഘാടന സ്ഥലം കുരുതിക്കളമായി..

ജനങ്ങളും പൊലീസും തമ്മിൽ അടിപിടിയായി.

കർഷകസംഘം സിന്ദാബാദ്..

കൃഷിമന്ത്രി കെ ടി പൗലോസ് ഗോ ബാക്ക്...

പൊലീസ് രാജ് മുർദാബാദ്..

ജന്മിത്വം തുലയട്ടെ...

ബൂർഷ്വാഭരണം അറബിക്കടലിൽ...

മുദ്രാവാക്യങ്ങൾ... മുറവിളികൾ... ആക്രോശങ്ങൾ... പൊലീസ് മർദ്ദനം. മുദ്രാവാക്യം വിളികൾ. പെട്ടെന്നാണ് പൊലീസ് ജനക്കൂട്ടത്തിനു നേരെ വെടിവച്ചത്. കൂട്ട കരച്ചിലുയർന്നു. മന്ത്രിയുടെ കാർ ജനക്കൂട്ടത്തിനിടയിലൂടെ പാഞ്ഞുപോയി. കർഷകർ പിടഞ്ഞുവീണു. കൈകാലുകൾ അറ്റുവീണു... കുടൽമാലകൾ പുറത്തുചാടി.. പുഞ്ചപ്പാടം ചോരയിൽ മുങ്ങി.. കബന്ധങ്ങൾ ചിതറിക്കിടന്നു... സ. അനിരുദ്ധൻ വെടിയേറ്റു വീണ ഉടൻതന്നെ മരിച്ചു. പൊലീസും ഗുണ്ടകളും അഴിഞ്ഞാടി. പ്രാണനും കൊണ്ടോടിയവരെ പൊലീസ് പിൻതുടർന്നു തല്ലിച്ചതച്ചു.

വെയിലണഞ്ഞു. വിലാപത്തിന്റെ ആരവത്താൽ പാടശേഖരം വിങ്ങിനിന്നു. ആശുപത്രിയിലെത്തിയ പലരും മരിച്ചു. ഞരക്കങ്ങൾ ഒടുങ്ങാതെ പതറിനിൽക്കുന്ന പുൽക്കൊടികൾ ചോരയിലാണ്ടുകിടന്നു. ഇരുളിന്റെ പാതാളത്തിൽ മുങ്ങിപ്പോയ പകലിന്റെ നിലവിളികൾ കുട്ടനാടിന്റെ നെഞ്ചിൽനിന്നലറുന്നുണ്ടായിരുന്നു.. പൊലീസ് വണ്ടികൾ ചീറിപ്പാഞ്ഞുകൊണ്ടിരുന്നു. ഇലപോലും അനങ്ങാൻ ഭയന്നു... തുരുത്തുകളിൽ കണ്ടൽക്കാടുകളിലങ്ങിങ്ങു മിന്നാമിനുങ്ങുകൾ അലഞ്ഞു. പൊടിക്കാറ്റു പറത്തിക്കൊണ്ടുവന്ന പുന്നെല്ലിന്റെ ഗന്ധം ചോരച്ചൂരിൽ മാഞ്ഞുപോയി.. പാതിരാമണ്ണിൽ പകയുടെ വേതാളങ്ങൾ പ്രതികാരത്തിന്റെ പുതിയ പദ്ധതികളൊരുക്കുകയായിരുന്നു.

****

വേണുമാഷിന് കുറ്റപത്രം ലഭിച്ചു. സർക്കാരിനോടു കൂറും വിധേയത്വവും കാണിക്കേണ്ട സർക്കാർ ജീവനക്കാരൻ നാട്ടുകാരനല്ലാത്ത ദേവൻ എന്ന യുവാവിനെ കൂട്ടിക്കൊണ്ടു വരികയും കൂടെ താമസിപ്പിക്കുകയും കുഴപ്പങ്ങളുണ്ടാക്കാൻ കൂട്ടുചേരുകയും പ്രോത്സാഹിപ്പിക്കുകയും ചെയ്തത് കുറ്റകരമാണ്. കുന്നുമ്മൽ തരിശിയിലെ ജന്മിവിരുദ്ധ പ്രതിഷേധ പരിപാടിയിലും പനവേലിൽ കേശവപണിക്കരുടെ വീടുകയ്യേറി കാര്യസ്ഥനായ കിട്ടുണ്ണിപ്പണിക്കരെ ഭീഷണിപ്പെടുത്തുന്നതിനും ദേവനോടൊപ്പം വേണുഗോപാലൻ തമ്പിയും ഉണ്ടായിരുന്നു. തുടർന്ന് കിട്ടുണ്ണിപ്പണിക്കരെ കൊലപ്പെടുത്തുന്നതിനും ദേവന്റെ കൂട്ടാളിയായി വേണുഗോപാലൻ തമ്പിയുമുണ്ടായിരുന്നതായി വിവരം കിട്ടിയിട്ടുണ്ട്. സർക്കാർ ജീവനക്കാരന് രാഷ്ട്രീയ സ്വാതന്ത്ര്യം ഇല്ലെന്നിരിക്കെ വലിയ ഭൂഉടമയായ മേപ്പടിയാൻ നാട്ടിൽ പ്രമാണിമാരും സ്ഥാനികളുമായ മറ്റു ജന്മിമാർക്കെതിരെ കലാപമഴിച്ചുവിടുകയും സജീവ രാഷ്ട്രീയത്തിലിട

പെടുകയും ചെയ്തിരിക്കുന്നു. ഈ സാഹചര്യത്തിൽ മിസ്റ്റർ വേണു ഗോപാലൻ തമ്പിയെ സർവ്വീസിൽനിന്നും പിരിച്ചുവിടുകയും പ്രോസി ക്യൂഷൻ നടപടികൾക്കു വിധേയനാക്കുകയും വേണമെന്നാണ് കുറ്റപത്രം. അതിനു പുറമേ സർവ്വീസിൽനിന്നും പിരിച്ചുവിട്ടതായി സർക്കാർ ഉത്തരവും ലഭിക്കുകയുണ്ടായി. അതേ തുടർന്ന് ഉപാധിക ളോടെ വേണുമാഷിന് ജാമ്യം ലഭിച്ചു. എന്നാൽ ദേവൻ എവിടെയാ ണെന്നോ അയാൾക്കെന്തുസംഭവിച്ചെന്നോ വേണുമാഷിന് ഒരു വിവരവും ലഭിച്ചില്ല.

ഏകാന്ത തടവിൽനിന്ന് മോചനം കിട്ടി പുറത്തിറങ്ങുമ്പോൾ വേണുമാഷിന് ആണ്ടു മാസം തീയതി പോലും അറിയില്ലായിരുന്നു. മനസ്സ് അത്രമാത്രം മരവിച്ചു പോയിരുന്നു.

ജാമ്യത്തിലിറങ്ങിയ വേണുവിനെ കൂട്ടിക്കൊണ്ടുപോകാൻ ബാലപ്പാപ്പ വന്നിരുന്നു. കൂട്ടത്തിൽ വക്കീൽ കോട്ടിട്ടു നിൽക്കുന്ന ശിവാനിയെ തിരിച്ചറിയാൻ പറ്റാത്തവിധം അവൾ മാറിപ്പോയിരുന്നു..

ആറുവർഷങ്ങൾ!

ബാലപ്പാപ്പ വൃദ്ധനായിരുന്നു. നരച്ചു നീണ്ടതാടിയും മുടിയും കുഴിഞ്ഞുതാണ കണ്ണുകൾ... വാക്കിങ് സ്റ്റിക്ക് എന്ന ഓമനപ്പേരുള്ള ഊന്നുവടിയും കാവിമുണ്ടും ജുബ്ബയും...

ബാലപ്പാപ്പെ... വേണു പതുക്കെ വിളിച്ചു...

ശാരദച്ചിറ്റ...?

കിടപ്പിലാണ്.

ശിവാനി കണ്ണടവച്ചിരിക്കുന്നു, മുടികൊണ്ടകെട്ടി തൂവെള്ള സാരി യുടെ മേൽ കറുത്ത കോട്ട്. അവൾ. വേണുവിനെ നോക്കി മന്ദഹസിച്ചു. ഒടുവിൽ നീ ബാരിസ്റ്ററായി അല്ലേ ശിവാനി....

വേണുമാഷ് ചോദിച്ചു.

അല്ലാതെ പറ്റില്ലല്ലൊ... നീതിക്കുവേണ്ടി കൈനീട്ടി നടന്നു.. നീതി നിഷേധത്തിന്റെ വാതിലുകളായിരുന്നു എവിടെയും. ഒടുവിൽ ഈ വഴിയേ നടന്നു..

ഗോവിന്ദേട്ടൻ.......?

വേണുമാഷു ചോദിച്ചു...

അതാ നിൽക്കുന്നു. തെല്ലകലെ മാറി കൂനിക്കൂടി നിൽക്കുന്ന ഗോവിന്ദേട്ടൻ... പാവം വല്ലാതെ മാറിപ്പോയിരിക്കുന്നു. പടുവൃദ്ധൻ.. ശിവാനി.. എന്റെ ദേവനെവിടെ? പെട്ടെന്നായിരുന്നു വേണുമാഷുടെ ചോദ്യം.

ആ ചോദ്യം അവൾ പ്രതീക്ഷിച്ചതാണ്. എന്നിട്ടും പെട്ടെന്നു ശബ്ദിക്കാനാവൾക്കു കഴിഞ്ഞില്ല.

നിന്നോടാണു ശിവാനീ ചോദിച്ചത്... ദേവനെവിടെ..?

ക്ഷമിക്കണം വേണ്വേട്ടോ.. നോൺ ബെയിലബിൾ കേസാണ്. കൊലക്കുറ്റം... പിന്നെ ഞാനൊരു സൂത്രമൊപ്പിച്ചു. അയാളെ ആശുപത്രീ

ലേക്കുമാറ്റിച്ചു. കരുതൽ തടങ്കലിലാണ്..

കരുതൽ തടങ്കലോ... അതും ആശുപത്രിയിൽ..

അതുപിന്നെ വേണ്വേട്ടാ.. പൊലീസ് മർദ്ദനത്തിൽ അയാളുടെ നട്ടെല്ലിനു ക്ഷതമേറ്റു.

ദീർഘനാളായി ചികിത്സയിലാണ്.. എങ്ങുംതൊടാതെ ശിവാനി പറഞ്ഞൊപ്പിച്ചു.

ദൈവമേ... എന്റെ കുട്ടി.. അവനെ എനിക്കൊന്നു കാണണം ശിവാനി... അവനെ ഈ നിലയിലാക്കിയതു ഞാനാണ്.. അതെ...ഞാനാണ് വേണുമാഷ് തലയിൽ കൈവെച്ച് നിലത്തിരുന്നുപോയി..

വക്കീൽ, ഡോക്ടർ, പിന്നെ പൊലീസ് ഏമാൻമാർ അവരൊഴികെ മറ്റു സന്ദർശകർ പാടില്ല...

പാർട്ടിയും യൂണിയനുമൊക്കെ വളർന്നില്ലേ ബാലപ്പാപ്പേ... എന്നിട്ടും നിരപരാധികൾക്ക് ഈ നാട്ടിൽ രക്ഷയില്ലേ... വേണുമാഷിന്റെ തൊണ്ട യിടറി കണ്ണു നനഞ്ഞു.

പാർട്ടി വളർന്നു. പക്ഷേ, ഭരണം ബൂർഷ്വാസിയുടെ കൈയിലല്ലേ വേണു.. നിനക്കും അവനെ രക്ഷിക്കാൻ പറ്റിയില്ലേ ശിവാനീ...

സോറി വേണ്വേട്ടാ.. ഓരോ കാരണങ്ങൾ പറഞ്ഞ് വിചാരണ തന്നെ നീട്ടിക്കൊണ്ടുപോവുകയാണ്. ഞാൻ ഹൈക്കോർട്ടിൽ ഒരു സ്പെഷ്യൽ പെറ്റീഷൻ കൊടുത്തിട്ടുണ്ട്...

ശിവാനിയുടെ കണ്ണുകൾ നിറഞ്ഞു.. ബാലൻ സാർ മിണ്ടിയില്ല.

ജന്മിഭോഗം നിർത്തിക്കൊണ്ട് കോടതി ഉത്തരവായി.. രക്തസാക്ഷിക ളുടെ കുടുംബത്തിന് സഹായധനം വാങ്ങിക്കൊടുക്കാൻ പാർട്ടിക്കു കഴിഞ്ഞു. വാരക്കാരും പാട്ടക്കാരും കുറഞ്ഞതോതിൽ ഇപ്പോഴും കൃഷി ചെയ്യുന്നുണ്ട്. ജന്മിത്തത്തിന്റെ കാട്ടുനീതിയിൽ എരിഞ്ഞടങ്ങിയ പാവങ്ങളുടെ കൊടിയയാതനകളാണ് എന്നെ നിയമപഠനത്തിലെത്തി ച്ചത്. ഒരാൾക്കെങ്കിലും നീതി വാങ്ങിക്കൊടുക്കാൻ എനിക്കു കഴിഞ്ഞെ ങ്കിലോ...?

ശിവാനിയുടെ വർത്തമാനം കേട്ടു വേണു അഭിമാനത്തോടെ അവളെ നോക്കി..

ജയിലിൽ നിന്നു വന്നശേഷം വേണുമാഷ് പുറത്തേക്കിറങ്ങാറില്ല. കൃഷിയും മറ്റും ഗോവിന്ദേട്ടൻ തന്നെയാണു നോക്കുന്നത്. ഗോവിന്ദേട്ടൻ വല്ലാതെ മെലിഞ്ഞു. കൂനും കാഴ്ചക്കുറവുമൊക്കെ ഉണ്ടെങ്കിലും അതൊന്നും വകവെക്കാതെയാണ് വേണുക്കുട്ടന്റെ രക്ഷകനായി ഓടി നടക്കുന്നത്. എന്നും ബാലൻസാറുവരും വർത്തമാനം പറഞ്ഞിരിക്കും. ഒരു വിവാഹം കഴിക്കണമെന്ന് വേണുവിനെ ഉപദേശിക്കും. ദേവനെ കുറിച്ച് വേവലാതിപ്പെടും..

പതിവുപോലെ ബാലൻസാർ വന്നു. നടന്നല്ല കാറിൽ. ഒറ്റയ്ക്കല്ല... കൂട്ടത്തിൽ ശിവാനിയുമുണ്ട്. അവൾ കാറിൽനിന്നിറങ്ങി നേരേ വേണുവിന്റെ കഴുത്തിൽ കെട്ടിപ്പിടിച്ചു. സന്തോഷവാർത്ത... അഡ്വ.

ശിവാനി ജില്ലാ ജഡ്ജിയായി ഉയർത്തപ്പെട്ടിരിക്കുന്നു.

വേണു അവളെ തന്നിൽനിന്നടർത്തി മാറ്റി നിറകണ്ണുകളോടവളുടെ മുഖത്തേക്കുറ്റു നോക്കി.. സന്തോഷത്താൽ സംസാരിക്കാനാവാതെ അദ്ദേഹം അവളുടെ നെറുകയിൽ കൈവച്ചു. എല്ലാം കണ്ടുനിന്ന ബാലൻ സാറും ഗോവിന്ദേട്ടനും കണ്ണുതുടച്ചു..

എന്നെ ഇതിനു പ്രേരിപ്പിച്ച ഒരാളാണ് കാരാഗൃഹത്തിൽ കിടന്നു നരകിക്കുന്നത്. ഇയ്യാംപാറ്റപോലെ എവിടെനിന്നോ പറന്നുവന്നവൻ, വേണ്വേട്ടാ നമ്മളൊരുക്കിയ സ്നേഹത്തിന്റെ തീയിലാണല്ലേ ആ പാവം പിടഞ്ഞുവീണു ചിറകുകൾ കരിഞ്ഞുപോയത്.. അയാൾ എന്നും എന്റെ സുഹൃത്തുമാത്രമായിരുന്നു. എന്നാൽ ഇപ്പോൾ അങ്ങനെയല്ല വേണ്വേട്ടോ.. ശിവാനിയുടെ തൊണ്ടയിടറി.

അവന്റെ നാട്ടിൽ അവനെങ്ങനെയെങ്കിലും ജീവിച്ചു പോകുമായിരുന്നു. പക്ഷേ, തന്റെ സ്നേഹമല്ല അനുതാപം അവനെ ഇവിടെ എത്തിച്ചു. സ്വന്തമായി കരുതി.. സ്വന്തമായിത്തന്നെ സ്നേഹിക്കുകയും ചെയ്തു. കുട്ടനാട്ടിൽ ആഞ്ഞടിച്ച കൊടുങ്കാറ്റിൽ പാവം അവൻ പെട്ടുപോയി.. കരുതിക്കൂട്ടിയായിരുന്നില്ല.. കാറ്റും മഴയും മുടിയഴിച്ചാടിയ മഹാപ്രളയത്തിൽ ആ തൈമരം കടപുഴകി വീണു.. അവന്റെ മോചനം വിദൂരമാണെന്നറിയാം. എങ്കിലും ഒരു പ്രതീക്ഷ അവളിലാണ്. ശിവാനിയിൽ. ശിവാനി വെളുത്ത് ചടച്ച് നീണ്ടുനിവർന്ന ഉടലോടു കൂടിയവൾ. കറുത്തകോട്ടിനുള്ളിൽ നീതിയുടെ പെൻഡുലം പേറുന്നവൾ.. അവൾ തടവറയിൽ കിടക്കുന്ന ദേവന്റെ ചരിത്രമെഴുതും. ഈ കുട്ടനാടിന്റെ ചരിത്രത്തിലവനൊരിതിഹാസമാകും.

ഒരുനാൾ ജില്ലാജഡ്ജി ശിവാനിയെ കാണാൻ സമ്മതം ചോദിച്ച് ഒരു സന്ദർശക എത്തി. ജില്ലാ ആശുപത്രിയിലെ സർജൻ ഡോ. സുധാമണി..

ഓഫീസിൽ വച്ചാണ് അവർ കണ്ടത്.. ഡോ. സുധാമണി.. നാടും വീടുമൊക്കെ ചോദിക്കുന്നതിനിടയിലാണ് സുധാമണി മലബാറിൽ നിന്നാണു വന്നിരിക്കുന്നതെന്ന് ശിവാനി അറിയുന്നത്.

ഡോക്ടർ ഇവിടെ എത്രനാളായി വന്നിട്ട്.

രണ്ടു വർഷം.

എന്തേ സ്വന്തം നാട്ടിലേക്ക് പോയില്ല.

ശിവാനിയുടെ ചോദ്യം...

പോയില്ല.

ഡോക്ടർ മെഡിസിൻ പഠിച്ചതെവിടെയാ..?

തിരുവനന്തപുരത്ത്.

അപ്പോൾ തിരുവിതാംകൂറിനോടാണു പ്രിയം

ങാ പ്രിയമല്ല മാഡം.. പ്രതീക്ഷയാണ്.

പ്രതീക്ഷയോ, മാരേജ്?

കഴിഞ്ഞില്ല, മാഡത്തിന്റെ മാര്യേജ്?

കഴിഞ്ഞില്ല

ഡോക്ടറും ജഡ്ജിയും അവിവാഹിതകളാണ്. മാഡം എന്താണ് മാര്യേജിനെക്കുറിച്ച് ആലോചിക്കാത്തത്?

ചോദിച്ചത് ഡോക്ടർ സുധാമണിയാണ്

എനിക്കും ചോദിക്കാനുള്ളതതു തന്നെയാണ്

ശിവാനി ചിരിച്ചുകൊണ്ടു പറഞ്ഞു

ഒരു മാര്യേജിനെക്കുറിച്ച് തീരുമാനമെടുക്കും മുൻപ് എനിക്ക് ഒരാളെ കാണണമെന്നുണ്ട്. അയാളുടെ അഭിപ്രായം അറിയണം..

സുധാമണി പറഞ്ഞു

ഓ ലവറാണോ? അയാളെവിടെയാണ്...

അയാളൊരു കൊലപ്പുള്ളിയാണ്, മാഡത്തിനറിയാം മിസ്റ്റർ ദേവൻ..

ശിവാനി ഞെട്ടി...

ദേവനോ... അയാളെ ഡോക്ടർ എങ്ങനെ അറിയും..

എന്റെ നാട്ടുകാരൻ, സഹപാഠി, പരിചയക്കാരൻ.. സുധാമണി എണ്ണിയെണ്ണി പറഞ്ഞു..

ശിവാനിയുടെ മനസ്സിൽ മുള്ളുകുത്തുന്നതുപോലൊരു നീറ്റൽ.. വേവലാതി...

ദേവനിവിടെയുണ്ടെന്ന് ഡോക്ടർ എങ്ങനെ അറിഞ്ഞു.. അയാളീ നാട്ടിൽ വന്നിട്ട് അഞ്ചെട്ടു വർഷമായല്ലോ.. ശിവാനി പറഞ്ഞു...

അതൊരു കഥയാണു മാഡം... കഴിഞ്ഞ എട്ടു വർഷമായി അയാളെ തേടിയായിരുന്നു എന്റെ യാത്ര. ഒരുപാടലഞ്ഞു, ഒരുപാടന്വേഷിച്ചു. ഒടുവിൽ പത്രത്തിൽ നിന്നാണയാളെക്കുറിച്ചറിഞ്ഞത്.. അയാളിപ്പോൾ എന്റെ പേഷ്യന്റാണ്.. എന്നാൽ അയാളെന്നെ തിരിച്ചറിഞ്ഞിട്ടില്ല. കഴിഞ്ഞ ദിവസം അവിചാരിതമായാണ് മാഡത്തിനെ അയാളുടെ സെല്ലിൽവച്ച് ഞാൻ കാണുന്നത്. ഡോക്ടർ സുധാമണിയുടെ കണ്ണുകളിൽ തിരതല്ലുന്ന വികാരം ശിവാനിക്ക് ഊഹിക്കാൻ കഴിയും... തന്റെ ഹൃദയാകാശത്തിൽ ഉദിച്ചു നിൽക്കുന്ന സൂര്യനെ തേടിയായിരുന്നു ഡോക്ടർ സുധാമണിയുടെ യാത്ര. കുലീനമായ ഒരു കുടുംബത്തിൽ ജാതീയതയുടെ തങ്കക്കൂട്ടിലിട്ടു സൂക്ഷിക്കുന്ന ഒരു പഞ്ചവർണ്ണക്കിളി. നാടാകെ അലഞ്ഞു നടക്കുന്ന ഒരു മഷിനോട്ടക്കാരന്റ ഇരുമ്പുകൂട്ടിലേക്ക് ചേക്കേറാൻ കൊതിക്കുകയാണെന്ന സത്യം സ്വന്തം വീട്ടുകാരെപ്പോലെ തന്റെ മുന്നിലിരിക്കുന്ന ശിവാനിക്കുമറിയില്ല. ശിവാനി ദേവന്റെ മനസ്സിൽ ദേവിയെപ്പോലൊരു വിഗ്രമാണ്.. അയാൾ ആരാധിക്കുകയും ആദരിക്കുകയും ചെയ്യുന്ന പരദേവത.. ദേവൻ തന്റെ സ്നേഹം സ്വീകരിക്കുകയില്ലെന്നതു തീർച്ചയാണ്. അയാളുടെ മനസ്സിലേക്കു കടക്കാൻ ശക്തമായൊരു പാലം വേണം അതു ശിവാനിയാണ്.. ശിവാനിക്കുമാത്രമേ തന്നെ സഹായിക്കാൻ കഴിയൂ... ശിവാനി സെല്ലിലേക്കു വരുമ്പോഴൊക്കെ ദേവന്റെ മുഖം വിടരും... കണ്ണുകൾ തിളങ്ങും... നാവിൽ വാക്കുകൾ മടിച്ചു നിൽക്കും. പറയാനുള്ളതെന്തോ അതവിടെ ധ്യാനത്തിലാണെന്നു തോന്നും. വെറുപ്പു തോന്നിയിട്ടുണ്ട്, ശിവാനിയോടും ദേവനോടുമല്ല.. തന്നോടു

തന്നെ...

ആ പകലറുതിയിൽ അവനെ തേടിച്ചെന്നത് സ്വന്തം ഹൃദയം അവനു സമർപ്പിക്കാനാണ്, തന്റെ അച്ഛൻ അവന്റെ കുടുംബത്തോടു ചെയ്ത മഹാപരാധങ്ങൾക്കു മാപ്പു ചോദിക്കാനാണ്.. അവന്റെ ഉള്ളിലുരുകുന്ന ഓർമ്മയുടെ പൊള്ളലിൽ അവനു തന്റെ മനസ്സു കാണാൻ പറ്റിയില്ല.. അതവന്റെ കുറ്റവുമല്ല.. അവനോടു യാത്ര പറഞ്ഞിറങ്ങിയ നിമിഷം സുധാമണി സ്വയം നഷ്ടപ്പെട്ട് വെറുമൊരു നിഴലാണെന്നു തോന്നി. പിന്നിട്ടുപോയ എട്ടുവർഷങ്ങൾ. ജീവിതത്തിന്റെ താളിയോലയിൽ സ്വപ്നങ്ങളുടെ നാരായം കുത്തിക്കുറിച്ച സ്വരവ്യഞ്ജനങ്ങളിൽ മായാതെ കിടക്കുന്നത് ആ ഒരു പേരുമാത്രമാണ്.. ദേവൻ... നമ്മൾ കാണും... കണ്ടേ തീരൂ...

താനെന്നും ഓർമ്മിക്കുകയും അവനന്നേ മറന്നുപോവുകയും ചെയ്ത വാക്കുകൾ.. പിന്നീട് പഠിച്ചതും ജയിച്ചതും ജീവിച്ചതും അവനുവേണ്ടിയാണ്.. അവന്റെ വീടും അവൻ കളിച്ചു വളർന്ന മണ്ണും അവന്റെ പ്രതീക്ഷയുടെ പട്ടടകൂട്ടിയ തൊടിയും അതേപടി സംരക്ഷിക്കുന്നത് അവനുവേണ്ടിയാണ്.. അവനെന്നെങ്കിലും തിരിച്ചു വരുമെന്ന പ്രതീക്ഷയുണ്ട്. കാരണം അവനൊരു കിനാവല്ല... പച്ചയായ പരമാർത്ഥമാണ്.. അവൻ മനസ്സിനെ ചുറ്റിവരിയുന്ന ആത്മാവിനെ നിരന്തരം പുൽകുന്ന അനുരാഗത്തിന്റെ അഗ്നിനാളമാണ്.. അന്നുവരെ ആരുമല്ലാതിരുന്ന അധഃസ്ഥിതനായ ദേവൻ.. അന്നു മുതലിന്നുവരെ, ഇനി അങ്ങോട്ടും ജീവന്റെ ആധാരമാവുകയാണ്.. അവൻ അക്കങ്ങളോ അക്ഷരങ്ങളോ അല്ല, ജീവിതത്തിന്റെ ചതുരംഗപ്പലകയിലെ കരുക്കളാണ്.. പെട്ടെന്ന് ശിവാനി ചോദിച്ചു.

ദേവനോട് ഡോക്ടർ സംസാരിച്ചോ... ഓർമ്മയിൽ നിന്നടർന്ന് സുധാമണി പുഞ്ചിരിച്ചുകൊണ്ടു പറഞ്ഞു. ഇല്ല.. സംസാരിക്കാൻ ധൈര്യമുണ്ടായില്ല...

സ്വയം പരിചയപ്പെടുത്താമായിരുന്നില്ലേ..

ശിവാനിയുടെ ചോദ്യം..

നന്നായി മാഡം... നിങ്ങൾക്കു ദേവനെ അറിയില്ല. അയാളെന്നെ തിരിച്ചറിഞ്ഞാൽ ആ നിമിഷം അയാളാ സെല്ലിൽനിന്നു ചാടിപ്പോകും...

അതെന്താ ഡോക്ടർ, അയാൾ ഡോക്ടറുടെ നാട്ടുകാരനല്ലേ?

പിന്നെന്താ പ്രശ്നം... ശിവാനി ചോദിച്ചു.

അതൊക്കെ വലിയ കഥയാണു മാഡം.. ദേവൻ എന്റെ അച്ഛനോടു ക്ഷമിക്കില്ല...

അയാളുടെ കുടുംബത്തിന്റെ അന്തകനായ ഒരുവന്റെ മകളോട് അയാൾക്ക് ഒട്ടും ക്ഷമിക്കാൻ കഴിയില്ല... പക്ഷേ, എനിക്കയാളെ വിട്ടുകളയാൻ വയ്യ..

എന്തുകൊണ്ട്? ഞാൻ പറയാം. ഡോക്ടർ സുധാമണി ദേവനെ പ്രണയിക്കുന്നുണ്ട്.. ആ പ്രണയമാണ് ഡോക്ടറെ എന്റെ മുന്നിലെ

ത്തിച്ചത്.. എനിക്കതു മനസ്സിലാവും ഡോക്ടർ. പ്രണയം സമർപ്പണമാണ്. പരിത്യാഗവുമാണ്... ഒട്ടും വൈകാതെ ഡോക്ടർ, ദേവനോടു സംസാരിക്കണം.. സ്വയം പരിചയപ്പെടുത്തണം..

അതിനു സൗകര്യം കിട്ടിയില്ല മാഡം... ഞങ്ങൾ ഏഴുപേരടങ്ങിയ ഒരു ബോർഡാണ് ദേവനെ ട്രീറ്റ് ചെയ്യുന്നത്.. അതിന്റെ തലവൻ സൂപ്രണ്ട് ഡോക്ടർ രാഘവ് ആണ്..

പുസ്തകങ്ങളും വാരികകളും മറ്റും പീരിയോഡിക്കൽസുമൊക്കെ ദേവന്റെ കിടക്കയിൽ ഞാൻ കണ്ടു. ശിവാനിയാണ് എല്ലാം എത്തിക്കുന്നതെന്നാണ് ദേവൻ പറഞ്ഞത്.

ഒരു ചെറിയ ജനലും വാതിലുമുള്ള കുടുസ്സുമുറിയാണ് ദേവന്റെ സെല്ല്.. ഇരുട്ടു കൂട്ടിരിക്കുന്ന തടവറ..

ഇതെന്തു കഷ്ടമാണ് ഡോക്ടർ അയാൾക്ക് കുറച്ച് കാറ്റും വെളിച്ചവും അലോട്ട്ചെയ്തു കൂടേ... ഇതു ശരിക്കും പറഞ്ഞാൽ തടവറയല്ല, കൊലയറയാണ്. ഡോക്ടർ സുധാണിയുടെ രോഷംകേട്ട് ഡോക്ടർ രാഘവ് പുഞ്ചിരിച്ചുകൊണ്ടു പറഞ്ഞു..

ഇത് കുറ്റവാളികൾക്കുള്ള സെല്ലാണ്. അത് അലോട്ടു ചെയ്യുന്നതു നമ്മളല്ല.. വേണമെങ്കിൽ അയാളെ നമുക്ക് ഡിസ്ചാർജ് ചെയ്യാം.. എന്നിട്ടെങ്ങോട്ട്... ജയിലിലെ, ഏകാന്തമായ ഇടുങ്ങിയ സെല്ലിലേക്കോ..? അവിടെ അയാളെ കാത്തുനിൽക്കുന്നത് മാനസിക പീഡനങ്ങളും ചിലപ്പോൾ മർദ്ദനങ്ങളുമാണ്..

അതൊക്കെ ശരിയാണ്.. അയാൾ ചെറുപ്പമല്ലേ... കവിയുമാണ്. കുറ്റം തെളിയിക്കാനാകാത്തതുകൊണ്ടാവും കുറ്റപത്രം നൽകാതെ വിചാരണ തടവുകാരനായി വെക്കുന്നത്... അയാളുള്ള ഈ സെല്ലിൽ നിന്നു മാറ്റി കുറച്ചുകൂടി കെയർ കൊടുക്കണമെന്ന് ഡോക്ടർ പൊലീസ് മേധാവിയെ അറിയിക്കണം. നമ്മുടെ ബോർഡ് ആ തീരുമാനമെടുക്കണം..

ആവേശം വേണ്ട ഡോക്ടർ സുധാമണി. അവനാ സെല്ലിൽ തന്നെ കിടന്നോട്ടെ. നമുക്കു കഴിയുന്ന ട്രീറ്റ്മെന്റ് കൊടുക്കാം. ജീവിക്കുകയോ മരിക്കുകയോ അതതിന്റെ വഴിക്കു നടക്കും.

സുഖപ്പെടാൻ സ്കോപ്പുള്ള ഒരു രോഗിയെ മരണത്തിനുവിട്ടുകൊടുക്കുന്നത് മെഡിക്കൽ എത്തിക്സിനു ചേർന്നതാണോ ഡോക്ടർ.

ഡോക്ടർ സുധാമണി... ഡോക്ടർ രാഘവ് ഗർജ്ജിച്ചു.

പ്ലീസ് വി കാൺഡ് സേവ്ഹിം...

നോ.. ഡോക്ടർ രാഘവ് പറഞ്ഞു തീരുംമുൻപേ ഡോക്ടർ സുധാമണിയുടെ ശബ്ദമുയർന്നു.. നോ ഡോക്ടർ അയാളെ രക്ഷിക്കണം, രക്ഷിച്ചേ പറ്റൂ.. ഡോക്ടർ സുധാമണി കരഞ്ഞുപോയി...

ഡോക്ടർ രാഘവ് അമ്പരന്നു. ഇവൾക്കെന്തുപറ്റി..

ലുക്ക് ഡോക്ടർ സുധാണി ഹീ.. ഈസ് എ ക്രിമിനൽ.. ഹിസ്

സേഫ്റ്റി ഈസ് ബിയോണ്ട് അവർ കൺട്രോൾ.. ലീവ് ഹിം.

ഡോക്ടർ രാഘവ് സുധാമണിയുടെ തോളത്തു കൈവച്ചു...

ഡോക്ടർ അയാളുടെ പ്രായം... തെളിയിക്കപ്പെടാത്ത കുറ്റം.. തകർന്നുകൊണ്ടിരിക്കുന്ന ആരോഗ്യം... മെഡിക്കൽ ബോർഡിന്റെ ഉത്തര വാദിത്വം... അയാളെ രോഗത്തിൽനിന്നു രക്ഷിക്കുകയാണ്.. നമ്മൾ കൊടുക്കുന്ന ട്രീറ്റ്മെന്റിനു ഫലമുണ്ടാകണമെങ്കിൽ അതിന് പറ്റിയ ഒരു അറ്റ്മോസ്ഫിയർ...

അയാൾ കൊലപാതകിയാണെങ്കിൽ അവർ വിചാരണ ചെയ്തു തൂക്കിലേറ്റട്ടെ....

പക്ഷേ, നമ്മളായിട്ട് അയാൾക്ക് വധശിക്ഷ വിധിക്കരുത് ഡോക്ടർ... ഡോക്ടർ സുധാമണി ഡോ. രാഘവിന്റെ മുന്നിൽ കൈകൂപ്പി. അപ്പോൾ അതാണ് ദേവന് പേ വാർഡ് ലഭിച്ചതിന്റെ പിന്നിലുള്ള രഹസ്യം.

നന്നായി... ഡോക്ടർ നിങ്ങൾ ചെയ്ത ഈ സൽകർമ്മം മറ്റുള്ള വർക്കൊരു മാതൃകയാണ്... അപ്പോൾ ഡോക്ടർ വന്നകാര്യം പറഞ്ഞില്ല... വാട്ട് ക്യാൻ ഐ ഡു ഫോർ യു...? ദേവനോടു സംസാരിക്കണമല്ലേ? സംസാരിക്കാം...

താങ്ക്യൂ മാഡം... താങ്ക്യൂ വെരിമച്ച്. എന്നാൽ ഞാനിറങ്ങട്ടെ... എത്രയുംവേഗം നമുക്കു വീണ്ടും കാണാമെന്നു കരുതുന്നു.. ഡോക്ടർ സുധാമണി എഴുന്നേറ്റു.

ഓ.. യെസ്... ജഡ്ജി ശിവാനി കൈകൂപ്പി...

****

വിചാരണത്തടവുകാരെ വിട്ടയക്കണമെന്ന് മുദ്രാവാക്യമുയർത്തി കർഷകയൂണിയൻ കുറച്ചു കാലമായി സമരം നടത്തിവരികയായിരുന്നു. ഈ സാഹചര്യത്തിലാണ് കേരളത്തിൽ ജനകീയ സർക്കാർ അധി കാരത്തിൽ വരുന്നത്. യൂണിയന്റെ നിവേദനത്തെ പിൻതാങ്ങിക്കൊണ്ട് കമ്യൂണിസ്റ്റു പാർട്ടിയും രംഗത്തുവന്നതോടെ വിചാരണത്തടവുകാരുടെ വിടുതൽ സംബന്ധിച്ച് പഠിച്ചു റിപ്പോർട്ടു സമർപ്പിക്കാൻ മൂന്നംഗ കമ്മീഷനെ സർക്കാർ നിയോഗിച്ചു.. അതിലൊരാൾ ഡോക്ടർ രാഘവാ യിരുന്നു. കുട്ടനാട്ടിൽ മാത്രമല്ല കേരളത്തിലാകെ മാറ്റത്തിന്റെ കാറ്റു വീശിത്തുടങ്ങിയിരുന്നു. കർഷക പ്രസ്ഥാനം കരുത്താർജിച്ചു. പൊലീസ് ജന്മി മുതലാളിമാരുടെ ഗുണ്ടാപ്പണി അവസാനിപ്പിച്ചു. ഗുണ്ടാവിളയാട്ടം പൂർണ്ണമായും അസ്തമിച്ചു...

കമ്മീഷൻ റിപ്പോർട്ടു വന്നു, നാട്ടിൽ നടന്ന കൂട്ടക്കൊലയ്ക്കു ചുക്കാൻ പിടിച്ച പല പ്രമാണിമാരും ഉയർന്ന പൊലീസ് ഉദ്യോഗസ്ഥ ന്മാരും പ്രതികളായി ജയിലിലടയ്ക്കപ്പെട്ടു..

ജില്ലാ സെഷൻ ജഡ്ജി അഡ്വ. രാമപ്പൊതുവാളും അദ്ദേഹത്തിന്റെ സഹപ്രവർത്തകർ അഡീഷണൽ ജഡ്ജിമാരായ സുദേവൻതമ്പിയും ഉബൈദുള്ളറാവുത്തറുമടങ്ങുന്ന ജഡ്ജിങ് പാനലാണ് വിചാരണ

തടവുകാരുടെ വിധി പ്രസ്താവിച്ചത്.

അഡ്വ. കുമാരപ്പണിക്കർ, ദേവൻ, കെ ടി കൃഷ്ണൻ തുടങ്ങിയ വരെയെല്ലാം നിരുപാധികം വിട്ടയക്കാൻ കോടതി ഉത്തരവായി.. കുറ്റ കൃത്യം ആസൂത്രിതമായിരുന്നു. പൊലീസ് ഉദ്യോഗസ്ഥരും ജന്മി പ്രമാണിമാരും അതിന്റെ ഗൂഢാലോചനയിലും ആസൂത്രണത്തിലും പങ്കെടുത്തു, പനവേലിൽ കേശവപ്പണിക്കർ സ്വന്തം കാര്യസ്ഥനെ കൊലപ്പെടുത്തിയത് ഗുണ്ടകളെ ഉപയോഗിച്ചാണ്.. നാന്നൂറു പേജുകളുള്ള കുറ്റപത്രം വായിച്ചത് അഡീഷണൽ ജഡ്ജി രാമപ്പൊതുവാൾ. ജില്ലാജഡ്ജി ശിവാനിയുടെ നീരീക്ഷണവും വിധിക്ക് ഉപോൽബലമായ രേഖയായി കോടതിയിൽ വായിക്കുകയുണ്ടായി.

ദേവൻ കുറ്റവിമുക്തനായെങ്കിലും കുറച്ചുനാൾ കൂടി ചികിത്സ വേണമെന്ന ഡോക്ടർ രാഘവിന്റെ നിർദ്ദേശ പ്രകാരം അയാൾ ആശുപത്രി പേ വാർഡിൽ തന്നെ തങ്ങി..

വേണുമാഷ് ദേവന്റെ ഒപ്പം ആശുപത്രിയിൽ തന്നെ താമസിച്ചു. ഏതാണ്ട് എല്ലായ്പ്പോഴും സുധാമണിയും ദേവന്റെ അരികിൽ തന്നെയുണ്ടായിരുന്നു. ഭക്ഷണവുമായി മൂന്നുനേരവും ഗോവിന്ദേട്ടനെത്തിയിരുന്നു. ചിലപ്പോൾ ബാലൻസാറും. എന്നാൽ ദേവൻ സദാ തെരഞ്ഞു കൊണ്ടിരുന്ന ആ ഒരാൾ മാത്രം കൃത്യമായി അവിടെ എത്തിയില്ല. ആഴ്ചയിൽ ഒരു തവണ ശിവാനി വരുമ്പോഴൊക്കെ വലിയ ഗൗരവത്തിലായിരുന്നു. ജില്ലാ ജഡ്ജിയല്ലേ? പഴയ വായാടി ശിവാനിയല്ലല്ലോ.

പതിവുപോലെ ഡോക്ടർ സുധാമണി വന്നു. കൂട്ടത്തിൽ ഡോക്ടർ രാഘവും ഉണ്ടായിരുന്നു. അദ്ദേഹം വളരെ സ്നേഹത്തോടെ ദേവന്റെ അരികിൽ സ്റ്റൂളിലിരുന്നു.

ആരോഗ്യമൊക്കെ ബെറ്ററായിരിക്കുന്നു. ദേവനെ നാളെ ഡിസ്ചാർജ്ജ് ചെയ്യും.

നാളെയോ......... ഡോക്ടർ സുധാമണിയുടെ മുഖം മങ്ങി. അവിശ്വാസത്തോടെ അവർ ചോദിച്ചു.

അതെ. ഡോക്ടർ രാഘവ് പറഞ്ഞു.

സുധാമണിയുടെ നാവിറങ്ങിപ്പോയി.. കുറെ നാളായി തന്റെ ലോകമാണിത്. സെല്ലിലായിരുന്നപ്പോഴും വാർഡിലേക്കുമാറ്റിയപ്പോഴും ആശുപത്രിയിലേക്കോടി വന്നിരുന്നത് ഈ രോഗിയെ ശുശ്രൂഷിക്കാനായിരുന്നു. ദേവനു ചുറ്റും തന്റെ പ്രതീക്ഷയുടെ കാന്തികവലയം ഉണ്ടായിരുന്നു. ആ സാന്നിദ്ധ്യം, സരളമായ ഒരുൾത്തുടുപ്പല്ല.. ഊഷ്മളമായ ഒരുന്മാദമാണ്.. അതിതാ അസ്തമിക്കാൻ പോകുന്നു.. ദേവന്റെ പരിശോധനയും പരിചരണവും ഡോക്ടർ സുധാണിക്ക് ഡ്യൂട്ടിയല്ല. നിഷ്ഠയാണ്. തന്റെ സാമീപ്യം ദേവൻ ശ്രദ്ധിക്കുന്നുപോലുമില്ല... ഒരു നോട്ടം..ഏറിയാൽ ഒരു പുഞ്ചിരി.. അതിനപ്പുറം ഒന്നുമില്ല. എന്നാൽ ശിവാനി വരുമ്പോഴേക്കും അവനാകെ പൂത്തുലയുന്നു. തുരുതുരെ സംസാരിക്കുന്നു.. ഡോക്ടർ സുധാമണി ആരാണെന്നവനറിയില്ലല്ലോ...

സ്വയം പരിചയപ്പെടുത്താൻ കഴിഞ്ഞിട്ടുമില്ല. ശിവാനി അക്കാര്യമേ മറന്നുപോയെന്നു തോന്നുന്നു.

ശിവാനിയുടെ മുഖം സദാനിസ്സംഗമാണ്, ഒരു യോഗിനിയുടെ ഭാവമാണവൾക്ക്, അവർക്ക് ദേവനോട് തോന്നുന്നത് അനുരാഗമല്ല, അപാരമായ അനുതാപമാണ്... ആണോ? ആവാം... അല്ലായിരിക്കാം. അവളുടെ മനസ്സിന്റെ നിഗൂഢതകളിൽ കൂട്ടിക്കെട്ടിയിരിക്കുന്നത് ദേവൻ എന്ന കവിയോ കലാപകാരിയോ? നിശ്ചയമില്ല... വേണുമാഷിന്റെ ദത്തുപുത്രനോടുള്ള മൈത്രി സ്വാഭാവികം തന്നെ. അവനനുഭവിച്ച യാതനകൾ... അവന്റെ കവിതയും കലാലയത്തിലെ ജീവിതവും അവളെ ആകർഷിച്ചിരിക്കാം........ പിറന്ന മണ്ണിൽ നിന്ന് മറ്റൊരു മണ്ണിൽ വേരുറപ്പിച്ചവൻ... അവന്റെ കണ്ണിൽ കർപ്പൂരമായി അവൾ കത്തിനില്പുണ്ടോ..? ഒന്നുമറിയില്ല, ശിവാനിയുടെ മനസ്സുവായിക്കാൻ കഴിയുന്നില്ല. അവളുടെ മട്ടും ഭാവവും കണ്ടാൽ ഗഹനമായതെന്തോ തെരയുന്നതുപോലെ., ചിന്താഭാരമാണാ കണ്ണുകളിൽ... എന്നാൽ ദേവൻ അങ്ങനെയല്ല. അവൾ അവന്റെ മനസ്സിൽ ഉടക്കിയിട്ടുണ്ടെന്നു തീർച്ചയാണ്. അതോ അവന്റെ വിധേയത്വവും കടപ്പാടും ചേർന്ന ആരാധനയാണോ?

ശിവാനി ഒരു സാധാരണ പെണ്ണല്ല. ആദ്യ കാഴ്ചയിൽത്തന്നെ കണ്ണിലുടക്കിയ കുസൃതിക്കാരി. ശാസിച്ചും സ്നേഹിച്ചും കലാലയത്തിലെ തുറസ്സുകളിൽ കരുതലോടെ കൂട്ടിപ്പിടിച്ചവൾ, ശകാരിച്ചും സാന്ത്വനിപ്പിച്ചും ജീവിതത്തിന് ഊർജ്ജമായവൾ.... അനാഥത്വത്തിന്റെ ഊഷരതയിൽ നീറി വർത്തമാനകാലത്തിൽ തമ്പിട്ടു നിന്നപ്പോൾ പിന്നിലൊരു കണ്ണുമായി മുൻപിൽ നടന്നവൾ. തന്റെ ചുറ്റുവട്ടത്തിന്റെ അതിർത്തിയിൽ കരുതലോടെ കാവൽ നിൽക്കുന്നവൾ തന്റെ പ്രാണന്റെ ഭാഗമാണ്. കാരണം തന്റെ സ്വപ്നജാഗരങ്ങളിൽ അവളെപ്പോഴും ഉണർന്നിരിക്കുന്നു. ഒറ്റയ്ക്കല്ലെന്ന തോന്നലുണ്ടാക്കുന്നതുകൊണ്ടാണ്, തടവറയിലെ ഇരുളിലും മർദ്ദനത്തിന്റെ നോവിലും ശരറാന്തൽപോലെ വെളിച്ചം പകർന്നവൾ. നിലാവുപോലെ കുളിരായിരുന്നവൾ.. അവൾ ദേവന്റെ മാത്രമല്ല, ബാലൻ സാറിന്റെയും ഗോവിന്ദേട്ടന്റെയും വിശിഷ്യാ വേണുമാഷുടെയും ജീവിതത്തിന്റെ ലാവണ്യമാണ്, ഉന്മേഷമാണ് എന്നാലാ വികാരത്തിന് ഒരു നിർവ്വചനം നൽകാൻ ദേവനാകുന്നില്ല.

ദേവാ...

കണ്ണടച്ചു കിടന്ന ദേവന്റെ നെറ്റിത്തടത്തിൽ കുളിർമ്മയുള്ള തലോടൽ, ദേവൻ കണ്ണുതുറന്നു. പുഞ്ചിരിച്ചുകൊണ്ട് ഡോക്ടർ സുധാമണി.

ഇപ്പോൾ എങ്ങനെയുണ്ട്, ഇന്നു ഡിസ്ചാർജ്ജ് അല്ലേ?

എട്ടു വർഷത്തിനു ശേഷം ഞാൻ പുറംലോകം കാണാൻ പോകുന്നു- അതെനിക്ക് ആശ്വാസമാണ്, ദേവൻ പറഞ്ഞു.

ദേവന് എന്നെ മനസ്സിലായോ?

ഡോക്ടർ സുധാമണി ദേവന്റെ അരികിൽ കട്ടിലിലിരുന്നു

ഡോക്ടറെ ഞാൻ സെല്ലിൽ കിടന്നപ്പൊഴേ കണ്ടിരുന്നല്ലോ... ദേവൻ പുഞ്ചിരിച്ചു. അതുശരി എന്നെ മനസ്സിലായില്ലെന്നാണോ...? എന്റെ പേരറിയാമോ ....

ഇല്ല, ദേവൻ തലയാട്ടി നിഷേധിച്ചു.

ഓർത്തുനോക്ക്, സ്വന്തം വീടിന്റെ മുറ്റത്തേക്ക് ഒരു സന്ധ്യ നേരത്ത് ക്ഷണിക്കാതെ വന്ന ഒരതിഥിയെ...

ഓ സുധാമണി... ഡോക്ടർ സുധാമണി.. പറഞ്ഞു തീരുംമുൻപേ ദേവൻ ഓർമ്മിച്ചു.

സുധാമണി! ഗോപാലൻ നായരുടെ മകൾ...

താങ്ക് ഗോഡ്... ഓർത്തല്ലോ... ഏതാണ്ട് ഒൻപത് പത്ത് വർഷങ്ങൾ. ഒരടുപ്പവുമില്ലാത്ത ഒരാളെ ഓർക്കുന്നതെങ്ങനെ അല്ലേ ദേവാ...

ശരിയാണ്... എന്റെ ഇന്നലെകൾ... എല്ലാം മറക്കാൻ ശ്രമിക്കുകയാണ് ഞാൻ... ഓർമ്മവച്ച കാലം മുതൽ...........

വേണ്ട ദേവാ.. അതൊന്നും എനിക്കു കേൾക്കണമെന്നില്ല........ സുധാമണി ദേവനെ തടഞ്ഞു...

അല്ല.. ഇവിടെ എങ്ങനെ എത്തി?

എത്തി. ഒൻപത് വർഷത്തെ അന്വേഷണം എന്നെ ഇവിടെ എത്തിച്ചു. വേണു മാഷ്ടെ സ്കൂളിൽ പോയി മാഷ്ടെ മേൽവിലാസം വാങ്ങി... പിന്നെ അദ്ദേഹം ട്രാൻസ്ഫർ വാങ്ങി വന്ന സ്കൂളിലും ഞാനെത്തി. അപ്പോഴാണ് കഥയൊക്കെ ഞാനറിഞ്ഞത്...

ഡോക്ടർ ഇവിടെ വന്നിട്ടു ഒരുപാടു നാളായോ? ദേവൻ ചോദിച്ചു...

ഈ ഡോക്ടർ വിളി വേണ്ട, ഞാൻ സുധാമണിയാണ്. അന്നും ഇന്നും... അന്നു നമ്മൾ കണ്ടുപിരിയുമ്പോൾ ഞാൻ പറഞ്ഞതോർമ്മയുണ്ടോ ... നമ്മൾ വീണ്ടും കാണുമെന്ന്... ഒടുവിൽ കണ്ടപ്പോഴോ ഞാൻ തേടി നടന്ന ആളിന് എന്നെ മനസ്സിലായതുമില്ല... സുധാമണിയുടെ കണ്ണുകൾ നിറഞ്ഞു...

ഞാൻ മന:പൂർവ്വം മറന്നതല്ല... വേണു മാഷ് ഒരു സ്വപ്നലോകത്തേക്കാണെന്നെ കൊണ്ടുവന്നത്. സമൃദ്ധി–സ്നേഹം–സ്വാതന്ത്ര്യം... ഭൂതകാലം എന്നെ വേട്ടയാടരുതെന്ന് മാഷിന് നിർബ്ബന്ധമുണ്ടായിരുന്നു. പിന്നെ സംഭവിച്ചതൊക്കെ അപ്രതീക്ഷിതമായിരുന്നു. ഞങ്ങൾ രണ്ടാളും ജയിലിലായി, പരസ്പരം കാണാനോ വിവരങ്ങളറിയാനോ സാധിച്ചില്ല. ഞാൻ നാട്ടിൽ കലാപമുണ്ടാക്കാൻ വന്ന വരത്തൻ ആയി തുറുങ്കിലടയ്ക്കപ്പെടുകയും ചെയ്തു.

ദേവൻ പറഞ്ഞു നിർത്തി. സുധാമണി കേട്ടുകൊണ്ടിരിക്കുക മാത്രമല്ല തേങ്ങി കരയുകയും ചെയ്തു.

എല്ലാം ഒരു സ്വപ്നം പോലെ.. അല്ലേ ദേവാ.. നമ്മൾ പിരിഞ്ഞതിൽ പിന്നെ ഈ ഒരു മുഹൂർത്തത്തിനു വേണ്ടിയാണ് ഞാൻ അലഞ്ഞതും ഒടുവിൽ കണ്ടെത്തിയതും. ഇനി അങ്ങോട്ട് സുധാമണി ജീവിക്കണോ വേണ്ടയോ എന്ന് തീരുമാനിക്കേണ്ടത് ദേവനാണ്....... സുധാമണി

ദേവന്റെ കൈകൾ കൂട്ടിപ്പിടിച്ചു... പെട്ടെന്ന് തീയിൽ തൊട്ടതുപോലെ ദേവൻ കൈകൾ പിൻവലിച്ചു.

നിനച്ചിരിക്കാതെ ശിവാനിയും വേണുമാഷും കയറിവന്നു.

ഹലോ ഡോക്ടർ സുധാമണി... ശിവാനി സുധാമണിയുടെ അരികിലെത്തി അഭിവാദ്യം ചെയ്തു.

ഹലോ... ശിവാനീ.... ഇന്ന് ദേവന്റെ ഡിസ്ചാർജ്ജല്ലേ.. വിവരങ്ങളന്വേഷിക്കാമെന്നു കരുതി ഞാൻ നേരത്തേ പോന്നു...

ങാ... അതു മനസ്സിലായി.. ഒരേ നാട്ടുകാരും സുഹൃത്തുക്കളുമല്ലേ, പറയാൻ ഒരുപാടു കാര്യങ്ങളുണ്ടാവുമല്ലോ...

ശിവാനിയുടെ വാക്കുകളിലെ ദുഃസൂചന ഡോക്ടർ സുധാമണിക്കു മനസ്സിലായി. പക്ഷേ, ദേവൻ അമ്പരന്നു. ഇവർ പരിചിതരാണോ? ഇല്ല അതിനൊരു സാദ്ധ്യതയുമില്ല.

വേണുമാഷേ..... വിളിച്ചതു മറ്റാരുമല്ല.

ഡോ. സുധാമണി

മാഷിന് എന്നെ മനസ്സിലായോ..? സുധാമണി പെട്ടെന്നു ചോദിച്ചു ഡ്യൂട്ടി ഡോക്ടറല്ലേ... പേരു ഞാൻ ചോദിച്ചില്ല...

ഡോ. സുധാമണി.. പഠിപ്പിച്ച മാഷും കൊള്ളാം... ക്ലാസിലിരുന്നു പഠിച്ച വിദ്യാർത്ഥിയും കൊള്ളാം.. എന്താണു വേണ്വേട്ടാ... ഇതു സുധാമണി, നമ്മുടെ ദേവന്റെ നാട്ടുകാരിയും കൂട്ടുകാരിയും...

അല്ല കൂട്ടുകാരിയായിരുന്നില്ല, കൂടെ പഠിച്ചിരുന്നു... ദേവൻ പെട്ടെന്ന് പറഞ്ഞു.

ശ്ശോ... മറന്നു.. സോറി. സുധാമണി, താനാകെ മാറിയിരിക്കുന്നു. രൂപത്തിലും ഭാവത്തിലുമൊക്കെ... എനിക്ക് പ്രായമായില്ലേ.. അതാ മറവി... വേണുമാഷ് പറഞ്ഞു.

മുത്തശ്ശാ.. അവർ മൂന്നുപേർ വടക്കൻ നാട്ടുകാർ.. അതായത് വരത്തന്മാർ ഒരാൾ അദ്ധ്യാപകൻ, മറ്റു രണ്ടുപേർ വിദ്യാർത്ഥികൾ.

വേണു എങ്ങനാ മോളേ വരത്തനാവുന്നത്.

ബാലൻ സാറിന്റെ ചോദ്യം

ജഡ്ജിയല്ലേ ബാലപ്പാപ്പേ.. വിചാരണ ചെയ്യുവാ.. വേണുമാഷ് പറഞ്ഞു...

ഹലോ.. ദേവാ.. മാഡം ശിവാനി എപ്പോൾ വന്നു... ഡോക്ടർ രാഘവ് കയറിവന്നു.

ഡിസ്ചാർജ് ചെയ്തിട്ടുണ്ട്. പക്ഷേ, ബോഡി വളരെ വീക്കാണ്, കുറച്ചുനാളത്തേക്ക് നല്ല വിശ്രമം വേണം.. മെഡിസിൻസ് കൃത്യമായി കഴിക്കണം. കവിതയെഴുത്തൊക്കെ മുറപോലെ നടക്കട്ടെ മിസ്റ്റർ ദേവൻ..

താങ്ക്യു ഡോക്ടർ, താങ്ക്സ് ഫോർ യുവർ ഫേവറബിൾ സർവ്വീസ്... നോ മാൻ.. എവെരി തിങ് യു ഡിസർവ്...

എങ്കിൽ ഓക്കെ ഡോക്ടർ.. സുധാമണി വരൂ..

ഡോക്ടർ രാഘവ് ഇറങ്ങി പോകുംമുൻപ് ഒരിക്കൽക്കൂടി

ശിവാനിയെനോക്കി വിഷ് ചെയ്തു. ഡോക്ടർ സുധാമണി തന്റെ കാലുകൾ പറിച്ചെടുത്തു.. മനസ്സും.... ദേവനെ ആർത്തിയോടെ നോക്കുകയും ചെയ്തു.

നാടുവിട്ടു പോരുംമുൻപ് ഒരു ദിവസം സുധാമണി തന്നെ കാണാൻ വന്നിരുന്നത് വേണുമാഷ് അപ്പോൾ ഓർത്തുപോയി.. സ്കൂളിൽനിന്നും ഇറങ്ങാൻ വൈകി.. വഴിയിൽ നാട്ടുകാരായ പല പരിചയക്കാരെയും കണ്ടു സംസാരിച്ചുനിന്നു. തനിക്കു സ്ഥലംമാറ്റമാണെന്ന വാർത്ത നാടാകെ പരന്നിരുന്നു. പഠിപ്പിച്ച കുട്ടികൾ നാട്ടിലും മറുനാട്ടിലും ജോലി ചെയ്യുന്നുണ്ടായിരുന്നു. കുട്ടികളും കുടുംബവുമായി കഴിയുന്നവർ, കൂലിവേലക്കാർ, കൂലിത്തല്ലുകാർ തുടങ്ങി പലഗണത്തിലും പെടുന്നവർ, പക്ഷേ, എല്ലാവർക്കും വേണുമാഷെ ഇഷ്ടമായിരുന്നു, ബഹുമാനമായിരുന്നു.

പകൽ വെളിച്ചത്തിന്റെ തിരികെട്ട നേരം പുഴ കൈവഴിയായി പിരിയുന്ന പാടത്തിനക്കരെ.. കലുങ്കിന്റെ കൈവരിയിൽ ചാരി നിൽക്കുകയായിരുന്നു സുധാമണി, കലുങ്കിനടിയിൽ വെള്ളം ഒച്ചവച്ചൊഴുകുന്നുണ്ടായിരുന്നു, ഈ സന്ധ്യാസമയത്ത് പ്രായം തികഞ്ഞ ഒരുപെൺകുട്ടി കലുങ്കിൽ നിൽക്കുന്നതെന്തിനാണെന്ന ചിന്തയോടെയാണ് മാഷ് അടുത്തു വന്നത്, അവളുടെ പേര് മാഷ് ഓർക്കുന്നുണ്ടായിരുന്നില്ല. ക്ലാസിലെ മിടുക്കി. വർഷങ്ങൾക്കു ശേഷമാണവൾ സ്കൂൾ വിട്ടുപോയത്. പിന്നീടൊരു വിവരവുമുണ്ടായിരുന്നില്ല. മാഷ് ഒന്നുനോക്കി കടന്നുപോകുമ്പോൾ അവൾ പിന്നിൽ നിന്നു വിളിച്ചു.

വേണുമാഷേ... മാഷ് തിരിഞ്ഞുനിന്നു മാഷെന്നെ ഓർക്കുന്നില്ലേ? അവൾ മാഷ്ടെ അടുത്തേക്കു നടന്നടത്തു.

ഇല്ലല്ലൊ... എന്താപേര്?

സുധാമണി.. സ്കൂൾ ഫൈനൽ ക്ലാസില് ....മലയാളം...

ഓ ഞാൻ മറന്നു, എന്തിനാ കുട്ടി ഇവിടെ നിൽക്കുന്നത്.

ഞാൻ മാഷെ കാണാൻ കാത്തുനിന്നതാണ്..

എന്നെ കാണാനോ? എന്തിന്.. കുട്ടി ഇപ്പോൾ പഠിക്കുന്നില്ലേ?

പഠിക്ക്യാ.. മെഡിസിൻ... തിരുവനന്തപുരത്താ...

ഓ അതു ഞാനറിഞ്ഞില്ല... പഠിച്ച് ജയിച്ച് വാ.. ഈ നാട്ടിന് ഒരു നല്ല ഡോക്ടറെ കിട്ടുമല്ലേ...

മാഷ് ഈ നാടുവിട്ടുപോവുകയാണെന്നു കേട്ടു.

ശരിയാണോ... കൂട്ടത്തിൽ ദേവനേയും...

ശരിയാണ്. അവനിവിടെ ഒറ്റയ്ക്കാവില്ലേ... സ്വന്തക്കാരില്ല, സുഹൃത്തുക്കളില്ല.. എനിക്കും ഏതാണ്ടങ്ങനെ തന്നെ. അതുകൊണ്ട് അവന്റെ ശിഷ്ടകാലം അവിടെ എന്റെ ഒപ്പമാകാമെന്നു തീരുമാനിച്ചു.

അതിനു ദേവൻ സമ്മതിച്ചോ മാഷേ?

എന്താ സമ്മതിക്കാതിരിക്കാൻ.. അവനു നൂറുവട്ടം സമ്മതം. ഇവിടെ ജാതി... മതം... തൊടീലും തീണ്ടലും.... ചെക്കൻ വിളി... പെണ്ണുവിളി

വല്ലാത്തൊരു ചുറ്റുപാടാണിവിടെ..

ഇതൊന്നും ഇല്ലാത്തതെവിടാ മാഷേ....?

ജാതിപ്പെരുമ ഒരുശാപമാണ്.. അതെല്ലായിടത്തുമുണ്ട്, അധഃസ്ഥിതൻ, അധ:കൃതൻ.. അത് ഒരു സാമൂഹ്യരോഗമാണ്.. അതുമാറ്റാൻ വലിയ ചികിത്സ വേണ്ടിവരും.

സുധാമണി തിരുവനന്തപുരത്തു പോയി കമ്യൂണിസ്റ്റായോ.. നന്നായി സംസാരിക്കുന്നുണ്ടല്ലോ... വേണുമാഷ് ചിരിച്ചു.

ഞാൻ കമ്യൂണിസ്റ്റൊന്നുമല്ല ജീവിതത്തിന്റെ നിലത്തെഴുത്ത് തുടങ്ങിയതിവിടെനിന്നാ..

സുധാമണിയും ചിരിച്ചു.

ആട്ടേ... കുട്ടി എന്തിനാ എന്നെ കാത്തുനിന്നത്..

മാഷ് നാളെ പോകുന്നു കൂട്ടത്തിൽ ദേവനും. ഞാൻ ദേവനെ കാണാൻ പോയിരുന്നു.

ദേവനെ കാണാൻ പോയിരുന്നെന്നോ? അത്ഭുതമാണല്ലെ. എന്നിട്ടവനെന്തുപറഞ്ഞു? വേണുമാഷ് ആകാംക്ഷയോടെ ചോദിച്ചു.

അയാൾ ഒന്നും പറഞ്ഞില്ല, ഞാൻ ഗോപാലൻ നായരുടെ മകളല്ലേ? എന്റെ ചങ്കുപറിച്ചു കാണിച്ചാൽ അതു ചെമ്പരത്തിപ്പൂവാണെന്നേ അയാൾക്കു തോന്നുകയുള്ളു.

സുധാമണിയുടെ തൊണ്ടയിടറി..

ദേവനെ എന്തിനാ മാഷേ കൊണ്ടുപോകുന്നത്... സുധാമണി വേദനയോടെ ചോദിച്ചു.

അതു ഞാൻ പറഞ്ഞല്ലോ.. അവൻ അനാഥനാണ്, എന്നും എന്റെ തണലിൽ നിന്നവൻ. എനിക്കും ഇവിടുന്ന് പോകാൻ മനസ്സില്ല. കാരണം പത്തിരുപത് കൊല്ലം ജീവിച്ച നാടല്ലേ? ഇവിടുത്തെ പാവങ്ങൾ, അവരുടെ സങ്കടങ്ങൾ. അവർക്ക് നിവർന്നു നിൽക്കാനാവുന്നില്ല, ശബ്ദിക്കാൻ നാവുയരുന്നില്ല, തന്റെ അച്ഛനെപ്പോലുള്ള ജന്മിമാർ. അവരുടെ കശാപ്പു കത്തിക്കു ദേവനെ വിട്ടുകൊടുക്കാൻ വയ്യ...അതുകൊണ്ടാ ഞാനവനെ കൊണ്ടുപോകുന്നത്.. ഇനിയുള്ള കാലം ഞാൻ ജനിച്ച നാട്ടിൽ... പിറന്ന വീട്ടിൽ... അവനും അവിടെ ജീവിച്ചാൽ മതി.

നേരം ഇരുട്ടുന്നു താൻ വേഗം പോയ്ക്കൊ..

എന്റെ പ്രതീക്ഷകൾ തന്നെ ഇരുളുന്നു മാഷേ... എന്റെ എതിർപ്പു വകവയ്ക്കാതെയാണ് അച്ഛൻ എന്നെ ഇവിടെ നിന്നോടിച്ചത്. എനിക്കെന്നും ദേവന്റെ കാഴ്ചവട്ടത്തുണ്ടാകണമെന്നുണ്ടായിരുന്നു.

തന്നെ ഓടിച്ചതല്ലല്ലൊ. നല്ല വിദ്യാഭ്യാസം തരാൻ നല്ലൊരു സ്ഥലത്തു കൊണ്ടെത്തിച്ചതല്ലേ? പിന്നെ ദേവന്റെ കാര്യം.. ആ ചിന്ത വേണ്ട സുധാമണി, അവന്റെ അച്ഛനമ്മമാർ പോയവഴിയെ അവനെയും തള്ളിവിടാൻ താനൊരു കാരണക്കാരിയാവരുത്, പ്ലീസ്.

മാഷ് പറഞ്ഞതു ശരിയാ... ഘാതകനും സാമൂഹ്യദ്രോഹിയുമായ ഒരാളുടെ മകളായി പിറന്നത് എന്റെ ദൗർഭാഗ്യം. ഞാനും എന്റെ

അമ്മയും പാവങ്ങളാ.. ഞങ്ങൾക്കിതിലൊന്നും പങ്കില്ല. ഒരു കാര്യം ഞാൻ തീർത്തുപറയാം, ഗോപാലൻ നായരുടെ പരമ്പര ഇനി ഉണ്ടാവില്ല, ഈ സുധാമണി അതനുവദിക്കില്ല.

അതൊക്കെ തന്റെ ഇഷ്ടം, പക്ഷേ, ദേവനെ അതിലേക്കു വലിച്ചിഴയ്ക്കരുത്, അവനാരുമില്ല, ജാതിയിൽ താണവൻ, സമ്പത്തുമില്ല, ചാരിനിൽക്കാനൊരു തൂണുപോലുമില്ല..

മാഷ്, പറഞ്ഞതൊക്കെ ശരി... സുധാമണിക്കിതൊന്നുമൊരു പ്രശ്നമല്ല, ഞാനും ഒരനാഥയാണ് മാഷേ, സങ്കടങ്ങൾ പങ്കുവെക്കാൻ ആരുമില്ലാത്തവൾ, പക്ഷേ, ചാരി നിൽക്കാനൊരു തൂണു വേണം. മാഷ് പറഞ്ഞതുപോലെ അതു ദേവനായിരിക്കണമെന്ന നിർബ്ബന്ധവുമുണ്ട്.

ചുമ്മാ വിഡ്ഢിത്തം പറയാതെ കുട്ടീ.. താൻ തീക്കൊള്ളികൊണ്ട് തല ചൊറിയരുത്... ദേവൻ ഒരിക്കലും തന്നെ അംഗീകരിക്കില്ല, സ്വീകരിക്കില്ല, അവന്റെ ജീവിതത്തിലേക്കു കയറ്റുകയുമില്ല..

മാഷേ... സുധാമണി മുന്നോട്ടാഞ്ഞ് വേണുമാഷുടെ കൈപിടിച്ചു.

അച്ഛൻ ചെയ്തുകൂട്ടിയ കൊടുക്രൂരതകൾക്ക് ഞാനെന്തു പിഴച്ചു..? ഒരു പ്രായശ്ചിത്തം മാത്രമേ അതിനു പരിഹാരമുള്ളു. അതെന്റെ പ്രതികാരം കൂടിയാണ്, അതിന് മാഷിന്റെ സഹായം തേടിയാണു ഞാൻ വന്നത്. ദേവനെ കാര്യങ്ങൾ ധരിപ്പിക്കണം. സമ്മതിപ്പിക്കണം, എന്നെ അനുഗ്രഹിക്കണം മാഷേ..

സുധാമണി കരഞ്ഞുപോയി... മാഷ് എന്തെങ്കിലും പറയും മുൻപേ അവൾ നടന്നുകളഞ്ഞു. അവൾ തിരിഞ്ഞു നോക്കിയോ എന്നറിയില്ല, ഇരുളിന്റെ മാറാല വന്ന് പകലിനെ മൂടിയിരുന്നല്ലോ.. അതിനുശേഷം അവളെ കാണുകയാണ്, അവൾ പിന്നീടൊരിക്കലും ഓർമ്മയിലുണ്ടായിരുന്നില്ലെന്നതാണ് സത്യം. ദേവന്റെ സംസാരത്തിലും അവൾ കടന്നുവന്നില്ല.

ഡോക്ടർ സുധാമണിയെ നീ ഓർക്കുന്നുണ്ടോ ദേവാ... വേണുമാഷ് ദേവനോട് ചോദിച്ചു.

ഞാനെന്റെ നാടേ മറന്നുപോയി... പിന്നെങ്ങിനെയാ മാഷേ അവിടുത്തെ മനുഷ്യരെ ഓർമ്മിക്കുന്നത്...

ദേവന്റെ വാക്കുകൾ കേൾക്കുംമുൻപേ ഡോക്ടർ സുധാമണി ഡോ. രാഘവിന്റെ പിന്നാലെ പോയി കഴിഞ്ഞിരുന്നു.

****

എട്ടു വർഷത്തെ ഇടവേളയ്ക്കു ശേഷം ദേവൻ തിരിച്ചെത്തിയിരിക്കുന്നു. വീടിനു മാറ്റമൊന്നുമില്ല. പക്ഷേ, മുറ്റം കോൺക്രീറ്റ് ചെയ്തു വെടിപ്പാക്കിയിട്ടുണ്ട്.. ഗോവിന്ദേട്ടന്റെ പശുക്കളെ പലതിനെയും കാണാനില്ലായിരുന്നു. പകരം കാളകൾ നാലു ജോഡികൾ തൊഴുത്തിൽ നിരന്നു നിന്നു. കൃഷ്ണ കിരീടച്ചെടികൾ വെട്ടിമാറ്റി. അവിടെ

താമരക്കണ്ണൻ ചേമ്പു വിളഞ്ഞു കിടക്കുന്നു. വില്പനയ്ക്കുള്ള നെല്ല് ചാക്കിലാക്കി വിത്തുപുരയ്ക്ക് മുന്നിൽ കൂട്ടിവച്ചിരിക്കുന്നു. വീട്ടിലൊരു പുതിയ അതിഥിയെ കണ്ട് ദേവൻ ഗോവിന്ദേട്ടനെ സൂക്ഷിച്ചുനോക്കി. അൽസേഷ്യനാ, വീട്ടിൽ തനിച്ചായ എനിക്ക് കൂട്ടിന് ജഡ്ജി അമ്മയുടെ സമ്മാനം. മിടുക്കനാ... പേര് കൈസർ..

അതു നന്നായി. ഞങ്ങൾ തിരിച്ചു വന്ന സ്ഥിതിക്ക് ജഡ്ജി കൈസറിനെ തിരിച്ചു കൊണ്ടുപോകുമോ?

ദേവൻ ചിരിച്ചു.

അന്ന് രാത്രി ശിവാനി വന്നു. കൂട്ടത്തിൽ ശിവദാസൻ സാറുമുണ്ടായിരുന്നു.

കുട്ടനാടിന്റെ സംഘർഷങ്ങളിൽ താൻ പെട്ടുപോയില്ലേ ദേവാ.. കരുതണമായിരുന്നു.

ഡോ. ശിവദാസ് ദേവന്റെ മുഖത്തേക്കു സൂക്ഷിച്ചുനോക്കി, വേണുമാഷും ബാലൻസാറും ദേവനെത്തന്നെ നോക്കിക്കൊണ്ടിരുന്നു. ശിവാനി പൂമുഖത്ത് നിന്നും മുറ്റത്തേക്കിറങ്ങി കുട്ടനാടൻ പുഞ്ചയുടെ കുളിരുമായി കുണുങ്ങി വന്ന കാറ്റിൽ ഘനീഭവിച്ച കാലത്തിന്റെ പ്രവാഹത്തിൽ മുങ്ങി നിൽക്കുമ്പോൾ സരളവന്നു വിളിച്ചു.

നമ്മുക്കിന്നുതന്നെ മടങ്ങണം ശിവാനീ.. ഇവിടെ നിന്നിട്ട് എനിക്ക് ശ്വാസം മുട്ടുന്നു..

ശ്വാസം മുട്ടുന്നെങ്കിൽ സൂക്ഷിക്കണം... നമുക്കുടനെ പോയേക്കാം.. അതും പറഞ്ഞ് ശിവാനി ധൃതിയിൽ പുമുഖത്തേക്കു ചെന്നു. വേണ്വേട്ടാ ദേവന് ഒരു മാസത്തെ ചികിത്സ വേണം. ആയുർവേദം, ഉഴിച്ചിൽ, പിഴിച്ചിൽ, വസ്തി, ധാര... വ്യായാമം.. പിന്നെ യോഗ, ധ്യാനം.... മനസ്സും ശരീരവുമൊക്കെ ചികിത്സകൊണ്ട്... സൃഷ്ടിച്ചെടുക്കേണ്ടി വരും. അതിനീവീടുപോരാ. മാറി നിൽക്കണം. കൂട്ടത്തിൽ മുടങ്ങിപ്പോയ പഠിപ്പ് തുടരണം. പ്രൈവറ്റായിട്ടു മതി, എന്തു പറയുന്നു വളർത്തച്ഛൻ വേണ്വേട്ടൻ....

ശിവാനി പറഞ്ഞതു ശരിയാ.... ഈ അന്തരീക്ഷത്തിൽ നിന്ന് കുറച്ചുമാറി നിൽക്കണം. ചികിത്സയും വേണം.

അതു നടക്കുമെന്നുതോന്നുന്നില്ല മാഷേ...ഈ പാടെല്ലാം പെട്ടത് കർഷകർക്കുവേണ്ടിയാ... പറ്റിയാൽ അവർക്കൊപ്പം നിൽക്കണം. അതിനിടയ്ക്ക് ഉഴിച്ചിലും പിഴിച്ചിലുമൊന്നും വേണ്ട, ദേവൻ കർശനമായി പറഞ്ഞു.

അത് ഇയ്യാളുടെ അഭിപ്രായം. എന്നാൽ ഡോക്ടറുടെ അഭിപ്രായമതല്ല.. അടിച്ചു തകർത്തുകളഞ്ഞ നാഡീ ഞരമ്പുകൾ റിപ്പർ ചെയ്തു ശരിയാക്കണം. അല്ലെങ്കിൽ തളർന്നു കിടപ്പിലാവും അപ്പോൾ ആരുമുണ്ടാവില്ല കൂടെ..

ശിവാനി ഉറപ്പിച്ചു പറഞ്ഞു.

വേണ്വേട്ടാ ചികിത്സയ്ക്കുള്ള ഏർപ്പാടുകൾ ചെയ്യണം. എനിക്ക് കോടതിയിൽ പോകണം. അടുത്ത ആഴ്ച വരുമ്പോൾ ഇയാളിവിടെ

ഉണ്ടാകരുത്. ഗോവിന്ദേട്ടാ ഞാനിറങ്ങുന്നു. അച്ഛാ... നമുക്ക് പോകാം.

ശിവാനി ഇറങ്ങി. കൂട്ടത്തിൽ ശിവദാസും എന്തൊരു കാർക്കശ്യമാണവളുടെ വാക്കുകൾക്ക്. പഴയ ശിവാനിയേ അല്ല

വേണുമാഷ് ഓർത്തു.

ഇയാളുടെ പുതിയ കളക്ഷൻ വരുന്നു, ജയിൽ കുറിപ്പുകൾ.

കാറിൽ കയറും മുൻപ് ശിവാനി തിരിഞ്ഞുനിന്നു പറഞ്ഞു.

****

നാലു ദിവസം കഴിഞ്ഞ് ഒരു സന്ധ്യയ്ക്കാണ് ആരോ ഒരു കുറിപ്പു ഗോവിന്ദേട്ടനെ ഏല്പിച്ചു. ശാരദാമ്മയുടെ സ്ഥിതി വളരെ മോശമാ... തിരുവനന്തപുരത്തേക്കു കൊണ്ടുപോകുന്നു... ധൃതിപ്പെടേണ്ട.. ദേവനെ ശ്രദ്ധിക്കണം.

കുറിപ്പു കിട്ടുമ്പോൾ വേണു ദേവന്റെ ഒപ്പം തിരുമ്മു കേന്ദ്രത്തിലായിരുന്നു. വീട്ടിൽനിന്നും വളരെ അകലെ കുന്തിപ്പുഴയുടെ തീരത്ത് പേരുകേട്ട പാരമ്പര്യ വൈദ്യൻ വാസുദേവഭട്ടതിരിയുടെ ആയുഷ്മാൻ എന്ന ഉഴിച്ചിൽ കേന്ദ്രത്തിലാണ് ദേവനെ പ്രവേശിപ്പിച്ചത്. അതിനു സഹായിച്ചതു ശിവാനിയാണ്. പിറ്റേന്നുതന്നെ ഗോവിന്ദേട്ടൻ ഉഴിച്ചിൽ കേന്ദ്രത്തിലെത്തി. കുറിപ്പു വായിച്ച് വേണുമാഷ് ധർമ്മ സങ്കടത്തിലായി.

ഇവനെ തനിച്ചാക്കി ഞാനെങ്ങനെ പോകും ഗോവിന്ദേട്ടാ..

ഞാനിവിടെ നിൽക്കാം... കുട്ടൻ പോയ്ക്കോ.

വേണുമാഷ് ധൃതിയിൽ യാത്രയായി. ആശുപത്രിയിലെത്തുമ്പോഴേക്കും ശാരദാമ്മ മരിച്ചിരുന്നു.

പോയി.... അവൾ രക്ഷപ്പെട്ടു.

ബാലൻ സാറു പറഞ്ഞു. ബോഡി വിട്ടുകിട്ടും മുൻപേ ശിവദാസനും സരളയുമെത്തി. ശിവാനി? വേണുമാഷ് ചോദിച്ചു.

അവളങ്ങോട്ടെത്തും.. ഡോ. ശിവദാസ് പറഞ്ഞു.

വേണുമാഷ് വർഷങ്ങൾക്കു ശേഷമാണ് ശാരദാമ്മയുടെ മുഖം കാണുന്നത്... ആ മുഖം അയാളോട് മാപ്പിരക്കുന്നതുപോലെ തോന്നി.

ശാരദാമ്മച്ചിറ്റ. താൻ അമ്മയെപ്പോലെ സ്നേഹിച്ച സ്ത്രീ. താലി കെട്ടയവനെ അകറ്റിനിർത്തിയത് ആരുടെ ആവശ്യപ്രകാരമായിരുന്നു?

കൂടെ പിറന്നവളെപ്പോലെ സ്നേഹിച്ച പാവം തന്റെ അമ്മയെ കബളിപ്പിക്കാൻ അവർക്കു കഴിഞ്ഞതെങ്ങനെ? അച്ഛന്റെ മരണശേഷം ഒരു സന്ന്യാസിനിയെ പോലെയാണവർ ജീവിച്ചത്. താലികെട്ടിയ ബാലപ്പാപ്പ അവർക്കാരായിരുന്നു ആരുമല്ലാതായതെങ്ങനെ? സഹപ്രവർത്തകൻ... ഭർത്തൃവേഷക്കാരൻ...? ആളുകൾ അങ്ങനെ വിശ്വസിച്ചു. ബാലൻസാറും ശാരദാമ്മയും അയഥാർത്ഥമായ ആ ബന്ധത്തെ അംഗീകരിച്ചു. അവിശ്വനീയമാംവിധം അവരൊരുമിച്ച് സഭ്യതയുടെ ആരൂഢ

ത്തിൽ സങ്കടങ്ങൾ സഹിച്ചു ജീവിച്ചു. തെറ്റോ ശരിയോ എന്നൊന്നും അവർ രണ്ടുപേരും ഓർത്തിരിക്കില്ല. കുറ്റമോ ശിക്ഷയോ എന്തായാലും അതു തന്റെ മാത്രം വിധിയാണെന്നു വിശ്വസിച്ച ശാരദാമ്മ മരിക്കും മുമ്പ് സഹപ്രവർത്തകനായ ബാലനോടു പറഞ്ഞു.

ഞാൻ നിങ്ങളെ മാത്രമേ സ്നേഹിച്ചിരുന്നുള്ളു.. എന്നതാണു സത്യം.. ശേഖരൻതമ്പിയെ എനിക്കു പേടിയായിരുന്നു. എന്റെ സ്ത്രീത്വം നശിപ്പിച്ചതും നമ്മുടെ ജീവിതം തകർത്തതും അയാൾ എന്നെ ഭയപ്പെടുത്തിയിട്ടാണ്. അടുത്ത ജന്മത്തിലെങ്കിലും നമ്മുക്കൊരുമിച്ചു ഭാര്യാഭർത്താക്കന്മാരായി ജീവിക്കാം...

ശാരദാമ്മയുടെ ഏറ്റുപറച്ചിൽ ബാലൻ സാറിന്റെ മനസ്സിൽ ഏശിയതേയില്ല. കാരണം ആ മനസ്സെന്നോ മരവിച്ചു പോയിരുന്നല്ലോ.. എങ്കിലും തന്നെക്കുറിച്ച് ശാരദാമ്മയ്ക്കുള്ള കരുതൽ അയാൾ ഓർമ്മിക്കാതിരുന്നില്ല. പെണ്ണ്, പ്രണയം, കുടുംബം എല്ലാം ഒറ്റയടിക്കു തകർന്നടിഞ്ഞ മഹാശൂന്യതയിൽ ഒറ്റപ്പെട്ടുപോയ യൗവനത്തിന്റെ നോവുകൾ.. അതിലുപരി എന്താണു സംഭവിച്ചതെന്നറിയാതെ അമ്പര ന്നു നിന്നലറിക്കരയുന്ന ഒരു പിഞ്ചുകുഞ്ഞിന്റെ സങ്കടം, കാലത്തിന്റെ ഇരുൾക്കയത്തിൽ മുങ്ങിപ്പോയ അവന്റെ അനാഥ ബാല്യം, ഒരു ജീവിതം കൊണ്ടു വായിച്ചു തീർത്ത ദുരന്താനുഭവങ്ങളുടെ മഹാഗ്രന്ഥത്തിലെ നായികയാണ് അവിടെ നീണ്ടുനിവർന്നു കിടക്കുന്നത്. ആ മുഖം കുറ്റബോധത്താൽ കരുവാളിച്ചിരുന്നുവോ? പശ്ചാത്താപത്താൽ ആ കണ്ണുകൾ നിറഞ്ഞ് കടക്കണ്ണിലൂടൊഴുകുന്നുണ്ടോ? വീടിന്റെ പടിഞ്ഞാറെ ചായ്പ്പിലൊരുക്കിയ കരിയടുപ്പിൽ കഞ്ഞിയും കറിയും വച്ച് ഒരു ജീവിതംതന്നെ ഹോമിച്ചുകളഞ്ഞ സന്ന്യാസിയാണ് ബാലൻ. താലികെട്ടിയ സ്ത്രീയുടെ അവിഹിത സന്തതിയെ സ്വന്തം മകനായി വളർത്തിയ മഹാമനസ്കൻ. ശിവദാസനും വേണുവും ബാലന്റെ രണ്ടുകണ്ണുകൾ, വേണു അയാളെ ബാലപ്പാപ്പേന്നു വിളിച്ചു. അതുകേട്ട് ബാലപ്പാപ്പയെന്നു ശിവദാസനും വിളിച്ചു തുടങ്ങിയപ്പോൾ ശാരദാമ്മ തിരുത്തിയില്ല. ഇരുവരുടെയും അദ്ധ്യാപകനും മാതൃകാപുരുഷനും ബാലൻസാറായിരുന്നു. സാറിന്റെ വഴിയും മൊഴിയും പകർത്തിയെടുത്ത പകുതി സഹോദരന്മാർ. ശിവദാസൻ സഹപാഠിയെ പ്രണയിച്ച് സ്വന്തമാക്കിയപ്പോൾ വേണുഗോപാലൻ ബാലപ്പാപ്പയുടെ വഴിയിൽ വിഭാര്യനായി നിന്നു. അവരുടെ ജീവിതത്തിലേക്കാണ് ഒരു നക്ഷത്രം പോലെ ശിവാനി പിറന്നു വളർന്നത്. അവളുടെ ഉള്ളിൽ സ്നേഹത്തിന്റെ കെടാവിളക്കായി ഒരാൾ മാത്രം എരിഞ്ഞു നിന്നു. അച്ഛനായി, അമ്മയായി, മുത്തച്ഛനായി, സഹോദരനായി, സുഹൃത്തായി, കാരണവരായി വേണുഗോപാലൻ...

ജഡം വീട്ടിലെത്തുമ്പോൾ ശിവാനിയുണ്ടായിരുന്നു. സഹോദരി യുടെ ശവം കാണാൻ ഗോവിന്ദേട്ടൻ വന്നില്ല. വീട്ടിലെ ഏകാന്തത യിലിരുന്ന് ഓർമ്മകൾ അയവിറക്കി അലമുറയിട്ടു കരഞ്ഞിട്ടുണ്ടാവും.

ദേവനെങ്ങനെയുണ്ട് വേണ്വോ..

ശവമടക്കിനു മുൻപേ ശിവാനി വേണുമാഷോട് ചോദിച്ചു.

മടങ്ങിയെത്തിയാൽ ഒരു മാസം നല്ലിരിക്ക,. അതായത് പരിപൂർണ്ണ വിശ്രമം..

ങാ.. അതു ചെയ്യാം ശിവാനി...

ചിതയ്ക്കു തീകൊളുത്തിയത് ശിവദാസൻ, ബാലൻ സാർ മറ്റൊരുചിതയായെരിഞ്ഞു കൊണ്ടടുത്തുതന്നെ നിന്നു. ആ മുഖത്ത് കുറ്റബോധം പിറക്കുന്നുണ്ടോ? വേണു വേഗം വീട്ടിലേക്കു മടങ്ങി. ശിവാനിയോടു യാത്ര പോലും പറഞ്ഞില്ല.

****

അന്നൊരവധി ദിവസമായിരുന്നു. ഗോവിന്ദേട്ടൻ ഇല്ലാത്ത വീട്ടിൽ ഒറ്റയ്ക്കുനിൽക്കാൻ വേണുവിന് ആകുമായിരുന്നില്ല. രാവിലെ ശിവാനി വന്നു. അവൾ കുറെ പുസ്തകങ്ങളും ആനുകാലികങ്ങളും ദേവനുവേണ്ടി കൊണ്ടുവന്നു. കൂട്ടത്തിൽ ദേവന്റെ പുതിയപുസ്തകം *തടവുകാരന്റെ ജയിൽ കുറിപ്പുകൾ*. എഡിറ്റർ ടി ടി കൃഷ്ണൻ മൂസത്.. മുഖമൊഴി അഡ്വ. എസ് എസ് ശിവാനി...

പുസ്തകം കണ്ട് ദേവന്റെ മുഖം പ്രകാശിച്ചു. വേണുവിനും വലിയ സന്തോഷമായി.

ദേവാ.. ഇയ്യാളുടെ ആ സ്നേഹിത എന്നെ കാണാൻ വന്നിരുന്നു. ഡോക്ടർക്ക് ഇയാളെ കാണണമത്രെ..

ദേവൻ ഞെട്ടിപ്പോയി.

ദൈവമേ അവൾ എന്നെ വിടാൻ ഭാവമില്ലേ?

ദേവൻ മിണ്ടുന്നില്ലെന്നു കണ്ടപ്പോൾ ശിവാനി അവന്റെ തോളിൽ തട്ടി...

ഹേ മനുഷ്യാ ഡോക്ടർ സുധാമണിക്ക് തന്നെ ഒന്നു കാണണമെന്നു പറയുന്നു തന്റെ സമ്മതം ചോദിക്കാൻ പറഞ്ഞു.

എന്റെ സമ്മതമെന്തിനാ അവർ എന്റെ ശത്രുവൊന്നുമല്ലല്ലോ.. പക്ഷേ, ആ ഡോക്ടറെന്തിനാ ഇപ്പോഴിങ്ങോട്ടു വരുന്നത്. എനിക്ക് പ്രത്യേകിച്ചസുഖമൊന്നുമില്ലല്ലൊ.

അതുശരി, എങ്കിൽ ഞാനതു ഡോക്ടറെ അറിയിക്കാം.

അങ്ങനെയാവട്ടെ... ജയിൽക്കുറിപ്പുകൾ ഒരു ചടങ്ങിൽ വച്ചു പ്രകാശിപ്പിച്ചാൽ കൊള്ളാമെന്നുണ്ട് ശിവാനി. സഹായിക്കണം. ദേവൻ പറഞ്ഞു. സന്തോഷം നല്ല കാവ്യബോധമുള്ള ഒരാളാവണം പ്രകാശിപ്പിക്കുന്നത്. ശിവാനി പറഞ്ഞു.

ഒരു കൊലപാതകിയുടെ കവിത പ്രകാശിപ്പിക്കാൻ അന്തസ്സുള്ള ആരെങ്കിലുംവരുമോ.. ദേവൻ നിരാശയോടെ ചോദിച്ചു.

കൊലപാതകി, മണ്ണാങ്കട്ട. പാമ്പും പഴുതാരയും മാത്രമല്ല മൂർഖനും

നീർക്കോലിയുമൊക്കെ വിഷമുള്ള ഇനങ്ങളാ എന്നു കരുതി അവയൊക്കെ വിഷപ്പാമ്പുകൾ എന്നു പറയാറുണ്ടോ, ചിലതിനെ ഭയക്കണം. മൂർഖൻ കടിച്ചില്ലെങ്കിലും അതിനെ ആളുകൾക്കു പേടിയാ, ഇതും അങ്ങനെ കണ്ടാൽ മതി.

ശിവാനി ചിരിച്ചു. അവൾ പറഞ്ഞതൊന്നും ദേവനു മനസ്സിലായില്ല. വേണുവിനും. കാര്യങ്ങൾ നേരെ ചൊവ്വേ പറയുന്ന സ്വഭാവം ശിവാനിക്കില്ലല്ലോ..

എനിക്കിവിടെ ഇങ്ങനെ കിടന്നു മടുത്തു. എത്രകാലമായി ഈ കിടപ്പു കിടക്കുന്നു. ഇനി മതി.

ഒരു നാലു ദിവസം കൂടി കഴിഞ്ഞാൽ ഒരു കോഴ്സ് കഴിയും. പിന്നെ ഒരുമാസം നല്ലിരിക്ക. അതു വീട്ടിൽ മതി.

പെട്ടെന്നാണ് സുധാമണി വന്നു കയറിയത്. ദേവൻ ഞെട്ടിപ്പോയി.

ഹൊ, ഈ താവളത്തിലെത്താൻ നൂറുകിലോമീറ്ററാണ് കാറോടിച്ചു വന്നത്.. സുധാമണി പറഞ്ഞു. മാഡം വരുമെന്നാ ഞാൻ കരുതിയത്. എന്നെ കൂട്ടാതിങ്ങു പോന്നു അല്ലേ? ഞാൻ പിന്നൊന്നുമാലോചിച്ചില്ല. തന്ന വിവരം വച്ച് കാറുമെടുത്തിങ്ങുപോന്നു.

ഞാൻ വരണമെന്നു കരുതിയിരുന്നില്ല. പിന്നെ വേണ്വേട്ടനും ബാലപ്പാപ്പയും പോന്നപ്പോൾ കൂടെ പോന്നു.

ഓ അതു സാരമില്ല... എങ്ങനെയുണ്ടു ദേവൻ

സുധാമണി ദേവന്റെ പൾസുപരിശോധിച്ചു.

ബെറ്ററായിട്ടുണ്ട്.. ബോത്ത് ഫിസിക് ആന്റ് ഹെൽത്ത്. എന്തു പറയുന്നു ദേവൻ? അയാൾ പുഞ്ചിരിച്ചതേയുള്ളൂ.

സുധാമണി ദേവന്റെ കട്ടിലിൽ ഇരുന്നു. ആകെ മെഴുക്കാ അങ്ങോട്ടിരുന്നോളൂ, ഡോക്ടർ. ദേവൻ പറഞ്ഞു. ശിവാനി കസാല ചുണ്ടിക്കാട്ടി.

മെഴുക്കല്ലേയുള്ളൂ, തടവറയേക്കാൾ എത്രഭേദമാണീ മെഴുക്ക് അല്ലേ ദേവാ... സുധാമണി സംസാരിക്കാൻ ഒരു വിഷയം തേടുന്നതുപോലെ തോന്നി. അവൾ കട്ടിലിൽ നിന്ന് മാറിയില്ല. ദേവന്റെ ഗന്ധം അല്ല തൈലത്തിന്റെ ഗന്ധത്തിൽ മുങ്ങിയിരിക്കാനൊരു സുഖം.

ഉഴിച്ചിൽ കഴിയാറായോ.. നല്ലിരിക്ക ഇവിടെയോ അതോ വീട്ടിലോ.. സുധാമണി അപ്പോഴും ശിവാനിയെ ശ്രദ്ധിച്ചില്ല. ദേവനോടു തന്നെയായിരുന്നു ചോദ്യങ്ങൾ. പക്ഷേ, മറുപടി പറഞ്ഞത് ശിവാനിയാണ്.

വീട്ടിലാണ്...

വേണുമാഷ്ടെ വീട്ടിലാണോ?

സുധാമണിയുടെ സംശയം

വേണുമാഷ്ടെ വീടെന്ന് ഒന്നില്ല അതെന്റേയും ഗോവിന്ദേട്ടന്റെയും വീടാണ്.. ദേവന്റെയും.. ശിവാനിയുടെ സ്വരത്തിൽ ഈർഷ്യപൊടിഞ്ഞു.

അപ്പോൾ വേണുമാഷ്ടെ ഫാമിലി.

സുധാമണിക്ക് ചോദ്യം..

ഫാമിലിയോ? അതു ഞങ്ങളാണു ഡോക്ടർ, വേണ്വേട്ടന്റെ ഫാമിലി.

ഞാനതല്ല ഉദ്ദേശിച്ചത് മാഷ്ടെ വൈഫ്...

ങാ.. അങ്ങനൊന്നില്ല. ബ്രഹ്മചാരിയാ.. അതുകൊണ്ടാണല്ലോ ദേവനെ ദത്തെടുത്തു സ്വന്തമാക്കിയത്. അല്ലേ വേണ്വേട്ടാ.. ശിവാനി ചിരിച്ചു. സുധാമണിയും. ശിവാനി വേണു മാഷ്ടെ ആരാണ്. മകളാ ണെന്നാ കരുതിയത്. സഹോദരിയായിരിക്കും. ഇനിയും ചോദ്യങ്ങൾ വയ്യ.. സംശയങ്ങൾ മനസ്സിലൊതുക്കി സുധാമണി വേണുമാഷെ നോക്കി.. അന്നുകണ്ടപ്പോൾ ചോദിക്കാൻ പറ്റിയില്ല. നാട്ടിലെന്തൊക്കെയാ വിശേഷം ഡോക്ടർ..

മാഷെന്നെ ഡോക്ടർ എന്നു വിളിക്കരുത്. പഴയതുപോലെ പേരു വിളിച്ചാൽ മതി. നാട്ടിലെ വിശേഷങ്ങളൊന്നുമറിയില്ല. ഞാനും അങ്ങോട്ടു പോകുന്നതു വിരളമാണ്. കമ്യൂണിസ്റ്റ് പാർട്ടി ശക്തിപ്പെട്ടു. മഹിളാ സംഘടനയും കർഷകസംഘവുമൊക്കെ കേമമായിട്ടു മുന്നേറുന്നു ണ്ടെന്നാ അമ്മയുടെ കത്തിൽ നിന്നറിഞ്ഞത്.

ഞാനിറങ്ങുന്നു. ഡോക്ടർ പോരുന്നുണ്ടോ.. ശിവാനി ധൃതിയിൽ ചോദിച്ചു.

ഞാനിപ്പോൾ വന്നതല്ലേയുള്ളൂ.. മാഡം പൊയ്ക്കൊളു.. സുധാമണി പറഞ്ഞു.

ഞാനും വരുന്നു കുട്ടീ കൊയ്ത്തായി കളമൊരുക്കണം.. കൊയ്ത്തുകാരെ വിളിക്കണം. കുറച്ചു ദിവസമായി വീട് അടഞ്ഞു കിടക്കുന്നു. പഴയവീടല്ലേ തൂത്തു തുടച്ചില്ലെങ്കിൽ ചിതലുകേറും..

മതി മതി. ദേവൻ ഒരു ദിവസം ഒറ്റയ്ക്കു നിന്നൂടെ ഞാൻ നാളെ വരാം. വേണുമാഷ് പറഞ്ഞു. ദേവൻ മനസ്സില്ലാമനസ്സോടെ തലയാട്ടി. ശിവാനി നിശ്ശബ്ദയായിരുന്നു.

എങ്കിൽ ഞങ്ങളിറങ്ങട്ടെ സുധാമണി.. വേണുമാഷ് പറഞ്ഞു.

ദേവാ ബെസ്റ്റ് വിഷസ്

ഇറങ്ങുമ്പോൾ ശിവാനി എന്തിനാ അങ്ങനെ പറഞ്ഞത്. ദേവൻ അവളോടെന്തോ പറയാൻ ശ്രമിച്ചു. പക്ഷേ, ശിവാനി നിന്നില്ല.

അവർ പോയിക്കഴിഞ്ഞപ്പോൾ ഡോക്ടർ സുധാമണി ദേവന്റെ അരികിലേക്കു കുറച്ചുകൂടി നീങ്ങിയിരുന്നു.

ദേവൻ ഇനി നാട്ടിലേക്കു മടങ്ങുന്നില്ലേ?

സുധാമണി ചോദിച്ചു.

ഇല്ല.

കാരണം? നാടുപേക്ഷിച്ചോ?

എന്റെ ജീവിതം ഇവിടെയല്ലേ? എന്റെ വീട് നശിച്ചാലും ആ മണ്ണ് അവിടെ കാണുമല്ലോ. സൗകര്യപ്പെടുമ്പോൾ വരാം. കഴിഞ്ഞ അഞ്ചെട്ടു വർഷക്കാലം എന്നെ ആകെ മാറ്റിക്കളഞ്ഞു. അതിനുമുൻപുള്ള കാലം എന്റെ ഓർമ്മയിലില്ല. ഇപ്പോൾ എന്റെ ഓർമ്മയിലും ചിന്തയിലും ഒരാളെയുള്ളൂ.. എന്റെ വേണുമാഷ്.. മാഷ്ടെ വഴിയാണ് എന്റെ വഴി..

ഞാനദ്ദേഹത്തിന്റെ നിഴലാണ്. എന്റെ നിസ്വതയിൽ, നിലവിളികളിൽ താങ്ങും തണലുമായി നിന്ന ആ മനുഷ്യനിൽ നിന്ന് വേർപെട്ട് എനിക്ക് സ്വന്തമായി ഒരസ്ഥിത്വമുണ്ടാകില്ല ഡോക്ടർ സുധാമണി...

ഒറ്റശ്വാസത്തിലാണ് ദേവൻ അത്രയും സംസാരിച്ചത്. ഓരോ വാക്കു പറയുമ്പോഴും ഏതോ ധ്യാനത്തിലെന്ന പോലെ ദേവന്റെ കണ്ണുകൾ ചുരുങ്ങി ചെറുതായി.. നെറ്റിയിൽ വിയർപ്പുപൊടിഞ്ഞു.

ദേവാ... തന്റെ വേണുമാഷും അതാണോ ആഗ്രഹിക്കുന്നത്. കുപ്പയിൽ കിടന്ന മാണിക്യം തപ്പിയെടുത്തത് കീശയിലിട്ടു നടക്കാൻ.. ഏയ് മാഷതു സമ്മതിക്കില്ലെന്നെനിക്കറിയാം.. നമുക്കു ചുറ്റും നമ്മൾ മാത്രമല്ല ഉള്ളത് നമ്മളെ ആശ്രയിച്ചു ജീവിക്കുന്ന പല ജീവികളുമുണ്ട്, ജീവിതങ്ങളുണ്ട്... അതു പ്രകൃതി നിയമമാണ്, അതിലൊരാളാണു ഞാൻ.

ഞാനിത്രകാലം ജീവിച്ചതും ഇനി ജീവിക്കുന്നതും ആ ഒരുലക്ഷ്യത്തിനുവേണ്ടിയാണ്.

സുധാമണി നിർത്തി

മനസ്സിലായില്ല... ദേവൻ പറഞ്ഞു

അത് തന്റെ നാട്യമാ ഒളിച്ചോട്ടം. അന്നുനമ്മൾ പിരിയുമ്പോൾ ഞാൻ പറഞ്ഞതോർമ്മയുണ്ടോ? നമ്മൾ വീണ്ടും കാണുമെന്ന്, ആ പ്രതീക്ഷയാണ് എന്നെ തന്റെ മുന്നിൽ കൊണ്ടുവന്നു നിർത്തിയത്. അതു കാലത്തിന്റെ നിയോഗമാണ്. അതുകൊണ്ടുതന്നെ സുധാമണിക്ക് ഇനി ഒരു പിന്മടക്കം സാദ്ധ്യമല്ല.

തെല്ലു നേരത്തെ നിശ്ശബ്ദതയ്ക്കു ശേഷം ദേവൻ പറഞ്ഞു... വർഷങ്ങൾക്കു മുൻപ് ആ സന്ധ്യാനേരത്ത് കണ്ടുപിരിഞ്ഞ ദേവനല്ല ഞാൻ. രണ്ടു രക്തസാക്ഷികളുടെ ചോരയിൽ നിന്നു പിറവിയെടുത്ത പ്രതികാരദാഹിയായ മനുഷ്യനുമല്ല... ജന്മി ആരാണെന്ന് എന്നെ അനുഭവിപ്പിച്ച ഗോപാലൻ നായരേക്കാൾ കരുത്തും കൈയൂക്കുമുള്ള ജന്മിത്വത്തിന്റെ കിരാതമുഷ്ടിയിൽ ഞെരിഞ്ഞമർന്ന പുതിയ ദേവൻ വെറുമൊരു സ്വപ്ന ജീവിയല്ല. ജന്മിയായിട്ടും ജന്മിത്തത്തെ നെഞ്ചു വിരിച്ചു നേരിട്ട മനുഷ്യത്വത്തിനു മുന്നിൽ സാഷ്ടാംഗം വീണുകിടക്കുന്ന ഒരു സാധാരണ മനുഷ്യൻ. അവന് തരളഭാവങ്ങളില്ല. ഡോക്ടർ സുധാമണി.. തകർന്ന മനസ്സിന്റെ പരുക്കൻ ചുമരുകളിൽ തലതല്ലി വീഴുന്ന മർദ്ദിതന്റെ മരണവിളികളാണ്. ദേവന്റെ കണ്ണുകൾ നനഞ്ഞു. ചുണ്ടുകൾ വിറച്ചു.

ദേവാ... എനിക്കു തന്നെ മനസ്സിലാവും.. മനസ്സിലാക്കിക്കൊണ്ടു തന്നെയാണ് ഞാൻ തന്നെത്തേടി വന്നതും. തന്റെ ഐഡ്യോളജിയോടും ആകുലതകളോടും കണ്ണിചേരാനെനിക്കു കഴിയും. അതിനെന്നെ അനുവദിച്ചുകൂടെ..

സാദ്ധ്യമല്ല. എന്റെ വഴിവേറെയാണ്.. കൂട്ട്, കുടുംബം.. പിന്നെ ശാന്തമായൊഴുകുന്ന സമൃദ്ധമായ ജീവിതം... അതൊന്നും എനിക്കു

സാദ്ധ്യമല്ല.

ദേവൻ നിശ്ശബ്ദനായി. ഡോക്ടർ സുധാമണിയും. അവർക്കിടയിലെ മൗനം ഭയാനകമായിരുന്നു. ദേവന്റെ മനസ്സ് ശാന്തമായി. സുധാമണി തിളയ്ക്കുന്ന മനസ്സിൽ പ്രതീക്ഷയുടെ പൊടിപ്പുകളുമായി ശബ്ദിച്ചു.

എന്നെ തനിക്ക് സ്വീകാര്യമല്ലെന്നേ താൻ പറഞ്ഞുള്ളു, അതിന് ഞാൻ തന്നെ ഉപേക്ഷിക്കണമെന്നർത്ഥമില്ല. കുട്ടിക്കാലം മുതൽ ദേവൻ എന്റെ കൺവെട്ടത്തുണ്ടായിരുന്നു. അന്നൊന്നും തോന്നാത്ത എന്തോ ഒന്ന്, അത് പ്രണയമാണോ എന്നറിയില്ല, തന്റെ അച്ഛനമ്മമാരുടെ ഘാതകനോടു തോന്നിയ വെറുപ്പ്, പ്രതികാരം... അതെന്നെ ഉലച്ചു കളഞ്ഞു. താൻ നാടുപേക്ഷിക്കുന്നു എന്നുകേട്ട നിമിഷം ഞാനാകെ തകർന്നു പോയി. ഒരു പ്രായശ്ചിത്തം, ആദ്യം അതേ ആലോചിച്ചിരുന്നുള്ളു. എന്നാൽ ഇപ്പോഴങ്ങനെയല്ല, ഇതെന്റെ ഇച്ഛയാണ്, തീരുമാനമാണ്...

ഡോക്ടർ സുധാമണിയുടെ ചിന്തകൾ ബാലിശമാണ്. വെറും തോന്നൽ, നമ്മൾ തമ്മിൽ ഒരുപാടകലമുണ്ട്, ഉണ്ടായിരുന്നു.. ഉണ്ടാവുകയും ചെയ്യും. ഡോക്ടറുടെ അച്ഛൻ ചെയ്തുപോയ തെറ്റുകൾ ഏറ്റുപറഞ്ഞു പശ്ചാത്തപിച്ചിട്ടുണ്ട്.. അതുകൊണ്ട് എനിക്ക് പ്രത്യേകിച്ചൊരു ഗുണവുമുണ്ടായിട്ടില്ല, ഉണ്ടാവുകയുമില്ല... അതുകൊണ്ടാണ് പറയുന്നത് ശുഭ്രമായ ആകാശത്തു കാർമേഘം വന്നു മൂടാനനുവദിക്കരുത്... ഇതെന്റെ അപേക്ഷയാണ്..

ആർക്കും ആരുടെയും ഹൃദയത്തിൽ കടന്നു കയറി ഇരിക്കാൻ പറ്റില്ല ദേവാ.. അതെനിക്കും തനിക്കുമറിയാം. എന്റെ ജീവിതം എങ്ങനെയാവുമെന്ന് എനിക്കൊരു നിശ്ചയവുമില്ല. എന്നാലൊരു കാര്യം ഞാൻ തീർത്തു പറയുന്നു. തന്റെ നിഴലായി ഈ ഞാനുണ്ടാവും. അതിന് എനിക്ക് തന്റെ സമ്മതം വേണ്ടല്ലോ...

ഡോ. സുധാമണിയുടെ തൊണ്ട ഇടറിയോ..? ദേവനു തോന്നിയതായിരിക്കും. പക്ഷേ, അവളുടെ കൺപീലികൾ നനഞ്ഞിരുന്നു. യാത്ര ചോദിക്കാതെ അവളിറങ്ങിപ്പോയി. ഒന്നു തിരിഞ്ഞു നോക്കുക പോലും ചെയ്തില്ല. അന്നത്തെ ആ സന്ധ്യാനേരത്തും ഇങ്ങനെ തന്നെയാണ് സുധാമണി, ഇറങ്ങിപ്പോയത്... പൊടുന്നനെ ചീരുവിന്റെ കണ്ണീരണിഞ്ഞ മുഖം ദേവന്റെ മനസ്സിലേക്കോടിയെത്തി എന്നും എപ്പോഴും അതയാൾക്ക് നീറ്റലാണല്ലോ...

****

നല്ലിരിക്ക എന്ന പരിപൂർണ്ണ വിശ്രമകാലത്ത് ദേവൻ ധാരാളം കവിതകളെഴുതി. അതിൽ 'കണ്ണകീവിലാപം' എന്ന ഖണ്ഡകാവ്യം ശ്രദ്ധേയമായിരുന്നു. ഭർത്തൃഘാതകനോടുള്ള പ്രതികാരത്തിൽ ചിലമ്പു പറിച്ചെറിഞ്ഞ ദു;ഖാർത്തയായ കണ്ണകിക്ക് ചീരുവിന്റെ പ്രതിഛായയുണ്ടെന്ന് വേണുമാഷ് പറഞ്ഞു. ദേവനും അങ്ങനെ തോന്നി.

'കണ്ണകീവിലാപം' അച്ചടിച്ച കോപ്പിയുമായി ശിവാനി വന്നു. അച്ഛനമ്മമാർക്കൊപ്പം. ബാലപ്പാപ്പ തനിച്ചല്ലേ? ഞാൻ കൂട്ടിക്കൊണ്ടു പോകാൻ വന്നതാ വേണു, ശിവദാസൻ പറഞ്ഞു. അതിന് ബാലപ്പാപ്പ ആ വീടുവിട്ടുവരുമോ? അത്രയ്ക്കുപഥ്യമാണല്ലോ അദ്ദേഹത്തിന് ആ വീടും പരിസരവും...

വേണുമാഷാണ് പറഞ്ഞത്

ഞാനും വിളിച്ചു കുറച്ചു ദിവസമെങ്കിലും ഇവിടെ വന്നു നിൽക്കാൻ, വന്നില്ല വരില്ല അതെനിക്കറിയാം..

വേണുവിനു സങ്കടം...

ഓർമ്മവച്ച കാലം മുതൽ എന്നെ അസ്വസ്ഥമാക്കുകയും അമ്പരപ്പിക്കുകയും ചെയ്യുന്ന ഒരു കാര്യമുണ്ട് വേണൂ... എന്നാലതിന്റെ കാരണമെന്താണെന്നെനിക്കറിയില്ല.. അതിനിടയിൽ ശിവാനി ദേവന്റെ അരികിലേക്കും സരള അടുക്കയിലേക്കും പോയി...

ബാലപ്പാപ്പയും അമ്മയും തമ്മിൽ സംസാരിക്കുന്നതും ഒരേ മുറിയിൽ കിടക്കുന്നതും ഞാൻ കണ്ടിട്ടില്ല.. അമ്മ സ്കൂളൊഴിച്ചാൽ പുറത്തേക്കെങ്ങും പോകാറേ ഉണ്ടായിരുന്നില്ല, പടിഞ്ഞാറെ ചായ്പ്പിൽ വച്ച് എന്തെങ്കിലും കാച്ചിക്കുടിച്ച് ഒരു സന്ന്യാസിയെ പോലെയാണ് ബാലപ്പാപ്പ ജീവിച്ചത്. അതൊക്കെ കണ്ട് ഞാൻ കരഞ്ഞിട്ടുണ്ട്. പക്ഷേ, അതിന്റെ കാരണം ചോദിച്ചാൽ തന്നെ അവർ പറയുമായിരുന്നില്ല. അവർ ഒറ്റ മനസ്സോടെയാണു വീടു പുലർത്തിയിരുന്നത്. എന്നെ സ്നേഹിക്കാൻ അവർ മത്സരമായിരുന്നു. എന്നിട്ടും അവർക്കിടയിൽ വലിയ മതിൽ പോലെ മറഞ്ഞുനിന്ന വിരക്തിയോ വൈരാഗ്യമോ അമ്മയുടെ മരണം വരെയും അതുണ്ടായിരുന്നു. അവർ രണ്ടുപേരും ഹൃദയത്തിൽ വച്ചു പൂട്ടി സൂക്ഷിച്ചിരുന്ന എന്തോ ഒന്ന്... അതുകൊണ്ടാവും അമ്മ മരിച്ചപ്പോഴും ബാലപ്പാപ്പ തലപോയ മരം പോലെ ചലനമറ്റു നിന്നത്.. നിനക്കെന്തെങ്കിലും അറിയാമോ വേണൂ.. ബാലപ്പാപ്പ എന്നേക്കാൾ സ്നേഹിച്ചതു നിന്നെയാണല്ലേ..

വേണു ശിവദാസന്റെ മുഖത്തേക്കുനോക്കിക്കൊണ്ട് തെല്ലുനേരം മിണ്ടാതിരുന്നു, പിന്നെ ഏതോ ഓർമ്മയിൽ മുഴുകി..

ഇവൻ ഈ ചോദ്യം കുറച്ചുകാലം മുൻപേ ചോദിക്കേണ്ടതായിരുന്നു.. അവന്റെ സ്വന്തം അമ്മാവനാണ് തന്റെ കാവൽക്കാരായി രക്ഷകനായി ഈ വീട്ടിൽക്കഴിയുന്നത്.. ആ സത്യവും അവനറിയില്ലെന്നുതോന്നുന്നു. ശാരദാമ്മച്ചിറ്റ ആ കാര്യം അവനോടു പറഞ്ഞിട്ടില്ലേ? അക്കാര്യമൊന്നും തനിക്കറിയില്ല. അച്ഛനമ്മമാരുടെ മരണ ശേഷം തന്റെ അമ്മാവന്മാർ പറഞ്ഞുതന്ന നിറം പിടിപ്പിച്ച നുണകളൊന്നും താൻ വിശ്വസിച്ചിട്ടില്ല. ഗോവിന്ദേട്ടൻ പറഞ്ഞതെല്ലാം സത്യമാണെന്നു വിശ്വസിച്ചിട്ടുമുണ്ട്. ഭഗീരഥി പരമശുദ്ധയായിരുന്നു. സ്നേഹവും കുലീനത്വവുമുള്ള ഒരു നല്ല സ്ത്രീ, ചന്തവും സമ്പത്തുമുണ്ടായിട്ടും ഈ വീട്ടിലെ വേലക്കാരിയെപ്പോലെയാണവർ ജീവിച്ചത്. ഭർത്താവിനെ ദൈവ

ത്തെപ്പോലെ സ്നേഹിച്ചു. പരിചാരകനായ എന്നെ സ്വന്തം ആങ്ങളെയെപ്പോലെ കരുതി. മകനായിരുന്നു അവരുടെ ലോകം... ശിവദാസനെ അവർ സ്വന്തമായി കരുതി, നിങ്ങൾ ഒരച്ഛന്റെ മക്കളാണെന്നറിഞ്ഞപ്പോൾ അവർ തകർന്നു പോയിരിക്കും. സ്നേഹിച്ച് പൂജിച്ചിരുന്നയാൾ തന്നെ വഞ്ചിച്ചതോർത്ത് അവർ നെഞ്ചുപൊട്ടി കരഞ്ഞിരിക്കും, സ്വന്തം കൂടെപിറപ്പിനെപ്പോലെ കരുതിയ ഗോവിന്ദനും സ്വന്തം സഹോദരിക്കുവേണ്ടി തന്നെ ചതിക്കുകയായിരുന്നല്ലോ എന്ന തിരിച്ചറിവിൽ അവർ അതിജീവനത്തിന്റെ വഴിയിൽ അടിതെറ്റിവീണിരിക്കാം..

ബാലപ്പാപ്പ എന്നും ദുഃഖിതനായിരുന്നു. ശാരദാമ്മച്ചിറ്റയും. അതെനിക്കറിയാം, അവർ അങ്ങനെ ആയതിൽ അവർക്കുരണ്ടുപേർക്കും പങ്കുണ്ടായിരുന്നിരിക്കണം. അതുകൊണ്ടു തന്നെയാണ് അവർ നയിച്ച ജീവിതത്തിന്റെ സങ്കടങ്ങളും സംഘർഷങ്ങളും അവരുടെ സ്വകാര്യതയാക്കി വച്ചത്. അതേപ്പറ്റി ഒന്നും തന്നെ ആരോടും പറയാതെ ഒരാൾ പോയി, ഒരാൾ ബാക്കി നിൽക്കുന്നു. അദ്ദേഹത്തിന്റെ ഇഷ്ടംപോലെ ജീവിക്കട്ടെ, ഞങ്ങളിവിടെയുണ്ടല്ലോ, വേണുമാഷ് പറഞ്ഞതുകേട്ട് ശിവദാസൻ മിണ്ടിയില്ല.

വർത്തമാനം നിർത്തി വാ ഭക്ഷണം കഴിക്കാം, എവിടെ ശിവാനി... സരളയാണു പറഞ്ഞത്.

ഞാൻ ബാലപ്പാപ്പയെ വിളിക്കാൻ ആളെ അയച്ചിട്ടുണ്ട് ഇപ്പോ വരും, എന്നിട്ടാവാം

വേണ്വേട്ടാ... ഇനി എന്താ ദേവന്റെ പരിപാടി

ശിവാനിയും ദേവനും പൂമുഖത്തേക്കു വന്നു

അതയാൾ തന്നെ തീരുമാനിക്കട്ടെ, ദേവനിപ്പോൾ ചെറിയ കുട്ടിയല്ലല്ലൊ.. അയാൾ എന്താഗ്രഹിച്ചാലും അതു നടക്കും. വേണുമാഷ് പറഞ്ഞു.

ആട്ടെ നിനക്കു വല്ല സജഷനുമുണ്ടോ ശിവാനി... ജഡ്ജിത്തലയിൽ വല്ല പുതിയ പ്ലാനും?

പഠനം തുടരണം. എൽ എൽ ബി എടുക്കണമെന്നാണെന്റെ നിർദ്ദേശം. അതിനു മുൻപ് ഡിഗ്രി പൂർത്തിയാക്കണം. ശിവാനി പറഞ്ഞു.

ദേവന്റെ പ്ലാനെന്താ? ഡോക്ടർ ശിവദാസ് ചോദിച്ചു.

ശിവാനി പറഞ്ഞതിനോടെനിക്കുയോജിപ്പാണ്. പക്ഷേ, ഇവിടുത്തെ കർഷക പ്രസ്ഥാനത്തോട് കണ്ണിചേരണമെന്നത് എന്റെ ആഗ്രഹമാണ്.. തീരുമാനവുമാണ്..

ഉടനേ അതു വേണോ ദേവാ.. ശിവദാസ് ചോദിച്ചു

വേണം, ഞാൻ തുടങ്ങിയേടുത്തല്ല ആ പ്രസ്ഥാനമുള്ളത്.. അതേറെ മുന്നോട്ടുപോയി... പക്ഷേ, കർഷകരുടെ പ്രശ്നം തിരുവിതാംകൂറിൽ ഒതുങ്ങുന്നില്ലല്ലോ സാർ..

ദേവൻ പറഞ്ഞതുകേട്ട് കുറച്ച് സമയത്തേക്ക് ആരും ശബ്ദിച്ചില്ല. ഒടുവിൽ ശിവാനി പറഞ്ഞു.

ദേവൻ പറഞ്ഞതാണ് ശരി. ഓരോരുത്തരുടെയും ജീവിതത്തിന്റെ തേർത്തട്ടിൽ നിൽക്കുന്നതവരവർ തന്നെയാണ്. ഒരു തേരാളിയുടെ സ്ഥാനമേ മറ്റുള്ളവർക്കുള്ളു. അത് കാലത്തിന്റെ നിയോഗമാണ്, കർമ്മമാണ്.. അല്ലേ വേണ്വേട്ടാ..

വേണുമാഷ് പുഞ്ചിരിച്ചു. നീ പതിവുപോലെ വളഞ്ഞു മൂക്കു പിടിക്കുന്നു. പറയാനുള്ളത് നേരെ പറഞ്ഞൂടെ ശിവാനി... ദേവന് കർഷ പ്രസ്ഥാനവുമായി സഹകരിക്കണമെങ്കിൽ അതിനാർക്കാണെതിർപ്പ്... പക്ഷേ, പഠിപ്പു തുടരണം... ങാ.. ബാലപ്പാപ്പ വന്നു, നമുക്ക് ഊണു കഴിക്കാം..

എല്ലാവരും ഊണുകഴിക്കാനിരുന്നു.. അമ്മയും ഇരുന്നോളു.. വിളമ്പാൻ ഗോവിന്ദേട്ടനെ ഞാൻ സഹായിച്ചോളാം.. ശിവാനി പറഞ്ഞു.

ഗോവിന്ദേട്ടൻ മേശപ്പുറത്ത് നാക്കില വെച്ച് ചോറുവിളമ്പാൻ തയ്യാറായിനിന്നു...

****

ദേവന് വമ്പിച്ച സ്വീകരണമാണ് ലഭിച്ചത്. കർഷകസംഘവും കമ്യൂണിസ്റ്റുപാർട്ടിയും സംയുക്തമായാണ് സ്വീകരണം സംഘടിപ്പിച്ചത്. വേണുമാഷും അഡ്വക്കേറ്റ് കുമാരപ്പണിക്കരും സ്വീകരണത്തിലേക്കു ക്ഷണിക്കപ്പെട്ടു. ബാലൻ സാർ സംഘാടകനായി മുന്നിലുണ്ടായിരുന്നു. കർഷകരും കർഷകത്തൊഴിലാളികളും കയർത്തൊഴിലാളികളും മാത്രമല്ല പൊതുജനങ്ങളും പരിപാടിയിലേക്കൊഴുകിയെത്തി. കൂലി കൂടുതൽ ആവശ്യപ്പെട്ട കർഷക സ്ത്രീകളും ഗുണ്ടകളും ഇടത്തരം കർഷകരും ചൂഷണം ചെയ്യപ്പെടുകയും മർദ്ദിക്കപ്പെടുകയും ചെയ്യുന്നതിൽ പ്രതിഷേധസമരവുമായി കർഷകത്തൊഴിലാളികളും സമരം ചെയ്യുന്ന കാലമായിരുന്നത്. കുട്ടനാടിന്റെ കണ്ണീരുപോലെ കൂലിത്തൊഴിലാളികളായ കർഷകജനസാമാന്യത്തിന്റെ സമരവും പ്രതിഷേധവും പാടശേഖരങ്ങളിൽ അലയടിച്ചുകൊണ്ടിരുന്നു. അവരുടെ സങ്കടങ്ങളും സംഘർഷങ്ങളും തോരാമഴപോലെ കുട്ടനാട്ടിൽ പെയ്തുനിന്നു.

അഡ്വക്കേറ്റ് കുമാരപ്പണിക്കർ രക്തസാക്ഷി അനിരുദ്ധനടക്കം കുട്ടനാടൻ മണ്ണിൽ കട്ടപിടിച്ചു കിടക്കുന്ന ധീരരക്തസാക്ഷികളുടെ ഓർമ്മകൾ പുതുക്കി. പ്രമാണിമാരുടെ ഗുണ്ടാ ഭരണം അടിച്ചമർത്തിയ ജനകീയസർക്കാരിനെ അഭിനന്ദിച്ചു. ഇനിയും പിഴുതെറിയാനാവാതെ മുളച്ചു നിൽക്കുന്ന ജന്മിത്തത്തിന്റെ അടിവേരറുക്കാൻ കർഷക പ്രസ്ഥാനം പ്രതിജ്ഞാബദ്ധമാണെന്നദ്ദേഹം പ്രഖ്യാപിച്ചു. തടവറയിലെ മർദ്ദന മുറകൾ അന്നപാനീയങ്ങൾ നിഷേധിച്ച് ഉറങ്ങാൻ വിടാതെ, ഒന്നു തലചായ്ക്കാൻ സമ്മതിക്കാതെ പാദം മുതൽ മുടിയിഴകൾ വരെ മർദ്ദിച്ചും മുറിവേല്പിച്ചും കൈകാലുകളിലെ നഖങ്ങൾ പിഴുതെടുത്തും പഴുത്ത ഇരുമ്പുകമ്പികൊണ്ട് പാദങ്ങളിൽ അടിച്ചും പൊലീസ് നടത്തിയ

കൊടിയ മർദ്ദനങ്ങൾ വിശദീകരിക്കുമ്പോൾ ദേവന്റെ ശബ്ദം വരണ്ടു. കണ്ടുനിന്നവരുടെ കണ്ണുകൾ നിറഞ്ഞു. തൊഴിലാളി സ്ത്രീകൾ വാവിട്ടു കരഞ്ഞു.

എല്ലാം എന്തിനു വേണ്ടിയായിരുന്നു? ഞാൻ ചെയ്ത കുറ്റമെന്ത്? ചോര നീരാക്കുന്ന കർഷകന്റെ ചോരകുടിച്ചു ചീർക്കുന്ന അട്ടകളെ അമർച്ച ചെയ്യണമെന്നാവശ്യപ്പെട്ടതോ? ജന്മിമാരുടെ കങ്കാണിമാരും ഗുണ്ടകളും ബൂർഷ്വാഭരണ കൂടത്തിന്റെ ചൊല്ലുവിളി കേൾക്കുന്ന പൊലീസുകാരുടെ നെറികേടും അവസാനിപ്പിക്കണമെന്നാവശ്യപ്പെട്ടതോ? എന്റെ എട്ടുവർഷങ്ങളെ അവർ തട്ടിയെടുത്ത് ചുട്ടെരിച്ചതെന്തിനാണെന്നെനിക്കിന്നും മനസ്സിലായില്ല. തൊഴിലാളികളുടെ വിയർപ്പുമോന്തുന്ന ജന്മിമാരല്ല കൃഷി ഭൂമിയുടെ ഉടമസ്ഥർ. അതിൽ അദ്ധ്വാനിക്കുന്നവന്റേതാണ്. കൃഷിഭൂമി കൃഷിക്കാരനവകാശപ്പെട്ടതാണ്. കർഷക പ്രസ്ഥാനത്തിന്റെ സമരങ്ങൾ, പ്രക്ഷോഭങ്ങൾ അതിനു വേണ്ടിയാവണമെന്നാണെന്റെ അഭിപ്രായം. ദേവൻ പ്രസംഗം അവസാനിപ്പിച്ചു. തുടർന്നു വന്നവരെല്ലാം ദേവനെ പിൻതുണച്ചും. എല്ലം കണ്ടും കേട്ടും നിന്ന പൊലീസുകാർ നിശ്ശബ്ദരായിരുന്നു. പരിപാടി ഭംഗിയായി പര്യവസാനിച്ചു.

ഞങ്ങൾക്ക് നിന്നെക്കുറിച്ച് അഭിമാനമാണു ദേവാ.. നീയീ കുട്ടനാട്ടിൽ മാറ്റത്തിന്റെ വിത്തു വിളയിച്ചു. അഡ്വക്കേറ്റ് കുമാരപ്പണിക്കർ പറഞ്ഞു.

ഡിഗ്രി എഴുതിയെടുക്കാനുള്ള നോട്സും ചില റഫറൻസ് ബുക്കുകളും ശിവാനി കൊണ്ടുവന്നു. എൽ എൽ ബി ഈവനിങ് കോഴ്സിൽ ചേരാനുള്ള അപേക്ഷാഫാറങ്ങളും ദേവനിൽ നിന്നു പൂരിപ്പിച്ചുവാങ്ങി.

ഉഴപ്പരുത്, യൂണിയൻ പ്രവർത്തനം ഗുണ്ടായിസവും കൊലപാതകവുമല്ല ആദ്യം സ്വന്തമായൊരു തൊഴിൽ സമ്പാദിക്ക്. എന്നിട്ട് തൊഴിലാളികളെ സംരക്ഷിക്കാൻ ശ്രമിക്ക്.

ശിവാനി എത്രമാറിയിരിക്കുന്നു. തന്റെ മുന്നിൽ നിൽക്കുന്നത് മരിച്ചുപോയ തന്റെ അമ്മയാണെന്നയാൾക്കു തോന്നി. അതേ ഭാവം. ശകാരിക്കുമ്പോഴും സ്നേഹിക്കുമ്പോഴും ഊഷ്മളമായ ലാളനയാണനുഭവപ്പെടുക. പക്ഷേ, വേണുമാഷിന് ഇപ്പോഴും ദേവനെയോർത്തു കുറ്റബോധമാണ്, പശ്ചാത്താപമാണ്.

നിന്റെ ജീവിതം ഇങ്ങനെയാകണമെന്നല്ല ഞാനാഗ്രഹിച്ചത് ദേവാ..

എങ്ങനെയായിത്തീർന്നെന്നാ മാഷ് പറയുന്നത്. ഒന്നും നമ്മൾ കരുതിക്കൂട്ടി ചെയ്തതല്ലല്ലോ... കാലം നമ്മളെ അതിനു നിയോഗിച്ചതാണ്, അതുകൊണ്ടുതന്നെ നമ്മൾ കാലത്തിനു കീഴടങ്ങുകയല്ല കീഴടക്കുകയാണ് വേണ്ടത്.

ശിവാനിയെപ്പോലെ ദേവനും സംസാരിക്കാൻ പഠിച്ചിരിക്കുന്നു. അവന്റെ ഓരോ വാക്കുകളും ഒരുറപ്പാണ്... പ്രതീക്ഷയാണ്..

അവൻ വേണുവിന്റെ സമ്പാദ്യമാണ്. മറ്റെല്ലാം നഷ്ടപ്പെട്ടാലും ദേവൻ നിനക്കു നഷ്ടപ്പെടരുത്. അവൻ നിനക്കുമാത്രമല്ല നമ്മുടെ കുട്ടനാടിനും

ഒരു മുതൽക്കൂട്ടാണ്..

ബാലൻസാറു പറഞ്ഞുകൊണ്ടിരിക്കുമ്പോൾ കൊട്ടിയമ്പലം കടന്ന് വേലായുധൻ വരുന്നതുകണ്ടു. അയാൾ വല്ലാതെ മെലിഞ്ഞുണങ്ങി. കണ്ടാലറിയാത്ത വിധം പ്രാകൃതനായിരിക്കുന്നു.. ഇവനെന്തുപറ്റി... വേണുചോദിച്ചു.

കിടപ്പിലായിരുന്നു. ഒരു പനി വന്നതാ ഒറ്റയ്ക്കുള്ള ജീവിതമല്ലേ? പെട്ടുപോയി.

വേണുക്കുഞ്ഞിനെ ഇനി കാണാൻ കഴിയുമെന്നു വിചാരിച്ചതല്ല...

വേലായുധൻ കരഞ്ഞുപോയി... നീ കരയാതെ... ജീവിതമൊക്കെ എങ്ങനെയുണ്ട്? വേണുചോദിച്ചു..

വയ്യ കുഞ്ഞേ... തുഴയെടുക്കുമ്പോൾ കൈവിറയ്ക്കുന്നു. തല ചുറ്റലും ശ്വാസംമുട്ടലുമൊക്കെയായി കിടപ്പാണ്.

ങാ.. ഇനി മുതൽ നീ തോണിയിറക്കണ്ട. അതുവിറ്റേക്ക്, ഇവിടെ ചാവടിയിൽ കൂടിക്കോ.. ഗോവിന്ദേട്ടനും വയ്യാതായി. നമുക്കാരെയെങ്കിലും ഒരാളെക്കൂടി ജോലിക്കുവയ്ക്കാം..

വേണുപറഞ്ഞു..

അതൊന്നും വേണ്ട കുഞ്ഞെ... തൽക്കാലം ജീവിക്കാൻ എന്റെ തോണിമതി.. ഈ സൂക്കേടാ വല്യബുദ്ധിമുട്ട്.

ഞാൻ ഗോവിന്ദേട്ടനോടു പറയാം. ആവശ്യമുള്ള അരിയോ തേങ്ങയോ മരുന്നുവാങ്ങാൻ കാശോ എന്താന്നുവച്ചാ വാങ്ങിക്കോ.. ചുമ്മാ കഷ്ടപ്പെടണ്ട.. പിന്നൊരു കാര്യം ഞാൻ പുതിയൊരു വള്ളം വാങ്ങിത്തരാം.. കൂലിക്കൊരാളെ വച്ചോ. വേലായുധനു ജീവിക്കാനതുമതി..

വേലായുധൻ വേണുവിനെ നന്ദിയോടെ നോക്കി. അയാളുടെ കണ്ണുനീർ തൊണ്ടയിൽ കുരുങ്ങി.

അപ്പുറത്തുചെന്ന് ഭക്ഷണം കഴിച്ചിട്ടു പോയാൽ മതി വേലായുധാ... പോകുന്നില്ലെങ്കിൽ ഇവിടെ കിടക്കാം..

അതുവേണ്ട കുഞ്ഞെ... ഞാനെന്റെ കുടീലേക്കു പോവുവാ...

ബാലപ്പാപ്പ ഇന്നിനി അങ്ങോട്ടു പോകണ്ട, തനിച്ചല്ലേ നമ്മുക്കു കുറച്ചുനേരം കാര്യം പറഞ്ഞിരിക്കാം.. വേണു പറഞ്ഞുനോക്കി. പക്ഷേ, ബാലൻസാറുനിന്നില്ല.

ആ വീടെനിക്കൊരു തടവറയാണു വേണു... നിന്റെ അച്ഛൻ എന്നെ ബന്ധനത്തിലാക്കിയ വീടാണത്. ആ സമ്മാനം എനിക്ക് തന്നിട്ട് പകരം എന്റെ ജീവിതം അദ്ദേഹം കൈക്കലാക്കി, അതെന്റെ ദൗർഭാഗ്യം...

ബാലൻ സാറിന്റെ ശബ്ദം നേർത്തുപോയി, പിന്നീട് ഒന്നും സംസാരിക്കാതെ അദ്ദേഹം പടിപ്പുരകടന്നു... വേണുമാഷും ദേവനും അതു നോക്കിനിന്നു.

****

സമയം വളരെ വൈകിയാണ് വേണുമാഷും ദേവനും ഉറങ്ങാൻ കിടന്നത്. സുധാമണിയുടെ വരവോടുകൂടി ദേവൻ അസ്വസ്ഥനാണെന്നു വേണുമാഷിനു തോന്നി. പെയ്തൊഴിഞ്ഞ പ്രകൃതിപോലെ ശാന്തമായിരുന്ന ജീവിതം സുധാമണി കലുഷമാക്കിയിരിക്കുന്നു. മനഃപൂർവ്വം മറക്കാൻ കൊതിച്ചതൊക്കെ മടങ്ങി വന്നിരിക്കുന്നു. അമ്മ, അച്ഛൻ.. അച്ഛമ്മയും വിങ്ങിയും വിതുമ്പിയും മുന്നിൽ വന്നു നിൽക്കുന്നു, നാടും വീടും കൈമാടി വിളിക്കുന്നു. ഏതോ ഒരു പകലറുതിയിൽ വിയർപ്പിൽ കുളിച്ച് കീറിപ്പറിഞ്ഞ വസ്ത്രം വാരിപ്പിടിച്ചെത്തിയ അമ്മ അലറുന്നു. കൊല്ലണം.. അവനെ ആ നായരെ കൊല്ലണം... മുഖം നിറയെ പഴുത്തു വീർത്ത മസൂരി വിത്തുമായി അമ്മ അലമുറയിട്ടു വിളിക്കുന്നു... മോനേ ദേവാ... അവനെ കൊല്ലണം... കൊന്നിട്ടെന്തു നേടാൻ? അവനെ വിട്ട് ഇവിടെയെത്തിയപ്പോൾ ഒന്നല്ല ഒരായിരം ജന്മിമാരെയാണ് ചുറ്റിലും കണ്ടത്. ജന്മിത്വം ഒരു സാമൂഹ്യശാസ്ത്രമാണ്, കാലങ്ങളായി അധികാരി വർഗ്ഗം നീറ്റിയെടുത്ത ചുടലച്ചാരം.. അതിനെ ഊതിപ്പറപ്പിക്കാൻ ഒരുപാടു കാലം വേണം, ഒരുപാടുപേരുടെ പ്രാണനും പ്രയത്നവും തർപ്പണം ചെയ്തുകൊണ്ടു തകർക്കേണ്ട കിരാത വ്യവസ്ഥയാണത്. വ്യവസ്ഥാന്തരങ്ങളുടെ സൃഷ്ടാക്കൾ ആത്മാഭിമാനമുള്ള ജനതയാണ്. അവരുടെ അനന്തമായ പോരാട്ടമാണ്.. പാതിരാ കഴിയുമ്പോഴും വേണുമാഷ് പറഞ്ഞുകൊണ്ടിരുന്നു. ദേവൻ അതൊക്കെ കേൾക്കുകയായിരുന്നില്ല.. ആത്മാവിൽ പകർത്തുകയായിരുന്നു...

പതിവുപോലെ പുലർകാലത്തുണർന്ന വേണുമാഷ് ദേവനെ കൂട്ടി പുറത്തേക്കിറങ്ങി. കുട്ടനാടിന്റെ മുഖഛായയ്ക്കു വലിയമാറ്റമൊന്നുമില്ല. ചെറിയ നടപ്പാതകൾ വീതികൂട്ടി റോഡാക്കിയിട്ടുണ്ട്. പാടശേഖരങ്ങൾ പലയിടത്തും നികത്തി എടുപ്പുകൾ ഉയർന്നു. ചന്തയും ചായക്കടകളുമൊക്കെ മെച്ചപ്പെട്ടു. ചെറുപ്പക്കാരുടെ ഒരു പുതിയ നിര തന്നെ വളർന്നു വന്നിട്ടുണ്ട്.

പ്രാതലിനുവേണ്ടി അടുക്കളയിലെത്തിയ ദേവൻ തമാശയായി പറഞ്ഞു. ഗോവിന്ദേട്ടൻ ഒരു കല്ല്യാണം കഴിച്ചിരുന്നെങ്കിൽ നമുക്കു നല്ല ഭക്ഷണം കഴിക്കാമായിരുന്നു..

ഞാ രണ്ടെണ്ണം ഈ വീട്ടിൽ പൊര നെറഞ്ഞു നിൽക്കുന്നു. അതിലൊന്നു മുത്തുനരച്ചു തുടങ്ങി. മറ്റൊരുത്തൻ ഗുണ്ടകൾക്കു കേറി നിരങ്ങാൻ മുതുകും കാണിച്ചു നടക്കുന്നു. അതിലേതെങ്കിലും ഒന്ന് ഒരു പെണ്ണിന് മുണ്ടുകൊടുത്തു കൊണ്ടുവന്നിരുന്നെങ്കി ഈ വയസ്സാം കാലത്ത് എനിക്കൊരുപാകത്തിരിക്കാരുന്നു.

ഗോവിന്ദേട്ടന് ദേഷ്യവും സങ്കടവും വന്നു.

ഒരു കുടുംബം അന്യാധീനപ്പെട്ടു പോകുന്നതാണെന്റെ സങ്കടം. എന്റെ കണ്ണടഞ്ഞാ എന്റെ വേണുക്കുട്ടനാരാ..

ആ വൃദ്ധന്റെ സങ്കടം .....

മുണ്ടുകൊടുത്തു കൊണ്ടുവരുന്നവൾ എന്നും നമ്മുടെ കൂടെ

ഉണ്ടാകുമോ ഗോവിന്ദേട്ടാ.. നമ്മുടെ കൺമുന്നിലില്ലേ അനുഭവങ്ങൾ.. അതുകൊണ്ട് മുണ്ടു കൊടുക്കുന്ന കാര്യം അവിടെ നിൽക്കട്ടെ.. നമ്മുക്കൊരു ജോലിക്കാരനെ വയ്ക്കാം പോരേ.. വേണുമാഷ് ഗോവിന്ദേട്ടനെ സമാധാനിപ്പിച്ചു.

ദേവന് ഒരു ജോലിയായാൽ അവനെക്കൊണ്ട് ഒരു വിവാഹം കഴിപ്പിക്കണം. വീട്ടുജോലിക്കല്ല.. വീടുഭരിക്കാൻ...

ആ ഒരുകാര്യം മാത്രം നടക്കില്ല മാഷേ, ഈ ജന്മം ഞാൻ വിവാഹം കഴിക്കില്ല... എന്റെ മുന്നിൽ നിൽക്കുന്ന നിങ്ങൾ രണ്ടാളുമാണെന്റെ റോൾമോഡൽ... ബ്രഹ്മചര്യം എനിക്കും ചേരും... അതുമതിയെന്നു ഞാൻ നിശ്ചയിച്ചിട്ടുണ്ട്..

കുട്ടിക്ക് എന്റെ കൈയീന്ന് കിട്ടും, വെറുതേ വായിൽ തോന്നുന്നതു പറയണ്ട, എന്റെ കാര്യം വേറെ. പക്ഷേ എന്റെ വേണുക്കുട്ടൻ ഒരു വിവാഹം കഴിക്കണം... ഈ കുടുംബം നിലനിൽക്കണം.

ഗോവിന്ദേട്ടൻ പറഞ്ഞു...

അതൊക്കെ പിന്നീടാലോചിക്കാം. ഗോവിന്ദേട്ടാ ഇപ്പോ പ്രാതലായങ്കിതായോ.. വല്ലാതെ വിശക്കുന്നു.. വേണുമാഷ് പറഞ്ഞു

കുഞ്ഞേ... വേണുക്കുഞ്ഞേ.... വേലായുധൻ അലറി വിളിച്ചുകൊണ്ടു വന്നു. വേണുവും ദേവനും ഗോവിന്ദേട്ടനും അമ്പരന്നുകൊണ്ട് പുറത്തേക്കോടി...

പോയി........... പോയി ഗോവിന്ദേട്ടാ.. വേലായുധൻ വാവിട്ടു കരഞ്ഞു...

പോയോ... ആരുപോയി.... ദേവൻ ചോദിച്ചു...

ബാലൻസാറുപോയി... വേലായുധന് കരച്ചിടലക്കാൻ കഴിയുന്നില്ല...

ബാലൻസാറുപോയോ എങ്ങോട്ട്... എങ്ങോട്ടു പോയെടാ...

മരിച്ചുപോയി...

വാതില്പടിയിൽ കിടക്കുവാരുന്നു.. പാലുംകൊണ്ട് ചെന്ന പൊന്നമ്മയാ കണ്ടത്... ചെരിപ്പുകാലിൽ തന്നെയുണ്ട്, കണ്ണടകീശയിലും..

ബാലപ്പാപ്പേ... വേണു വെട്ടിയിട്ട തടിപോലെ പുറകോട്ടു വീണു, കഴിഞ്ഞ രാത്രി അവസാനയാത്രയും പറഞ്ഞാണോ അദ്ദേഹം ഇവിടെ നിന്നുപോയത്.. ഗോവിന്ദേട്ടാ നമുക്കിനി ആരുമില്ലാതായല്ലോ... ദൈവമേ..

മരണ വിവരമറിഞ്ഞ് യുണിയൻ നേതാക്കളെല്ലാമെത്തി.. അഡ്വക്കേറ്റ് കുമാരപ്പണിക്കരും, ടി ടി കൃഷ്ണനുമൊക്കെ നേരത്തേ വന്നു.

വിശാലമായ വരാന്തയിൽ ശാന്തനായുറങ്ങുകയാണ്... ആ മനുഷ്യൻ.. കടക്കണ്ണിലൂടെ ഒലിച്ചിറങ്ങിയ കണ്ണുനീർ ഉണങ്ങിയ പാടുകൾ. കീശയിലപ്പോഴും ഷീഫേഴ്സ് പേനയും കറുത്ത കുട്ടിക്കണ്ണടയുമുണ്ടായിരുന്നു. ആ ചുണ്ടുകൾ വിതുയുന്നുണ്ടോ.. തമ്മിൽ പിരിഞ്ഞിട്ട് ഏതാനും മണിക്കൂറുകളേ ആയിട്ടുള്ളു. അതിനിടയിൽ എന്തു സംഭവിച്ചു എന്നറിയില്ല... ഭാര്യയുണ്ടായിട്ടും വിഭാര്യനായി ജീവിച്ച ബ്രഹ്മയോഗി... ഏതാൾക്കൂട്ടത്തിലും ഒറ്റപ്പെട്ടുനിന്ന ഏകാന്തപഥികൻ, സ്നേഹിച്ചതു മുഴുവൻ ഒരാളെ മാത്രം, തന്റെ ബദ്ധ ശത്രുവായിരുന്ന ഒരുവന്റെ അനാഥനായ

മകനെ.. ഊണിലും ഉറക്കിലും ഓർത്തതും ഓമനിച്ചതും അവനെമാത്രം, ഒരേ ആരൂഢത്തിൽ അന്തിയുറങ്ങിയ ശാരദാമ്മയെ അപരിചിതയായി കണ്ട് അകലം പാലിച്ചു. ആ മനോബലം വേണുവിനിപ്പോഴും അത്ഭുതമാണ്.. സ്വന്തം അപരാധം ആത്മാവിൽ പേറി അഗ്നിയിൽ ജീവിച്ച ശാരദാമ്മയും വേണുവിന് അത്ഭുതം തന്നെയാണ്.. മനസ്സും ശരീരവും കൊടുത്തവൻ മംഗല്യം കഴിച്ചില്ല. മംഗല്യം കഴിച്ചവന് മനസ്സുപോലും കൊടുത്തില്ല. അവർക്കു പറയാനുള്ളത് കേൾക്കാനാരുമുണ്ടായില്ല.. അല്പം മാത്രം കേട്ടയാൾ അവർക്ക് ആജീവനാന്ത ശിക്ഷയും വിധിച്ചു. ആശ്രയവും അഭയവും തന്നയാളുടെ ആഗ്രഹത്തിനുമുന്നിൽ സ്വയം സമർപ്പിച്ചത് തെറ്റായിരുന്നു എന്ന് ശാരദാമ്മയ്ക്കു തോന്നിയിരിക്കില്ല, പക്ഷേ, തന്നെ തിരസ്കരിച്ച് സ്വന്തം വഴിതേടിപ്പോയ ആ മനുഷ്യന്റെ കുടുംബത്തെ വഞ്ചിച്ചുകൊണ്ടിരുന്നത് തെറ്റാണെന്നറിയാമായിരുന്നിട്ടും അതു തിരുത്തിയില്ല. തിരുത്താൻ ശ്രമിച്ചില്ല. തന്റെ സമസ്താപരാധങ്ങളും പൊറുത്ത് തന്റെ മനസ്സിന്റെ അടഞ്ഞ വാതിലിനു പുറത്ത് ഒരു താപസനെപ്പോലെ കാത്തുനിന്ന ഒരു സാധുമനുഷ്യനെ നിതാന്തമായ ഇരുളിലേക്കു തള്ളിവിട്ടതിന്റെ കുറ്റബോധം ശാരദാമ്മയെ നിരന്തരം വേട്ടയാടിയിരുന്നു എന്നുവേണം കരുതാൻ... പിന്നെ ശാരദാമ്മ ജീവിച്ചത് ശിവദാസനുവേണ്ടിയാണ്.. കേവലമൊരു വൈരാഗിയുടെ മനസ്സുമായി ജീവിച്ച ബാലനും നിത്യവ്യഥയിൽ നീറിനിന്ന ശാരദാമ്മയും ശിവദാസനെന്ന ദുർഭഗസന്തതിയെ ലാളിച്ചു വളർത്തി. ഒരേ മുഖഛായയുള്ള ശിവദാസനെയും വേണുവിനെയും നോക്കി ആളുകൾ അടക്കം പറഞ്ഞു.. ശേഖരൻതമ്പിയുടെ അന്ത്യവും വേണുവിന്റെ വളർച്ചയും മറുനാട്ടിലേക്കുള്ള പലായനവുമൊക്കെയായി ചരിത്രത്തിന്റെ താളുകൾ മറിഞ്ഞു.. നാട്ടുകാരുടെ വർത്തമാനങ്ങളും മാഞ്ഞുപോയി.

ശിവദാസനും ശിവാനിയും ഒന്നിച്ചാണു വന്നത്. സരള തനിച്ച് കാറോടിച്ച് വളരെ വൈകിയാണെത്തിയത്. ശിവാനി മുത്തച്ഛന്റെ ജഡത്തിനരികിൽ നിശ്ശബ്ദയായി ഒറ്റ നില്പായിരുന്നു.. അവളുടെ കണ്ണുകൾ നനഞ്ഞതേയില്ല.. ദീർഘമായൊരു നെടുവീർപ്പുമാത്രം... അപ്പുറത്ത് ഒറ്റയ്ക്കിരിക്കുന്ന വേണുവിന്റെ അരികിലേക്കു വന്ന ശിവാനി അയാളുടെ ചുമലിൽ തലചായ്ച്ചിരുന്നു.

ബന്ധുക്കളായി അധികമാരുമുണ്ടായിരുന്നില്ല.. മാവുവെട്ടി പട്ടട കൂട്ടി തീകൊളുത്തിയത് ശിവദാസനും വേണുവും കൂടിയായിരുന്നു. ബാലൻസാറിന്റെ സഹപ്രവർത്തകനും വിദ്യാർത്ഥികളുമൊക്കെയെത്തി. സൂര്യൻ എരിഞ്ഞടങ്ങി. പട്ടടയിലെ കനൽ കത്തിനിന്നു.

വേണുവും ദേവനും തിരിച്ചുപോരുമ്പോൾ ശിവാനിയും ഒപ്പമിറങ്ങി...

നീയെങ്ങോട്ടാ... സരള ചോദിച്ചു..

ശിവാനി അതു ഗൗനിക്കാതെ വേണുവിനൊപ്പം നടന്നു. സരള അവർക്കു മുന്നിൽ വന്നു തടഞ്ഞു.

നമ്മളിന്നുതന്നെ തിരിച്ചുപോകുന്നു.. നീ ഇപ്പോഴെങ്ങോട്ടും

പോകുന്നില്ല.

നിങ്ങളു പൊയ്ക്കൊളു.. ഈ ശൂന്യമായ വീട്ടിൽ ഇനി ആരുടേയും ആവശ്യമില്ല... അല്ലെങ്കിൽ തന്നെ അവിടെ കത്തിയമർന്ന മനുഷ്യന് സ്വന്തമെന്നു പറയാനാരുമില്ലല്ലൊ..... അനാഥനല്ലേ?

ശിവാനീ.. വേണുമാഷ് അറിയാതെ വിളിച്ചുപോയി. സരളയും സ്തബ്ധയായി. ശിവാനി വേണുവിനെ നോക്കി.. തനിക്കെല്ലാമറിയാമെന്ന മട്ടിൽ കണ്ണുകളടച്ചു...

ശിവാനീ.. ഞാൻ പറയുന്നത് കേൾക്ക്.. ഇന്നാട്ടിൽ നമുക്കിനി ആരുമില്ല. അതു നീ മനസ്സിലാക്കണം... നമ്മൾ ഒരുമിച്ച് ഇന്നു തിരിച്ചു പോവുകയാണ്. ചിലപ്പോൾ ഇനി ഒരു മടങ്ങി വരവുണ്ടാവുകയില്ല..

അതമ്മയുടെ അഭിപ്രായം... ശിവാനി ഇന്ന് വേണേട്ടന്റെ കൂടെ പോവും. രണ്ടു ദിവസം കഴിഞ്ഞേ മടങ്ങുകയുള്ളു.. അതെന്തുകൊണ്ടാണെന്ന് അമ്മയ്ക്കും അച്ഛനും മനസ്സിലാവില്ല.... മനസ്സിലാക്കണമെന്ന് എനിക്കു നിർബ്ബന്ധവുമില്ല.. സരളയ്ക്കു പിന്നെ മിണ്ടാൻ കഴിഞ്ഞില്ല...

ശിവാനി വേണുവിന്റെ കൈയും പിടിച്ച് പട്ടടയ്ക്കരിലേക്കു നടന്നു..

മുത്തശ്ശൻ അനാഥരാക്കിയത് നമ്മളെയാണു വേണേട്ടാ... നമ്മളിനി എന്തുചെയ്യും. ശിവാനി വാവിട്ടുകരയാൻ തുടങ്ങി... വേണുവും ഒപ്പം കരഞ്ഞു. പിന്നാലെ വന്ന ശിവദാസൻ മകളെ സമാധാനിപ്പിക്കാൻ ശ്രമിച്ചെങ്കിലും അവൾ കരച്ചിൽ നിർത്തിയില്ല... അടുത്ത നിമിഷം അവൾ വേണുവിനെയും പിടിച്ച് പടികടന്ന് റോഡിലേക്കിറങ്ങി. പിന്നാലെ ദേവനും. ശിവദാസനും സരളയും നിശ്ശബ്ദരായി നോക്കിനിന്നു.

****

രണ്ടു ദിവസം കഴിഞ്ഞ് ശിവാനി തിരിച്ചു പോകാനൊരുങ്ങി. ആ രണ്ടു ദിവസവും അവൾ വേണുവിന്റെ സമീപത്തുതന്നെ ചുറ്റിപ്പറ്റി നിന്നു.. അവരൊന്നിച്ച് ലൈബ്രറിയിലും പൂമുഖത്തുമൊക്കെയായി സംസാരിച്ചു കൊണ്ടിരുന്നു. ഇടയ്ക്ക് അടുക്കളയിൽ ഗോവിന്ദേട്ടനെ സഹായിച്ചും വൈകുന്നേരങ്ങളിൽ പുഴയോരത്തും പാടവരമ്പത്തും നിശ്ശബ്ദരായി നടന്നും, ചിലപ്പോൾ അല്പം മാത്രം സംസാരിച്ചും ഇരുവരുടെയും ഹൃദയത്തിൽ ഘനീഭവിച്ചുനിന്ന സങ്കടത്തിന്റെ ആഴം കുറയ്ക്കാൻ ശ്രമിച്ചു.. ദേവൻ എപ്പോഴും അവരുടെ നിഴലായി കൂടെ ഉണ്ടായിരുന്നെങ്കിലും ശിവാനി അയാളെ ശ്രദ്ധിച്ചതേയില്ല... മുത്തശ്ശന്റെ സങ്കടങ്ങൾ സ്വന്തം മനസ്സിലേക്കു പകർന്നുതന്ന ഗോവിന്ദേട്ടൻ ഇടയ്ക്ക് ഒരു കാര്യം ആവർത്തിച്ച് ഓർമ്മിച്ചു.. എന്റെ വേണുക്കുട്ടനെ മറന്നുകളയല്ലേ മോളേ, ഞാൻകൂടി മരിച്ചാൽ അവനൊറ്റയ്ക്കായി പോകും.. ഒരാൾക്ക് ഭൂമിയിൽ ആരുമില്ലാതാവുക.. അതോർക്കാൻ പോലും വയ്യ. ഗോവിന്ദേട്ടൻ വിഷമിക്കണ്ട. അതിനൊക്കെ പരിഹാരമുണ്ടാകും

ദേവൻ കുറച്ചുകൂടി സീരിയസ്സാവണം.. യൂണിയനിലേക്ക് ശ്രദ്ധ

വെച്ചാൽ പഠിപ്പു നടക്കില്ല... അതോർമ്മ വേണം.

ഓർമ്മയിലുണ്ട്, ഓർമ്മയിലതുമാത്രമേയുള്ളൂ ദേവൻ പറഞ്ഞു...

ഡോക്ടർ സുധാമണിക്ക് ഇയ്യാളോട് താല്പര്യമുണ്ടെന്നു തോന്നുന്നു. തിരിച്ചും അങ്ങനെയൊന്നുണ്ടെങ്കിൽ വിട്ടു കളയരുത്...

ശിവാനി വളരെ ഗൗരവത്തിലാണ് പറഞ്ഞത്.

എന്റെ മനസ്സിലിപ്പോൾ കുട്ടനാട് മാത്രമേയുള്ളൂ... പിന്നെ എന്റെ മാഷും.. അതിനപ്പുറത്തേക്ക് ചിന്തിച്ചിട്ടില്ല, ജഡ്ജിശിവാനി മാഡം... ഞാനൊരു സാധാരണ മനുഷ്യനാണ്.. മോഹങ്ങളും സ്വപ്നങ്ങളുമൊന്നുമില്ലാത്ത ഒരനാഥൻ...

ദേവാ.... എന്തിനാണിങ്ങനെ സ്വയം കുത്തി നോവിക്കുന്നത്, ശിവാനിയെ നിനക്കറിയില്ലേ.. വേണുമാഷ് ദേവനെ സമാധാനിപ്പിച്ചു.

ദേവൻ നല്ലൊരു ബാരിസ്റ്ററാകണം. അതെന്റെ ആഗ്രഹം. ശിവാനിയെപ്പോലെ നല്ല പദവിയിലെത്തണം..

വേണുമാഷ് പറഞ്ഞു.

ജഡ്ജി നല്ല പദവിയാണ്. നിയമം നന്നായി വ്യാഖ്യാനിച്ചാൽ നീതിനടപ്പിലാക്കാൻ പറ്റും. എന്നാൽ ഞാനത്ര നല്ല ന്യായാധിപയല്ല വേണ്വേട്ടാ... മനുഷ്യ മോചനത്തിന്റെ തിയറി ഇൻഡ്യൻ പീനൽ കോഡിന്റെ പരിധിക്കപ്പുറമാണ്, മർദ്ദിതന്റെ സങ്കടങ്ങൾ നിയമത്തിന്റെ അടരുകളിൽ അടയിരിക്കുന്ന കീടങ്ങൾ പോലെയാണ്. അതിന് കൂടുതൽ പഠനവും അന്വേഷണവുമൊക്കെ വേണം, എങ്കിൽ പോലും അതിന്റെ പ്രയോഗം അത്ര എളുപ്പമല്ല, പൊലീസിന്റെ തെളിവുകൾ വച്ച് നിയമം വ്യാഖ്യാനിക്കുന്ന ജഡ്ജിക്ക് നീതിയുടെ തുലാസിനെ തിരച്ഛീനമായി നിർത്താനാവില്ല... ശിവാനി നെടുവീർപ്പിട്ടുകൊണ്ട് പറഞ്ഞു നിർത്തി..

ഞാൻ അടുത്ത ആഴ്ച വരില്ല. മറ്റൊരു ജില്ലയുടെ ചുമതല കൂടിയുണ്ട്.

ശിവാനി ഇറങ്ങി, ജഡ്ജിയുടെ കാറുവന്നു. സുരക്ഷാ ഉദ്യോഗസ്ഥനായ പൊലീസുകാരൻ കാറിന്റെ ഡോർ തുറന്നു പിടിച്ചുനിന്നു. ശിവാനിയേയുംകൊണ്ട് കാർ കുതിച്ചുപോയി.

വേലായുധന് വേണുമാഷ് വാങ്ങിക്കൊടുത്ത കടത്തുവള്ളത്തിൽ കയറി ദേവനും വേണുമാഷും പട്ടണത്തിലേക്കു തിരിച്ചു.

പുതിയ ഊന്നുകാരൻ കഴുക്കോൽ ഉയരി കുത്തുന്നതിനിടയിൽ വേണുമാഷോട് ചോദിച്ചു...

ആ കാണുന്ന പാടം ഏതാന്നറിയാമോ സാറെ..?

കുറച്ച് കാലായില്ലേ ഈ വഴിവന്നിട്ട്.. ഏതാത്...

അതാണ് വെള്ളിശ്രാക്കൽ പാടശേഖരം. ഒരുപാടു സമരങ്ങൾ നടന്ന സ്ഥലമാണത്. രണ്ടു കൊല്ലം മുൻപും ഒരു സമരം നടന്നിരുന്നു തൊഴിലാളികൾ സമരരംഗത്തുറച്ചു നിന്നു. ജന്മി മുതലാളിമാർ മുട്ടുകുത്തി.

നോക്കെത്താ ദൂരത്തിൽ പരന്നു കിടക്കുന്ന പാടശേഖരം നോക്കി

ദേവൻ പകച്ചു നിന്നു..

എന്തൊരു ഭംഗിയാണാ പാടത്തിന്. തൊട്ടപ്പുറത്തുകൂടി ഒഴുകിപ്പോകുന്നത് പുഴയോ... തോടോ... അതോ പാടം തന്നെയോ... ദേവൻ ചോദിച്ചു.. അതാണ് പമ്പയാറ്... പാവപ്പെട്ട തൊഴിലാളികളുടെ ചോരയും കണ്ണിരും തളംകെട്ടി കിടക്കുന്ന പാടപ്പരപ്പ്. കഴുക്കോലൂന്നുന്ന ലോനാച്ചൻ പറഞ്ഞു.

വള്ളം അമ്പനാപ്പള്ളിക്ക് വിട് ലോനപ്പാ...

വിശാലമായ ഒരു ചിറയും അതിലങ്ങിങ്ങു കൊച്ചു കൊച്ചു വീടുകളുമുള്ള തുരുത്തുകളുടെ നിരതന്നെയാണ് അമ്പനാപ്പള്ളി.. കുടികിടപ്പുകാരായ കർഷകരും തൊഴിലാളികളും താമസിക്കുന്നതവിടെയാണ്. പുന്നപ്രവയലാർ സമരവളണ്ടിയർമാരുടെ സ്വപ്നഭൂമി.

പുന്നപ്രവയലാർ.. ഞാൻ കേട്ടിട്ടുണ്ട്.

സർ സി പിയുടെ പൊലീസ്പട ചുട്ടെരിച്ച വയലാർ.. അധികാരം ചവിട്ടിക്കൂട്ടിയ കബന്ധങ്ങളുടെ ചോര പടർന്ന വയലാർ,.

ദേവൻ പെട്ടെന്ന് വേണുമാഷ്ടെ വിരലിൽ എത്തിപ്പിടിച്ചു..

ചരിത്രം കുറച്ചേ പറഞ്ഞിട്ടുള്ളു... എഴുതാത്ത ചരിത്രമാണ് പുന്നപ്രവയലാറിനെ ദീപ്തമാക്കുന്നത്. ഇവിടുഞ്ഞെ കാറ്റിലും തരിമണ്ണിലും പിടഞ്ഞു വീണുപൊലിഞ്ഞുപോയ ധീരരക്തസാക്ഷികളുടെ ആത്മാഭിമാനം തുടിക്കുന്ന ചുവന്നമണ്ണാണിത്..

വേണുമാഷ് പിന്നെയും പറഞ്ഞുകൊണ്ടിരുന്നു.. ദേവൻ ശ്വാസമടക്കി കേട്ടു.

അമ്പനാപ്പള്ളിയിൽ തോണിയിറങ്ങി അവർ തെല്ലുനേരം നടന്നു. പൊതുവിൽ നിശ്ശബ്ദമാണവിടം. കാക്കയും കിളികളുമില്ലാത്ത അമ്പനാപ്പള്ളിയുടെ അതിരുകളിൽ അവിടവിടെ ചതുപ്പുകൾ കണ്ടു. വേലായുധൻ നീരുകെട്ടിയ കാലുകൾ വലിച്ചു കുത്തി അമ്പനാപ്പള്ളിയെ സ്പർശിച്ചു. ഉച്ചവെയിൽ പെയ്തിറങ്ങുന്ന പാടശേഖരങ്ങൾക്കുമീതെ വെൺമേഘങ്ങളുടെ കുന്നുകളെ നോക്കി ദേവൻ നെടുവീർപ്പിട്ടു, പിന്നെ അവർ തിരിച്ചുപോകാൻ വള്ളത്തിൽ കയറി.

****

രണ്ടു ദിവസം വീട്ടിൽ തന്നെയുണ്ടായിട്ടും ദേവനും ശിവാനിയും തനിച്ച് കണ്ടതേയില്ല. ശിവാനി സദാ വേണുവിന്റെ നിഴലായി നിന്നു. ശിവാനിയുടെ ഈ അകൽച്ച ശ്രദ്ധിച്ചത് ഗോവിന്ദേട്ടനായിരുന്നു. എന്നും ഒന്നിച്ചിരുന്നു ഭക്ഷണം കഴിക്കുന്ന ശിവാനി അടുക്കളയിൽ പലകപ്പുറത്തിരുന്നാണ് ഭക്ഷണം കഴിച്ചത്. വേണുവും ദേവനും അതു ശ്രദ്ധിക്കുകയും ചെയ്തു. അടുത്ത ദിവസങ്ങളിൽ ശിവാനിയിൽ മാറ്റം പ്രകടമായിരുന്നു. അവളെല്ലാവരിൽനിന്നും അകന്നുനിന്നു. നിനക്കെന്തു പറ്റി മോളേ...? ഇവിടെ എത്തിയാൽ ഓടിച്ചാടി നടന്നവൾ ഇപ്പൊഴെന്തേ

പൂച്ചക്കുട്ടിയെപ്പോലെ അങ്ങിങ്ങു പതുങ്ങുന്നത്?

ഗോവിന്ദേട്ടൻ ചോദിച്ചു.

ഒന്നുമില്ല ഗോവിന്ദേട്ടാ... എന്റെ മുത്തശ്ശി മരിച്ചപ്പോൾ എനിക്കൊരു ദുഃഖവുമുണ്ടായിരുന്നില്ല. എന്നാൽ എന്റെ ആരുമല്ലാത്ത മുത്തച്ഛന്റെ മരണം എന്നെ ഉലച്ചുകളഞ്ഞു.

ശിവാനി കരഞ്ഞു.

എന്റെ വേണ്വേട്ടന് ജീവനുണ്ടെന്നേയുള്ളൂ.. മുത്തച്ഛനൊപ്പം ഞങ്ങളും മരിച്ചു. ശിവാനിയുടെ നിലവിളികേട്ടാണ് വേണുമാഷ് അടുക്കളയിലേക്ക് വന്നത്... അവളുടെ കരച്ചിൽ കണ്ട് വേണുവിന്റെ കണ്ണുകളും നിറഞ്ഞു.

കരയല്ലേ ശിവു.. ജനിച്ചാൽ മരിക്കും അതു പ്രകൃതി നിയമം.. മരണം വേദനാജനകമാണ്. പക്ഷേ, നീ ഇങ്ങനെ കരഞ്ഞാ പിന്നെ ഞാനെന്തു ചെയ്യും. കരച്ചിലടക്ക് നിന്റെ കണ്ണുനീർ എന്നെ ദുർബ്ബലനാക്കും, കാരണം നീയെന്റെ കരുത്താണ്..

എല്ലാം കണ്ടുകൊണ്ടുനിന്ന ഗോവിന്ദേട്ടനും ദേവനും കണ്ണു തുടച്ചു. അപ്പോൾ ചില യൂണിയൻ നേതാക്കൾ വീട്ടിലേക്കു വന്നുകയറി.

ദേവനും വേണുമാഷും പൂമുഖത്തേക്കു പോയി. വന്നവരാരാണെന്നറിയില്ല. എന്നാലും ഉച്ച സമയമല്ലേ ഗോവിന്ദേട്ടാ അവർക്കു കുറച്ചു സംഭാരം കൊടുക്കാം.

സമരം ശക്തമാക്കിയേപറ്റു വേണുമാഷേ.. കുട്ടനാട്ടിലെ തൊഴിലാളികളെ ഒഴിവാക്കാൻ ജന്മിമാർ വരത്തന്മാരെ കൊയ്ത്തിനിറക്കുവാ.. തുച്ഛമായ കൂലികിട്ടുന്ന സ്ത്രീകൾ കൂലിക്കൂടുതലിനുവേണ്ടി സമരത്തിനൊരുങ്ങുന്നുണ്ട്. അതിനു സമര സമിതി ഉണ്ടാക്കണം, നേതൃത്വം കൊടുക്കാനും ആരെങ്കിലും തയ്യാറാവണം..

സി ടി കൃഷ്ണനാണ് സംസാരിച്ചത്..

സമരത്തെ അടിച്ചമർത്താൻ പഴയപോലെ പൊലീസിറങ്ങിയില്ലെങ്കിലും ഗുണ്ടകളിറങ്ങും. പ്രമാണിമാർ ഗുണ്ടകളെ ഇറക്കും. പണിമുടക്കുകയേ പോം വഴിയുള്ളൂ... സമരം നീണ്ടാൽ കുടുംബങ്ങൾ പട്ടിണിയാവും..

അതിനു ഞാനെന്താ ചെയ്യേണ്ടത് സഖാവേ.. ഞാൻ മുന്നിൽ നിൽക്കാം, നെല്ലോ, കാശോ എന്താന്നു വെച്ചാൽ അതും തരാം. എന്നാൽ ദേവനെ ഒഴിവാക്കണം.

വേണുമാഷ് പറഞ്ഞു.

അവന്റെ കാര്യങ്ങളൊക്കെ അറിയാമല്ലോ. തടവും ശിക്ഷയുമൊക്കെയായി അഞ്ചെട്ടുകൊല്ലം പോയി. ഇപ്പോൾ അവൻ ബാരിസ്റ്റർ പരീക്ഷയ്ക്കു പഠിച്ചു കൊണ്ടിരിക്ക്യാ.

അതിനെന്താ ദേവന്റെ പഠനവും വായനയും നടക്കട്ടെ. അവൻ ചെറുപ്പക്കാർക്കൊരാവേശമാണ്, നേരിട്ടുകളത്തിലിറങ്ങണ്ട സമരത്തിന്റെ ചുക്കാൻ പിടിച്ചാൽ മതി.

അതിനു ദേവൻ സമ്മതിച്ചാലും ശിവാനി സമ്മതിക്കില്ലെന്നു വേണുമാഷിനറിയാമായിരുന്നു..

ഇന്നലെ ഒരു സംഭവമുണ്ടായി. ഒന്നരരൂപ കൂലി കിട്ടണമെന്നാണ് സ്ത്രീകളുടെ ആവശ്യം. അതിനുവേണ്ടി ഇന്നലെ അവർ കൊച്ചുകൃഷ്ണൻ മുതലാളിയെ തടഞ്ഞുവെച്ചു.

കൊച്ചുകൃഷ്ണൻ ഒന്നര രൂപ കൊടുക്കില്ലെന്നു പറഞ്ഞ് തന്റെ തോണിയിൽ കയറി സ്ഥലം വിടാൻ നോക്കി. അത്രയുമായപ്പോൾ സ്ത്രീകൾ കൂട്ടത്തോടെ തോട്ടിൽച്ചാടി തോണിതടഞ്ഞു.. തക്കം പാർത്തുനിന്ന കൊച്ചുകൃഷ്ണന്റെ ഗുണ്ടകൾ തോട്ടിലേക്കു ചാടി സ്ത്രീകളുടെ മുടിക്ക് കുത്തിപ്പിടിച്ചു മുതുകത്തിടിച്ചു. ചിലരുടെ മുഖത്തിടിച്ചു, ചിലരുടെ മുണ്ടുവലിച്ചുകീറി കൈയേറ്റം ചെയ്തു.. സ്ത്രീകളും വിട്ടില്ല. കൊച്ചുകൃഷ്ണനെ തോട്ടിലേക്കെടുത്തിട്ടു കൈകാര്യം ചെയ്തു. പൊലീസ് കേസായി സ്ത്രീകളിൽ പലരും ആശുപത്രിയിലായി. പലരും ഒളിവിലും പോയി, ഇതെല്ലാംകണ്ട് യൂണിയന് അടങ്ങിയിരിക്കാൻ പറ്റോ... സമരം ശക്തിപ്പെടുത്തണം.

നേതാക്കൾ ഒന്നടങ്കം പറഞ്ഞു. വേണുമാഷ് അതു സമ്മതിക്കുകയും ചെയ്തു. ദേവൻ അടിയന്തരമായി ആശുപത്രിയിൽ പോയി പരുക്കേറ്റവരെ കണ്ട് വിവരങ്ങൾ ശേഖരിക്കണം. ആവശ്യമായ സഹായങ്ങൾ ചെയ്തുകൊടുക്കുകയും വേണം.

അതുകേട്ട് ദേവൻ വേണുമാഷെ നോക്കി. അദ്ദേഹം ശിവാനിയോടു ചോദിക്കാൻ ആംഗ്യം കാണിച്ചു. ശിവാനി ഒന്നും പ്രതികരിച്ചില്ല. മൗനം സമ്മതമെന്നു കരുതി ദേവൻ നേരെ ഹോസ്പിറ്റലിലേക്കു പോയി.

ആശുപത്രി വരാന്തയിൽ പരിക്കേറ്റുകിടക്കുന്നവരുടെ ബന്ധുക്കൾ കൂടി നില്പുണ്ടായിരുന്നു. ദേവൻ അവരോട് എന്തോ ചോദിച്ചുകൊണ്ട് കാഷ്യാലിറ്റിയിലേക്ക് കയറി.

ഹലോ ദേവൻ... പരിചിതമായ ശബ്ദം കേട്ട് ദേവൻ തിരിഞ്ഞുനോക്കി. ഒരു കൂട്ടം ഡോക്ടർമാർക്കിടയിൽ സുധാമണി...

ദേവൻ സുധാമണിയെക്കണ്ട് ചിരിച്ചു. അപ്പോൾ ആരോ വന്ന് ദേവന്റെ കൈപിടിച്ച്, പരിക്കേറ്റ് ഗുരുതരാവസ്ഥയിലുള്ളവർ കിടക്കുന്ന ഐ സി യുവിലേക്കു നടന്നു. പിന്നാലെ ഡോക്ടർ സുധാമണിയും ഓടിയെത്തി.

എന്റെ യൂണിയൻ പ്രവർത്തകരാണ് ഇന്നലെ ചില പ്രശ്നങ്ങളുണ്ടായി. അടിപിടിക്കേസുകൾ.. അവരെ കാണാൻ വന്നതാണു ഞാൻ..

അതു ശരി.. ങാ.. ദേവന് സന്തോഷമുണ്ടാക്കുന്ന ഒരു വിവരമുണ്ട്

എന്തു വിവരം, എനിക്കു തെരക്കുണ്ട് ദേവൻ ധൃതികൂട്ടി..

തന്റെ ശത്രു മരിച്ചു.. കഴിഞ്ഞ ആഴ്ച.

ശത്രുവോ..? എനിക്കാരാ ശത്രു.

ഗോപാലൻ നായർ.. ദേവന്റെ ആജന്മ ശത്രു.

അയ്യോ... കഷ്ടമായി ഡോക്ടർ പോയിരുന്നില്ലേ? കിടപ്പിലായിരുന്നോ?

ഉവ്വ്, താൻ പോന്നതിനുശേഷം അച്ഛൻ വലിയ വിഷമത്തിലായിരുന്നു. പിന്നെ ഒന്നു വീഴുകയും ചെയ്തു. ആ വീഴ്ചയിൽ നിന്ന് പിന്നെ ണീറ്റിട്ടില്ല. നല്ല ചികിത്സയൊക്കെ കൊടുത്തു. പക്ഷേ, നരകിച്ചാണു മരിച്ചത്...

എനിക്ക് അദ്ദേഹത്തോട് ശത്രുതയുണ്ടായിരുന്നു. പക്ഷേ, അദ്ദേഹത്തേക്കാൾ വലിയ ശത്രുക്കൾ എന്റെ മുന്നിൽ വന്നുനിരന്നപ്പോൾ സത്യം... ഞാനാ മനുഷ്യനെ മറന്നുപോയി..

മരിക്കുംമുൻപ് എനിക്ക് അച്ഛന്റെ ഒരേ ഒരാഗ്രഹം നിറവേറ്റിക്കൊടുക്കാനായില്ല ദേവാ..

അതെന്താ.. ദേവൻ ജിജ്ഞാസുവായി..

എന്റെ വിവാഹം അതത്ര എളുപ്പമായിരുന്നില്ലല്ലോ..

എന്തുകൊണ്ട്? ദേവൻ തിടുക്കത്തിൽ ചോദിച്ചു.

ഒറ്റയടിക്കു പറയാൻ പറ്റുന്ന കാര്യങ്ങളല്ലത്.

ദേവൻ തിരക്കിലുമാണ്. പിന്നീടൊരിക്കൽ പറയാം.

എങ്കിൽ ശരി.. ഞാനങ്ങോട്ടു ചെല്ലട്ടെ... ദേവൻ ധൃതിയിൽ നടന്നു. ആശുപത്രിയിലെത്തിയ പതിനൊന്നുപേരിൽ നാലുപേരാണ് ഐ സി യുവിൽ. കുടുംബക്കാരും പാർട്ടി സഖാക്കളുമൊക്കെയുണ്ടായിരുന്നു. ദേവൻ അവരോടു വിവരങ്ങളന്വേഷിച്ച് വേഗം മടങ്ങി..

അപ്പോഴും സുധാമണി കാത്തു നിൽക്കുന്നുണ്ടായിരുന്നു.

ഡ്യൂട്ടിയില്ലേ ഡോക്ടർ.. ദേവൻ ചോദിച്ചു.

പന്ത്രണ്ടു മണിക്കു, കഴിഞ്ഞു. ഇന്നിനി നൈറ്റാ..

നമുക്കൊരു കാപ്പി കഴിച്ചാലോ ദേവാ..

സുധാമണി പ്രതീക്ഷയോടെ വിളിച്ചു.

എനിക്കു പോകേണ്ടതുണ്ടായിരുന്നു.

ദേവൻ വിസമ്മതിച്ചു

ഒരു പത്തുമിനിറ്റ്. ഞാൻ പിടിച്ചു തിന്നുകയൊന്നുമില്ല.. സുധാമണി ദേവന്റെ കൈപിടിച്ചു.

കാപ്പികുടിച്ചുകൊണ്ടിരിക്കുമ്പോൾ സുധാമണി നിശ്ശബ്ദയായിരുന്നു.. ദേവൻ ചോദിച്ചു.

വീട്ടിൽ അമ്മ തനിച്ചല്ലേ?

അതേ. നാട്ടിലേക്ക് ട്രാൻസ്ഫർ വാങ്ങിക്കൂടേ...? അമ്മയ്ക്കൊപ്പം നിൽക്കാമല്ലോ... എനിക്കീ നാടുപേക്ഷിക്കാൻ കഴിയണ്ടേ?

ദേവന് എന്നെ വേണ്ടെങ്കിലും തന്റെ കൺവെട്ടത്തു ജീവിക്കാനാണെനിക്കിഷ്ടം.. സുധാമണി പറഞ്ഞു.

ഈ കാല്പനിക ചിന്തകൾ എന്നെപ്പോലുള്ള സ്വപ്നജീവികൾക്കുള്ളതാ.. സ്വപ്നമല്ല ജീവിതം. അതുപരുക്കനാണ്.. പരുഷവുമാണ്..

അതുകൊണ്ട് പിടിവാശിവേണ്ട, എന്നെ ദയവായി ആ വാശിയിലേക്കു വലിച്ചിഴയ്ക്കരുത്..

ഇത് വാശിയല്ല ദേവാ, മനസ്സിന്റെ പ്രേരണയാണ്. ഒരു ജന്മം ഒന്നിച്ചു

ജീവിക്കേണ്ടവർ.. ആരുടേയും നിർബ്ബന്ധത്തിനോ നിബന്ധനകൾക്കോ വഴങ്ങേണ്ടവരല്ല, സമ്പത്തും, പ്രതാപവും കാണിച്ച് അനുസരിപ്പിക്കാൻ പറ്റില്ല. അച്ഛന്റെ തീരുമാനം നടക്കാതെ പോയതുകൊണ്ടാണ്... അതിൽ എനിക്കു ദുഃഖമില്ല, മനസ്സിൽ വിവാഹമെന്ന ചിന്തയുമില്ല.. ഒരു ഭാര്യയെന്ന നിലയിൽ എന്റെ അമ്മ അനുഭവിച്ചയാതനകൾ. അപമാനങ്ങൾ, ഒടുങ്ങാത്ത സങ്കടങ്ങൾ.. ഹോ അതൊക്കെ കണ്ടു വളർന്നവളാണു ഞാൻ. എന്റെ ജീവിതത്തിൽ അതാവർത്തിക്കാൻ വയ്യ.. സുധാമണിയുടെ കണ്ണുകൾ നിറഞ്ഞു.

കണ്ണുതുടയ്ക്കു... പിടിവാശി വേണ്ട. സാവകാശം ആലോചിച്ച് ഒരു നല്ല തീരുമാനത്തിലെത്താം. കാലം മാറിയിട്ടുണ്ട്. പക്ഷേ, സമൂഹത്തിനിപ്പോഴും വലിയ മാറ്റമൊന്നുമില്ല. ജാതിചിന്തയും യഥാസ്ഥിതികബോധവും ഇന്നും വളരെ ശക്തമാണ്.. അതുമറക്കരുത് ഡോക്ടർ സുധാമണി..

സുധാമണി കണ്ണുകളുയർത്തി ദേവനെ നോക്കി.. ദേവൻ അതു ശ്രദ്ധിക്കാതെ പുറത്തേക്കിറങ്ങി ആൾത്തിരക്കിൽ മറഞ്ഞു...

സുധാമണി വിങ്ങുന്ന ഹൃദയത്തോടെ ക്വാർട്ടേഴ്സിലേക്കു നടന്നു..

****

വൈക്കത്തുവച്ചു നടന്ന ഒരു ഗ്രൂപ്പ് മീറ്റിങ്ങിൽ വച്ചാണ് ദേവൻ പാർട്ടി അംഗമായത്. കമ്യൂണിസ്റ്റ് പാർട്ടിയിൽ അംഗമാകണമെന്ന് ദേവന്റെ ചിരകാലസ്വപ്നമായിരുന്നു. വൈക്കം സത്യഗ്രഹത്തെപ്പറ്റിയും മഹാത്മാഗാന്ധി അവിടെ വന്നതിനെപ്പറ്റിയുമൊക്കെ ദേവനു കേട്ടറിവായിരുന്നു. ദേശീയ സ്വാതന്ത്ര്യത്തിനും ജാതി മേധാവിത്വത്തിനുമെതിരെ വലിയപോരാട്ടങ്ങൾ നടന്ന സ്ഥലം. തീണ്ടലും തൊടീലുമൊക്കെ കൊടികുത്തിവാണിരുന്ന ഇടം.. എന്നാൽ വേണുവിന്റെ ദത്തുപുത്രന്റെ ജാതിയോ മതമോ അറിവില്ലാതിരുന്ന ജാതിമേധാവികൾക്ക് ദേവന്റെ ജാതിയെപ്പറ്റി ചിന്തയുണ്ടായില്ല.. അവന്റെ ജാതിയും ജാതകവും വേണുവിന്റെ മേൽവിലാസത്തിൽ ലയിച്ചുപോയിരുന്നു.

ദേവൻ യൂണിയൻ നേതൃത്വവും പാർട്ടി ചുമതലകളും ഏറ്റെടുത്തതോടെ തിരക്കുകളും വർദ്ധിച്ചു. വീട്ടിൽ തങ്ങുന്നതും ചിലപ്പോ വരുന്നതും കുറവായിരുന്നു. ഇതിനിടയിൽ ശിവാനിയെ കാണാനോ അവളുമായി സംസാരിക്കാനോ ദേവനു കഴിഞ്ഞിരുന്നില്ല... ശിവാനി ദേവനേയും കാണാൻ ശ്രമിച്ചില്ല.. പതിവുപോലെ വേണുവിനേയും ഗോവിന്ദേട്ടനേയും കാണാനെത്തുന്ന ശിവാനി ദേവനെക്കുറിച്ച് അന്വേഷിക്കുന്ന പതിവും നിർത്തിയിരുന്നു.

ബാലൻസാറിന്റെ മരണവും ദേവന്റെ തെരക്കും ശിവാനിയുടെ നിസംഗതയും ഏറ്റവും കൂടുതൽ വിഷമിപ്പിച്ചത് വേണുമാഷെയാണ്.. ദേവൻ വീട്ടിലെത്തിയാൽ പിന്നെ വേണുമാഷോട് യൂണിയൻ കാര്യവും രാഷ്ട്രീയവിഷയങ്ങളുമാണ് സംസാരിക്കുക.. കൂട്ടത്തിൽ ഒരു ദിവസം

ചോദിച്ചു

ശിവാനി വരാറില്ലേ ഗോവിന്ദേട്ടാ..

കുട്ടി, അവളെ മറന്നുപോയെന്നു തോന്നുന്നു..

അയ്യോ അങ്ങനല്ല ഗോവിന്ദേട്ടാ തെരക്കിൽപ്പെട്ടു പോയി.. ആട്ടെ ശിവാനി എന്നെക്കുറിച്ച് അന്വേഷിക്കാറില്ലേ?

ഇല്ല കുട്ടിക്ക് ആ ഡോക്ടറില്ലേ ങാ.. സുധാമണി. അതുമായിട്ട് അടുപ്പാന്നു പറഞ്ഞു.

ഓ അപ്പോൾ അതാണു കാര്യം. ശിവാനി തന്നിൽ നിന്നകന്നു പോകുന്നതിന്റെ കാരണം ഇപ്പോഴാണ് ദേവന് മനസ്സിലായത്. വേണു മാഷും അങ്ങനെ വിശ്വസിച്ചിരിക്കയാണെന്നു ദേവനു തോന്നി..

എന്തായാലും പതിവിലും നേരത്തേ ശിവാനി വന്നു. കൂട്ടത്തിൽ മറ്റൊരാൾ കൂടിയുണ്ടായിരുന്നു. ഡോക്ടർ സുധാമണി...

ഹലോ.. തന്റെ ഫ്രണ്ടിന് തന്നെ കാണണമെന്നു വാശി.. അതുകൊണ്ട് ഞാനിങ്ങുകൂട്ടി...

ദേവനെ കണ്ടമാത്രയിൽ ശിവാനി പ്രസരിപ്പോടെ പറഞ്ഞു. പക്ഷേ, അവിചാരിതമായി സുധാമണിയെ കണ്ട് ദേവന്റെ മുഖം മങ്ങി. മനസ്സിടിഞ്ഞു.

ഡോക്ടർ ഇരിക്ക് ഞാൻ ഗോവിന്ദേട്ടനെ ഒന്നു കാണട്ടെ, ശിവാനി തന്നേയും സുധാമണിയേയും തനിച്ച് വിട്ട് ഗോവിന്ദേട്ടന്റെ അരികിലേക്കു പോയതിന്റെ ദുഃസൂചന ദേവനു മനസ്സിലായി. പെട്ടെന്നാണ് വേണുമാഷ് കയറിവന്നത്...

അല്ലാ.. ഡോക്ടറോ..? ഇങ്ങോട്ടു വരാൻ കാണിച്ച സന്മനസ്സിനു നന്ദി.. എവിടെ ശിവാനി.. ഡോക്ടർ ഇരിക്ക്, ഞാനിപ്പം വരാം ദേവാ.. വേണുമാഷും അകത്തേക്കു കയറിപ്പോയി.

ദേവനെന്തെങ്കിലും പറയുമെന്നു കരുതി സുധാമണി കാത്തിരിക്കുകയാണ്... മനസ്സിൽ ഒരു പ്രതീക്ഷയും വച്ച് നിൽക്കുന്നവളോട് ഒരു മറുപടി പറയാനാവാത്തതിൽ അയാൾക്കു വിഷമമുണ്ട്. മനസ്സു തുറന്നൊന്നു ചിരിക്കാൻ പോലുമാകാത്ത നിസ്സഹായത.. പുറത്ത് അവനെ സുധാമണിക്കെറിഞ്ഞു കൊടുത്ത് മനഃപൂർവ്വം മാറിക്കളഞ്ഞ ശിവാനി ഒരു വശത്ത്.. അവൻ സുധാമണിയുമായി ഹൃദയം തുറന്നു സംസാരിക്കട്ടെ എന്നു കരുതിയാവും വേണുമാഷും മാറിപ്പോയത്.. ദേവൻ ഒന്നും സംസാരിക്കാനില്ല.. നാവ് അണ്ണാക്കിലൊട്ടിക്കിടന്നതേയുള്ളു..

ഞാൻ വന്നത് ദേവന് വിഷമമായോ...?

സുധാമണി ചോദിച്ചു.

എന്തിന്? ഇത് എന്റെ വീടല്ല.. വേണുമാഷുടെ വീടാണ്, ഇവിടെ ഞാനും തന്നെപ്പോലെ അതിഥിയാ.. അല്ല ശരണാർത്ഥിയാണ്..

ഇയാളെ ഒന്നു കാണണമെന്നു കരുതിയാ ഞാൻ ശിവാനിക്കൊപ്പം പോന്നത്. പിന്നെ വേണുമാഷേയും മാഷ്ടെ വീടും കാണാനുള്ള ഒരാഗ്രഹവും.

അതിനെന്താ...? സുധാമണി ഇരിക്ക് ഒരുമിനിട്ട്. ഞാനിപ്പോൾ വരാം.. ദേവൻ പിൻതിരിയുമ്പോഴേക്കും ഗോവിന്ദേട്ടൻ സംഭാരവുമായി വന്നു. ഡോക്ടറുടെ അച്ഛൻ മരിച്ചെന്നറിഞ്ഞു. കിടപ്പാരുന്നോ?

ങാ.. ഏറെ നാളായി സുഖക്കേടായിരുന്നു.. നല്ല സംഭാരം... ഗോവിന്ദേട്ടാ.. എവിടെ ശിവാനിയും.. മാഷും...

സുധാമണി എഴുന്നേറ്റു.

ഞാനിവിടെയുണ്ട് സുധാമണി.. എന്റെ വീടിഷ്ടായോ..?

പാരമ്പര്യം, പ്രൗഢി, അതിമനോഹരമായ പരിസരം. എനിക്കൊരു പാടിഷ്ടമായി മാഷേ... മാഷൊരിക്കൽക്കൂടി എന്റെ നാട്ടിലേക്ക് വരണം. അച്ഛൻ മരിക്കുന്നതിനുമുൻപും മാഷ്ടെ കാര്യം പറഞ്ഞിരുന്നു. ദേവന്റെ വീടും പറമ്പും ഞാൻ ഭംഗിയായി സൂക്ഷിച്ചിട്ടുണ്ട്, ചുറ്റുമതിൽ കെട്ടി വീട് റിപ്പയർ ചെയ്തു.

ദേവൻ അതുകേട്ടു. സന്തോഷം കൊണ്ടയാളുടെ കണ്ണുകൾ തിളങ്ങി..

താങ്ക്യു ഡോക്ടർ... ദേവൻ പറഞ്ഞു...

നമുക്കിറങ്ങാം ഡോക്ടർ.. ശിവാനി ധൃതിയിൽ പുറത്തേക്കു വന്നു.

നീ ഊണുകഴിക്കുന്നില്ലേ? വേണുമാഷ് ചോദിച്ചു.

ഇല്ല... ഇന്നു മുത്തച്ഛൻ മരിച്ചതിന്റെ നാല്പത്തൊന്നാ... എനിക്ക് ഉപവാസമാണ്.

വേണു അത്ഭുതത്തോടെ അവളെ നോക്കി, എന്നാൽ ശിവാനി ആരെയും നോക്കിയില്ല. ദേവനെപ്പോലും.

നീയെന്താ നിന്റെ ഒഫീഷ്യൽ വെഹിക്കിളെടുക്കാതെ വന്നത്... വേണുമാഷ് ചോദിച്ചു.

ഇത് ഒഫീഷ്യൽ വിസിറ്റല്ലല്ലോ വേണ്വേട്ടാ...

അവർ കാറിൽ കയറി. സുധാമണി തിരിഞ്ഞുനോക്കി എല്ലാവരോടും യാത്ര പറഞ്ഞു. പക്ഷേ, ശിവാനി തിരിഞ്ഞു നോക്കിയതേയില്ല.

നീ പരീക്ഷയ്ക്കു പ്രിപ്പയർ ചെയ്യുന്നില്ലേന്നു ചോദിച്ചു ശിവാനി.. എനിക്കും തോന്നി പാർട്ടീം യൂണിയനുമായി ചുറ്റിത്തിരിയുന്നു, അതിനല്ല ഞാൻ നിന്നെ ഇങ്ങോട്ടു കൊണ്ടുവന്നത്. വേണുമാഷ് ഗൗരവത്തിൽ പറഞ്ഞു.

അതിനു നമ്മൾ വന്ന സാഹചര്യമല്ലല്ലോ ഇപ്പോൾ. നമ്മുടെ ലക്ഷ്യവും തെറ്റി. വഴിയും തെറ്റി. ദേവനിന്ന് കുട്ടനാടിന്റെ കണ്ണീരിൽ കുതിർന്നു നിൽക്കുകയാണ്.. ദേവൻ വികാരഭരിതനായി...

ദേവാ..... താൻ കുട്ടനാടിനെ മോചിപ്പിക്കാൻ വന്ന മിശിഹ ആകണമെന്നില്ല. ഇവിടുത്തെ പ്രശ്നങ്ങളോടും പ്രവർത്തനങ്ങളോടും നിനക്കു കണ്ണിചേരാം.. എന്നാലതിന്റെ ഒഴുക്കിൽപ്പെട്ട് മുങ്ങിത്താഴാൻ ഞാനനുവദിക്കുകയില്ല.. വേണുമാഷ് രോഷാകുലനായി....

മാഷേ.. മാഷു ദാനംതന്ന ജീവിതമാണിത്. എന്റെ വഴിയും വഴിവിളക്കും മാഷാണ്.. അതണച്ചു കളയരുത്..

നീ ഇരുട്ടിലൂടെ മാത്രമേ നടക്കൂ എന്നു വന്നാൽ വെളിച്ചം കാണാൻ പ്രയാസമാകും. ആ വെളിച്ചത്തിലേക്കുള്ള മാർഗ്ഗമാണ് പാതിവഴിയിൽ വീണുകിടക്കുന്ന വിദ്യാഭ്യാസം. തൽക്കാലം പഠിച്ച് എൽ എൽ ബി എടുക്കണം. സന്നതെടുത്തു കോടതിയിൽ പോകണം, പോരാടാൻ ഏറ്റവും നല്ല ആയുധമാണ് നിയമം. നീയൊരു ബാരിസ്റ്ററാകണമെന്നത് എന്റെ ആഗ്രഹമാണ്. എനിക്കു സ്വന്തമെന്നു പറയാൻ നീ മാത്രമേയുള്ളൂ... നീ ഒരാൾ മാത്രം ...

വേണുമാഷുടെ തൊണ്ടയിടറി...

ദേവൻ സ്തബ്ധനായി പോയി. പിന്നെ പതുക്കെ തോർത്തുമെടുത്ത് കുളക്കടവിലേക്കു നടന്നു. ഗോവിന്ദേട്ടൻ പിന്നാലെ ചെന്നു ദേവനെ വിളിച്ചു.

കുട്ടീ... ദേ ഇതു നിനക്കു തരാൻ ശിവാനി ഏല്പിച്ചതാ..

ദേവാ..

ഭദ്രമായൊട്ടിച്ച കവർ കുളക്കടവിലിരുന്ന് ദേവൻ പൊട്ടിച്ചു.

തമ്മിൽ കാണാതിരുന്നത് മനഃപൂർവ്വമാണ്.. സുധാമണി എന്നോടെല്ലാം പറഞ്ഞു. അവൾ തന്നെ വല്ലാതെ മോഹിക്കുന്നുണ്ട്.. അതെനിക്കു മനസ്സിലായി. ഞാനതിന് തടസ്സമാകരുതെന്ന് അവൾ അപേക്ഷിക്കുകയും ചെയ്തു... ആ സങ്കടം കണ്ടില്ലെന്നു നടിക്കാൻ എനിക്കും കഴിയില്ല.. അവളെ നിരാശപ്പെടുത്തരുത്..

ഒറ്റ പ്രാവശ്യമേ ദേവൻ ആ കുറിപ്പു വായിച്ചുള്ളൂ... പിന്നെ അതു വലിച്ചുകീറി കുളക്കരയിലെ കാറ്റിലേക്കെറിഞ്ഞു...

അശാന്തമായ മനസ്സ് ..... ജീവിതം ശാന്തമായ ഒരൊഴുക്കായിരുന്നു.. ആ കാലത്ത് ആഞ്ഞുവീശിയ കൊടുങ്കാറ്റു പോലെയാണവൾ വന്നത്. ഓർമ്മകൾ കുത്തിമറിച്ച് ജീവിതം ദുസ്സഹമാക്കി. ഗോപാലൻ നായരുടെ മകളുടെ കൈപിടിക്കാൻ മാത്രം മൂഢനല്ല താൻ. കഴിഞ്ഞ കാലത്തിന്റെ ദുരന്തഭൂമിയിലേക്ക് ഒരു മടക്കയാത്ര ദേവനു സാദ്ധ്യമല്ല.. ദേവൻ ഏകനാണ്. എന്നും എപ്പോഴും.. ആ ഓർമ്മയിൽ ഉറച്ചു നിൽക്കാനാണവനിഷ്ടം..

ദേവൻ ഭക്ഷണം കഴിയ്ക്കാതെ നേരത്തെ കിടന്നു. വേണുമാഷും പിന്നാലെ ഗോവിന്ദേട്ടനും ചെന്ന് അവനെ പൂമുഖത്തേക്കു പിടിച്ചു കൊണ്ടു വന്നു.. നിലാവിരച്ചു വീഴുന്ന സന്ധ്യ. നിറയെ പൂത്ത പവിഴമല്ലിക്കുമേൽ നിലാവിന്റെ ചുംബനം... നേരിയ കാറ്റും, ഈറൻ മഞ്ഞും.

വേണുമാഷ് പൂമുഖത്ത് തോർത്തു വിരിച്ചു നീണ്ടുനിവർന്നു കിടന്നു.

മാഷേ... ശിവാനി ഒരു കുറിപ്പെഴുതി തന്നു...

ദേവൻ പറഞ്ഞു.

ഡോക്ടർ സുധാമണിക്കു വേണ്ടിയുള്ള റെക്കമെന്റേഷൻ.. അല്ലേ? വേണുമാഷ് ചോദിച്ചു.. അവർ രണ്ടുപേരും എന്നെ തെറ്റിദ്ധരിച്ചിരിക്കുന്നു.. അതാണു കഷ്ടം.. ദേവൻ വേണുമാഷിനരികിൽ ചാഞ്ഞു കിടന്നു..

രണ്ടിൽ ആർ എന്നതാണ് രണ്ടുപേരേയും അലട്ടുന്ന പ്രശ്നം.. എന്നാലെന്റെ മനസ്സെന്താണെന്നവർ അറിയുന്നേയില്ല...

ദേവൻ പറഞ്ഞു...

എനിക്കും ആ സംശയമുണ്ട്... നിന്റെ മനസ്സിൽ ആരാണ്? വേണുമാഷ് ചോദിച്ചു...

ആരുമില്ല, ഉണ്ടാവുകയുമില്ല... ദേവൻ തീർത്തുപറഞ്ഞു.

മാഷ് അവനെ തലോടി.. നിന്റെ ജീവിതം ഇങ്ങനെ മുരടിപ്പിച്ചു കളയാനെനിക്കാവില്ല.

വേണുമാഷ് എഴുന്നേറ്റിരുന്നു..

ദേവനെ പിടിച്ച് ചേർത്തിരുത്തി..

ഏതോ ജന്മാന്തര ബന്ധമാണ് നമ്മൾ തമ്മിലുള്ളത്. ഞാൻ വിവാഹം കഴിക്കില്ലെന്ന് വളരെ ചെറുപ്പത്തിൽ തന്നെ തീരുമാനിച്ചതാണ്. എനിക്കു തണലായി നില്ക്കാനാ ഗോവിന്ദേട്ടനും ഇലകൊഴിഞ്ഞ മരം പോലെ ഒറ്റയാനായത്. ശിവാനിക്ക് ഉറ്റവരും ഉടമസ്ഥരുമുണ്ട്. പക്ഷേ, നീ, നീയെന്റെ പ്രതീക്ഷയാണ്... അഭയമാണ്... ആ നീയും കൂടി ഇങ്ങനെ പറഞ്ഞാലോ ദേവാ...

മാഷ് വികാരാധീനനായി. ദേവനും അതുകണ്ടു സങ്കടപ്പെട്ടു. മാഷേ.. ഭാര്യാഭർതൃബന്ധത്തിന്റെ മാതൃകകളൊന്നും എന്റെ മുന്നിലില്ല.. വിധവകളായ അമ്മയും അച്ഛമ്മയും. വിഭാര്യന്മാരായ മാഷും ഗോവിന്ദേട്ടനും. ജീവിതം കൈവിട്ടുപോയ ബാലപ്പാപ്പ ഇവരാണെന്റെ ദൃഷ്ടാന്തങ്ങൾ. ലൗകിക ജീവിതത്തിന്റെ പൊലിമയൊന്നും എന്നെ ആകർഷിച്ചിട്ടില്ല. എനിക്ക് പരിചിതവുമല്ല. നിങ്ങളെയൊക്കെ വിട്ട് ഒരു ജീവിതം അതും കുടുംബജീവിതം എനിക്കു സാദ്ധ്യവുമല്ല. നമുക്കീ വീടും നാടും തോടും പാടവും തോണിയും തൊഴിലാളികളുമൊക്കെയായി അങ്ങു ജീവിച്ചു പോകാം മാഷേ... എനിക്കതാണിഷ്ടം. നിങ്ങളുടെ നിഴലായി നടക്കുക. അതിനപ്പുറം എനിക്കൊരു സ്വപ്നവുമില്ല... ജീവിതവുമില്ല...

വേണുമാഷ് അവൻ പറയുന്നതൊക്കെ ശ്രദ്ധയോടെ കേട്ടിരുന്നു.

ഇവൻ ഭൂതകാലത്തിന്റെ പിടിയിൽ പരിഭ്രമിച്ചു നിൽക്കുകയാണിപ്പോഴും.. തൊഴിലാളി സ്നേഹവും തന്നിലേക്കുതന്നെ ചുരുങ്ങാനുള്ള വ്യഗ്രതയും സ്വാഭാവികമാവാം. അതിനനുവദിച്ചുകൂടാ.. തിരുത്തണം.. അവനെ യാഥാർത്ഥ്യത്തിലേക്കു തിരിച്ചു കൊണ്ടുവരണം.

മാഷ് പറഞ്ഞു... അതുപോര ദേവാ.... ഈ വീട് ഒരു കുടുംബമാകണം.. രണ്ടുമൂന്നു പാഴ്മരങ്ങൾ ഉണങ്ങി ഒടിഞ്ഞു വീഴാതെ നോക്കേണ്ടത് നീയാണ്.. എനിക്കും നിനക്കും നമ്മുടെ ഗോവിന്ദേട്ടനും ജീവിതത്തോട് കണ്ണി ചേരാനുള്ള സ്വർണ്ണ കൊളുത്താണു നീ.. ആ നീ.. ഞങ്ങളെ അനാഥരാക്കരുത്..

മാഷേ.. ദേവൻ എഴുന്നേറ്റു നിന്നു.. മാഷ്ടെ ജീവിതം എന്റെ മാർഗ്ഗരേഖയാണ്.. ഒന്നുകിൽ നമ്മളൊന്നിച്ച്... അല്ലെങ്കിൽ ഒരവധൂതനെ പോലെ ഞാനൊറ്റയ്ക്ക്..

ദേവാ.. മാഷ് വിളിച്ചു. പക്ഷേ, ദേവൻ ധൃതിയിൽ മുറ്റത്തേക്കിറങ്ങി..

വേണുമാഷ് അവനെ വിളിച്ചുകൊണ്ടു പിന്നാലെ ചെന്നെങ്കിലും അയാൾ നിന്നില്ല. കൊട്ടിയമ്പലം കടന്ന് ഇടവഴിയിലൂടെ പുഴവക്കത്തേക്കോടുകയായിരുന്നു. കൊയ്തൊഴിഞ്ഞ പാടത്തിനും തീറ്റയ്ക്കിറങ്ങിയ താറാക്കൂട്ടങ്ങൾക്കും കുട്ടനാട്ടിലെ കാറ്റിനും ചോരയുടെ മണമായിരുന്നു. ദേവൻ വായ്പിളർന്ന് നാവുനീട്ടി കാറ്റിനെ തൊട്ടു. ഉപ്പ്! തൊഴിലാളികളുടെ വിയർപ്പിന്റെ ഉപ്പ്... ഉടലാകെ പൊടിയുന്ന വിയർപ്പിന്റെ ഉപ്പ്. സിരകളെ പൊതിയുന്ന ഊർജ്ജത്തിന്റെ ഊഷ്മളമായ ഉപ്പ്...

പൊലീസ് വരുന്നു.. ജീവൻ വേണമെങ്കിൽ ഓടിക്കോ.. ആരോ വിളിച്ചു പറഞ്ഞു.

പൊലീസോ...

ങാ പൊലീസ് തന്നെ.. ആരോ ദേവന്റെ കൈകടന്നു പിടിച്ചു.

വാടാ.. അയാൾ കൈതക്കാട് വകഞ്ഞ് ഒറ്റച്ചാട്ടം... വീണത് തോട്ടിലോ പാടത്തോ ഒന്നുമറിയില്ല, ചെളിയിൽ പുതഞ്ഞു... ഉടുമുണ്ട് ഊരിവീണു.. എന്റെ മുണ്ടഴിഞ്ഞു.. ഇരുളിലും ചേറിലും പുതഞ്ഞ് നിന്ന് ദേവൻ പറഞ്ഞു.

മുണ്ട് പോട്ടടാ. ജീവൻ വേണോങ്കി എണീറ്റോട്.

കാലുകൾ വലിച്ചൂരി നിവരാൻ നോക്കവേ എങ്ങുനിന്നോ വെടിയൊച്ച കേട്ടു.

പൊലീസല്ല.. പട്ടാളം, പട്ടാളം എറങ്ങി...... പട്ടാളമോ.. ദേവൻ ചെളിയിൽ മുങ്ങിയ കണ്ണുകൾ വലിച്ചു തുറന്നു... ഇരുളാണ്, പക്ഷേ, നാട്ടുവെളിച്ചത്തിൽ കണ്ടു. വീണു കിടക്കുന്നത് തോട്ടിലല്ല. പാടത്താണ്... നിലവിളികൾ.. തലയിലൂടെ.. തോളിലൂടെ ഇഴ ജീവികളുടെ സഞ്ചാരം.. പുറത്തു ചവിട്ടി പ്രാണനും കൊണ്ടോടുന്നവരുടെ പിടച്ചിലുകൾ.. കൈപിടിച്ചോടിയ കൈ പിടിവിട്ടുതെറിച്ചു വീണത് താറാക്കൂട്ടത്തിലേക്ക്.. താറാവുകൾ കൂട്ടത്തോടെ പിടഞ്ഞു.. കരഞ്ഞു ഭയപ്പെടുത്തി. തിരുവിതാംകൂറിൽ ക്രമസമാധാനം നഷ്ടപ്പെട്ടതിൽ കേന്ദ്രത്തിനെ ഇടപെടുത്തിയതിന്റെ ലക്ഷണങ്ങളാണ് പട്ടാളത്തിന്റെ പീരങ്കികൾ വിളംബരം ചെയ്യുന്നത്..

നേതാക്കളെ കസ്റ്റഡിയിലെടുത്തു കാരാഗൃഹത്തിലാക്കി, തൊഴിലാളികളുടെ കുടിലുകൾ കത്തിച്ചുചാരമാക്കി. പാർട്ടിയാപ്പീസുകൾ തകർത്തു. നാട്ടിൽ നട്ടുനനച്ച സമാധാനത്തിന്റെ വെളിച്ചം കെടുത്തി. പ്രമാണി വർഗ്ഗം ഫണം വിരിച്ചാടി. പാടവും തോടുകളും പട്ടാളക്കാർ അരിച്ചുപെറുക്കി. കുട്ടനാട്ടിൽ ആദ്യമായി നിരോധനാജ്ഞ പ്രഖ്യാപിക്കപ്പെട്ടു.

ദേവൻ ഓടിയലച്ചു മുറ്റത്തേക്കു കയറി. ചേറിൽ പുതഞ്ഞ് ഉടുവസ്ത്രം പോലുമില്ലാതെ അയാൾ മുറ്റത്തു കുഴഞ്ഞുവീണു.

ദേവാ.... വേണുമാഷ് അമ്പരന്നു..

പട്ടാളക്കാരിങ്ങോട്ടു വന്നില്ലേ...

പട്ടാളക്കാരോ? എന്തിന്

അതൊക്കെ പിന്നെ പറയാം നമ്മളുടനേ ഇവിടുന്നു മാറണം.. എങ്ങോട്ടെങ്കിലും... മാറിനില്ക്കണം..

ദേവൻ പറഞ്ഞു.

പിന്നീടൊന്നുമാലോചിച്ചില്ല. കഴിഞ്ഞ ദിവസം ഗുണ്ടാത്തലവൻ ഉടുമ്പൻ നാണപ്പനെ ആരോ കൊന്നിരുന്നു.. അതിനാണോ പട്ടാളം എറങ്ങിയിരിക്കുന്നെ... വേണുമാഷ് എല്ലാം ഓർമ്മിച്ചുകൊണ്ട് യാത്രയ്ക്ക് തയ്യാറായി നിന്നു.

എന്താണ്ടായേ വേണുക്കുട്ടാ... ഗോവിന്ദേട്ടൻ ചോദിച്ചു.

നിരോധനാജ്ഞ... പട്ടാളം എറങ്ങീട്ടൊണ്ട്..

അതിന് നിങ്ങളെങ്ങോട്ടു പോകുന്നു.

കുറച്ചുനാൾ ഇവിടെ ഈ ചുറ്റുപാടിൽ നിന്നു മാറിനിൽക്കണം.. ദേവൻ വളരെ ക്ഷീണിതനാണ്.. വേണുമാഷ് പറഞ്ഞു..

എത്രനാൾ? എങ്ങോട്ട് എവിടെ വരെ..?

ഗോവിന്ദേട്ടൻ തുരുതുരെ ചോദിച്ചു..

ഒന്നിനും ഉത്തരമില്ല ഗോവിന്ദേട്ടാ.. കാശിയോ കൈലാസമോ.. മനസ്സമാധാനം കിട്ടുന്ന എവിടെയെങ്കിലും.. അവിടെയും ഇവിടെയും അലഞ്ഞു തിരിച്ച് ഒരു മാസം. ചിലപ്പോൾ അതിലധികം. ഞങ്ങളുടെ മനസ്സ് ഇവിടെയുണ്ടാവും ശിവാനിയോടു മാത്രം കാര്യം പറഞ്ഞേക്കണം.

ദേവൻ വസ്ത്രം മാറി വന്നു. അയാളുടെ കണ്ണുകളിൽ സങ്കടമോ സന്തോഷമോ ഇല്ലാ. വിറങ്ങിലിപ്പുമാത്രം.

ഗോവിന്ദേട്ടൻ നിശ്ശബ്ദനായി നിന്നുപോയി... ദേവൻ ഈ വീട്ടിലേക്കു വന്നുകയറിയ ദിവസം ഓർത്തു. രണ്ടു ബാഗുകൾ രണ്ടു തോളിലുമിട്ട് ദേവൻ മുറ്റത്തേക്കിറങ്ങി. പടിപ്പുര കടക്കുമ്പോൾ എങ്ങുനിന്നോ വിസിൽ കേട്ടു.. ബൂട്സുകളുടെ താളം അടുത്തടുത്തു വന്നു.

ശിവാനി ഷോക്കേറ്റതുപോലെ അടുക്കളപ്പടിയിൽ ചടഞ്ഞിരുന്നു. മുറ്റത്തെ പൂവാങ്കുറുന്നില പോലെ പൊടിച്ചുനിന്നവൻ... മനസ്സിൽ പാടത്താളിപോലെ പടർന്നു കയറിയവൻ, സൗഹൃദത്തിന്റെ നൂലേണിയിലൂടെ നടക്കുമ്പോഴും കൃത്യമായ അകലം പാലിച്ചവൻ.. എന്നും അന്യധാത്വത്തിന്റെ അരികിൽ നിന്നവൻ... ആശ്രിതൻ, സർവ്വോപരി അനാഥനെന്ന ആത്മബോധത്തിൽ അഭിരമിച്ചവൻ.. ഡോക്ടർ സുധാമണിയുമായി വന്ന നിമിഷം തന്നോടയാൾക്കെന്തോ പറയാനുണ്ടായിരുന്നു. പക്ഷേ, താനതിന് അവസരം കൊടുത്തില്ല, എന്നു മാത്രമല്ല അയാളെ കാണാനെത്തിയ സുധാമണിയുടെ മുന്നിലേക്കയാളെ എറിഞ്ഞുകൊടുത്തു കടന്നുകളയുകയും ചെയ്തു. അവസാനമായി ഒരു കുറിപ്പും എഴുതിയേല്പിച്ച് സ്ഥലം വിടുകയായിരുന്നല്ലോ.. ദേവനെ മനസ്സിലാക്കാൻ പറ്റിയില്ല. തനിക്കുമാത്രമല്ല, സുധാമണിക്കും. തന്റെ വേണ്വേട്ടനുപോലും. അയാൾക്ക് പറയാനുള്ളതെന്തോ അതു പറയാതെ

അയാൾ പോവുകയും ചെയ്തു... ഇനി കാത്തിരിക്കുക മാത്രമേ വഴിയുള്ളൂ..

നിരോധനാജ്ഞ നാലു ദിവസം നീണ്ടു. നിരപരാധികൾ പലരും തുറങ്കിലായി. നാട്ടിൽ ഭീതി വിതച്ച് പട്ടാളക്കാർ വിളയാട്ടം നടത്തി..

പുലരുംമുൻപേ തന്റെ വാതിലിൽ ആരോ മുട്ടുന്നതു കേട്ടു ഡോ. സുധാമണി വാതിൽ തുറന്നു.

ഇന്നലെ നൈറ്റായിരുന്നു. അല്പം മുൻപാണ് വന്നു കിടന്നത്. സുധാമണി പറഞ്ഞു...

എന്താത്ര രാവിലെ മാഡം..

ഒരു കാര്യം പറയാനാ വന്നത്. അയാൾ പോയി... ദേവൻ

ദേവൻ പോയോ? എങ്ങോട്ട്?

ദേശാടനം... ഒറ്റയ്ക്കല്ല... വേണ്വേട്ടനും ഉണ്ട്...

മാഡം തമാശ പറയുന്നു..

അല്ല കഴിഞ്ഞ രാത്രി പോയി ഒരു മാസത്തേക്കാന്നാ പറഞ്ഞത്..

എങ്ങോട്ടാ പോയത്.. നോർത്ത് ഇൻഡ്യ.

അത്രയേ അറിയുള്ളൂ..

ശിവാനി ചിരിച്ചുകൊണ്ടാണ് പറഞ്ഞത്.

അവരെങ്ങോട്ടു പോയി.. എന്തിനുപോയി... ശിവാനിക്കതറിയില്ല ല്ലൊ..

നല്ലൊരു ട്രിപ്പായിരുന്നു.. നമുക്കുംകൂടി പോകാമായിരുന്നു. സുധാമണി പറഞ്ഞു.

ഉവ്വ്.. നടന്നതുതന്നെ... സ്വർഗ്ഗത്തിലെ കട്ടുറുമ്പാവാൻ ഞാനില്ലേ.. ശിവാനി പറഞ്ഞു.

അവരെന്തിനുപോയി? ദേവൻ നിർബ്ബന്ധിച്ചോ? ശിവാനിയുടെ മനസ്സുകരഞ്ഞു..

ശിവാനി.. ഡോക്ടർ സുധാമണി ശിവാനിയുടെ തോളിൽ പിടിച്ചു.

ഞാനൊരു കാര്യം ചോദിക്കട്ടെ.. സത്യം പറയണം..

ഞാൻ സത്യമേ പറയൂ, ഞാനൊരു ന്യായാധിപയാണ്. എന്റെ മുന്നിലെത്തുന്ന കള്ളങ്ങൾ ഞാൻ സത്യമാണെന്നു വിശ്വസിക്കാറുണ്ട്. അവിടെ തെളിവുകളേ ഞാൻ നോക്കാറുള്ളൂ... പക്ഷേ, ജീവിതത്തിൽ ഞാൻ സത്യമാണ്.. ഇനി പറയൂ... ഡോക്ടർക്കെന്താ അറിയേണ്ടത്..

ശിവാനി ദേവനെ പ്രണയിക്കുന്നുണ്ടോ?

പ്രണയം... അതാത്മാവിന്റെ പ്രേരണയാണ്... എന്നാൽ ദേവന് നാളിതുവരെ എന്റെ ആത്മാവിൽ പ്രവേശിക്കാൻ കഴിഞ്ഞിട്ടില്ല.. അയാൾ ഞാൻ കണ്ടിട്ടുള്ളതിൽ വച്ചേറ്റവും നല്ലമനുഷ്യനാണ്. ആ നിലക്ക് എനിക്കു ദേവനെ ഇഷ്ടമാണ്, ബഹുമാനമാണ്, ആട്ടെ ഈ ചോദ്യം ഞാൻ തിരിച്ചു ചോദിക്കുന്നു.

മാഡം പറഞ്ഞതാണു ശരി, എനിക്ക് ദേവനോട് സ്നേഹത്തേക്കാളേറെ ആരാധനയാണ്. ആ കുടുംബത്തെ അനാഥമാക്കിയത് എന്റെ

അച്ഛനാണെന്ന കുറ്റബോധം അതിനുവേണ്ടിയുള്ള ഒരു പ്രായശ്ചിത്തം, ആ തീരുമാനമാണ്. എന്നെ ഇവിടെ എത്തിച്ചത്, എന്നാൽ എന്റെ ഔദാര്യം ദേവൻ സ്വീകരിക്കില്ലെന്നറിയാം. എന്നാലും ഒരു ശ്രമം.. അയാളുടെ ഭാര്യയാണെങ്കിലും ദാസിയാണെങ്കിലും എനിക്കതു സ്വീകാര്യമാണ് മാഡം.

ഡോക്ടർ സുധാമണിയുടെ വാക്കുകളിൽ ദൃഢനിശ്ചയം ...

ദേവനതു സമ്മതിച്ചില്ലെങ്കിലോ ഡോക്ടർ..

ഞാനതു പ്രതീക്ഷിക്കുന്നു മാഡം. ദേവന്റെ മുന്നിൽ ഞാനെന്റെ മനസ്സുതുറന്നു, നിരാശയായിരുന്നു ഫലം. എന്നാലും എനിക്കു പ്രതീക്ഷയുണ്ട്, എന്റെ ജീവിതാവസാനം വരെ ഞാനയാൾക്കു വേണ്ടി കാത്തിരിക്കും.

ഡോക്ടർ സുധാമണി ശിവാനിയെ നോക്കി മനോഹരമായി പുഞ്ചിരിച്ചു. വല്ലാത്തൊരു ശാന്തതയായിരുന്നു മുഖത്തിനപ്പോൾ.

പ്രണയം നിഷേധിക്കുന്ന ഒരാളെ വിവാഹം കഴിക്കാനാഗ്രഹിക്കുക, അയാൾക്കു വേണ്ടി ഒരു താപസിയെപ്പോലെ കാത്തിരിക്കുക. അതിനും മാത്രം എന്തുമേന്മയാണ് ദേവനുള്ളത്.. ശിവാനി ചിന്തിച്ചു. പെട്ടെന്നവൾക്കുചിരി വന്നു. അയാൾക്കെന്തു മഹിമ കണ്ടിട്ടാണ് ജീവിതത്തിന്റെ തുറസ്സുകളിലെവിടെയോ ഒരു തളിർമരം പോലെ താനാമുഖമന്വേഷിക്കുന്നത്.. അരുത്.. ശിവാനിയുടെ മനസ്സുവിലക്കി.. സുധാമണിയാണു ശരി.. നെടുനാളത്തെ അവളുടെ അലച്ചിൽ.... കാത്തിരിപ്പ്.. അതിനു തടസ്സമാവാൻ ശിവാനി ഉണ്ടാവരുതെന്നാണവളുടെ അപേക്ഷ..

ഏതായാലും അവർ മടങ്ങി വരട്ടെ ഡോക്ടർ... താങ്കളുടെ കാത്തിരിപ്പ് വെറുതേയാവില്ല...

ശിവാനി പറഞ്ഞു.

സുധാമണിക്കു സന്തോഷമായി, ശിവാനിയുടെ വാക്ക് ഡോക്ടർ സുധാമണിക്ക് വിശ്വാസമാണ്..

ശിവാനിയുടെ മനസ്സിലെ കിളിക്കൂട്ടിലപ്പോൾ ഒരുപാടു മനുഷ്യരുടെ പിടച്ചിലുകൾ കേട്ടു. ഓർമ്മവച്ചകാലം മുതൽ ഒറ്റപ്പെട്ടുപോയ വേണു... പശ്ചാത്താപ പരവശനായി അനാഥത്വം സ്വയം വരിച്ച ഗോവിന്ദൻ, ചതിയുടെ കുരുക്കിൽ വീണ നിർദ്ദോഷിയായ ബാലൻ, ആരോരുമില്ലാത്ത അംഗവൈകല്യൻ വേലായുധൻ.. ശിവാനിക്കീ ചുമടുമതി ജീവിക്കാൻ.. ദേവൻ ഒരു മയിൽപീലിതുണ്ടുപോലെ മനസ്സിൽ വിരിഞ്ഞാടുന്ന മനോഹരമായൊരു കിനാവാണ്.. ഒരിക്കലും മാഞ്ഞുപോകാത്ത മധുരമായൊരു മയിൽപീലി തുണ്ട്... കൈമുതൽ കണ്ണീരുമാത്രമാണ്.. അച്ഛൻ, അമ്മ അവരുടെ കണക്കുകൂട്ടലുകൾ വൃഥാവിലാവും. തീർച്ച..

****

സരള കുറേ നാളുകളായി ശിവാനിയുടെ വിവാഹക്കാര്യം പറയുന്നു. ശിവദാസനാണെങ്കിൽ അതു കാര്യമായെടുത്തിട്ടില്ല.. ശിവാനിയുടെ

സമ്മതം പരമപ്രധാനമാണ്..

എസ് പി സത്യനേശൻ ശിവാനിക്കുവേണ്ടി അന്വേഷണങ്ങൾ നടത്തുന്നുണ്ട്. ഐ എ എസുകാരും ഐ പി എസുകാരുമായ പലരുടേയും പേരും നാളും ഡയറിയിൽ കുറിച്ചിട്ടുമുണ്ട്.

ഒടുവിൽ ഒരാളെ കണ്ടെത്തി, രവികുമാർ... ഐ പി എസ്.. ഡോക്ടർ ശിവദാസിന്റെ ശിഷ്യൻ.. സത്യനേശനുമുകളിലാണ് പൊലീസ് സേനയിൽ രവികുമാറിന്റെ സ്ഥാനം.

ശിവാനിയെ അറിയാം. കണ്ടിട്ടുണ്ട്... വേണുമാഷേയും അറിയാം.

വേണു വരുന്നതിനു മുൻപ് പെണ്ണുകാണലും നിശ്ചയവുമൊക്കെ നടത്താം. വിവാഹം വേണു വന്നിട്ട്. സരള പറഞ്ഞു...

ശിവാനി സമ്മതിക്കുമോ സരളേ.. അവളുടെ സമ്മതമെന്തിനാ.. നമ്മൾ തീരുമാനിക്കും അവൾ അനുസരിക്കും..

എന്റെ ഭാര്യേ... ഇതു ശിവാനിയാ.. നമ്മുടെ മകൾ.. നിന്റെ കല്പന കേട്ട് അവൾ തലയാട്ടുമെന്നു നീ കരുതുന്നുണ്ടോ.. അവളുടെ കാര്യങ്ങൾ പറഞ്ഞു മനസ്സിലാക്കാൻ പറ്റുന്ന ഒരാളേയുള്ളൂ... വേണു.. പിന്നൊരാൾ ബാലപ്പാപ്പയായിരുന്നല്ലോ.. എന്തിനും വേണു വരണം.. എന്നാലേ നടക്കൂ... അവരൊന്നു കണ്ടു പൊയ്ക്കൊട്ടെ, അതിനവൾ എതിർക്കുന്നതെന്തിനാ..

സരള ചോദിച്ചു..

എസ് പി സത്യനേശനും ആ അഭിപ്രായമായിരുന്നു. അദ്ദേഹം തന്നെയാണ് ശിവാനിയോടിക്കാര്യം പറഞ്ഞത്.

രവികുമാർ ഐ പി എസ് തിരുവനന്തപുരം സിറ്റിപൊലീസ് കമ്മീഷണറാണ്.. നിനക്ക് ചേരും..

അങ്കിളിന്റെ മകൾ ശ്രീദേവിക്കും ചേരില്ലേ? ഞങ്ങൾ സമപ്രായക്കാരാണല്ലോ... ആദ്യം അതു നടക്കട്ടെ... എന്റെ കാര്യം സമയമാവുമ്പോൾ ഞാൻ പറയും. അപ്പോൾ എല്ലാവരും ബുദ്ധിമുട്ടിയാൽ മതി..

നീയെന്താ സന്ന്യസിക്കാൻ പോവ്വാണോ? സരള ചോദിച്ചു.

ഞാൻ ജഡ്ജിയല്ലേ... വിചാരണയ്ക്കും വിധിപറയാനും ഒരുപാടു കേസുകളുണ്ട്. അതിനിടയിൽ സന്യസിക്കാനെനിക്കെവിടുന്നാ സമയം...

നീ ഞങ്ങളുടെ ഒരേ ഒരു സന്തതിയാ.. സരള പറഞ്ഞു.

അല്ലെന്നു ഞാൻ പറഞ്ഞില്ലല്ലൊ...

നിനക്കൊരു കുടുംബം, കുട്ടികൾ അതൊക്കെ ഞങ്ങളുടെ ആഗ്രഹമാ..

കുടുംബവും കുട്ടികളും ഏതൊരാൾക്കും ആഗ്രഹിക്കാം.. പക്ഷേ, അതെല്ലാം വേണ്ടെന്നു വെയ്ക്കാൻ അധികമാർക്കും കഴിയില്ല.. എന്നാൽ ശിവാനിക്കതു കഴിയും.. അവൾക്കേ കഴിയൂ...

ശിവാനീ.. നീ ജഡ്ജിയാണെന്നൊന്നും ഞാൻ നോക്കൂല.. നിന്നെ അടിച്ചു ചതച്ച് ഞാനീവീട്ടിൽ പൂട്ടിയിടും..

അതൊരമ്മയുടെ സ്വാതന്ത്ര്യം... പക്ഷേ, പൗരസ്വാതന്ത്ര്യം നിഷേധിച്ചാൽ അമ്മയെ പ്രോസിക്യൂട്ട് ചെയ്യേണ്ടി വരും..

ഞാനൊന്നു ചോദിക്കട്ടെ മോളേ.. നിനക്ക് എത്ര നല്ല ആലോചനകൾ വന്നു.. എല്ലാം നീ നിരസിച്ചു.. നിനക്കാരോടെങ്കിലും പ്രേമമുണ്ടോ, ഉണ്ടെങ്കിൽ പറ അതു നടത്താം..

ഉണ്ട്.. പ്രേമമുണ്ട്.. പക്ഷേ, അതു നിങ്ങളുദ്ദേശിക്കുന്ന തരത്തിലുള്ളതല്ല... പിന്നേതുതരത്തിൽപ്പെടും... സരള പുച്ഛിച്ചു.

ലൗകികമല്ലാത്ത ഒന്ന്... ജൈവികതൃഷ്ണകളൊന്നുമില്ലാത്ത ഒന്ന്. ഒരിക്കലും ആരുമായും പങ്കുവെയ്ക്കാൻ ഞാനിഷ്ടപ്പെടാത്ത ഒന്ന്. അതെന്റെ നെഞ്ചിലെ നീറ്റലും വറ്റാത്ത കണ്ണീരുമാണ്.. അനാദിയായ ഒരനുഭൂതി...

നീ ചുമ്മാ പള്ളിക്കലെ മുസല്യാരെപ്പോലെ വയളുപറേണ്ട. അതൊന്നും കേൾക്കാൻ ഞങ്ങൾക്കു നല്ല സൗകര്യമില്ല. നാളെ അവൻ വരും. വിവാഹം ഉറപ്പിക്കും. താമസിയാതെ നടത്തുകയും ചെയ്യും.. സരള അരിശംകൊണ്ടു വിറച്ചു...

അമ്മ കിനാവുകാണുകയാണ്.. വെറുതെ നാണംകെടാൻ നിൽക്കണ്ട. അച്ഛന്റെ സ്റ്റുഡന്റല്ലേ... വന്നോട്ടെ നന്നായി സൽക്കരിക്കണം.. വിവാഹത്തിന് പുഞ്ചയിൽ കുത്തുന്ന വയ്ക്കോൽ കോലം കരുതിക്കോണം... ശിവാനി എഴുന്നേറ്റു തന്റെ മുറിയിലേക്കു നടക്കുമ്പോൾ സോഫയിൽ കിടക്കുന്ന ശിവദാസനോടു പറഞ്ഞു...

അച്ഛൻ കേട്ടുകാണും... അമ്മയ്ക്കു മനസ്സിലായി കാണില്ല... എസ് പി സത്യനേശനോട് കാര്യങ്ങൾ പറഞ്ഞേക്കണം.

ഡോക്ടർ ശിവദാസ് എഴുന്നേറ്റിരുന്നു.. പക്ഷേ, ഒരക്ഷരം മിണ്ടിയില്ല...

****

വരാണസിയിൽ തീവണ്ടിയിറങ്ങിയ ദേവനും വേണുമാഷും തിരക്കൊഴിഞ്ഞ സ്ഥലത്ത് ഒരു സാധാരണ ലോഡ്ജിൽ മുറിയെടുത്തു... ഇടുങ്ങിയ തെരുവുകൾ.. സന്ന്യാസിമാരുടെ ആശ്രമങ്ങൾ.. അഗതിമന്ദിരങ്ങൾ... പകിട്ടും പ്രൗഢിയുമുള്ള നഗര ഗോപുരങ്ങൾ.. ഗംഗയിൽ മുങ്ങുന്ന പാപികളുടെ കോലാഹലം.. പകുതിയെരിഞ്ഞ ചിതകൾ.. ഗംഗയിൽ ഒഴുകുന്ന കബന്ധങ്ങൾ.. ദേവനും വേണുമാഷും ആദ്യമായി കാലുകുത്തുന്ന മോക്ഷയാചകരുടെ മഹാസംഗമസ്ഥലിയിൽ വിഹ്വലരായി വ്യഗ്രതയോടവർ നിന്നു... പാതയോരത്ത് മൺചട്ടിയിൽ ചായയും കരിയടുപ്പിൽ ചുട്ടെടുക്കുന്ന റൊട്ടിയും വെളുത്തുള്ളിയുടെ ചുരുള്ള ദാലിന്റെ കുഴമ്പിൽ മുക്കി അവർ സ്വാദോടെ കുഴിച്ചു. വരാണസി ആ അപരിചിതരെ ആവേശത്തോടെ ആലിംഗനം ചെയ്തു. അന്നദാനം നടത്തുന്ന ആശ്രമകവാടത്തിൽ അവർ കാത്തുനിന്നു ഭക്ഷണം വാങ്ങി, ഭിക്ഷാടകരും ഭിക്ഷാംദേഹികളും മോക്ഷകാംക്ഷികളുടെ മന്ത്രങ്ങളും ക്രിയകളും.. ഗംഗയിലെ ഓളങ്ങൾ പോലെ ഉലയുന്ന മനസ്സുമായി വരുന്ന ദുഃഖിതരുടെ ഗദ്ഗദങ്ങൾ.. വേണുവും ദേവനും നാട്ടിലെ അശാന്തിയിൽ

നിന്ന് പലായനം ചെയ്ത ദേശാടകരല്ല.. ജീവിതത്തിന്റെ ഉരകല്ലിൽ നിന്ന് തെറിച്ചുപോയ തീപ്പൊരികളാണ്, അവരുടെ ലക്ഷ്യം മോക്ഷമോ അഭയമോ അല്ല.. ബന്ധവിമുക്ത ജീവിതത്തിന്റെ ദുർല്ലഭമായ സ്വാതന്ത്ര്യമാണ്, സ്വച്ഛതയാണ്...

വരാണസി വിട്ട് ഡൽഹിയിലേക്ക് ബസിലും ട്രക്കിലുമൊക്കെയാണ് അവർ യാത്ര ചെയ്തത്.. ഒരിക്കലും കാണാൻ കഴിയുമെന്ന് സ്വപ്നത്തിൽ പോലും കാണാത്ത ആ കാഴ്ചകൾ, സമരേതിഹാസങ്ങളും ഭരണതന്ത്രങ്ങളും ചമഞ്ഞുനിന്ന ആധിപത്യശക്തികളുടെ സംഗ്രാമഭൂമി.., ഇന്ദ്രപ്രസ്ഥം, വിസ്മയിപ്പിക്കുന്ന രാജവീഥികൾ.. വിലോഭനീയമായ ചരിത്ര ഗന്ധങ്ങൾ.. സദാസ്പന്ദിക്കുന്ന രാജ്യതലസ്ഥാനം. സ്തൂപങ്ങൾ, ചത്വരങ്ങൾ, രാജ്യകവാടം.. ഭരണത്തലവന്മാരുടെ വാസഗൃഹങ്ങൾ... രാജ്യതന്ത്രത്തിന്റെ അധികാര മന്ദിരങ്ങൾ.. മൺമറഞ്ഞ മഹാന്മാരുടെ അന്ത്യവിശ്രമ സ്ഥലികൾ.. വാണിജ്യവും വണിക്കുകളും വിഹരിക്കുന്ന വാണിഭത്തെരുവുകൾ... ദേവൻ വേണുമാഷുടെ കൈമുറുകെപിടിച്ചു.. അയാൾക്ക് വിസ്മയമല്ല, ഭയമാണ്.. താൻ ജീവിക്കുകയല്ല.. സ്വപ്നം കാണുകയാണ്... എല്ലാം കണ്ടുകൊണ്ട് പകലന്തിയോളം അലച്ചിലുകൾ.. വഴിയോര പാചകത്തിന്റെ പങ്കുപറ്റൽ, കഥകളും ഐതിഹ്യങ്ങളും ചരിത്രങ്ങളും കണ്ടും കേട്ടും കാലദേശങ്ങളറിയാതെയുള്ള നിശ്ശബ്ദസഞ്ചാരങ്ങൾ... ആഗ്ര, കുളു, മണാലി, ഹരിദ്വാർ, ഋഷികേശ്, കാശ്മീർ, മാനസസരോവരം വരെ. ഒടുവിൽ ആ സ്വപ്നഭൂമിയിലുമെത്തി.. കൈലാസം.

കൈലാസം..! അതാണോ ശിവപാർവ്വതിമാരുടെ ആവാസഗേഹം, അറിഞ്ഞുകൂടാ.. മഞ്ഞിന്റെ മൂടുപടത്തിൽ മോഹിപ്പിക്കുന്ന ചില രൂപങ്ങൾ.. വിസ്മയത്താൽ സ്വയംമറന്നു കണ്ണുകളടഞ്ഞുപോയി.... തനിച്ചായിരുന്നെങ്കിൽ അവിടെത്തന്നെ വീണ് അന്ത്യശ്വാസം വലിക്കാമായിരുന്നു, തീർത്ഥാടകരുണ്ടായിരുന്നു, അറിയാൻ വന്നെത്തിയ വിജ്ഞാനദാഹികളും മോക്ഷം തേടിയെത്തിയ ശിവഭക്തന്മാരും, സാഹസികരായ മലകയറ്റക്കാരും ദീപ്തമായ കാഴ്ചകളുടെ കണ്ണഞ്ചിപ്പിക്കുന്ന ഗഗനവിതാനങ്ങൾ.. മഞ്ഞിന്റെ മഹാസമുദ്രം.. വിശ്വാസത്തിന്റെ വിശ്വരൂപങ്ങൾ.. മനസ്സിന്റെ മായക്കാഴ്ചകൾ... മലകയറിയതും മലയിറങ്ങിയതും അറിഞ്ഞില്ല, സൂര്യനെ കണ്ടതേയില്ല... ശൈവസാനുക്കളിൽ വെയിൽ വീണിരുന്നോ എന്നറിയില്ല, ഉദയാസ്തമയങ്ങൾ അന്യമായ കൈലാസത്തിൽ ശിവനോ പാർവ്വതിയോ എന്തോ വിസ്മയത്തിന്റെ അരൂപ ദൃശ്യങ്ങൾ കമനീയമായൊരു മഹാകാവ്യം പോലെ ദേവനെ മോഹിപ്പിച്ചു...

ലക്ഷ്യമില്ലാതെ പ്രയാണം തുടർന്ന നാളുകൾ, ക്ഷേത്രങ്ങൾ, വാസ്തുശില്പചേതോഹരമായ ഗോപുരക്കാഴ്ചകൾ, മോക്ഷാന്വേഷികൾ താവളമടിക്കുന്ന ആശ്രമങ്ങൾ, തപോവനങ്ങൾ, അന്നദാനശാലകൾ, എത്രയെത്ര ഭാഷകൾ... വേഷങ്ങൾ... പലായനം ചെയ്യുന്ന പരദേശികൾ, വിനോദത്തിനെത്തുന്ന സഞ്ചാരികൾ, ഭിക്ഷാടകരുടെ,

തട്ടിപ്പുകാരുടെ, കറുപ്പും കഞ്ചാവും ചരസും ഭാംഗും തുടങ്ങി ചുരുട്ടും സിഗരറ്റും ലഹരിപുരണ്ട വെറ്റില കൂട്ടും വിറ്റും വാങ്ങിയും വിലപേശുന്ന ഇരുണ്ടഗല്ലികൾ, അഭിസാരികത്തെരുവുകൾ, ആഭിചാരകേന്ദ്രങ്ങൾ, കൈനോട്ടക്കാർ... മഷിനോട്ടക്കാർ, പച്ചകുത്തുകാർ, പകിടകളിക്കാർ, കറക്കിക്കുത്തുകാർ... രാജ്യത്തിന്റെ സിരകളിൽ തിളയ്ക്കുന്ന കാഴ്ചകൾ... ഞരമ്പുകൾ ഞെരുങ്ങുന്ന അനുഭവങ്ങൾ...

നയനമനോഹരമായ കാശ്മീർ... പൂക്കളുടെ, കുങ്കുമത്തിന്റെ സുന്ദരിമാരുടെ.. പറുദ്ദീസയെ അശാന്തമാക്കുന്ന വെടിയൊച്ചകൾ... മഞ്ഞുമേലാപ്പിനു താഴെ പരന്നു കിടക്കുന്ന ജനപഥങ്ങൾ..

എല്ലാം കണ്ടുംകേട്ടും അറിഞ്ഞും അനുഭവിച്ചും രണ്ടു മനുഷ്യർ. ദേശാടകർ... അല്ല സ്വന്തം നാടിന്റെ നീറ്റലിൽനിന്നും ഒളിച്ചോടിയ പരദേശികൾ, അനാഥരെപ്പോലെ അലഞ്ഞുതിരിഞ്ഞ ശരണാർത്ഥികൾ... നടന്ന വഴികൾ മറന്നുപോയവർ.. കഴിഞ്ഞകാലം കൈവിട്ടുകളഞ്ഞവർ... നടക്കുന്ന വഴികൾ മാത്രമേ മുന്നിലുണ്ടായിരുന്നുള്ളൂ... ഋതുക്കൾ വന്നു പോയതവരറിഞ്ഞില്ല, ചുറ്റിലും കണ്ടകാഴ്ചകളും, അസ്തമിയ്ക്കാത്ത വഴികളും മാത്രമേ അവരോർമ്മിച്ചുള്ളു, മഞ്ഞും മഴയും വെയിലും നിലാവും അവരറിഞ്ഞതേയില്ല, വഴിയമ്പലങ്ങളും വാണിഭത്തെരുവുകളും അന്നദാനശാലകളുമൊക്കെ അവരന്വേഷിച്ചു കണ്ടെത്തിയിരുന്നു.. തീർത്ഥാടന കേന്ദ്രങ്ങളും സ്നാനഘട്ടങ്ങളും അവർക്കന്യമായിരുന്നു..

കാശ്മീരവും കടന്ന് ഒടുവിലാണവർ കാശിയിലെത്തിയത്, പെട്ടെന്നാണ് വേണുമാഷ് ദേവനോടു ചോദിച്ചത്...

നമുക്കു തിരിച്ചുപോകണ്ടേ ദേവാ...

തിരിച്ചു പോകാനോ..! ദേവൻ ഒരു ഞെട്ടലോടെയാണ് തിരിച്ചു ചോദിച്ചത്...

എങ്ങോട്ട്? നമുക്കീ ജീവിതം പോരെ മാഷേ...

****

ആരോടും ഒരു കെട്ടുപാടുകളുമില്ലാത്ത, ഒന്നിനോടും ഒരു മമതയുമില്ലാത്ത അലച്ചിൽ. മാഷിന് ഞാനും എനിക്ക് മാഷും... ആകാശപ്പറവകളെപ്പോലെ വിതയ്ക്കണ്ട... കൊയ്യണ്ട... കൂട്ടി വെയ്ക്കണ്ട... കൂട്ടിനാരേയും കൂട്ടുകയും വേണ്ട. എന്തൊരു സുഖം. എന്തൊരു ശാന്തി...

ദേവൻ കടലോരത്തെ വൃത്തിയില്ലാത്ത മണ്ണിൽ മലർന്നു കിടന്നു കൊണ്ട് ആകാശം കണ്ടു.

മാഷെന്താ ഒന്നും മിണ്ടാത്തത്...? ഞാൻ പറഞ്ഞതു ശരിയല്ലേ...?

മുഴുവൻ ശരിയല്ല ദേവാ... എന്റെ ജീവിതം തീർന്നു. നിന്റെ ജീവിതം തുടങ്ങിയിട്ടേയുള്ളൂ.

വേണുമാഷ് ദേവനു സമാന്തരമായി മണലിൽ കിടന്നു. ആകാശം

മ്ലാനമാണ്. കടൽത്തിര കുറഞ്ഞു. വേലിയിറക്കമാവും.

മാഷിനു തെറ്റി. ദേവൻ ജീവിച്ചു തുടങ്ങിയതിപ്പോഴാണ്. ഞാൻ അനാഥനല്ലെന്ന് തിരിച്ചറിഞ്ഞതും ഈ യാത്രയിലാണ്. എന്റെ അച്ഛനും അമ്മയും ഗുരുവും സ്നേഹിതനുമായി ഒരാൾ എന്റെ ജീവിതത്തിന്റെ കവചമായി നിൽക്കുന്നു. അല്ല, എപ്പോഴും എന്നിൽ ഒട്ടി നിൽക്കുന്നു. എന്തൊരു സമാധാനം... നമുക്കീ ജീവിതം മതി മാഷേ... ദേവൻ എഴുന്നേറ്റിരുന്ന് മാഷെ നോക്കി. കടലിലേക്ക് മിഴി നട്ടു.

ഇതു ജീവിതമായിരുന്നില്ല ദേവാ... ഒളിച്ചോട്ടം. യാഥാർത്ഥ്യങ്ങളെ ഭയന്ന് നമ്മൾ ഒളിച്ചോടുകയായിരുന്നു. കഷ്ടപ്പെടുന്നവന്റെ കണ്ണീരും കൈയൂക്കുള്ളവന്റെ നെറികേടും സ്വരക്ഷയ്ക്കു വേണ്ടി നമ്മൾ മറന്നു കളഞ്ഞു. ജീവിതം സമരമാണ്. ജീവിത യാഥാർത്ഥ്യങ്ങളോട് പൊരുതുന്നവനാണ് മനുഷ്യൻ. അവൻ സഹനങ്ങളുടെ ചതുരംഗപ്പലകയിലെ കരുക്കളാണ്. കരുക്കളിൽ ചിലത് പൊരുതിക്കയറും ചിലത് പിൻതള്ളപ്പെടും. നമ്മൾ തോറ്റോടിയ കരുക്കളാണ്. ആ തോൽവിയും പേറി അലയാൻ വയ്യ. തിരിച്ചു പോകണം. ഇപ്പോൾത്തന്നെ.

ദേവൻ ശബ്ദിച്ചില്ല. അവന്റെ മനസ്സ് മടക്കയാത്രയ്ക്ക് സന്നദ്ധമായിരുന്നില്ല. എന്നിട്ടും അവർ കടപ്പുറത്തെ പുഴിമണ്ണ് ശരീരത്തിൽനിന്നും കുടഞ്ഞെറിഞ്ഞ് തീവണ്ടിയാപ്പീസിലേക്കുള്ള വഴി ചോദിച്ചു.

****

കേരളം പിറന്നതവരറിഞ്ഞില്ല., തിരുവിതാംകൂറിന്റെ ഓർമ്മയിൽ മുങ്ങി അവർ വണ്ടിയിലും വഞ്ചിയിലുമായി കുമരകത്തെത്തി. മലയാളക്കര, മഹാനായ ഇ എം എസിന്റെ ചിത്രങ്ങളും പേറി ചിരിച്ചു നിന്നു.

കുമരകത്തുനിന്ന് കുട്ടനാട്ടിലേക്ക് ബോട്ട് സർവ്വീസ് ഉണ്ടെന്ന് മനസ്സിലാക്കി മാഷും ദേവനും ഉത്സാഹത്തോടെ ബോട്ടു ജെട്ടിയിൽ കാത്തുനിന്നു. അത്ഭുതം... അവരെ അറിയുന്ന... പരിചയമുള്ള ഒരാളെപ്പോലും കാണാൻ കഴിഞ്ഞില്ല. ഉടുപ്പിലും നടപ്പിലുമൊക്കെ ഉന്മേഷമുള്ള ഒരു ജനതയെക്കണ്ട് അവർ അത്ഭുതപ്പെട്ടു.

ബോട്ടിറങ്ങി, കടവിൽ വേലായുധനില്ല... അവന്റെ വള്ളം നിറയെ യാത്രക്കാരുമായി പഴയ ലൂക്കാ ഊന്നി വിടുന്നു. അയാൾക്ക് അവരെ മനസ്സിലായില്ല.

മുഷിഞ്ഞു കീറിയ കുപ്പായം.. മടക്കിക്കുത്തിയ കാവിമുണ്ട്. വളർത്തിയ താടിയും മുടിയും. ഒരാൾ തലയും താടിയും മാത്രമല്ല, പുരികങ്ങളും നരച്ച പടുവൃദ്ധൻ... മറ്റെയാൾ മുടി ചെമ്പിച്ചു ജഢ കെട്ടി ചുരുണ്ടു തുടങ്ങിയ യുവാവ്. അവന്റെ കണ്ണുകൾ ഉദാസീനമാണ്. കായൽപ്പരപ്പുകളെ അവൻ ഭയപ്പെടുന്നതുപോലെ. എന്നാൽ വൃദ്ധൻ ഉർജ്ജസ്വലനും ഉന്മേഷവാനുമാണ്. അയാൾ മുഖമുയർത്തി തന്റെ നാടിനെ നോക്കി. മാറ്റങ്ങൾ! ഒന്നു മനസ്സിലായി. കമ്യൂണിസ്റ്റ് മന്ത്രിസഭ അധികാരത്തിലെ

ത്തിയിരിക്കുന്നു. അതാവും... കാറ്റിന്റെ ചോരമണം പോയി. അദ്ധ്വാനിക്കുന്നവന്റെ ചിരിയുടെ ആരവം അലയടിക്കുന്നത്... ജന്മിമാരുടെ കളപ്പുരകൾ കാണാനില്ല. കുടികിടപ്പുകാരുടെ സ്വന്തം കൂരകൾ ഉയർന്നിരിക്കുന്നു. പലയിടത്തും പള്ളിക്കൂടങ്ങൾ കണ്ടു. പാടശേഖരങ്ങൾ പൊൻകതിർ നിറഞ്ഞു നൃത്തം വെയ്ക്കുന്നു. ഏവിടെ നോക്കിയാലും നിരന്നു നിൽക്കുന്ന ചെങ്കൊടികൾ. നാടു മുഴുവൻ നിരങ്ങി നടന്ന കാക്കിപ്പടയെ കാണാനേയില്ല. ആദ്യം കണ്ട ആളോട് വേണുമാഷ് ചോദിച്ചു.

ആ കടത്തുകാരൻ വേലായുധനെവിടെ...?

ങളെവിടുത്തുകാരനാ.....? വേലായുധൻ മരിച്ചിട്ട് മൂന്നാലു കൊല്ലായി.

വേണുമാഷ് പെട്ടെന്ന് നിന്നുപോയി. ദേവനും...

വേലായുധൻ മരിച്ചെന്നോ...? അതും നാലു കൊല്ലം മുമ്പ്...!

വേണു... നാടുവിട്ടു പോയി... കൂട്ടത്തിൽ ആ വരത്തനും പോയി... നാട്ടുകാർ പറഞ്ഞുകേട്ടതും കേട്ടു മറന്നതും സത്യമായിരുന്നു എന്ന് വേണുമാഷിനു തോന്നി. ഒരു മാസം ഒന്നു മാറി നിൽക്കണമെന്നു തോന്നി. ബാലപ്പാപ്പയുടെ മരണം പട്ടാളത്തിന്റെ വരവും ജന്മിമാരുടെ ശത്രുതയും പിന്നെ ദേവന്റെ പ്രശ്നങ്ങളും ഒക്കെക്കൂടി ജീവിതത്തിന്റെ സ്വൈരം നഷ്ടപ്പെടുന്നു എന്നു തോന്നിയപ്പോൾ ഒരു മാറ്റം. അത്രയേ കരുതിയിരുന്നുള്ളൂ... പിന്നെ ഒരു സഞ്ചാരമായിരുന്നു. നാടും നഗരങ്ങളും നദികളും... ധ്യാനവും ഭിക്ഷാടനവും... ആശ്രമസ്ഥലികളിലെ അന്തേവാസവും കഴിഞ്ഞുപോയ വർഷങ്ങൾ... ആയുസ്സിന്റെ അളവിലല്ല, ജീവിതത്തിന്റെ നേർമുറകളാണ് നഷ്ടമാക്കിയത്. അത് നികത്താനാവില്ല. അപരിഹാര്യമായ നഷ്ടമാണത്.

വേണുമാഷ് നാടു വിട്ടതറിഞ്ഞ് വേലായുധൻ വന്നിരുന്നു വിവരമറിയാൻ. അവരെങ്ങോ പോയെന്ന അറിവ് ആ പാവത്തിന് താങ്ങാൻ കഴിഞ്ഞിരിക്കില്ല. അന്നു മുഴുവൻ വേലായുധൻ തോണിയിലിരുന്ന് കരഞ്ഞു. പിറ്റേ ദിവസം ലോന തോണിയിറക്കാൻ ചെല്ലുമ്പോൾ വേലായുധൻ അതിൽ മരിച്ചു കിടക്കുകയായിരുന്നു.

ആ വിവരമറിഞ്ഞ് വേണുമാഷ് നടുങ്ങുക മാത്രമല്ല, സർവ്വാംഗം തളർന്നിരുന്നുപോയി. ശരണം വിളികളും ശരണാലയങ്ങളും നേടിത്തന്ന സമാധാനം ക്ഷണികമായിരുന്നല്ലോ എന്നോർത്തപ്പോൾ ആത്മനിന്ദയാൽ നിശ്ചലനായി നിൽക്കാനേ കഴിഞ്ഞുള്ളൂ... പുരി വിശ്വനാഥന്റെ ദർശനത്തിനു കാത്തുനിന്ന നിരയിൽ വെച്ച് കൈയിലുള്ള പണം നഷ്ടപ്പെട്ട തിരിച്ചറിവിൽ തെറിച്ചു വീണത് ഭിക്ഷാടകരുടെ താവളത്തിൽ. അവിടെ ഭിക്ഷാടനം ദിവസവേതനം കിട്ടുന്ന കൂലിപ്പണിയായിരുന്നു. ഭക്ഷണത്തിനു വേണ്ടിയുള്ള പിടിയും വലിയും... കിട്ടിയ ഭക്ഷണം പങ്കിട്ട് തിന്നുന്നതിന്റെ സ്വാദും തിരിച്ചറിഞ്ഞ നാളുകൾ... തീർത്ഥാടന കേന്ദ്രങ്ങൾ മോക്ഷസാധന സമാധി സ്ഥലങ്ങളാണെന്നറിഞ്ഞു. വിശ്വാസത്തിന്റെ വഴിയോരങ്ങളിൽ കാവിപുതച്ച് കമിഴ്ന്നു കിടക്കുന്നവർ

ഭിക്ഷാംദേഹികളല്ല... വിശന്നു വലയുന്ന പട്ടിണിക്കാരാണ്. കാമവും കലഹവും കൊലയും കൊള്ളയും വിശപ്പിന്റെ, വിഹ്വലതകളുടെ, ഭോഗാസക്തിയുടെ പരിണതിയാണ്.

കാലം കണ്ട് മറന്നവരെപ്പോലെ പിറന്ന മണ്ണിലും, പുലർന്ന നാട്ടിലും വേരറ്റ വൃക്ഷംപോലെ ഒടിഞ്ഞു തൂങ്ങിയ ശിരസ്സുമായി നിൽക്കുകയാണ്.

നമ്മുടെ ആ യാത്ര വേണ്ടിയിരുന്നോ ദേവാ...? വേണുമാഷ് ചോദിച്ചു.

കഴിഞ്ഞതു കഴിഞ്ഞു. ആ യാത്ര നമ്മളാഗ്രഹിച്ചതല്ലല്ലോ... കുത്തിയൊലിച്ചു വന്ന മലവെള്ളപ്പാച്ചിലിൽ നിനച്ചിരിക്കാതെ നമ്മളൊഴുകിപ്പോയി. ആ ഒഴുക്കിൽ കാലം നമ്മളെ എവിടെയൊക്കെയോ കൊണ്ടു ചെന്നെത്തിച്ചു. അതു കാലത്തിന്റെ കൽപ്പന. ഇപ്പോൾ ആ കാലം തന്നെയാണ് നമ്മളെ ഇവിടെ തിരിച്ചെത്തിച്ചത്. ഇനി ഓർമ്മയിൽ ജീവിച്ചിട്ടു കാര്യമില്ല. വർത്തമാന വഴികളിലൂടെ നടക്കണം. നടന്നില്ലെങ്കിലും കാലം നമ്മളെ പിന്നിലാക്കി കടന്നുപോകും. അതിനനുവദിച്ചു കൂടാ...

ബാലപ്പാപ്പയില്ല... വേലായുധനില്ല... ഗോവിന്ദേട്ടനുണ്ടാവുമോ...? ശിവാനിയും...? ആശങ്കകളാണ്.

നാട്ടുവഴികൾ നന്നേ മാറിയിട്ടുണ്ട്. കൊട്ടിയമ്പലം പഴയതുപോലെ തുറന്നു കിടക്കുന്നു. പടുവൃദ്ധരായ പവിഴമല്ലിയും പൊന്നരളിയും പൂത്തു നിൽക്കുന്നുണ്ട്... മുറ്റത്ത് കൊയ്തുകൂട്ടിയ കറ്റകൾ... പൂമുഖപ്പടിയിൽ തന്നെ വെള്ളോട്ടു കിണ്ടിയിൽ വെള്ളം. ചാരുകസേരയ്ക്ക് പുതിയ തുണിയിട്ടിട്ടുണ്ട്. ആളനക്കമുള്ള ലക്ഷണമില്ല. പക്ഷേ, വീട്ടിൽ ആളുതാമസമുണ്ടെന്നു തീർച്ച. കിണറ്റിനപ്പുറത്തെ നീണ്ട അയക്കോലിൽ വലിയ ചുട്ടിത്തോർത്തും കോണകവും...

ദൈവമേ... നീ തുണച്ചു. ഗോവിന്ദേട്ടൻ ജീവിച്ചിരിക്കുന്നു...

വേണുമാഷ് കിണ്ടിയിൽ നിന്ന് വെള്ളമെടുത്ത് കാൽ കഴുകി പൂമുഖത്തേക്ക് കയറി, പിന്നാലെ ദേവനും.

അടഞ്ഞു കിടന്ന വാതിൽ തുറന്നുകൊണ്ട് ഒരു ചോദ്യം... ആരാ....?

ശിവാനി...! വേണു മാഷ് അറിയാതെ പറഞ്ഞുപോയി... ദേവൻ സ്തബ്ധനായി നിന്നു.

ശിവാനി...! അവളാകെ മാറിയിരിക്കുന്നു. വെള്ള വസ്ത്രം. അഴിഞ്ഞു കിടക്കുന്ന ഈറൻ മുടി... ഭസ്മക്കുറി... കട്ടിക്കണ്ണട... കൈയിലൊരു തടിച്ച പുസ്തകവും.

ഗോവിന്ദേട്ടാ... ഒന്നിങ്ങോട്ടു വന്നേ...

അവൾ പിന്നിലേക്കു നോക്കി നീട്ടി വിളിച്ചു,

ദേ... വരുന്നു മോളേ...

ഗോവിന്ദേട്ടൻ ഓടിവന്നു. തലയിൽ വെള്ളത്തൊപ്പി വെച്ചതുപോലെ. ഊന്നു വടിയിൽ കൂനിയാണ് നടപ്പ്, കാഴ്ച കുറഞ്ഞെന്നു തോന്നുന്നു. അദ്ദേഹം വന്നവരെ സൂക്ഷിച്ചു നോക്കി.

ഇവരെ മനസ്സിലായോ ഗോവിന്ദേട്ടാ.... ശിവാനിയുടെ ചോദ്യം.

ഇല്ല... മനസ്സിലായില്ല... ആരാ...

ങും... ഈ വീട്ടിൽ നിന്ന് ഒരു മാസം മുമ്പ് രണ്ടുപേർ ഒളിച്ചോടിയില്ലേ... അവരാണ് ഇവർ.

അയ്യോ... വേണുക്കുട്ടനും ദേവനുമാണോ...?

ഗോവിന്ദേട്ടന്റെ ഉത്സാഹം... അല്ല... സന്തോഷം... അതുമല്ല... സംഭ്രമം...

അതേന്ന്... ദേശാടനമോ... അതോ... തീർത്ഥയാത്രയോ... പുണ്യ, സ്ഥലങ്ങൾ കണ്ട് കുളിച്ചു തൊഴുതു മോക്ഷം നേടി വന്നിരിക്കുന്ന ആചാര്യ സ്വാമികളാണ്. ശിവാനി പരിഹാസം കോരിച്ചൊരിയുകയാണ്. ദേവനും വേണുവും നിശ്ശബ്ദരായി നിന്നു കേട്ടതേയുള്ളൂ...

ഇനി ഈ വീടും ഒരാശ്രമമാകും. അതുകൊണ്ട് സ്വാമികൾ പോയി കുളിച്ചു ശുദ്ധിയായി വന്നാലും... അമൃതേത്തു കഴിക്കാം.

ശിവാനി പരിഹസിച്ചുകൊണ്ട് തന്നെ അകത്തേക്ക് കയറിപ്പോയി. അപ്പോഴാണ് ഭിത്തിയിൽ പതിച്ചിരിക്കുന്ന ബോർഡ് വേണുമാഷിന്റെ, ശ്രദ്ധയിൽ പെട്ടത്. കറുത്ത പ്രതലത്തിൽ വെളുത്ത അക്ഷരങ്ങൾ... ജില്ലാ ജഡ്ജ്.. എസ് എസ് ശിവാനി.

ദേവനും വേണുമാഷും ഒരേ സമയമാണ് ആ പേരു വായിച്ചത്.

ന്നാലും എന്റെ വേണുക്കുട്ടാ... ഒരക്ഷരം മിണ്ടാതെ പോയ്ക്കളഞ്ഞല്ലോ... ഗോവിന്ദേട്ടന്റെ തൊണ്ടയിടറി.

കരയരുത് ഗോവിന്ദേട്ടാ.. അവർ സന്ന്യാസിമാരാണ്. നിത്യ ബ്രഹ്മചാരികൾ. മനുഷ്യ സങ്കടങ്ങൾ മനസ്സിലാക്കാത്ത ജ്ഞാനഗുപ്തന്മാർ.

ശിവാനി അകത്തുനിന്ന് വിളിച്ചു പറഞ്ഞു.

ശവത്തിൽ കുത്തരുത് ശിവാനീ.... വേണുമാഷ് പറഞ്ഞു.

ശിവാനി പുറത്തേക്ക് വന്ന് ദേവനെ നോക്കി. കുറ്റബോധത്താൽ കുനിഞ്ഞ മനസ്സുമായി നിൽക്കുകയാണയാൾ.

അല്ല... ഇതാര്... മഹാ വിപ്ലവകാരിയോ...? കുട്ടനാടൻ കർഷകരുടെ ഭാവി ജീവിതം സ്വർഗ്ഗമാക്കാൻ വന്ന പ്രവാചകൻ.

എന്തിനാണിങ്ങനെ പരിഹസിക്കുന്നത്... ഞങ്ങൾക്കു പറയാനുള്ളതു കൂടി കേട്ടിട്ട് പോരേ വിചാരണ ജസ്റ്റിസ് ശിവാനീ... ദേവൻ പറഞ്ഞു.

നിങ്ങളെ വിചാരണ ചെയ്യാൻ ഞാനാരാണ്. മനുഷ്യമനസ്സിനെ പഠിക്കണമെന്ന് ഞാൻ പറയുന്നില്ല... സ്വന്തം വഴി തേടിപ്പോയവർ അവരുടെ സുഖവും സന്തോഷവും മാത്രമേ കണ്ടുള്ളൂ... അവരെ വിചാരണ ചെയ്യേണ്ടത് ഞാനല്ല... കാലമാണ്. ശിവാനി കൈലേസുകൊണ്ട് കണ്ണു തുടച്ചു.

ഗോവിന്ദേട്ടാ... ഇവർക്ക് ഉച്ചഭക്ഷണം കൊടുക്ക്... ഞാൻ കഴിക്കുന്നില്ല... നേരം വൈകി... ജോലിക്ക് നാണിത്തള്ള വന്നിട്ടുണ്ട്.

ശിവാനി ധൃതിയിലിറങ്ങി, എസ്ക്കോർട്ട് ഫയലുകളുമായി മുന്നിൽ നടന്നു. ശിവാനി തിരിഞ്ഞു നോക്കിയില്ല... ദേവനും വേണുമാഷും അവളെ ആദ്യം കാണുന്നതുപോലെ നോക്കി നിന്നുപോയി. കൊട്ടിയമ്പ

ലത്തിനു മുന്നിൽ ജില്ലാ ജഡ്ജിന്റെ കാർ വന്നു നിൽക്കുന്നുണ്ടായിരുന്നു. ശിവാനി അതിൽ കയറി. കാർ കുതിച്ചു പാഞ്ഞു.

****

എന്താണുണ്ടായത്... ശിവാനി എങ്ങനെ ഇവിടെ താമസമാക്കി...? അവളുടെ വിവാഹം കഴിഞ്ഞില്ലേ... ശിവദാസനും സരളയും എവിടെയാണ്...

വേണുമാഷിനും ദേവനും ഈ സംശയങ്ങളൊക്കെ ഉണ്ടായിരുന്നു. ഭക്ഷണം കഴിച്ചു കൊണ്ടിരിക്കുമ്പോൾ ഗോവിന്ദേട്ടൻ പറഞ്ഞു.

എട്ട് കൊല്ലത്തിനു ശേഷാ ഈ തീൻമേശയിൽ ഭക്ഷണം വിളമ്പുന്നത്. ശിവാനി അടുക്കളയിലെ പലകപ്പുറത്താണിരിക്കുക.

എട്ടു വർഷങ്ങൾ...! വേണു ഞെട്ടി.

എന്തൊരു പോക്കായിരുന്നു... വേണുക്കുട്ടാ....

ഈ നാട്ടില് എന്തൊരു പുകിലായിരുന്നു... പട്ടാളക്കാർ ഈ വീടാകെ അരിച്ചു പെറുക്കി. എന്റെ കരണം അടിച്ചു പെള്ളിച്ചു. പിന്നെ പിടിച്ചു കൊണ്ടുപോയി. പിറ്റേ ദിവസം ശിവാനി വക്കീലിനെ അയച്ചു, ജാമ്യവുമെടുത്ത് ഞാൻ വീട്ടിലെത്തുമ്പോഴേക്കും ശിവാനിയും എത്തി. ആ നില്പാ... പിന്നീടിതുവരെ ആ കുട്ടി എന്നെ തനിച്ചാക്കി ഈ വീടുവിട്ട് പോയിട്ടില്ല. അറിയ്യോ ങ്ങക്ക്...

ഗോവിന്ദേട്ടൻ ഏങ്ങലടിച്ചു.

പൊലീസ് തന്ന റിപ്പോർട്ടേ എന്റെ കൈയിലുള്ളു ഗോവിന്ദേട്ടാ... ശെരിക്കും എന്താണുണ്ടായത്...? എനിക്കൊന്നുമറിഞ്ഞുകൂടാ... മോളേ... നാട്ടിലെന്തു കുഴപ്പം നടന്നാലും പൊലീസും പട്ടാളോം ദേവനെ പിടിച്ചോണ്ടുപോവും. അവൻ ആരാ ഏതാ എന്താന്നൊക്കെ പൊലീസിനറിയണം. വടക്കൻ നാട്ടീന്നു കൊഴപ്പം ഉണ്ടാക്കാൻ വന്നോനാണെന്നാ അവരു പറയുന്നത്. എനിക്കൊന്നും അറിഞ്ഞുകൂടാ... പാവം ആ വൃദ്ധനത്രയേ അറിയൂ... അയാൾ സദാ കരഞ്ഞുകൊണ്ടിരുന്നു.

ദേവനെ ഇവിടുന്നോടിക്കാൻ അച്ഛനും അമ്മയും കൂടി എന്തെങ്കിലും പണി പറ്റിച്ചോ എന്നറിയില്ല... എനിക്കതാ സംശയം... ശിവാനി പറഞ്ഞതിൽ ശരിയുണ്ടെന്ന് ഗോവിന്ദേട്ടനും തോന്നി. ഏതായാലും ശിവാനി വന്നതിനു പിന്നാലെ ശിവദാസനും സരളേം വന്നു.

നീയെന്തു ഭാവിച്ചിട്ടാ ശിവാനീ ഇവിടെ വന്നു കൂടിയിരിക്കുന്നത്. പൊലീസിന്റെ നിരീക്ഷണത്തിലുള്ള വീടാണിത്. ന്യായാധിപയായ നീ തന്നെ ഇവിടെ വന്നു കൂടുന്നത് ശരിയാണോ...?

ങും... പൊലീസ് നിരീക്ഷണം... ആ ദേവനെ ഓടിക്കാൻ സത്യനങ്കിൾ ചട്ടം കെട്ടിയ പൊലീസല്ലേ... അവർ നിരീക്ഷിക്കട്ടെ... ശിവാനി ക്രുദ്ധയായി,

ദേവനെ ഓടിക്കാനോ... എന്തിന്... ഡോക്ടർ ശിവദാസ് ചോദിച്ചു.

എനിക്കറിയാം നിങ്ങൾ കരുതുന്നത് ഞാൻ വിവാഹത്തിനു വിസമ്മതിക്കുന്നത് ദേവൻ കാരണമാണെന്നാ...

സരള അങ്ങനെ പറഞ്ഞോ... നീ വെറുതേ എഴുതാപ്പുറം വായിക്കുന്നതെന്തിനാ...

എസ് പി കൈയിലുണ്ടെന്നു കരുതി പാവങ്ങളെ ദ്രോഹിക്കരുതെന്നു പറയണം ഭാര്യയോട്. ശിവാനിയുടെ തീരുമാനം വേറെയാ... അതിലേക്കു ദേവനെ വലിച്ചിഴയ്ക്കരുത്.

ഞാനങ്ങനെയൊന്നും ധരിച്ചിട്ടില്ല മോളേ... ദേവനെ ഞാൻ മനസ്സിലാക്കിയിട്ടുണ്ട്. നിന്നെയും...

കള്ളം... അച്ഛനൊരു ഭീരുവാ... അമ്മ പറയുന്നതൊക്കെ വെള്ളം തൊടാതെ വിഴുങ്ങും. സ്വന്തമായി അഭിപ്രായമില്ല... തീരുമാനങ്ങളുമില്ല... ദേവനെ നാടു കടത്താൻ അമ്മ പറഞ്ഞു. സത്യനങ്കിളിനെ സ്വാധീനിച്ചു. അച്ഛനതിനു സമ്മതിച്ചു. അതാണ് സത്യം. ശിവാനി അരിശംകൊണ്ട് അന്ധയായിപ്പോയി.

പിന്നെ ഒരു കാര്യം ഞാൻ തീർത്തു പറഞ്ഞേക്കാം.. അവർ മടങ്ങി വരുന്നതുവരെ ഞാനീ വീട്ടിൽ തന്നെ താമസിക്കും. ഒരുപക്ഷേ, അവർ ഒരിക്കലും തിരിച്ചു വരില്ലാന്നിരിക്കട്ടേ, അപ്പോഴും ഞാനീ വീട്ടിൽ തന്നെ ഉണ്ടാകും.

ശിവാനീ.... ശിവദാസൻ വിളിച്ചു പോയി...

നീ ഞങ്ങളെ എന്തിനാണിങ്ങനെ ശിക്ഷിച്ചത് മോളേ... സരള സങ്കടത്തോടെ ചോദിച്ചു.

നിങ്ങളാണ് ശിക്ഷിക്കുന്നത്... അതും നിർദ്ദോഷികളായ ഞങ്ങളെ. അച്ഛനോർമ്മയില്ലേ ഈ വീട്ടിൽ ജീവനൊടുക്കിയ രണ്ടു മനുഷ്യരെ... അതിലൊരാൾ അങ്ങയുടെ അച്ഛനായിരുന്നു. മറ്റെയാൾ എന്റെ വേണ്വേന്റെ അമ്മയും. ആ സത്യത്തിൽ നീറി ജീവിതം തന്നെ മരണമാക്കി മാറ്റിയ വേണ്വേട്ടൻ ദത്തെടുത്തു കൊണ്ടുവന്ന അധഃകൃതനാണ് ദേവൻ. അവനു വേണ്ടിയാണ് പാവം വേണ്വേട്ടൻ ജീവിക്കുന്നത്. അവനെ ഉപദ്രവിക്കരുത്. അച്ഛനും അമ്മയും അവനെ ദ്രോഹിക്കരുത്.

ശിവാനിയുടെ തുറന്നു പറച്ചിൽ കേട്ട് തരിച്ചിരിക്കുകയാണ് സരള. ശിവദാസന്റെ ഓർമ്മ ഒരു ഉഷ്ണ പ്രവാഹിനിയായി സ്വന്തം സിരകളെ ചുട്ടെരിക്കുകയാണ്.

നമുക്കാർക്കും ആരുമല്ലാതിരുന്ന മുത്തച്ഛനെക്കുറിച്ച് നിങ്ങളെപ്പോഴെങ്കിലും ആലോചിച്ചിട്ടുണ്ടോ...? വേവലാതിപ്പെട്ടിട്ടുണ്ടോ...? ഇല്ലല്ലോ....? എന്നാൽ ശിവാനി അങ്ങനെയല്ല... നിർദ്ദോഷികളും നിസ്സഹായരുമായ ഇവരുടെ ദൗർഭാഗ്യങ്ങളുടെ പങ്കുപറ്റി വളർന്നവളാണു ഞാൻ. അതു മറന്നുകൊണ്ട് മറ്റൊരു ജീവിതം എനിക്ക് സാദ്ധ്യമല്ലച്ഛാ... അച്ഛന്റെ സ്വന്തം അമ്മാവനാ അപ്പുറത്ത് അടുക്കളയിൽ കിടന്നു പുകയൂതുന്ന ഗോവിന്ദൻ. അച്ഛനതൊന്നും അറിയണ്ട. അറിയിക്കരുതെന്ന് എനിക്ക് ആഗ്രഹവുമുണ്ടായിരുന്നു. എല്ലാം തുറന്നു പറഞ്ഞപ്പോൾ എനിക്ക്

സമാധാനമായി. സന്തോഷമായി... ശിവാനി അതിനുശേഷം ആരോടും അധികം സംസാരിച്ചിരുന്നില്ല. സരളയും ശിവദാസും ചിലപ്പോഴൊക്കെ മകളെ കാണാൻ വന്നിരുന്നു, ഇപ്പോൾ കുറച്ചു നാളായി ആ വരവും നിന്നു.

ഡോ. ശിവദാസൻ റിട്ടയർ ചെയ്തു. സരളയും സർവ്വീസ് മതിയാക്കി ഭർത്താവിനൊപ്പം പടിയിറങ്ങി. ബാലൻ സാർ താമസിച്ചിരുന്ന വീടു വിറ്റു. അതൊന്നും ശിവാനി അറിഞ്ഞില്ല. ഡോ. ശിവദാസും ഭാര്യയും എസ് പി സത്യനേശന്റെ മകളോടൊപ്പം വിദേശത്തെവിടെയോ ആണ് താമസമെന്ന് കേട്ടു.

ഗോവിന്ദേട്ടൻ കഥകൾ പറഞ്ഞുകൊണ്ടിരിക്കുന്നതിനിടയിൽ ചിലപ്പോൾ കണ്ണു തുടച്ചു. മറ്റു ചിലപ്പോൾ ഏങ്ങലടിച്ചു. പൊട്ടിക്കരച്ചിലുമുണ്ടായി.

ങാ... പിന്നൊരു പ്രധാന കാര്യം നടന്നു. ഡോ. സുധാമണി വിവാഹം കഴിച്ചു. ങേ... സുധാമണിയുടെ വിവാഹം നടന്നോ...!

ദേവനും വേണുമാഷും ഒരുമിച്ചാണ് ചോദിച്ചത്

ങാ... കഴിഞ്ഞു. രണ്ടു വർഷമായി. ഡോക്ടറുടെ അമ്മയ്ക്കു സുഖമില്ലാന്നു പറഞ്ഞു കമ്പി വന്നു. അതിനു പിന്നാലെ മകളെ കൂട്ടിക്കൊണ്ടു പോകാൻ അമ്മ തന്നെ വന്നു.

എല്ലാം ശിവാനി മോൾ പറഞ്ഞതാ.

ആശുപത്രീല് വലിയ ബഹളം നടന്നുപോലും. ഡോക്ടർ അമ്മയ്ക്കൊപ്പം പോവാൻ കൂട്ടാക്കിയില്ല. അതുകേട്ട് തള്ള ബോധം കെട്ടു വീണു. നാല് ദെവസം ആശുപത്രീൽ കെടന്നു. തിരിച്ചു പോകുമ്പോ ഡോക്ടർക്കു കൂട്ടിനായി നമ്മുടെ ജഡ്ജിയും പോയി. പിന്നെ ഡോക്ടറുടെ കല്യാണവും കഴിഞ്ഞാ ജഡ്ജി തിരിച്ചു വന്നത്. എനിക്കിത്രയേ അറിയൂ.

കേട്ടതൊന്നും കടങ്കഥയല്ല... കടങ്കഥ പോലെ അവിശ്വസനീയമായിരുന്നു എല്ലാം. ദേവന്റെ മാതാപിതാക്കളുടെ പ്രാണനെടുത്ത മാടമ്പി മുഷ്ക്കിനെ സ്വന്തം ജീവിതംകൊണ്ട് പ്രായശ്ചിത്തം ചെയ്തു പകരം വീട്ടുമെന്ന് പലവട്ടം പ്രതിജ്ഞയെടുത്ത ഒരു പെണ്ണ് പതറിപ്പോയതെവിടെയാണ്...? അമ്മയുടെ കണ്ണീരിനു മുന്നിലോ...? അതോ ആഗ്രഹിച്ച പുരുഷൻ ആകസ്മികമായി ഓടിമറഞ്ഞപ്പോൾ പ്രതിജ്ഞയും പ്രതീക്ഷയുമൊക്കെ മറവിയുടെ ചവറ്റുകൊട്ടയിലേക്കു വലിച്ചെറിഞ്ഞതോ...? അതുമല്ലെങ്കിൽ ജീവിതമെന്ന യാഥാർത്ഥ്യത്തെ അതിന്റെ വർണ്ണങ്ങളോടു കൂടി ആശ്ലേഷിച്ചതോ...? ഏതായാലും ദേവനു സമാധാനമായി. മേലിൽ ഭൂതകാലത്തിന്റെ പ്രേതങ്ങൾ വന്ന് ഭയപ്പെടുത്തുകയില്ലല്ലോ...

ദേവന്റെയും വേണുവിന്റെയും ഒന്നിച്ചുള്ള നാടുവിടൽ മറ്റാരേക്കാൾ നോവിച്ചതു ശിവാനിയെയാണ്. ഒരു വാക്കു പറയാമായിരുന്നില്ലേ...? എന്തെങ്കിലുമൊരു സൂചന... കത്തോ കമ്പിയോ... വിവരമറിയിക്കാൻ ഏതെങ്കിലുമൊരുപായം കണ്ടെത്താമായിരുന്നില്ലേ...? ജീവിതത്തിലിന്നു

വരെ ആരെയും ദ്രോഹിച്ചിട്ടില്ല. എല്ലാവരുടെയും നൊമ്പരങ്ങൾ ഏറ്റെടുത്തിട്ടേയുള്ളൂ... എന്നിട്ടും... അതും വേണ്വേട്ടൻ. ദേവന്റെ അവഗണനയോ പരിഗണനയോ എന്തായാലും ശിവാനിക്ക് അതൊരു പ്രശ്നമേയല്ലായിരുന്നു.

ദേവന്റെ നാട്. അവന്റെ വീട്. സുധാമണിയുടെ കണ്ണു വെട്ടിച്ച് എത്ര പ്രാവശ്യമാണവിടെ പോയത്. അവിടുത്തെ കാറ്റിലും കരിഞ്ഞു കിടക്കുന്ന പച്ചപ്പിലും ദേവന്റെ ഓർമ്മകൾ പൂത്തു. സുധാമണി ദിവ്യമായ ഒരു സ്മാരകം പോലെയാണതിനെ സംരക്ഷിക്കുന്നത്. അതവളുടെ കാവും കാവൽപ്പുരയുമാണെന്ന് ശിവാനിക്കു തോന്നി.

ഡോക്ടറുടെ കൂടെ വന്ന കൂട്ടുകാരിയെപ്പറ്റി ആരോടും ഒരക്ഷരവും പറയില്ലെന്ന ഉറപ്പിന്മേലാണ് ശിവാനി വന്നിട്ടുള്ളത്. ഗേറ്റിന്റെ പൂട്ടു തുറന്ന് അകത്തു കയറുമ്പോൾ കൂട്ടിനു വന്ന വൃദ്ധൻ ശിവാനിയോട് ചോദിച്ചു.

ദേവനെ അറിയോ...

ങാ... അറിയും.

ഓനങ്ങു വളർന്നു കേമനായിക്കാണും...

ങാ.........

കണ്ടാപ്പറയണം കണ്ടേട്ടൻ ചോയിച്ചിനുംന്ന്.

ങാ... പറയാം.

ഉമ്മറൊത്തിരിടത്ത് വെറ്റിലച്ചെല്ലവുമായി ഒരു വൃദ്ധ. വിറങ്ങലിച്ച മുഖവുമായി വിങ്ങിപ്പൊട്ടുന്ന യുവതി. ഉരുകുന്ന സൂര്യനെപ്പോലെ ഓർമ്മകൾ വിളയുന്ന ചുറ്റുപാടുകൾ. ഇവിടെയാണവൻ പിറന്നതും വളർന്നതും, നാടിന്റെ നെറുകയിൽ നിവർന്നു നിന്നതും. ഇവിടെ നിന്നാണവൻ ഒരു കളിപ്പന്തുപോലെ കളം വിട്ടു പോയത്. അനാഥത്വത്തിന്റെ ഈ വിളഭൂമിയിൽ നിന്നാണ് കാറ്റിൽപ്പെട്ട കരിയില പോലവൻ പറന്നു പോയത്. ഓർത്തോർത്തു നിൽക്കവേ അവൻ മനസ്സിന്റെ ചിപ്പിയിൽ ഒരു മുത്തുപോലെ ഒളിക്കുന്നില്ലേ എന്നു ശങ്കിച്ചു. ഇല്ല... ശിവാനിയാണ്... അവൾക്കു മൃദുല വികാരങ്ങൾ പാടില്ല. അതെ... പാടില്ല. നിനച്ചിരിക്കാതെ പൊറുതികേടുകളുമായി രണ്ടു മൂന്നു പേർ മനസ്സിലേക്കിരച്ചു വന്നു. ബാലപ്പാപ്പ.... വേണ്വേട്ടൻ... ഗോവിന്ദേട്ടൻ.. ഒടുവിൽ നറുനിലാവു പോലെ അവനും... ദേവൻ. അവനെക്കുറിച്ച് അവളെല്ലാം പറഞ്ഞു. ഡോ. സുധാമണി. അച്ഛനോടുള്ള പ്രതികാരാഗ്നിയിൽ നിന്നും പശ്ചാത്താപത്തിന്റെ വസന്തവും പേറി പ്രണയമെന്ന മരുപ്പച്ച തേടി നടന്നവൾ. ഒടുവിൽ കണ്ടത് കരിന്തിരി കത്തിയമർന്ന കൽവിളക്കുപോലെ നിസ്സംഗനായി നിൽക്കുന്ന ഒരു മനുഷ്യനെയാണ്. എന്നിട്ടും അവളാ ഗോപുര നടയിൽ കണ്ണീരോടെ കൈകൂപ്പി നിന്നു. സ്വീകരിക്കണമെന്ന് അപേക്ഷിച്ചു.

ഭാര്യയോ ദാസിയോ... എന്തു തന്നെയായാലും സ്വീകാര്യമെന്നവൾ അപേക്ഷിച്ചു. അതുകണ്ടുനിന്ന ആകാശവും നക്ഷത്രങ്ങളും അവളെ സാന്ത്വനിപ്പിച്ചു. പക്ഷേ, അവൻ പ്രതീക്ഷയുടെ ഒരു തരി പോലുമില്ലാത്ത

മഹാശൂന്യതയിൽ അവളെ ഉപേക്ഷിച്ചു കടന്നു കളഞ്ഞു.

എവിടെ ശിവാനീ.... ദേവൻ.

കോടതി വരാന്തയിൽ വീണുടഞ്ഞ സുധാമണിയുടെ തേങ്ങൽ ശിവാനിയുടെ ഓർമ്മയിൽ മുഴങ്ങുന്നു.

എനിക്കയാളെ കിട്ടില്ലേ മാഡം...?

തന്റെ നെഞ്ചിലിപ്പോഴും അലറി വീഴുന്ന വിലാപം. അഞ്ചു വർഷങ്ങൾ വഴിക്കണ്ണുമായി കാത്തിരുന്ന് കരഞ്ഞുകൊണ്ടിരുന്നവൾ, അവളെ ത്തേടി വന്ന അമ്മയുടെ കണ്ണീരിനും കീഴടങ്ങാതെ സ്വന്തം തീരുമാനത്തിലുറച്ചു നിന്നവൾ... ഒടുവിൽ തോറ്റുപോയി...

അമ്മയെ വീട്ടിലെത്തിക്കണം. എനിക്ക് മാഡമല്ലാതെ ആരുമില്ല. അവിടെ എത്തിയാൽ അന്നുതന്നെ നമ്മൾ മടങ്ങും. വിവാഹത്തിൽ അമ്മയോട് സാവകാശം ചോദിക്കാം.

ഡോക്ടർ സുധാമണിയുടെ അമ്മയ്ക്കൊപ്പം ആംബുലൻസിലാണ് ശിവാനി പോയത്. അവിശ്വസനീയമായിരുന്നു പിന്നീട് നടന്ന സംഭവങ്ങൾ.

ഡോക്ടർ ഹരിശങ്കർ എം ബി ബി എസ് സർജ്ജറിയിൽ എം ഡി ഇങ്ങോട്ടു വന്ന അന്വേഷണമാണ്. സുധാമണിക്ക് ചേരും. ചെറുപ്പത്തിലേ അച്ഛനമ്മമാർ നഷ്ടപ്പെട്ടവനാണ്. മസൂരിയാണവരേയും അപഹരിച്ചത്. സർക്കാർ ജോലിയിൽ താല്പര്യമില്ല. ആ നാട്ടിൽ ഉയർന്നുവരുന്ന ആശുപത്രി സമുച്ചയം ഡോ. ഹരിശങ്കറിന്റെ പ്രയത്നമാണ്. അച്ഛനമ്മമാരുടെ സ്മാരകമാണ്. ആലോചന കൊണ്ടുവന്നത് നാട്ടുവൈദ്യൻ നാരായണൻ മൂസ്സത്. സുധാമണിയുടെ അമ്മയ്ക്ക് ഇതില്പരം ഒരു സന്തോഷം വേറെയില്ല. എല്ലാം തന്റെ മകളുടെ മഹാപുണ്യമാണ്. നാരായണൻ മൂസ്സതിന്റെ മുക്കുടിക്കഷായത്തിനു ചെന്നപ്പോഴാണ് അന്വേഷണം വന്നത്. ഒന്നും ആലോചിച്ചില്ല. ഉടൻ സമ്മതം മൂളി. പിന്നെ മകൾക്കു കത്തയച്ചു. സുഖക്കേടാണെന്നും പറഞ്ഞ് കമ്പി അടിച്ചു.

ഞാനില്ല... എനിക്കീ നാടു മതി... എനിക്ക് വിവാഹമേ വേണ്ട... മകളുടെ മറുപടിക്കത്തു കിട്ടിയപ്പോൾ പാവം ആ അമ്മ കാര്യസ്ഥനെയും കൂട്ടി കുട്ടനാട്ടിലേക്ക് തിരിക്കുകയായിരുന്നു. ഒരുപാട് നിർബ്ബന്ധിച്ചിട്ടും സുധാമണി ദേവന്റെ കാര്യം പറഞ്ഞില്ല. മനസ്സിൽ ഭദ്രമായി പൂട്ടി വെച്ചിരിക്കുന്ന ആ സത്യം പറയണമെങ്കിൽ അയാൾ നാട്ടിൽ വേണമല്ലോ... അഞ്ചു വർഷമായി അയാളെക്കുറിച്ചൊരു വിവരവുമില്ല. മനസ്സ് തുറന്നിട്ടും അയാൾ അത് കണ്ടില്ല. ആ കാൽക്കൽ വെച്ചു കൊടുത്ത നിവേദ്യം തട്ടിക്കളയുകയും ചെയ്തു. അയാളെ കണ്ടിരുന്നെങ്കിൽ മുന്നിൽ കിടന്നു മരിക്കുകയെങ്കിലും ചെയ്യാമായിരുന്നു.

നിനക്കു മറ്റാരെയെങ്കിലും ഇഷ്ടമുണ്ടെങ്കിൽ അതു പറ... അമ്മയുടെ നിർബ്ബന്ധം സഹിക്ക വയ്യാതായപ്പോൾ ശിവാനി ഉപദേശിച്ചു.

ദേവന്റെ കാര്യം പറയു സുധാമണീ... തന്റെ സ്റ്റാന്റും പറഞ്ഞു മനസ്സിലാക്ക്.

അതു പറയാൻ സുധാമണിക്കു ധൈര്യമുണ്ടായില്ല. മാത്രമല്ല, അക്കാര്യം തുറന്നു പറഞ്ഞാൽ അവളുടെ മുന്നിൽക്കിടന്നു തന്നെ അവർ പ്രാണൻ കളയുമെന്നവൾക്കറിയാം. അതുകൊണ്ട് മിണ്ടിയില്ല. മിണ്ടാൻ കഴിഞ്ഞില്ല. നാടുവിട്ടുപോയ ദേവൻ ഇനി തിരിച്ചുവരുമോ എന്നു നിശ്ചയമില്ല. തിരിച്ചു വന്നാൽത്തന്നെ തന്റെ ഇഷ്ടം അയാൾ സ്വീകരിക്കുമെന്നുറപ്പില്ല. കാരണം.... ശിവാനി... പൂമൊട്ടിലൂറി നിൽക്കുന്ന സൗരഭ്യം പോലെ പൂന്തെന്നൽ ചൊരിയുന്ന കുളിരുപോലെ തളിരിട്ടു നിൽക്കുകയാണവൾ. അവളുടെ ഹൃദയം ദുരൂഹമായൊരു നിലവറയാണ്. അതിൽ കെടാവിളക്കുപോലെ ദേവൻ കത്തിനിൽക്കുന്നുണ്ടാവും. എന്നിട്ടും അവൾ തന്നെ പ്രോത്സാഹിപ്പിച്ചു. പൊരുതി നിൽക്കാൻ നിർബ്ബന്ധിച്ചു. ഒടുവിൽ ഡോക്ടർ ഹരിശങ്കർ കൂടിക്കാഴ്ചയ്ക്ക് വന്നെത്തുകതന്നെ ചെയ്തു.

എനിക്ക് ഒരു നല്ല സഹപ്രവർത്തകയും സുഹൃത്തുമായ പങ്കാളിയെയാണ് വേണ്ടത്. ഞങ്ങളുടെ സ്വപ്നങ്ങളും ജീവിതവും ഈ ആതുരാലയത്തിലൊതുങ്ങും. രോഗികളും അവരുടെ വേദന തന്റേതെന്നു കരുതുന്ന ഒരു സേവികയ്ക്കേ അതിനു കഴിയൂ... ഡോക്ടർ സുധാമണിക്ക് അങ്ങനെയൊരാളാവാൻ സന്നദ്ധതയുണ്ടെങ്കിലേ ഈ വിവാഹത്തിന് സമ്മതിക്കാവൂ...

ഡോക്ടർ ഹരിശങ്കർ വളരെ ഫ്രാങ്കായിട്ടാണ് സംസാരിച്ചത്. അപ്പോഴും സുധാമണി ദേവനെ ഓർത്തു. കുട്ടനാടൻ കർഷകന്റെ കണ്ണീരിനൊപ്പം നിന്ന് തല്ലും തടവറയും ഏറ്റുവാങ്ങിയിട്ടും അനീതിയോട് സന്ധി ചെയ്യാനാവാതെ ഓടിപ്പോയവൻ. അതൊരൊളിച്ചോട്ടമായിരിക്കില്ല. ഒരിക്കലും തിരിച്ചു വരാതിരിക്കാനാവുമോ ആ രണ്ടുപേർ നാടുപേക്ഷിച്ചത്...? കണ്ണു തുറക്കും മുമ്പേ പോയകാലത്തിന്റെ കയ്പ്പറിഞ്ഞവൻ. കടന്നുവന്ന വഴികളിലൊക്കെ കല്ലും മുള്ളും ചവിട്ടി നടന്നവൻ. അതിനൊക്കെ കാരണക്കാരനായ ഒരാളുടെ സന്തതിയെ ദേവൻ സ്വീകരിക്കില്ല. ഒരുപക്ഷേ, തമ്മിൽ കാണാൻ പോലും അനുവദിക്കില്ല.

ഡോക്ടർ സുധാമണിക്ക് ഒരിഷ്ടമുണ്ടെന്നെനിക്കറിയാം. അതെന്തുകൊണ്ടാണെന്നുമെനിക്കറിയാം. അത് ഡോക്ടറുടെ അയോഗ്യതയായി ഞാൻ കാണുന്നില്ല. ഇനിയും കാത്തിരിപ്പിന് ഒരർത്ഥമില്ലെങ്കിൽ മുന്നിൽ നിൽക്കുന്ന ഒരു ജീവിതവുമായി പൊരുത്തപ്പെട്ടുകൂടേ...?

സുധാമണി അക്ഷരാർത്ഥത്തിൽ നടുങ്ങിപ്പോയി. ഈ മനുഷ്യൻ മറ്റുള്ളവരുടെ മനസ്സു വായിക്കുന്ന മാന്ത്രികനാണോ..? അതോ ചുറ്റുവട്ടത്തു നിന്നും ഊഹിച്ചെടുത്ത കാര്യങ്ങൾ കൊണ്ടു ചുമ്മാതൊരു കഥ ചമച്ചതാണോ..? എന്തോ? അത്ഭുതമായിരിക്കുന്നു.

അയാളുടെ ചോദ്യത്തിനു മുന്നിൽ ചൂളിപ്പോയ സുധാമണി സ്വന്തം മനസ്സിനെ മൂടിവെയ്ക്കാൻ ഒരു ശ്രമം നടത്തി.

ഡോക്ടർ ഹരിശങ്കർ മാന്ത്രികനാണോ.. അതോ, മുഖമാകുന്ന കവടിപ്പലകയിൽ നിന്നു കാര്യം ഗണിക്കുന്ന ജ്യോതിഷിയോ..? അവൾ ചിരിച്ചുപോയി.

ഇതു രണ്ടുമല്ല; ഞാനൂഹിച്ചതുമല്ല. ഞാനീ നാട്ടിലൂടെ നടന്നു തുടങ്ങിയിട്ടൊരുപാടുനാളായി ഡോക്ടർ... വഴിയിൽ കണ്ടുമുട്ടുന്നവരിൽ പരിചിതരും അപരിചിതരുമുണ്ടാവും. അവരുടെയൊക്കെ പരിചയപ്പെടലും പരിചയം പുതുക്കലും നാട്ടുവിശേഷങ്ങളുടെ താളിയോലകൾ തുറക്കും. അതിൽ നിന്നു കിട്ടുന്ന അറിവുകൾ പലപ്പോഴും സത്യങ്ങളോ, അസത്യങ്ങളോ ആവാം. അതന്വേഷിക്കുന്നതാണ് മനഃശാസ്ത്രം... ശരിയല്ലേ...

കഴിഞ്ഞ പകലറുതിയിൽ പുതുതായി നിർമ്മിക്കുന്ന ആശുപത്രി പടിക്കൽ വെച്ച് അവിചാരിതമായി കണ്ടുമുട്ടിയ അപരിചിതയെ പരിചയപ്പെട്ടതും സംസാരിച്ചതുമൊന്നും ഡോക്ടർ ഹരിശങ്കർ പറഞ്ഞില്ല. ദേവന്റെ നാട്ടിലൂടെ തനിയെ നടക്കണമെന്നു പറഞ്ഞ് അപരിചിതമായ വഴിയിലേക്കിറങ്ങിയ ശിവാനിയെക്കുറിച്ച് സുധാമണി അപ്പോൾ ഓർത്തതുമില്ല.

ഡോ. സുധാമണി അതിനുത്തരം പറഞ്ഞില്ല. നല്ല ആലോചനയാണ് ഡോക്ടർ. പ്രതീക്ഷയുടെ ഒരു സൂചന പോലും തരാതെ ഓടിയൊളിച്ച ഒരാൾക്കുവേണ്ടി സ്വന്തം ജീവിതം കൈയൊഴിയുന്നോ...? ഡോക്ടറുടെ അമ്മയ്ക്കു വേണ്ടി ഒരു ത്യാഗം. അങ്ങനെ കൂട്ടിയാൽ മതി. സ്വന്തം നാടും അസ്തമിക്കാത്ത ഓർമ്മകളും. പിന്നെ ജനസേവനവും എല്ലാറ്റിനും സൗകര്യമുള്ള ഈ ബന്ധം സ്വീകരിച്ചോളൂ സുധാമണി.

ശിവാനിയുടെ ആ ഒറ്റമൂലിയിൽ ഡോ. സുധാമണിയുടെ പിടിവാശി മുട്ടുകുത്തി വീണു. മാത്രവുമല്ല, ഡോ. ഹരിശങ്കറിന്റെ പെരുമാറ്റവും ഓർമ്മപ്പെടുത്തലും അമ്മയുടെ കണ്ണീരും ശിവാനിയുടെ സമ്മർദ്ദവും എല്ലാം ചേർന്ന പ്രതിസന്ധിയിൽ ദേവൻ ഒരു മരീചിക പോലെ മനസ്സിൽ നിന്നകന്നു പോകുന്നതറിഞ്ഞ് സുധാമണി വിവശയായി,

കൂടിക്കാഴ്ച നടന്നതിന്റെ അഞ്ചാം ദിവസം ആ വിവാഹം നടന്നു. തികച്ചും ആർഭാടരഹിതമായി. ഡോ. ഹരിശങ്കറിന്റെ നിർദ്ദേശമായിരുന്നു അത്. ശിവാനി പോകും മുമ്പ് അത് നടക്കണമെന്ന് ഡോ. സുധാമണിക്കും നിർബ്ബന്ധമുണ്ടായിരുന്നു.

ശിവാനി ഏകയായി സുധാമണിയോടു യാത്ര ചോദിച്ചു. തിരിച്ചു പോകാൻ വാടക വണ്ടി ഏർപ്പാടു ചെയ്തത് ഡോ. ഹരിശങ്കറാണ്, ദേവന്റെ വീട്, അവന്റെ ജീവിതം തളിർത്തു തുടങ്ങിയ മണ്ണ്. ശിവാനി ഒരിയ്ക്കൽക്കൂടി കൺകുളിർക്കെ കണ്ടു. അന്തിപെയ്യാൻ തുടങ്ങുന്നു. ഡോ. സുധാമണിയുടെ ആദ്യരാത്രിയാണിന്ന്. ഡോ. ഹരിശങ്കർ അവളുടെ ജീവിതത്തിൽ വസന്തം വിരിയിക്കട്ടെ. നന്മകൾ നേർന്ന അവൾ വഴിയിൽ നിന്നു തിരിഞ്ഞുനോക്കി. ദേവന്റെ വീട്. ഏതോ വിലാപസ്മൃതി പോലെ അതങ്ങനെ വിറങ്ങലിച്ചു നിൽക്കുന്നു.

****

നമുക്കെന്താണു മാഷേ സംഭവിച്ചത്...

താടിയും മുടിയും ക്രോപ്പു ചെയ്യാൻ ബാർബർ കുട്ടനെ വിളിയ്ക്കാൻ ഗോവിന്ദേട്ടനെ പറഞ്ഞയച്ച ശേഷം പൂമുഖത്ത് മൗനമായിരിക്കുന്ന വേണുമാഷോട് ദേവൻ ചോദിച്ചു.

നമ്മളിവിടുന്ന് പോയ നാൾ മുതൽ ഇതു തന്നെയല്ലേ പരസ്പരം ചോദിച്ചു കൊണ്ടിരിക്കുന്നത് ദേവാ...

മുടി മുറിക്കാൻ വന്ന കുട്ടനും ഇതു തന്നെയാണ് ചോദിച്ചത്.

വേണുക്കുഞ്ഞിനിതെന്തു പറ്റി... ആ വരത്തനാണിതിനൊക്കെ കാരണം.

അങ്ങനൊന്നും പറയരുത്. ദേവൻ വരത്തനൊന്നുമല്ല. അവനെന്റെ മകനാണ്. മനസ്സിലാക്കിക്കോ കുട്ടാ... മേലിൽ അവനെ വരത്തനെന്നു വിളിച്ചു വർത്തമാനം പറഞ്ഞേക്കരുത്.

വേണുക്കുഞ്ഞേ... നാട്ടാരു പറേന്നതാ... ഇപ്പോഴല്ലേ ഞാൻ നേരറിയുന്നത്. അപ്പോ അവന്റമ്മയോ...?

മരിച്ചുപോയി. അവന്റെ അച്ഛനും അമ്മയുമൊക്കെ ഞാനാ... ഈ ഞാൻ തന്നെ. വേണുവിന്റെ കണ്ണുകൾ ചുവന്നു. സ്വരം കടുത്തു. അതുകണ്ട് കുട്ടൻ ഭയന്നു പോയി. അയാൾ നിശ്ശബ്ദനായിരുന്നു ജോലി ചെയ്തു തിരിച്ചുപോയി.

കുളിയും പ്രാതലും കഴിഞ്ഞ് ദേവനും വേണുവും പുറത്തേക്കിറങ്ങി, അവർ കുട്ടനാടിന്റെ പുതിയ മുഖം കണ്ട് അമ്പരന്നു. എന്തെന്തു മാറ്റങ്ങൾ... പുതിയ നടപ്പാതകൊണ്ട് പകുത്തിട്ട പാടങ്ങൾ... പാടങ്ങൾ തന്നെ നികത്തി പടുത്തുയർത്തിയ എടുപ്പുകൾ. പാടത്ത് പണിയെടുക്കുന്ന കർഷകർ... നാടാകെ നിരന്നു പറക്കുന്ന ചെങ്കൊടികൾ... റോഡുകൾ, തോടുകൾ. ചിരിച്ചു മറിയുന്ന പുക്കൈതക്കാടുകൾ, കുട്ടനാടൻ കാറ്റിനു പോലുമുണ്ട് കുസൃതിയും കുണുങ്ങലും. വേലായുധന്റെ തോണിക്കടവിൽ വേറെയും തോണികൾ നിരന്നിട്ടുണ്ട്.

വഴിയിൽ പഴയ മുഖങ്ങളൊന്നും കണ്ടില്ല. പരിചയക്കാർ പോലും അവരെ കണ്ടു മുഖം ചുളിച്ചു. അവർ പാർട്ടിയാപ്പീസിലേക്കു കയറിച്ചെന്നു. പാർട്ടിയാപ്പീസ് പുതിയ സ്ഥലത്തേക്ക് മാറ്റിയിട്ടുണ്ട്. പഴയ ആപ്പീസ് കർഷക തൊഴിലാളികളുടെ സഹകരണസംഘം ആപ്പീസാണ്.

പുതിയ ഓഫീസ് സെക്രട്ടറി ചെറുപ്പക്കാരനാണ്. കാർലോസ്. പാർട്ടി സെക്രട്ടറിയും മാറിയിട്ടുണ്ട്. തോട്ടു വക്കത്തും, വള്ളക്കടവിലുമൊക്കെ രക്തസാക്ഷി സ്മാരകം തന്നെ പണിതിട്ടുണ്ട്. പാർട്ടി സെക്രട്ടറിയെ കണ്ടു. പരിചയപ്പെടുത്തി. അത്ഭുതം... കുന്നുമ്മ തൊട്ട് നടന്ന സംഭവങ്ങളോരോന്നും ചികഞ്ഞിട്ടു. വേണുമാഷിന് സന്തോഷമായി. ദേവന് അഭിമാനവും.

ആപ്പീസിലേക്കു വരണം. നിർത്തിവെച്ചവ ഏറ്റെടുക്കണം. സെക്രട്ടറി പറഞ്ഞു.

നോക്കാം. വേണുമാഷ് പറഞ്ഞു. ദേവൻ ശബ്ദിച്ചില്ല. കുട്ടനാടിന്

താൻ അന്യനായതുപോലെ. അപരിചിതത്വത്തിന്റെ മാറാലയിൽ കുടുങ്ങി ആത്മവിശ്വാസം ശ്വാസം മുട്ടി.

ജന്മിത്വത്തിനെതിരേ ശബ്ദിച്ചവർ... അതിനുവേണ്ടി പൊരുതി മരിച്ചവർ... കുട്ടികളും കുടുംബവും കുരുതി കൊടുത്തവർ... അവരുടെ ബലിക്കല്ലിലാണ് കുട്ടനാട് കുത്തനെ നിൽക്കുന്നത്. ചരിത്രം മരിച്ചു കിടക്കുന്ന വഴികളിലാണ് പുതു ചരിത്രത്തിന്റെ തൂണുകൾ നാട്ടുന്നത്.

കർഷകസംഘം ആപ്പീസിലേക്കാണ് ചെന്നു കയറിയത്. അവിടെ ദേവന്റെ ഒപ്പം ജയിലിൽ കിടന്ന പല സഖാക്കളുമുണ്ടായിരുന്നു. അഡ്വ. കുമാരപ്പണിക്കരാണിപ്പോൾ സംസ്ഥാന സെക്രട്ടറി.

സംഘത്തിന്റെ സ്ഥാപക നേതാക്കളിൽ ഒരാളായ രക്തസാക്ഷി സ. ദിവാകരന്റെ സ്മാരകത്തിനു മുന്നിൽ അല്പനേരം നിന്ന ശേഷം അവർ തിരിച്ചു പോന്നു.

പുതിയ കാലം. പുതിയ നേതൃനിര. മാറ്റത്തിന്റെ പുത്തരങ്ങിൽ അപരിചിതരെപ്പോലെ അവർ നിന്നു. അവരുടെ സഹനവും സംഭാവനകളും എഴുതപ്പെടാത്ത ചരിത്രമാണ്. വഴിയിൽ വെച്ചു കണ്ട വർക്കിച്ചൻ രോഷത്തോടെ ചോദിച്ചു.

എന്തിനായിരുന്നു രണ്ടിന്റേം ഒളിച്ചോട്ടം... പേടിത്തൂറികൾ...

പേടിത്തൂറികൾ..! എട്ടുകൊല്ലം കാരാഗൃഹത്തിൽ കിടന്ന ദേവനും കൈയിലുണ്ടായിരുന്ന ജോലിയും ആറു വർഷത്തെ തുറുങ്കും ഏറ്റുവാങ്ങിയ വേണുവിനും ചാർത്തിക്കൊടുത്ത പേരാണ് പേടിത്തൂറികൾ...!

അതൊരു ഒളിച്ചോട്ടമായിരുന്നില്ല സഖാവേ...

വേണുമാഷ് പറഞ്ഞു.

പിന്നല്ലാതെ... പാർട്ടി പ്രസ്ഥാനത്തിനു വേണ്ടിയുള്ള ഒളിവു ജീവിതമായിരുന്നോ...? വർക്കിച്ചന്റെ പരിഹാസം.

അതൊന്നുമായിരുന്നില്ല. അന്നത്തെ ചുറ്റുപാടിൽ... ദേവൻ പറഞ്ഞു.

ചുറ്റുപാട്... മണ്ണാങ്കട്ട... സഖാവേ, പാർട്ടിയിൽ പ്രവർത്തിക്കുമ്പോൾ ഒളി ജീവിതമായാലും ഒളിച്ചോട്ടമായാലും അതു പാർട്ടിക്കു വേണ്ടിയാ... അതു പാർട്ടി അറിയുകയും വേണം.

ഒക്കെ ശരിയാ... പക്ഷേ, പറ്റിപ്പോയി.

അങ്ങനെ പറഞ്ഞൊഴിയാൻ പറ്റില്ല സഖാവേ... പാർട്ടിക്കുണ്ടായ ആശങ്കയും ആശയക്കുഴപ്പങ്ങളും നിങ്ങളറിഞ്ഞില്ലല്ലോ... പാർട്ടിയെ നയിക്കാൻ ചുമതലപ്പെടുത്തിയ കേഡറാ ദേവൻ... എന്നിട്ടോ... തനിക്കെതിരേ നടപടി എടുക്കേണ്ടി വരും.

ദേവനും വേണുവും എല്ലാം കേട്ടുനിന്നു. പിന്നെ ഒന്നും മിണ്ടാതെ തിരിച്ചു പോരുകയും ചെയ്തു. വീടെത്തും മുമ്പ് വേണുമാഷ് ദേവനോട് പറഞ്ഞു.

നിന്റെ പുസ്തകങ്ങളൊക്കെ തട്ടിക്കുടഞ്ഞെടുക്കണം. യൂണിവേഴ്സിറ്റിയിൽപ്പോയി പുതിയ സിലബസും ആവശ്യമുള്ള പുസ്തകങ്ങളും വാങ്ങണം. റഗുലർ സ്റ്റഡിപറ്റുമെങ്കിൽ അങ്ങനെ. അല്ലെങ്കിൽ പ്രൈവറ്റാ

യിട്ട്. എൽ എൽ ബിയും എഴുതണം.

ദേവൻ മിണ്ടിയില്ല. അയാളുടെ മനസ്സാകെ കുഴഞ്ഞു മറിഞ്ഞു കിടക്കുകയായിരുന്നു.

****

ഗോവിന്ദേട്ടനുണ്ടാക്കിയ ഭക്ഷണം കഴിക്കുമ്പോൾ ആശ്രമങ്ങളിലും അമ്പലങ്ങളിലും അന്നദാനത്തിന്റെ ക്യൂവിൽ നിന്നു വാങ്ങിയ ഭക്ഷണത്തിന്റെ കാര്യം ഓർത്തുപോയി ദേവൻ. കേദാർനാഥിലെ കിച്ചടിയും പുരിയിലെ സാമ്പാർസാദവും മധുരമീനാക്ഷിയുടെ പഞ്ചാമൃതവും കാശിവിശ്വനാഥന്റെ വെള്ളച്ചോറും വാരിത്തിന്നു വിശപ്പടക്കിയിരുന്നു.

എന്റെ മരണത്തിനു മുമ്പ് നിങ്ങൾ തിരിച്ചെത്തണേ എന്ന ഒറ്റ പ്രാർത്ഥനയേ ഉണ്ടായിരുന്നുള്ളൂ... മുല്ലക്കലമ്മയ്ക്ക് കട്ടിപ്പായസം കഴിച്ച് കാത്തിരുന്നത് വെറുതെയായില്ല. വേണുക്കുട്ടന്റെ സ്വത്ത് ഒത്തിരി കൂടിയിട്ടുണ്ട്. ഒരണ പോലും ഞാൻ അന്യാധീനമാക്കിയിട്ടില്ല. വീട്ടു ചെലവെല്ലാം ജഡ്ജി തന്നെയാ നടത്തുന്നത്.

ശിവാനി അവളുടെ വീട്ടിലേക്ക് പോവാറില്ലേ ഗോവിന്ദേട്ടാ...

ഇല്ല. അവരിങ്ങോട്ട് ഒത്തിരി പ്രാവശ്യം വന്നിരുന്നു. വിവാഹക്കാര്യം പറയും. വഴക്കാവും. പിന്നെപ്പിന്നെ അവർ വരാതായി.

സത്യനേശൻ ഇപ്പോഴെവിടാ...? സർവ്വീസിലുണ്ടോ..? വേണുമാഷ് ചോദിച്ചു. പിരിഞ്ഞു. സിങ്കപ്പൂരിൽ മോളുടെ കൂടെയാ...

അവരങ്ങോട്ടു ചെന്നപ്പം മറ്റോരിങ്ങോട്ട് പോന്നു.

അപ്പോ ശിവദാസിപ്പോഴിവിടുണ്ടോ...?

ഗോവിന്ദേട്ടാ.... ശിവാനി കയറിവന്നു.

ഇവർക്ക് ഭക്ഷണം കൊടുത്തോ... അവൾ ചോദിച്ചു.

ങാ.. അവർ കഴിച്ചു. ഗോവിന്ദേട്ടൻ പറഞ്ഞു.

ഓഹോ... ഒന്നിച്ചു കഴിക്കാമെന്നു കരുതിയാ ഞാൻ ഓടിവന്നത്. അവർക്കീ ഭൂമിയിൽ അവർ മാത്രമല്ലേ ഉള്ളൂ... എനിക്കാണാരുമില്ലാത്തത്... അല്ലേ ഗോവിന്ദേട്ടാ...

ശിവാനി പരിഭവത്തോടെ പറഞ്ഞു.

ഇതാ ദേവന്റെ പുതിയ സമാഹാരം.

പറയാതെ പോയത്...... പുസ്തകത്തിന്റെ പേരു വായിച്ചത് ദേവൻ. ദേവന്റെ തെരഞ്ഞെടുത്ത കവിതകളുടെ സമാഹാരമാണ്. പുറംചട്ട അതിമനോഹരം തന്നെ.

ദേവന്റെ ഉള്ളു തുടിച്ചു. നന്ദിയോ... കടപ്പാടോ... അയാൾ ശിവാനിയെ നോക്കി.

നന്ദി... ശിവാനിയെ നോക്കി ദേവൻ പറഞ്ഞു. അവളതു ശ്രദ്ധിക്കാതെ അകത്തേക്കോടിപ്പോയി.

നന്ദി ശിവാനി... വളരെ നന്ദി... ദേവൻ വീണ്ടും പറഞ്ഞു.

ശിവാനീ.... വേണുമാഷ് അടുക്കളയിലേക്ക് ചെന്നു. കോടതി വസ്ത്രം മാറാതെ ശിവാനി ഒരു പാത്രത്തിൽ ചോറുമായി അടുക്കളപ്പടിയിലിരിക്കുന്നു.

നിനക്കു മാത്രമേ ഇതൊക്കെ ചെയ്യാനാവൂ... ദേവൻ വളരെ സന്തോഷത്തിലാണ്. നീയവനോടൊന്നും സംസാരിച്ചില്ലല്ലോ...

വേണുമാഷ് അടുക്കളപ്പടിക്കു പുറത്ത് ശിവാനിക്കരികിൽ നിന്നു. ശിവാനി വേണുമാഷുടെ മുഖത്തേക്ക് നോക്കുക മാത്രം ചെയ്തു. അല്പ സമയത്തിനു ശേഷം അവൾ ചോദിച്ചു.

ദേശാടനക്കാലത്ത് അയാൾ വല്ലതും എഴുതിയിരുന്നോ...?

ഇല്ല. അനുഭവങ്ങളുണ്ടായിരുന്നു. പക്ഷേ, അതൊന്നും രേഖപ്പെടുത്താനുള്ള സാഹചര്യമുണ്ടായിരുന്നില്ല. വേണുമാഷാണ് സംസാരിച്ചത്.

ഇയാളൊരു കവിയല്ലേ... ഒരു യഥാർത്ഥ കവിക്ക് കാഴ്ചകളൊക്കെ വെറും വിനോദമാക്കാൻ പറ്റുമോ...

പാബ്ലോ നെരുദയെപ്പോലെ പല വിപ്ലവകാരികളും കവിതകളെഴുതിയത് എ സി റൂമിലിരുന്നിട്ടല്ല. മുന്നും പിന്നും നോക്കാതെ വിപ്ലത്തീയിലേക്കെടുത്തു ചാടി ചിറകുവെന്തു പോയ ധീരനല്ലേ....? അല്ലേ... വേണേട്ടാ... ഒളിച്ചോട്ടം മാത്രമല്ല, കവിതയും വിപ്ലവ വഴിയാണ്. ലോകത്തെ മാറ്റിമറിച്ചത് മുഴുവൻ യുദ്ധങ്ങളല്ല... സാഹിത്യത്തിനും അതിൽ പങ്കുണ്ട്.

വേണുമാഷും ദേവനും ഒന്നും ശബ്ദിച്ചില്ല. അല്പ സമയത്തിനു ശേഷം വേണുമാഷാണ് ആ മൗനം മുറിച്ചത്.

സരളയും ശിവദാസും സുഖമായിരിക്കുന്നോ ശിവാനീ...

അറിയില്ല... അന്വേഷിക്കാറുമില്ല.

അതെന്താ അവരിങ്ങോട്ടു വരാറില്ലേ...?

അവരെന്തിനാ ഇങ്ങോട്ടു വരുന്നത്.. ഈ വീട് അവരുടേതല്ലല്ലോ.. അവർക്കിവിടെ ആരുമില്ലതാനും.

നിനക്കെന്തുപറ്റി ശിവാനീ... ഞങ്ങൾക്കു പറയാനുള്ളത് നീ ഒന്ന് കേൾക്ക്. എന്നിട്ട് നീ ഞങ്ങളെ ശിക്ഷിച്ചോളു... വേണുമാഷ് പറഞ്ഞു.

ശിക്ഷ വിധിക്കലാണ് എന്റെ ജോലി. അതു ഞാൻ കൃത്യമായി ചെയ്യുന്നുമുണ്ട്. കണ്ണിൽക്കണ്ടവരെയൊക്കെ ശിക്ഷിക്കാൻ ഞാനാരാ...?

ശിവാനീ.. വേണുമാഷ് ഗദ്ഗദത്തോടെയാണ് വിളിച്ചത്..

പിന്നൊരു കാര്യം... ഞാനിന്നു പോകും. ഏഴു വർഷവും നാലു മാസവും പത്തൊൻപത് ദിവസവുമായി ഞാനീ വീട്ടിൽ വന്നു താമസിക്കുന്നു. അതിൽ ഒരാഴ്ച ഒഴിച്ചാൽ ഞാനെങ്ങോട്ടും പോയിട്ടില്ല. ഞാനീ വീടിന്റെ കാവൽക്കാരിയായിട്ടാണിവിടെ തങ്ങിയത്. ഇപ്പോഴതിന്റെ ഉടമസ്ഥൻ വന്നിരിക്കുന്നു. ഇനി ഞാനിവിടെ തങ്ങേണ്ടതില്ല. സ്വന്തമായൊരു വീടെനിക്കില്ലെങ്കിലും ഔദ്യോഗിക വസതിയുണ്ട്. തൽക്കാലം എനിക്കതു മതി.

ശിവാനീ... നീയെന്തൊക്കെയാണ് പറയുന്നത്... നീയെന്തിനാണി

വിടുന്ന് പോവുന്നത്...? എനിക്കു നീ അന്യയാണോ...? പറ... ആണോ... അല്ലയോ.... പറയണം ശിവൂ..

പറയാം. അഞ്ചെട്ടു വർഷം മുമ്പ് ഒരു രാത്രി ഞാനീ വീട്ടിലേക്കോടിയലച്ചു വന്നത് എന്റെ ആരോ ഈ വീട്ടിലുണ്ടെന്നു കരുതിയാ... നിങ്ങളെന്താ ചെയ്തത്... ? ഒരു വാക്കുപോലും പറയാതെ വീടുവിട്ടു പോയ്ക്കളഞ്ഞു. പിന്നീടിക്കണ്ട കാലമത്രയും നിങ്ങളീ വീടു മാത്രമല്ല, കുറേ പാവം മനുഷ്യരെയും മറന്നു. അങ്ങനെ മറന്നു കളഞ്ഞവർ നിങ്ങളുടെ ആരുമല്ല... ഈ ഞാനും... അന്നു വന്നു കയറിയ ഞാൻ പിന്നീട് തിരിച്ചു പോയില്ല. വഴിക്കണ്ണുമായി കാത്തിരുന്നു. നിങ്ങൾ തിരിച്ചു വന്നില്ലെങ്കിൽ എന്റെ ജീവിതാവസാനം വരെ ആ കാത്തിരിപ്പു തുടരുമായിരുന്നു.

ശിവാനീ... മോളേ... അന്ന് ആ രാത്രി ദേവനെ പിടിക്കാൻ വന്ന പട്ടാളക്കാരെ ഭയന്നിട്ടാണ് ഞങ്ങളാരോടും പറയാതെ പോയ്ക്കളഞ്ഞത്. പിന്നെ നടന്നതൊക്കെയും തികച്ചും യാദൃച്ഛികമായിരുന്നു. കാറ്റിൽ കരിയിലപോലെ കാലം ഞങ്ങളെ പറത്തിക്കൊണ്ടു പോയി,

അതൊക്കെ ശരിയാവാം... നിങ്ങൾ പറഞ്ഞ ആ കാലമുണ്ടല്ലോ... ആ കാലം എന്നിലേല്പിച്ച പ്രഹരത്തിൽ നിന്നു മുക്തയാവാൻ എനിക്കു പറ്റില്ല. എന്റെ മനസ്സു മരവിച്ചുപോയി. പ്രതീക്ഷകൾ മുളയൊടിഞ്ഞ് മൂടു പറിഞ്ഞ് കരിഞ്ഞുപോയി. ഒരു പുൽക്കൊടി പോലും ബാക്കിയാവാത്ത തരിശിലാണ് ശിവാനി ഇപ്പോൾ. എന്റെ ദുസ്സഹമായ ഏകാന്തതയും വിവാഹത്തിനു വേണ്ടിയുള്ള നിരന്തരമായ സമ്മർദ്ദങ്ങളും എന്റെ സങ്കടങ്ങൾ പങ്കുവെക്കാനാകാത്ത നിരാശ്രയത്വവും വിരക്തിയുടെ, നിസ്സംഗതയുടെ നികുംഭിലയിലാണ് എന്നെ കൊണ്ടെത്തിച്ചത്. ഞാനിപ്പോൾ ചെയ്യുന്ന ജോലി ഉപേക്ഷിക്കുന്നതിനെക്കുറിച്ചാണ് ആലോചിക്കുന്നത്. ജൈവികതൃഷ്ണകളൊന്നുമില്ലാത്ത വെറുമൊരു കളിമൺ പ്രതിമയാണ് ഞാൻ. ആ എനിക്കെന്തു വീട്... എന്ത് ബന്ധം...? എന്തു സ്നേഹം... എന്തു ജീവിതം...?

ശിവാനി പറയുകയല്ല... സ്വബോധത്തിന്റെ ചില്ലുവാതിൽ പൊളിച്ച് സ്വപ്നാടനത്തിന്റെ ശൂന്യപഥങ്ങളിലൂടെ അലയുകയാണ്.

ഇപ്പോൾ നിങ്ങൾ എനിക്കപരിചിതരാണ്. ഞാനേതോ ശൂന്യതയിൽ നിന്നുതിർന്നുവീണ ഉൽക്കപോലെ ഉറഞ്ഞുപോയ കരിക്കട്ടയാണ്.

ശിവാനി പെട്ടെന്ന് വാക്കുകൾ മുറിച്ചു... അവൾ തന്റെ വിചാരണക്കോടതിയിൽ തന്റേതന്നെ വിധി പറയുന്നതുപോലെ. ആരേയും ശിക്ഷിക്കാതെ, ആരോടും പരിഭവിക്കാതെ, ബന്ധത്തിന്റെ, ബന്ധനത്തിന്റെ ചങ്ങലകൾ സ്വമേധയാ പൊട്ടിച്ചെറിയുകയാണ്.

സ്നേഹിച്ചും ലാളിച്ചും പ്രതീക്ഷിച്ചും മനസ്സിൽ താലോലിച്ച മകൾക്കു സമമായ ഒരു പെണ്ണിനു മുന്നിൽ കുറ്റാരോപിതനായി, കുറ്റവാളിയായി കുനിഞ്ഞ ശിരസ്സോടെ വേണുമാഷ് നിന്നു. എല്ലാ കുറ്റങ്ങളും സമ്മതിച്ച് തൂക്കുമരത്തിനു മുന്നിൽ നിൽക്കുന്ന നിസ്സഹാ

യതയിൽ ദേവനും. എന്തെങ്കിലും സംസാരിക്കാൻ അവർ രണ്ടുപേരും ഭയപ്പെട്ടു. ആ ഭീതിതമായ നിശ്ശബ്ദതയിൽ ഒന്നു നിശ്വസിക്കാൻ പോലും അവർക്കു കഴിഞ്ഞില്ല. തൊട്ടാൽ പൊള്ളുന്ന തീക്കട്ടപോലെ ശിവാനി ജ്വലിക്കുന്നതായി അവർക്കു തോന്നി. അവൾ മനുഷ്യജീവിയോ... മായയോ... എന്നു തിരിച്ചറിയാനാവാത്ത വിധം പൊടുന്നനെ കണ്ണുകൾ മൂടിയ മഞ്ഞുപാളിയിൽ അവൾ മാഞ്ഞുപോവുകയായിരുന്നു. അതിൽ അവളുടെ വിധിപ്രസ്താവം ഇടിമുഴക്കമായി ആ മച്ചകത്തെ വിറപ്പിച്ചു.

ആ രാത്രി കാലംതെറ്റിയ മഴ പെയ്തിറങ്ങി. ശിവാനിയുടെ മുറി ശൂന്യമായിരുന്നു. അവളുടെ അസാന്നിദ്ധ്യം ആ വീടിനെ ശവപ്പറമ്പാക്കി യിരുന്നു. ഗോവിന്ദേട്ടൻ എല്ലാറ്റിനും മൂകസാക്ഷിയായി അടുക്കളപ്പുറത്ത് ഒട്ടിനിന്നു. മേശപ്പുറത്ത് മൂടിവെച്ച ഭക്ഷണം ആറിത്തണുത്ത് അനാഥമായിക്കിടന്നു. ആരും ആരോടും സംസാരിച്ചില്ല. മുഖാമുഖം നിന്നതുപോലുമില്ല. ദേവൻ കൊട്ടിയമ്പലം തുറന്നുവെച്ച് ഇരുട്ടുമൂടിയ വഴിയിലേക്കു നോക്കി. ഒരു മിന്നാമിനുങ്ങു പോലുമില്ല. ആകാശം ഇരുണ്ടുകിടക്കുന്നു. കൈതപൂക്കുന്ന കാലമായിരുന്നെങ്കിലും കാറ്റിന് ചുടലയുടെ ഗന്ധമായിരുന്നു.

മുന്നിൽ ഇരുട്ടല്ല. ഇളകുന്ന ജലരാശിയിൽ നിലയ്ക്കാത്ത കയ ങ്ങളും ഒടുങ്ങാത്ത ഓളങ്ങളും. അതിൽ ഉലയുന്ന തോണിയിൽ തുഴ പോയി നിൽക്കുകയാണവൻ. ഏകനായി... കാലചക്രം കാരുണ്യരഹിത മായ ഒരജണ്ടയുമായാണ് അവനു ജന്മം നൽകിയത്. പൊടിമണ്ണുപോലെ പറത്തിയും കളിപ്പന്തുപോലെ തട്ടിയും കാലത്തിന്റെ ചുവരിലും ചെപ്പിലും ഒട്ടിപ്പോയവൻ. അത് ശിരസ്സാവഹിക്കുകയാണ് ദേവൻ. കുട്ടനാടിന്റെ നീർവ്വാർച്ചയിൽ നിന്ന് ആ പാഴ്ച്ചെടി പിഴുതെറിയപ്പെടണം. വേണുമാഷിന്റെ കാരുണ്യത്തിനുവേണ്ടി ഇനി കാത്തുനിന്നുകൂടാ.. ആ മനുഷ്യസ്നേഹി ഒടുങ്ങാത്ത ദുഃഖങ്ങളുടെ വിളഭൂമിയിൽ മുരടിച്ചു നിൽക്കുന്ന പടുമരംപോലെ ദുർബ്ബലനാവുന്നു. അത് കടപുഴകി വീഴു ന്നതു തടയാൻ ഒരാൾക്കേ കഴിയൂ... ശിവാനി. അവൾ മടങ്ങി വരണം. തന്റെ സാന്നിദ്ധ്യം അതിനു തടസ്സമാവരുത്. താനീ വീട്ടിലേക്കു വന്ന തിനു ശേഷമാണ് വേണുമാഷിനെ ദുരിതങ്ങൾ പിടികൂടിയത്, താൻ കാരണമാണ് കുട്ടനാട്ടിൽ കലഹങ്ങൾ തല പൊക്കിയത്. താൻ കാരണ മാണ് വേണുമാഷ് നാടിന് അന്യനായത്. ഒടുവിലിതാ ശിവാനിയും... ഇനിയും ഇവിടെ തുടരാൻ പാടില്ല. വരത്തനാണ്... വന്നതുപോലെ തിരിച്ചു പോകണം. ദേവൻ ഒറ്റയാണ്. ഒറ്റയാനാണ്. ബന്ധങ്ങളില്ല. സ്വന്ത മെന്നു പറയാൻ ആരുമില്ല. ജനിച്ച നാട്... പിറന്ന വീട്... ഓർമ്മകളുടെ കുഴിമാടം തുറക്കുന്നു. ഒന്നൊന്നായി ഉയർന്നു വരുന്ന മുഖങ്ങൾ. കാതു കൾ തുളയ്ക്കുന്ന വിലാപങ്ങൾ... കൈനീട്ടി നിൽക്കുന്ന സ്നേഹത്തിന്റെ നിഴൽരൂപങ്ങൾ... അച്ഛൻ... അമ്മ.. പുള്ളോർക്കുടത്തിന്റെ തേങ്ങലുകൾ.. സിരകൾ പെരുക്കുന്നു. കൈകാലുകൾ തളരുന്നു. നെഞ്ചിൽ ശ്വാസം വിലങ്ങുന്നു.

ശിവാനി വരും... വേണുമാഷിന്റെ വാത്സല്യം ചുരന്ന് അവളുടെ മോഹങ്ങൾ പുനർജ്ജനിക്കും. വീട്ടകം പുളകം പൂത്ത് സ്വപ്നങ്ങൾ വിടരും. കുഞ്ഞുങ്ങൾ.. കുടുംബം.. ഗോവിന്ദേട്ടന്റെ കൂനു നിവർന്ന് സംതൃപ്തിയുടെ ചെണ്ടമേളം മുഴങ്ങും. പ്രിയപ്പെട്ട വേണുമാഷ് നാടിന്റെ നെറുകയിൽ തലയുയർത്തി നിൽക്കും. ശിവാനി ജില്ലാ കോടതിയിൽ നിന്ന് ഉയർന്നുയർന്ന് രാജ്യത്തിന്റെ നിയമപഥങ്ങളുടെ പ്രഥമ പടിത്തട്ടിൽ എത്തും. എല്ലാറ്റിനും തടസ്സമായി നിൽക്കുന്ന ദേവൻ... വന്നതുപോലെ അല്ല... ആത്മസംതൃപ്തിയോടെ മടങ്ങുന്നു. മുന്നിൽ നീണ്ടുകിടക്കുന്ന വഴികളിൽ ഏകനായി... അനാഥനായി...

****

കാലുകൾ കൊട്ടിയമ്പലം വിട്ട് നാട്ടുവഴിയിലേക്കിറക്കി വെച്ചു.

ദേവാ...ദേവാ.... ഞെട്ടിപ്പോയി... വേണുമാഷ് പിന്നിൽ നിൽക്കുന്നു. ചിരിച്ചുകൊണ്ട് ദേവൻ തിരിഞ്ഞു നിന്നു.

വേണുമാഷ് ശബ്ദിക്കാതെ അകത്തേക്കു നടക്കുന്നു. പെട്ടെന്നെവിടെ നിന്നാണ് നിലാവിരച്ചു വീഴുന്നത്.. ദേവനു വിഷമം തോന്നി. മാഷോട് ഒരു വാക്കുപോലും ഉച്ചരിക്കാതെ മടങ്ങിപ്പോകാനൊരുങ്ങിയത് ശരിയായില്ല. തന്റെ കൈയും പിടിച്ച് കൊണ്ടുവന്ന് സ്വന്തമാക്കി സംരക്ഷിക്കുകയും താൻ നടന്ന വഴിയിൽ തനിക്കു പിന്നാലെ നടക്കുകയും ചെയ്ത ഒരാളോട് നന്ദികേടാണ് കാണിച്ചത്. ശിവാനിയുടെ വിചാരണയിൽ മനംനൊന്ത് നിന്നത് താനൊറ്റയ്ക്കല്ല. രണ്ടുപേരും കൂടിയാണ്. വന്ന നാളുതൊട്ടിന്നുവരെ ഒരു നോട്ടം കൊണ്ടുപോലും അന്യനാണെന്ന തോന്നലുണ്ടാക്കിയിട്ടില്ല. അച്ഛനാണെന്നെല്ലാവരും പറഞ്ഞപ്പോഴും വരത്തനെന്നാക്ഷേപിച്ചപ്പോഴും നിസ്സംഗനായി നിന്ന ഒരാൾ. മകനായിട്ടു തന്നെയാണ് കരുതിയതും കാണുന്നതും. എന്നിട്ടും ഒരു ഭീരുവിനെ പോലെ കടന്നു കളയാമെന്നു കരുതിയത് ഇഷ്ടക്കുറവു കൊണ്ടല്ല. ഇഷ്ടക്കൂടുതൽ കൊണ്ടാണ്. ഇനി ആ മുഖത്തെങ്ങനെ നോക്കും. സാരമില്ല... ആ കാലിൽ കെട്ടിപ്പിടിച്ച് മാപ്പു പറയണം. എന്തുവന്നാലും എന്നും കൂടെയുണ്ടാവുമെന്ന് സത്യം ചെയ്യണം.

തിരിഞ്ഞ് കൊട്ടിയമ്പലം കടന്നു. മാഷ് മുന്നിൽ നടക്കുകയാണ് എത്ര ശ്രമിച്ചിട്ടും ഒപ്പമെത്താനാകുന്നില്ല. കാലു വലിച്ചുനീട്ടി വേഗം നടന്നു. ഇല്ല... മാഷ് വളരെ മുന്നിലെത്തി കണ്ണിൽ നിന്നു മറഞ്ഞു. പൂമുഖത്തേക്കിത്രയധികം ദൂരമുണ്ടോ...? നടന്നിട്ടും നടന്നിട്ടും എത്തുന്നില്ല... മുറ്റത്ത് നിലാവു മാഞ്ഞിരിക്കുന്നു. ആകാശം കാർമേഘം വന്നുമൂടി.. ഇരുൾ കിഴികെട്ടി മുറ്റത്തു കുന്നുകൂടി. മഴ പെയ്യാൻ തുടങ്ങി.

പിന്നെന്താണുണ്ടായതെന്നോർമ്മയില്ല. പൂമുഖത്തെ ചാരുകസാലയിൽ വേണുമാഷുണ്ടായിരുന്നു. പോയി കിടന്നു കാണും. തന്നോടു മുഷിയുന്നത് ഇതാദ്യമാണ്. ലൈബ്രറിയിൽ വെളിച്ചമുണ്ട്. നിലവറ വാതിൽ തുറന്നു കിടക്കുന്നു. കെടാവിളക്ക് കെട്ടിരിക്കാം. നിലവറപ്പടിയിൽ

ഇരുട്ട് ഇഴയുന്നുണ്ട്

കിടപ്പുമുറിയിലേക്കു കയറി. കത്തിനിന്നിരുന്ന റാന്തൽ മറിഞ്ഞു കിടന്ന് കരിന്തിരി കത്തുന്നുണ്ട്. എണ്ണ തീർന്നുകാണും. കട്ടിലിലേക്ക് ഒന്നേ നോക്കിയുള്ളൂ... ഒഴിഞ്ഞു കിടക്കുന്നു. താഴെ വീണു കിടക്കുകയാണ് വേണുമാഷ്

ഗോവിന്ദേട്ടാ... ദേവൻ അലറിവിളിച്ചു.

റാന്തലുമായി ഗോവിന്ദേട്ടൻ ഓടിവന്നു.

എന്താ കുട്ടീ... ദേവൻ ശബ്ദിച്ചില്ല.

വേണുക്കുട്ടാ.... ഗോവിന്ദേട്ടൻ അലറി... ഒരു പ്രാവശ്യം മാത്രം.

ദേവൻ മാഷെ വാരിയെടുത്തു. മൂക്കിലൂടെയും വായിലൂടെയും ചോര പ്രവാഹം. മാഷേ.... കുലുക്കി വിളിച്ചു.

വിളി കേട്ടില്ല. ആ ശബ്ദം നിലച്ചിരിക്കുന്നു.

ദേവൻ ഒറ്റ നില്പായിരുന്നു. ശബ്ദവും ചലനവുമില്ലാതെ. ശിവാനി വന്നു. ശവദാഹവും സഞ്ചയനവുമൊക്കെ മുറപോലെ നടന്നു.

ദേവനെവിടേ..? എല്ലാവരും അന്വേഷിച്ചു. വീട്ടിലും തൊടിയിലും കുട്ടനാടൻ പുഞ്ചയിലും പുളഞ്ഞൊഴുകുന്ന പുഴയിലും ദേവനെ കണ്ടെത്താനായില്ല. അയാൾ എവിടെയാണെന്നാർക്കും മനസ്സിലായില്ല. അഞ്ചാം ദിവസം അപ്രതീക്ഷിതമായി ഡോ. സുധാമണി വന്നു. കുടുംബ സമേതം.

ദേവനെ ചോദിച്ചവരോടു ശിവാനി പറഞ്ഞു..

അയാൾ സ്വന്തം നാട്ടിലേക്ക് മടങ്ങി.

വീട്ടിലേക്കു പത്രപ്രവർത്തകരുടെ പ്രവാഹം.

ദേവന്റെ കാവ്യ സമാഹാരം... *പറയാതെ പോയത്*... ദേശീയ പുരസ്കാരം നേടിയിരിക്കുന്നു.

കവി എവിടെ...? ആ ചോദ്യം ബാക്കിയാക്കി അകലങ്ങളിലെവിടെയോ അയാൾ... ഒറ്റപ്പെടലിന്റെ ഊന്നുവടിയിൽ അയാൾ അലയുകയാണ്.

****

www.ingramcontent.com/pod-product-compliance
Lightning Source LLC
LaVergne TN
LVHW092052051026
849517LV00013B/1874